Võ Long Triều

Hồi Ký

VÕ LONG TRIỀU

HỒI KÝ

TẬP I

NGƯỜI VIỆT
2009

Tưởng nhớ Ông Nội,
người đã kỳ vọng nơi tôi rất nhiều.

HỒI KÝ Võ Long Triều

Đây là sưu tập có sửa chữa lại những bài đã đăng trên Nhật báo *Người Việt* trong hai năm 2006-2008, thêm với lời Giới thiệu của các Ông Nguyễn Văn Trường và Nguyễn Thanh Liêm. Xin kính cáo cùng bạn đọc.

Võ Long Triều
Fresno, California

TRONG TẬP NÀY

LỜI GIỚI THIỆU 1

«... Đặc biệt với Triều, anh muốn khách quan tối đa...
Trung thực với chính mình và với độc giả.
Nhớ như thế nào, nghĩ như thế nào, viết thế ấy...
Trong lời nói, trong thái độ, trong hành vi,
trong hành động, anh là một người chống Cộng,
cực hữu, trắng đen rõ rệt, và trong suốt thời gian
tôi được biết anh. Anh rất thực tế.»

NGUYỄN VĂN TRƯỜNG

Tôi không thuộc giới văn chương, phê bình nghệ thuật. Tôi cũng chưa giới thiệu một tác phẩm văn chương, nghiên cứu văn học, hoặc một hồi ký nào. Vậy đây là lần đầu, tôi mở đầu một quyển sách hồi ký: Hồi Ký Võ Long Triều.

Chúng tôi biết nhau hơn nửa thế kỷ, và cũng gặp nhau trong những hoàn cảnh khắc nghiệt nhất. Trong tuyệt vọng chúng tôi cho nhau hy vọng. Đôi lần, Triều bảo, như đùa, như thật, rằng Linh Mục Nguyễn Bình An và tôi là lương tri của Anh. Câu nói quá đáng, nhưng trong giới hạn bối cảnh, tôi tin rằng có một phần thật, không phải đùa. Đó là lý do chính yếu, tôi nhận lời làm một công việc trên khả năng và không trong thói quen dễ chịu của tôi. Thêm vào đó là khi người ta đang mạnh bước đi vào cái tuổi 80, bạn bè mỗi năm mỗi hiếm, một số về với ông bà, đông đảo cách xa vì những dị biệt trong cách nhìn thế sự. Nói dị biệt thì Triều và tôi hoàn toàn khác biệt, ở tính tình và nếp sống. Triều hơn tôi xa ở tính năng động. Trong rất nhiều bối cảnh, cần phê phán, đánh giá sự việc, Triều tỏ ra rất nhạy bén trong chọn lựa dữ kiện, phân tích, và khẳng định, còn tôi thì lúc nào cũng chậm hơn, luôn dè dặt. Cũng nhờ vậy, qua Triều tôi thấy được thêm những mạnh yếu, ưu khuyết chung quanh tôi. Cũng vì vậy, Triều va chạm cũng nhiều. Tôi mừng rằng Triều còn giữ được cái năng động cố hữu của mình, còn lửa trong cách nói, trong hành vi, trong phong cách, cũng như tôi thiết tha chia xớt tính dè dặt, có khi yếm thế của tôi.

Giờ, để vào phần chính, tôi xin mượn câu chuyện sau đây của OSO.[1]

Khi Ponctius Pilate hỏi Chúa Giê-su, "Chân lý là gì?" Chúa Giê Su im lặng. Không phải chỉ thế thôi. Chuyện kể rằng khi Pontius Pilate hỏi, "Chân lý là gì?" ông ấy chẳng đợi nghe câu trả lời, ông ấy liền đứng dậy và ra khỏi phòng. Thật lạ lùng! Chúa Giê Su giữ im lặng bởi vì Ngài cũng biết điều ấy không thể nói thành lời.

Pontius Pilate—con người La Mã, con người của logic La Mã, của những giá trị La Mã— nghĩ rằng vì không có chân lý nên không có câu trả lời, nên không chờ câu trả lời. Con người của vọng ngã chỉ thấy có cái tương đối của cuộc đời thực tiễn. Chúa Giê Su im lặng chẳng phải vì không có chân lý, mà bởi vì chân lý quá mênh mông, bao la, vô cùng, vô tận, nên không thể nói thành lời, diễn tả bằng ngôn ngữ được.

Cùng một kết luận—không diễn tả được bằng lời—nhưng một bên, phủ định, không có, một bên trực nhận, thấu suốt, có mà bất khả tư nghị.

Hồi ký là ghi lại sự việc xưa, theo ký ức của mình. Xưa, tôi là một chứng nhân, vì sự việc xảy ra trước mắt tôi, vì chính tôi có tham gia, và là một trong những tác nhân trọng yếu…, có trăm ngàn lý do khác nhau làm cơ sở cho nội dung của cụm từ "chứng nhân". Có những việc tôi nhớ rõ mồn một, như mới xảy ra trước mặt. Tôi còn nhớ gặp người nầy người khác, tôi nói cái gì, ánh mắt, gương mặt, ứng đáp của họ ra sao,… và tôi ghi lại, y chang như vậy.

Nói cách khác, người viết hồi ký ý thức tính khách quan của sự việc xảy ra và luôn nghĩ rằng phải ghi lại một cách trung thực. Tuy nhiên, ngay việc nhận thức sự việc trước mặt, ai ai cũng phải tùy thuộc ở giác quan và trình độ nhận thức của mình. Mọi hiện tượng đều được nhìn qua vọng ngã. Cho nên, cùng một sự việc mà mỗi người nghĩ nhìn một cách khác nhau, có khi đối đầu, đối nghịch. Điều này xảy ra trong mọi giới, cả giới có học vị rất cao. Theo sau đó, là lời qua tiếng lại, đôi khi rất là trẻ con.

Đặc biệt với Triều, anh muốn khách quan tối đa, anh nghĩ đã có một thời gian khả chấp để ghi chép lại những chuyển biến lịch sử mà anh là chứng nhân. Anh nghĩ trong những điều anh ghi, có nhiều điều có thể ích lợi cho sử gia. Anh cũng ý thức rõ rằng dù có giữ thái độ khách quan đi mấy nữa, thu hình, thu thanh, thu bối cảnh, thu cái đa dạng vô cùng tận của cuộc sống trong trí não, trong lời văn, cũng đã có biên kiến, cũng là phủ lên sự thật tuyệt đối vọng ngã của mình—mà Linh Mục Louis, cha Thomas Merton, gọi là cái «tôi giả»[2]

Tôi mừng rằng tác giả sớm ý thức điều nầy và đã giải tỏa cho tôi rất nhiều e dè tiêu cực.

Tôi cũng mừng rằng tác giả ý thức sự cần thiết của tính trung thực. Trung thực với chính mình và với độc giả. Nhờ như thế nào, nghĩ như thế nào, viết thế ấy, không lấy Đông biện minh cho Tây, không lấy thánh hiền, luân thường đạo lý...hay bất cứ chi chi mà để che lấp một tình cảm, hay một ý định mà mình nghĩ là có thể bị độc giả kết án, cũng không để tạo nói lên một cái gì đó mà không có trong lúc bấy giờ. Cái khó của anh là viết sao cho thật, trong một ngôn ngữ khả chấp. Những lời lẽ 'văng tục', những 'mầy, tao, mi, tớ', phải ghi lại sao cho độc giả cảm nhận được đó là ngôn ngữ của thâm tình, hay của một sự bực dọc, hay của một tính tình cởi mở, hào phóng,...

Trong lời nói, trong thái độ, trong hành vi, trong hành động, anh là một người chống Cộng, cực hữu, trắng đen rõ rệt, và trong suốt thời gian tôi được biết anh. Anh rất thực tế. Để tạo một hậu thuẫn và sức mạnh chính trị, anh đã kết hợp được đông đảo "đồng chí" mà đông đảo trong cái tuổi tam thập như lập trong Chương Trình Chỉnh Trang Quận 8, và đảng chính trị Phục Hưng Miền Nam. Trong một giới hạn nào đó, thì hai khối nầy đã có những thành công nhất định. Chương Trình Quận 8 đem lại cho riêng tôi lòng tin vô biên ở khả năng kết hợp, hoạch định, tổ chức, hành sự của lớp trẻ khi ý thức được trách nhiệm. Phục Hưng Miền Nam trong một thời gian ngắn sau khi thành lập đã có được gần mươi dân biểu trong Quốc Hội, thiểu số nhưng sinh động can trường, hoài bão và tham vọng.

Anh là một người thiết tha xây dựng một Miền Nam Việt Nam an bình và dân giàu nước mạnh. Anh cũng là người thiết tha xem giáo dục là một phương thức hữu hiệu để cho nhân dân Miền Nam thấu rõ hiểm họa Cộng Sản. Cụ thể nhất là trong việc thành lập Viện Đại Học Cần Thơ. Đem Đại Học về thủ đô kinh tế của Miền Đồng Bằng Sông Hậu. Chính anh khẩn khoản bảo rằng nếu tôi không tham gia Nội các, thì sẽ không có—hoặc chỉ có trong hình thức yếu ớt còi cộc— Viện Đại Học Cần Thơ, vì Bộ Giáo Dục thời bấy giờ, và vài nhân vật quan trọng thân cận với ông Chủ Tịch Ủy Ban Hành Pháp Trung Ương, nghĩ rằng chưa có đủ phương tiện. Triều cho tôi có cảm tưởng rằng, nếu không có người « đủ quyết tâm » ở Bộ Giáo Dục, thì Viện Đại Học Cần Thơ sẽ què quặt ngay từ đầu với những Ủy Ban Nghiên Cứu khả năng thực tiễn, nghiên cứu dài hạn hoặc một vài lớp dự bị, thật không đoán trước được.

Viện Đại Học Cần Thơ là của người Cần Thơ, thân hào nhân sĩ, phụ huynh, sinh viên, giáo sư, Viện Trưởng, Khoa Trưởng và nhân viên các cấp. Những người tiên phong tích cực vận động cho sự hình thành Viện, gồm đông đảo mọi giới, nhưng chánh yếu là thân hào nhân sĩ Miền Nam, giáo chức các cấp, nói riêng của Cần Thơ trong đó có anh Triều với một lòng nhiệt tình ít có. Anh nói như là anh có thể thay thế ông đương kim Ủy Viên Giáo Dục. Thật sự sau đó, ông nầy phải từ nhiệm.

Nói về Viện Đại Học Cần Thơ, thật là một thiếu sót lớn của riêng tôi, nếu không ghi ở đây cái lòng, cái tình, cái phong cách, ý thức trách nhiệm, khả năng nhìn xa và thiết thực của hai ông Viện Trưởng đầu tiên của Viện : giáo sư Phạm Hoàng Hộ và giáo sư Nguyễn Duy Xuân. Hai người hoàn toàn khác nhau ở tính tình, ở sinh hoạt hằng ngày. Anh Xuân hoàn toàn trong chính trường, nhưng có tư cách rất mô phạm, một cuộc sống thanh liêm, trong sạch, anh

Họ dù là một lần làm tổng trưởng, nhưng sau đó từ khước các chức vụ chính trị[2], giới hạn mình trong lãnh vực thuần túy giáo dục và nghiên cứu, một cuộc đời ít thử thách và trong sáng. Cả hai là bạn, là đồng nghiệp, là gương trong sáng, và cũng là điểm tựa tinh thần và tiếp sức cho tôi. Cho phép tôi ghi ở đây một lời thành kính và biết ơn của tôi đối với hai anh.

Trên đây là thí dụ nói lên ít nhiều cái tính năng nổ, cách nói và "làm ăn" liều lĩnh của Triều và những may mắn của anh. Và còn nhiều nữa, độc giả sẽ khám phá trong khi đọc hồi ký.

Tóm lại,

Là người Công giáo, anh không như Ponce Pilate, phủ nhận không có chân lý. Anh tin có chân lý, có sự thật khách quan, nhưng cái biết, kinh nghiệm, nhận thức của con người là chủ quan. Hồi ký của anh là chủ quan. Anh lại muốn khách quan. Con người anh lúc nào cũng có một nội tâm tranh cãi. Anh là một con người của nhiều tranh cãi. Cái bất hạnh là ở đó, hạnh ngộ cơ may cũng là ở đó. Bất hạnh vì đó là nguồn của va chạm, không suông sẻ, nguồn của phiền toái. Hạnh ngộ là nhờ vậy mà luôn phải thức tỉnh trước cuộc đời, vấn hỏi về cuộc sống, và tự thân, nhiều lần té ngã nhưng rồi đứng dậy, mạnh bước dấn thân, dù có biết thời gian không tha bất cứ ai.

Anh muốn trung thực, trước hết là với bản thân. Anh cũng thiết tha trung thực với tha nhân, tôn trọng độc giả, "anh như thế nào thì anh trình xin thưa như thế ấy, không thêm bớt."

---

[1] OSO. Bát Nhã Tâm Kinh.
[2] Anh từ chối không nhận trở lại điều khiển Bộ Giáo Dục, dù rằng anh có nhiều cảm tình với vị được ủy nhiệm thành lập Nội các.

Anh cũng ý thức sức mạnh của vọng ngã, cái 'tôi giả' mà anh tích tụ xây dựng suốt giòng đời.

Nói chung, anh là con người của bất ổn, bất an. Cuộc sống vốn đổi thay, thế thì cái gì gọi là an định, ổn định. Hình như có lúc anh xô đuổi cái bản chất năng nổ, không chịu khuất phục với tuổi đời, để về với Đạo, nhưng rồi cái bản chất ấy trở lại, mạnh hơn, lồng lộn hơn, dầu rằng anh đã cao niên.

Có lần anh tâm sự với tôi gần như thế.

Và tôi tin anh.

Nói thì dễ, biết cũng dễ, nhưng thi hành được lắm khi rất khó.

Tôi chân thành chúc anh thành công.

Giờ thì mời quí vị khám phá nội dung, sự việc và phê phán.

Kính,

Nguyễn Văn Trường
Nguyên Giảng Sư Trường Đại Học Sư Phạm Sài Gòn và Huế.
Nguyên Tổng Trưởng Giáo Dục, Nội Các Trần Văn Hương.
Nguyên Tổng Ủy Viên Văn Hóa Giáo Dục, Nội Các Chiến Tranh Nguyễn Cao Kỳ.

Lời Giới Thiệu 2

"Nếu vận mệnh của Việt Nam Cộng Hòa phần lớn ở trong tay Nguyễn Cao Kỳ (trong thời điểm này) thì phần tham dự của Võ Long Triều trong đó cũng không phải nhỏ...

"...Võ Long Triều thuộc thành phần rất trí thức, có kiến thức rộng rãi, có suy tư khá sâu xa, rất có thiện chí, rất thiết tha với đất nước và dân tộc, nhưng có tính "ngang tàng", "ăn nói bạt mạng" "đụng đâu nói đó", dám nói thật, không kiêng nể ai, không sợ một áp lực nào, hay nói thẳng, dám làm, phần lớn thuộc kiểu "anh chị" của dân Nam Kỳ Lục Tỉnh..."

NGUYỄN THANH LIÊM

Nhớ lại chuyện xưa, suy tư về dĩ vãng là một sự kiện tâm lý thông thường mà ít ai không trải qua hay không biết đến, nhất là khi người ta bắt đầu đi vào tuổi lão niên. Càng về già càng nhớ nhiều về buổi thiếu thời hay thuở xa xưa nào đó của mình. Mỗi người có cuộc đời riêng tư, và cuộc đời riêng tư đó có những nét độc đáo của nó, không giống bất cứ cuộc đời riêng tư nào khác, chỉ một mình mình biết, chỉ một mình mình vừa là chủ thể vừa là chứng nhân của sự việc.

Nếu là người trí thức, biết phản tĩnh, người có địa vị

đáng kể trong xã hội, có một dĩ vãng đặc biệt có nhiều liên hệ tới những biến chuyển quan trọng của lịch sử thì không phải chỉ nhớ, chỉ luyến tiếc suông, mà còn thấy có nhu cầu ghi lại, viết ra để làm giàu thêm kinh nghiệm sống của mình hay lưu lại kinh nghiệm sống đó cho đời sau. Có những áng văn chương tuyệt tác của những tác giả viết về cuộc đời mình như một quyển tiểu thuyết, hay những quyển tự truyện làm say mê người đọc bởi những chi tiết đặc biệt ly kỳ của nó. Có những hồi ký rất có giá trị về lịch sử hay các khoa học khác về xã hội, ghi lại những tiến trình tâm lý của tác giả trong những hoạt động xã hội chính trị của mình hay những sự kiện lịch sử quan trọng mà tác giả từng là chứng nhân hay người tham dự.

Hồi ký của Võ Long Triều có thể được xếp vào trường hợp sau này chăng? Những lời mở đầu sau đây của Võ Long Triều về mục đích viết hồi ký của ông có đúng, có phải là lời thành thật không khi ông bảo: "Tôi đã viết bốn bài về cựu Quốc Trưởng, Đại Tướng Dương Văn Minh và cựu Phó Tổng Thống, Thiếu Tướng Nguyễn Cao Kỳ với tư cách chứng nhân, đăng trên các báo. Mục đích của tôi là trình bày một cách trung thực, khách quan, những cơ hội lịch sử. Bởi vì tôi tự xét có bổn phận phải viết những gì tôi biết, những gì tôi chứng kiến, sự thật đã xảy ra trong giai đoạn ngắn ngủi nào đó của đất nước. . . Nếu nội dung có đề cập đến cái tôi và nếu có những lời thật mất lòng thì xin cáo lỗi. Tác giả hứa sẽ trình bày chân thật, ngay tình, không tô son, không che dấu, bởi vì tôi quan niệm "thị phi thành bại chuyển đầu không". Hãy gác qua một bên cái quan niệm thị phi thành bại chuyển đầu không của ông, hãy tạm ghi nhận rằng đây là lời chân thành của tác giả, và hãy tìm hiểu những sự thật mà tác giả đã cung ứng trong tác phẩm này.

Đây là quyển hồi ký đầu tiên và là quyển số Một của Võ Long Triều, bao gồm bốn mươi bài viết đăng liên tục mỗi tuần từ tháng 6 năm 2006 đến nay trên nhật báo Người Việt. Khởi đầu với "Cái Mốc Lịch Sử: Ngày 30 tháng 4, năm 1975", tác giả đi lùi lại thời kỳ học xong ở Pháp về nước phục vụ ở Bộ Canh Nông rồi tham gia Nội các chiến tranh 1965-66 để tạm chấm dứt ở phần "từ chức tập thể" của nhiều tổng trưởng người Nam trong chánh phủ Nguyễn Cao Kỳ. Những bài viết liên tục này không được sắp xếp trình bày tuần tự theo thứ tự thời gian hay theo một bố cục logic nhất định nào mà có thể linh động giật lùi rất xa trong quá khứ hay nhảy vọt tới trước trong tương lai, hoặc từ một sự việc trong lãnh vực này nhảy sang một sự việc trong lãnh vực khác tùy theo sự thức tĩnh của ký ức hoặc nhu cầu nhận định về thời thế. Người đọc phải chịu khó đi theo những chuyển biến trong tâm tư của tác giả do hồi tưởng và liên tưởng dẫn dắt hơn là lần theo thứ tự thời gian hay theo một trật tự suy luận quen có trong đầu óc mình.

Những bài đầu nói về những biến chuyển chính trị dồn dập trong những ngày cuối tháng Tư 1975, từ sự từ chức của Tổng Thống Nguyễn Văn Thiệu, sự trao quyền lãnh đạo quốc gia của Tổng Thống Trần Văn Hương cho Đại Tướng Dương Văn Minh qua lễ bàn giao trong dinh Độc Lập, sự đầu hàng Cộng sản vô điều kiện của tướng Dương Văn Minh, đến những cảnh khốn khổ, buồn vui trong những ngày đi cải tạo (ở tù Cộng sản) để có cơ hội nhớ về thời ấu thơ ở nhà quê đến lúc sang Pháp du học. Tiếp theo là việc ông Kỳ dự tính đảo chánh ông Thiệu và có ý định giao cho Võ Long Triều thành lập Nội Các lúc ông Kỳ không còn nắm quyền hành pháp trong tay nữa. Lại chuyển sang thời kỳ ăn học ở Pháp và những hoạt động của tác giả trong Liên Đoàn Công Giáo đồng thời cũng cho biết những hoạt động của Cộng sản ở đây đối với sinh viên du học. Theo ông "những năm đại học vô cùng bổ ích cho đời" ông, "không phải vì sự hiểu biết chuyên môn mà là sự rèn luyện ý chí, tính tình và sự tự tin". Cuối năm 1961 ông về nước phục vụ ở Bộ Cải Tiến Nông Thôn và dạy thêm ở trường Cao Đẳng Nông Lâm Súc Sài gòn. Ông tham gia hoạt động trong Phong Trào Trí Thức Công Giáo, trở thành Tổng Thơ Ký của phong trào do Bác Sĩ Nguyễn Văn Ái làm Chủ Tịch có luật sư Nguyễn Văn Huyền, Chủ Tịch Thượng Nghị Viện Việt Nam Cộng Hòa là hội viên. Ông cũng là thư ký Văn Phòng Liên Lạc Cạnh Tòa Tổng Giám Mục Sài gòn, và cùng với linh mục Hồ Văn Vui tham dự Hội Đồng Tôn Giáo với tư cách đại diện phía Công giáo do Đức Tổng Giám Mục Nguyễn Văn Bình đề cử. Ở cương vị này ông thường hội họp với các tướng lãnh, các nhân vật quan trọng hàng đầu của giới lãnh đạo chính trị ở Miền Nam, cũng như giới ngoại giao Hoa Kỳ và Pháp. Trong thời kỳ chỉnh lý của Nguyễn Khánh với những xung đột giữa hai khối Phật giáo và Công giáo, những đổi thay Nội Các chính phủ liên tiếp trong những năm 1964-65, ông từng chứng kiến và ít nhiều liên hệ với nhiều nhân vật quan trọng của quốc gia. Rồi Nguyễn Khánh ra đi, Ủy Ban Lãnh Đạo Quốc Gia do Nguyễn Văn Thiệu làm Chủ Tịch và Ủy Ban Hành Pháp Trung Ương do Nguyễn Cao Kỳ làm Chủ Tịch ra đời.

Võ Long Triều được Nguyễn Cao Kỳ mời tham gia Nội Các chiến tranh. Sau nhiều lần từ chối không được với nhiều chức vụ khác nhau, cuối cùng ông chấp nhận làm Ủy Viên Thanh Niên trong chánh phủ này. Ông cũng đã giúp Nguyễn Cao Kỳ tìm người tham gia Nội các. Nhiều sự việc quan trọng xảy ra trong thời gian ông chặt chẽ cộng tác với Nguyễn Cao Kỳ. Ông đã từng chứng kiến hay ít nhiều liên hệ đến những vấn đề trọng đại đó.

Tại sao đã nhiều lần từ chối quyết liệt, cuối cùng Võ Long Triều lại nhận cộng tác với Nguyễn Cao Kỳ? Theo tác giả thì trước khi nhận giữ chức vụ Ủy Viên Thanh Niên trong Nội các Nguyễn Cao Kỳ, Võ Long Triều đã từng khởi xướng và thúc đẩy "Chương Trình Phát Triển Quận Tám", một chương trình cải tiến xã hội rất mới với nhiều thành quả đáng kể. Đây là một chương trình thí điểm của chính sách và đường lối phát triển quốc gia của Võ Long Triều mà Nguyễn Cao Kỳ đã trọn vẹn đặt hết tin tưởng vào người đề xướng và điều khiển, và đã hết sức yểm trợ cho chương trình. Với lối làm việc bốp chác, chấp thuận hồ sơ không cần đọc, ra lệnh không cần xét lại, với tính tình đặc biệt hễ đã tin là giao hết, theo kiểu chơi hết mình với cộng sự viên, Nguyễn Cao Kỳ đã làm Võ Long Triều cảm mến. Đây cũng là duyên cớ đưa Võ Long Triều đến gần Nguyễn Cao Kỳ hơn để sau đó chấp nhận tham gia Nội các và trở thành một người bạn tâm tình, một đồng chí trong một thời gian, một cố vấn đặc biệt của tướng Kỳ trong thời ông này nắm chánh quyền. Người đọc sẽ có dịp được nghe Võ Long Triều kể nhiều buổi gặp gỡ thân mật, những câu chuyện trao đổi rất chí tình với những câu đối thoại tự nhiên có cả Đ. M. trong đó, với cách xưng hô "toa" "mỏa" gần như "mầy" "tao" rất bình dân, giữa hai người. Một số những vấn đề trọng đại (và kín đáo) ở tầm mức quốc gia được hé mở từ những cuộc gặp gỡ, thảo luận riêng tư này.

Nếu vận mệnh của Việt Nam Cộng Hòa phần lớn ở trong tay Nguyễn Cao Kỳ (trong thời điểm này) thì phần tham dự của Võ Long Triều trong đó cũng không phải nhỏ. Võ Long Triều có kiến thức rộng, có kinh nghiệm hoạt động, thuộc lớp trí thức trẻ có sáng kiến và rất tích cực dấn thân trong việc phụng sự quốc gia. Nguyễn Cao Kỳ đã nhận thấy điều đó ở Võ Long Triều, đã hết lòng kêu gọi sự cộng tác thật tình của ông này, và đã nghe lời cố vấn của Võ Long Triều trong nhiều việc. Ở vị thế cao và quan trọng, có nhiều giao tiếp rộng rãi, liên hệ tới một mạng lưới nhân sự to tát lớn lao, Võ Long Triều biết được nhiều nhân vật lịch sử cùng với những việc làm của họ. Hồi ký của ông cũng đề cập đến nhiều những nhân vật đó cũng như nhiều sự kiện lịch sử rất thật mà người ở ngoài network khó có thể biết được đúng.

Khi đề cập đến các nhân vật quan trọng này (các chính trị gia, các nhà ngoại giao, các tướng lãnh, các tổng bộ trưởng, các nhà trí thức, các chuyên gia) Võ Long Triều đều có những nhận định khen chê đi theo khi thì rõ ràng, khi thì kín đáo. Dĩ nhiên là những nhận định này là những nhận định chủ quan của Võ Long Triều. Trong số những nhân vật quan trọng đó, người được Võ Long Triều đề cập đến nhiều nhất, và cũng là người mà phẩm giá được coi là dễ đưa đến những tranh cãi nhiều nhất là Nguyễn Cao Kỳ. Nói về con người này, Võ Long Triều viết :". . . tôi phải ngay tình nhìn nhận, tôi có duyên may được biết hai Nguyễn Cao Kỳ. Một Nguyễn Cao Ký có lòng với đất nước, có chí cao "đội đá vá trời", trung thành với bạn. Và một Nguyễn Cao Kỳ chủ quan, mơ việc lớn nhưng không lượng được sức mình, có khí phách anh hùng nhưng vì thiếu sáng suốt nên ẩu tả, gan lì, bạc mạng theo kiểu cao bồi của phim truyện. Đến đây tôi xin độc giả cho phép tôi trích đăng lại những bài tôi viết gần đây, phổ biến trên nhiều báo tiếng Việt tại Mỹ, về một Nguyễn Cao Kỳ vì chủ quan, tưởng mình là "con Phật", vì danh lợi hay vì một lý do gì khác phản bội lý tưởng của chính mình, phản bội đồng đội, đồng hành, để rồi trong những bài kế tiếp nếu tôi có lời khen ngợi Nguyễn Cao Kỳ thì cũng là một sự công bằng, một hành động theo lương tri của người trí thức. Những bài ghi lại sự việc xảy ra giữa Tướng Kỳ và tôi, hay những suy nghĩ của tôi về Tướng Kỳ cũng là một nét chấm phá trong những trang hồi ký về cuộc đời tôi."

Người viết bài này là một người bạn của Võ Long Triều. Chúng tôi ra đời ở cùng một quận, Quận Bình Đại. Khi xưa quận này thuộc tỉnh Mỹ Tho, nhưng về sau thuộc tỉnh Kiến Hòa. Là người cùng thế hệ, xấp xỉ cùng tuổi nhau, chúng tôi cùng học một lớp, một trường vào những năm đầu của Trung học hồi cuối thập niên 1940 sang đầu thập niên 1950. Lớn lên cũng nhiều dịp gặp nhau trong công việc làm. "Mầy" "tao" với nhau cũng quen, chơi với nhau lâu, tính tình của nhau cũng biết khá nhiều. Đối với người viết, Võ Long Triều thuộc thành phần rất trí thức, có kiến thức rộng rãi, có suy tư khá sâu xa, rất có thiện chí, rất thiết tha với đất nước và dân tộc, nhưng có tính "ngang tàng", "ăn nói bạt mạng" "đụng đâu nói đó", dám nói thật, không kiêng nể ai, không sợ một áp lực nào, hay nói thẳng, dám làm, phần lớn thuộc kiểu "anh chị" của dân Nam Kỳ Lục Tỉnh. Ngay trong việc phê phán người khác cũng vậy, kể cả bạn bè, ông vẫn có tính cương trực, dùng lời lẽ thẳng thắng, không quanh co, không cần phải lịch sự gì cả. Có người không thích Võ Long Triều, chê Võ Long

Triều ở chỗ đó, nhưng cũng lắm người thích và khen tính ngay thật, cũng như cách xử sự đặc biệt của ông ta. Riêng tôi, và riêng đối với việc ông viết quyển hồi ký này, tôi tin chắc rằng Võ Long Triều kể chuyện thật và đúng về cuộc đời ông cũng như về những sự việc mà ông từng chứng kiến hay tham dự. Ông không hư cấu, không cắt xén, không dấu bớt hay bóp méo sự thật, không vẽ vời để khoe khoang, để tô điểm cho cá nhân mình. Ông cố nhớ đúng, viết lại trung thực những gì ông đã chứng kiến, đã nghĩ hay đã làm. Nếu có một ít chi tiết sai sót hay lu mờ (rất khó tránh khỏi) nào đó, thì điều đó do sự chi phối của những định luật tâm lý về ký ức hơn là do sự cố tình của tác giả.

Lẽ dĩ nhiên là trên thực tế, không ai có thể nhìn thấy được một trăm phần trăm sự thật ở trên đời này, và sự thật ghi lại ở đây chỉ là sự thật do Võ Long Triều nhìn thấy và nhận biết mà thôi. Nhất là trong việc hồi ức, một số điều mình nhớ lại hôm nay không đúng hẳn sự việc đã xảy ra hồi nhiều năm trước. Có những chi tiết lu mờ, có những phần quên của sự việc. Trong một số trường hợp nào đó nhớ lại là sáng tạo lại hơn là làm sống lại nguyên vẹn một quá khứ. Có những chứng nhân của cùng một sự việc xảy ra hồi nhiều năm trước ngày nay khi kể lại cho thấy mỗi người có một hình ảnh nhớ lại khác nhau chớ ít khi giống nhau hoàn toàn. Vả chăng ngay trong lúc ghi nhận sự việc mỗi người tùy chỗ đứng của mình có thể cũng đã có cái nhìn khác nhau về sự việc. Việc từ chức của những vị tổng trưởng trong Nội các Nguyễn Cao Kỳ, nguyên nhân đưa đến sự từ chức, hình ảnh và cách xử sự của Nguyễn Ngọc Loan, tất cả bức tranh đó có thể được Võ Long Triều nhìn thấy khác hơn cái nhìn thấy của

Nguyễn Cao Kỳ. Khi Võ Long Triều trình bày sự việc cho ông Kỳ nghe thì dù ông Kỳ có nghe đúng một trăm phần trăm đi nữa, chưa chắc ông đã ghi nhận đúng một trăm phần trăm, chưa chắc ông có bức tranh về mọi sự việc giống như bức tranh ông Triều đã trình bày. Hình ảnh của ông tướng võ biền bất chấp luật pháp của Nguyễn Ngọc Loan là hình ảnh xấu, phản chính trị ở trong đầu Võ Long Triều, nhưng đó có thể là hình ảnh tốt, có giá trị đối với Nguyễn Cao Kỳ. Thành ra sự thật ở đây là sự thật qua lăng kính của Võ Long Triều, qua cái nhìn của ông. Nó ít nhiều mang tính chủ quan. Chủ quan ở đây không hẳn là xấu, nó chỉ mang dấu ấn cá nhân. Trong nhiều trường hợp tính cách cá nhân là tính cách độc đáo, làm nên giá trị của tác phẩm. Sự thật chủ quan đó có thể trùng hợp nhiều hay ít với sự thật mà người khác nhìn thấy và nhận biết. Sự trùng hợp càng nhiều thì tính cách khách quan càng lớn. Ngược lại nếu sự trùng hợp quá ít thì tính chủ quan càng nhiều. Nó cũng liên hệ rất nhiều đến mức độ chính xác của sự hồi ức. Có những hồi ức mà sự hiển nhiên không thể phủ nhận được bởi nó rất khách quan, mọi người đều nhớ đúng như vậy, Có những hồi ức có thể kiểm chứng được qua nhiều nhân vật khác. Có không ít những nhân vật liên hệ trong hồi ký Võ Long Triều vẫn còn sống, và nhiều người có mặt ở đây. Hỏi qua các nhân vật đó thì thấy phần nhiều sự việc kể lại ở đây đều đúng sự thật. Có sự trùng hợp về những sự thật ở đây giữa nhiều người, và tính khách quan của tác giả cũng như mức độ chính xác của sự việc có thể được xác định. Do đó có thể nói giá trị lịch sử của quyển hồi ký khó có thể chối cãi được.

Viết hồi ký cho có giá trị lịch sử thì không thể chỉ ghi

27

lại thuở vàng son, không thể chỉ nhớ toàn những cái tốt đẹp, những phút huy hoàng. Viết cho đúng sự thật thì không tránh được việc ít nhiều "vạch lá tìm sâu" hay lật tấm thảm lên để xem những rác rến đã nằm kín ở dưới đó, hay có thể khơi lại những vết thương mà thời gian đã làm lành. Có ai nhớ lại chuyện xưa mà không tìm thấy ít nhiều những cái dở, cái xấu, cái sai lầm trong đó. Những cái dở, cái xấu, cái sai lầm của người khác, cũng như của chính mình nếu mình ngay tình. Và người khác đây không phải chỉ những kẻ thù hay những người xa lạ nào mà có thể là những người bạn, những bà con thân thuộc, những cộng sự viên, những người cùng chiến tuyến với mình. Viết hồi ký đúng không tránh khỏi việc vi phạm tính cách riêng tư của người khác và của chính mình nữa. Tật xấu của ông cha, lỗi lầm của bà chị, sự ngu dốt của người em, tính lưu manh của thằng bạn, tội lỗi của một cộng sự viên, sai lầm của một người đồng hành, cái dở của người lãnh tụ, cái hèn của kẻ ngồi cao kể cả người ơn của mình, v. v. và v. v.. tất cả những cái xấu đó đều có thể là sự thật (trong đầu óc của người viết) và phải được phơi bày trong một hồi ký nếu người viết muốn thật sự làm đúng vai trò viết hồi ký. Võ Long Triều đã đóng vai trò đó. Và trong vai trò đó ông không thể tránh được sự thù ghét, sự tức giận, sự phản đối của một số người, những người mà Võ Long Triều có nói đến, có chê bai, có phê bình. Câu hỏi là tội gì phải làm như vậy, tội gì phải viết, phải nói, để ít nhiều mua lấy sự giận hờn, thù ghét của người khác? Tại sao không để yên dưới tấm thảm, tại sao phải giở tấm thảm lên để nhìn những rác rến người ta đã dấu nhiều năm ở dưới đó? Tại sao phải khơi lại những vết thương mà thời gian đã giúp làm cho lành rồi? Câu trả lời ở đây có thể là khi viết hồi ký người viết xem họ là chứng nhân của thời đại, và với tư cách đó họ muốn làm chứng trước một tòa án lịch sử tưởng tượng những gì họ thấy để tòa án tưởng tượng đó phân xử. Trong sâu kín của tâm hồn họ cũng muốn nhân đó giúp cho hậu thế nhìn thấy những sai lầm để tránh hay để sửa chửa.

Muốn tốt đẹp hơn phải sửa đổi những cái dở, cái xấu, cái sai. Muốn thấy cái sai, cái dở, phải nhìn sự thật dấu kín dưới tấm thảm. Nói như Anne Roiphe thì nếu chúng ta không dám nhìn lại sự thật về những sai trái đã qua thì chúng ta không thể biết để thay đổi. Và nếu không có hy vọng thay đổi thì điều kiện làm người sẽ rất vô vị.

Phần cuối của quyển hồi ký cho thấy Võ Long Triều đã cố gắng đi trong chiều hướng đó. Mong rằng những quyển hồi ký tiếp theo của ông cũng sẽ tiếp tục con đường tốt đẹp nầy.

Giáo Sư Nguyễn Thanh Liêm
Cựu Thứ Trưởng Bộ Quốc Gia Giáo Dục

ĐÔI LỜI TÂM SỰ

Tuổi đời quá thất thập, sau biết bao nhiêu thăng trầm giàu sang, nghèo khổ, vinh nhục, bây giờ tôi mới tin con người có số mạng. Trước kia vì bản tính năng động, tự tin, nên tôi cả quyết đời người do chính mình tạo lập. Thành bại, nên hư khởi sự từ trong tim óc, với ý chí mãnh liệt và sự bền tâm chịu khó của con người, chớ không do trời cho hay thiên định gì cả. Ở trường Đại học Canh nông Paris-Grignon tôi cũng được huấn luyện trong tinh thần đó. "Ý chí sắt thép" mà các khóa sinh 123 chúng tôi thường nhắc nhở nhau trở thành một khẩu hiệu, một xác quyết ghi khắc trong tôi và theo tôi suốt cả giòng đời.

Tôi khâm phục nhạc sĩ Ludwig van Beethoven và mê say những giòng nhạc của ông, Tôi giữ mãi một bức hình của họa sĩ nào đó vẽ ông giăng tay trợn mắt hết to: "Tôi nắm đầu vận số của tôi để xoay chiều đổi hướng nó theo ý tôi". Tôi cũng bị ảnh hưởng nhiều bởi câu nói của Hoàng Đế Napoléon Bonaparte giữa trận chiến ác liệt, khi Thống Soái Ney trình: Quân Anh tràn ngập không thể chận nổi.

Napoléon nạt vội: "Tiếng Pháp không có chữ KHÔNG THỂ", thế rồi Ney trở về vị trí, dốc toàn lực đánh trả, quân Anh phải tháo chạy.

Tôi bước vào khoảng tuổi 30-40, với "ý chí sắt thép", cái tuổi mà con người có đầy năng lực. Tôi tin mình có khả năng biến đổi môi trường mình sống. Sở dĩ tôi viết ra những suy nghĩ trên đây như vậy là để xin độc giả thông cảm và lượng tình tha thứ nếu có thấy khó chịu khi đọc những lời lẽ bộc trực, có khi ngang ngược trong quyển hồi ký nầy vì tôi viết lại một cách trung thực theo ký ức của cái tuổi trong thời gian đó. Tôi ghi lại những gì tôi đã sống qua trong những năm 1961-1975, với sự chân thật, nhớ sao ghi y như vậy. Trung thực với chính mình và với độc giả. Nếu không, tất cả là hư cấu dối trá thì người viết tự hủy hoại công trình của mình. Rất nhiều người được tôi nhắc đến trong quyển hồi ký nầy hiện còn sống, ở Mỹ, Âu Châu, Úc hay tại quê nhà, họ có thể làm chứng cho tôi.

Tôi cố gắng hết sức khách quan, nhưng khi tôi thu hình nó, ghi nhớ nó và diễn tả lại bằng ngôn ngữ của tôi thì điều mà tôi ghi lại với cảm xúc, lý giải của tôi lúc bây giờ dĩ nhiên không tránh được phần chủ quan.

Giờ đây tôi đã bước qua cửa thất thập, trầm bổng cũng nhiều, 11 năm tù Cộng sản, rồi trôi nổi tha hương vong quốc gần hai thập niên. Cuối đời nhìn lại tôi thấy "tam thập" của tôi không "như lập" mà "tứ thập" của tôi cũng không "bất hoặc". Phu Tử nói không sai, nhưng ngài nói cho ngài đối với Đạo Nho. Còn tôi, ngày nay hãy còn lênh đênh nơi đất khách, vẫn còn vẳng nghe "ý chí sắt thép. Vẫn còn tin "thành bại nên hư tùy ý chí , sự bền tâm và chịu khó của mình". Nhưng cái ý chí sắt thép, sự bền tâm chịu khó đó đã bị thời gian xoáy mòn quá nhiều.

Và bây giờ tôi tin số mạng con người, vận nước thăng trầm theo ý trời định. Nhân nguyện như thử, thiên lý dị nhiên. Nhân bất thắng thiên. Ta có thể lội ngược, đi xuôi, rẽ trái, sang phải, nhưng rồi cũng chảy xuôi theo "giòng sông định mệnh".

Ngày nay viết lại chuyện dài của cuộc đời, tôi thuật lại những diễn biến bao quanh tôi trong môi trường tôi đã sống vào những thời điểm đặc biệt, riêng tư. Những sự kiện trong quá khứ mà tôi được biết, được chứng kiến. Những sự thật đã xẩy ra trong một giai đoạn ngắn ngủi nào đó có liên quan đến đời tôi. Đa số các chứng nhân cùng thời, các bạn đồng liêu trong nội các chiến tranh, các Tướng Lãnh và bạn bè thân hữu hãy còn sống.

Sau 11 năm tù cộng sản, tôi trở lại Paris, rất nhiều bạn bè, đặc biệt con tôi, Võ Long Tuyền. khuyến khích tôi phải viết hồi ký. Nhưng nhớ lại câu đại văn hào Pascal đã viết: "Cái tôi là đáng ghét". Và cũng vì đã có rất nhiều người viết về cái tôi đáng ghét đó một cách quá đáng nên tôi do dự. Sự do dự kéo dài mười lăm năm sau tôi mới quyết định viết những trang hồi ký nầy.

Xét cho cùng trong bất cứ cái tôi nào cũng có điều đáng thương hay đáng tội nghiệp, hoặc đáng làm gương mẫu cho hậu thế như cái tôi của nhiều vị anh hùng. Hoặc có những cái tôi ly kỳ như người tù vượt ngục 13 lần lấy tên là Papillon. Mỗi cái tôi đều có đặc thù của nó. Cái tôi của Võ Long Triều chỉ dành cho con cháu tôi biết cha ông chúng nó đã sống như thế nào qua bao nhiêu thăng trầm hỗn độn của đất nước.

Tôi khởi sự những trang viết nầy bằng cái mốc lịch sử của ngày 30 tháng 4 năm 1975. Nếu trong suốt nội dung của tập hồi ký nầy có đề cập đến cái tôi và nếu có những lời thật mất lòng ai đó thì tôi xin cáo lỗi trước. Tác giả hứa sẽ trình bày ngay tình, chân thật không tô son, không che dấu những gì nghe thấy hay biết được, bởi vì tôi quan niệm: "Thị phi thành bại chuyển đầu không". Mặc cho thị phi, cần gì phải che dấu.

Hồi ký có nghĩa là nhớ lại. Do đó tôi nhớ tới đâu ghi tới đó, nhớ việc gì ghi rõ việc đó. Vì vậy có thể thời gian và ngày tháng không đúng theo thứ tự. Nhưng mọi việc đều đúng sự thật.

CHƯƠNG I

SÀI GÒN SỤP ĐỔ
CÁI MỐC LỊCH SỬ: 30-4-1975

Đêm 21 tháng 4, Tổng Thống Nguyễn Văn Thiệu xuất hiện trên đài truyền hình tuyên bố từ chức, giao quyền cho Phó Tổng Thống Trần Văn Hương. Ông Thiệu còn long trọng cam kết là ông sẽ trở về với quân đội tiếp tục chiến đấu, nhưng tôi hiểu ngay đó là lúc ông ta sắp bỏ chạy. Sự thật tôi được biết: Sau khi bàn cãi với các cận thần như Thủ Tướng Trần Thiện Khiêm, Trung Tướng Đặng văn Quang, Đại Tướng Cao Văn Viên, Tổng Tham Mưu Trưởng, Thiếu Tướng Nguyễn Khắc Bình, Tư Lệnh Cảnh Sát Quốc gia, vào buổi sáng 21 tháng 4, kết thúc vào lúc 11giờ, ông Thiệu quyết định từ chức và bàn giao ngay cho Phó Tổng Thống Trần Văn Hương lúc 3 giờ chiều, có sự hiện diện của Đại Tướng Cao Văn Viên, Thủ Tướng Trần Thiện Khiêm và Thiếu Tướng Nguyễn Khắc Bình. Ông Thiệu còn yêu cầu Đại Tướng Cao Văn Viên và Thiếu Tướng Nguyễn Khắc Bình lên đài phát thanh tuyên bố cực lực hổ trợ chính quyền chuyển tiếp. Nguyễn Văn Thiệu phải từ chức vì khắp nơi ai cũng đòi ông phải ra đi, mà nhứt là Cộng sản Hà Nội ra điều kiện chỉ thương thuyết với một chính phủ không có Thiệu mà thôi.

Dù đã quyết định bỏ Việt Nam nhưng Mỹ cũng còn hy vọng một giải pháp chính trị nào đó có thể làm cho cuộc sụp đổ nhẹ nhàng hơn. Đặc biệt nước Pháp đã từng ủng hộ giải pháp chính trị ba thành phần, bây giờ thấy có cơ hội đứng làm trung gian giải quyết nên Đại Sứ Mérillon không ngần ngại trực tiếp liên lạc với cả đôi bên. Sau đó, ngày 23-4-75, Tổng Thống Thiệu và Đại Tướng Khiêm rời khỏi Saigon, trái với thông lệ và nguyên tắc thường khi tàu chìm, thuyền trưởng phải là người cuối cùng rời vị trí. Có người cho rằng ông Thiệu đi sớm là vì muốn để cho ông Hương một mình rộng đường hành động, và để cho Pháp, Mỹ rảnh tay sắp xếp một giải pháp nào đó có thể giảm hại cho miền Nam. Điều đó không đúng bởi vì một khi đã từ chức, bàn giao rồi thì Phó Tổng Thống Trần Văn Hương có toàn quyền hành xử mọi việc, cần gì ông Thiệu phải dặn dò gởi gấm. Cho nên người ta chê trách Thiệu hèn nhát, không xứng đáng, vì đã tìm đường tẩu thoát để an hưởng giàu sang phú quí ở nước ngoài với gia đình và thân nhân, kỳ dư sống chết mặc bây!

Sau khi bàn giao, Trần Văn Hương ký liền một số sự vụ lệnh cắt cử nhân viên công lực và hành chánh. Ngày 26 cử Đại Tá Lâm Văn Nghĩa làm Giám Đốc Cảnh sát Đô thành, thay Trang Sĩ Tấn.

Trong khi đó Việt Cộng lại xuất chiêu quỷ quyệt mới. Chúng tuyên bố chỉ thương thuyết với chính phủ của Dương Văn Minh mà thôi. Ngày 25, tôi nhận thư mời họp lưỡng viện Quốc Hội. Các nhà lập pháp thảo luận vấn đề chuyển quyền Tổng Thống cho Đại Tướng Dương Văn Minh. Có lẽ chúng ta nên đề cập đến một vài sự việc khác, có thể giải thích rõ hơn việc chuyển quyền nầy. Một tháng trước khi Tổng Thống Thiệu vội vã bỏ chạy thoát thân, ông còn hy vọng mỏng manh vào viện trợ Hoa Kỳ. Vì vậy ông đã ra lệnh cho Đại Sứ Bùi Diễm vận động với quốc hội Mỹ xin viện trợ 700 triệu đô-la, đồng thời ông cũng toan tính bán vàng sở hữu của ngân hàng quốc gia Việt Nam để mua đạn dược cho quân sĩ tiếp tục chiến đấu. Đại Sứ Bùi Diễm vận động bất thành, từ Mỹ trở về báo cáo thì ông Thiệu không chịu tiếp vì hận Mỹ bỏ rơi mình hay nghi ngờ Đại Sứ Bùi Diễm không tận tình tranh thủ để đạt mục tiêu theo lệnh. Đại Tá Võ Văn Cầm, Chánh Văn Phòng Phủ Tổng Thống cho biết ông Thiệu bận về vụ mất thành phố Phan Rang là quê nhà của ông nên không tiếp ông Đại Sứ được và nhờ tân Thủ Tướng Nguyễn Bá Cẩn tiếp giùm. Đại Sứ Bùi Diễm một phần bị chạm tự ái, một phần bất bình vì chuyện quốc gia đại sự mà Tổng Thống bỏ qua để lo mồ mã ông cha ở Phan Rang, nên ông đại sứ không chịu gặp Nguyễn Bá Cẩn.

Nói về Đại Sứ Hoa Kỳ Martin, ông nầy hối thúc Bùi Diễm phải gặp Tổng Thống Thiệu để báo cáo rõ về khoản tiền viện trợ. Bùi Diễm trả lời Tổng Thống Thiệu không bằng lòng tiếp ông. Đại sứ Martin đành phải đích thân thông báo tin nầy cho Thiệu biết. Ông Thiệu không nói không rằng, nôm na là không thèm trả lời. Phải chăng ông tỏ thái độ bất mãn vì đã tin lời hứa bằng giấy trắng mực đen của Tổng Thống Hoa Kỳ Richard Nixon sẽ tái can thiệp nếu Bắc Việt tấn công Miền Nam. Trong khi đó Trung Tướng Trần Văn Đôn, Phó Thủ Tướng, phải đến nhà ông Bùi Diễm nài nỉ yêu cầu ông đi gặp Nguyễn Bá

Cẩn. Dĩ nhiên ba vị nầy không còn gì để nói với nhau ngoài việc thông báo Mỹ dứt khoát quyết định bỏ rơi Việt Nam. Việc bán vàng mua đạn cũng không thành như Nguyễn Tiến Hưng tiết lộ trong hồi ký.

Bên ngoài tiếng đồn Thiếu Tướng Nguyễn Cao Kỳ sắp đảo chánh. Sự thật về vụ nầy chính Thiếu Tướng Kỳ cho tôi biết sau nầy là ông có yêu cầu Trần Văn Hương ủy quyền cho ông điều khiển quân đội, vì ông Kỳ nghĩ cụ Hương không hiểu biết về quân sự và cũng không đủ uy tín để điều khiển quân nhân các cấp. Tướng Kỳ chủ trương di chuyển quân cán chính về Vùng IV để tiếp tục chiến đấu. Ông Kỳ than với tôi rằng "ông già Hương cố chấp", trong tình thế dầu sôi lửa bỏng mà không biết "túng thế tùy thời, cứ khăng khăng nói chuyện pháp lý, sự thật có lẽ ông ấy sợ "moa" đảo chánh nắm quyền". Tôi ghi đúng chữ "moa" có nghĩa là tôi, nguyên văn những lời đối thoại của nhiều nhân vật trong thời gian đó. Thế hệ của chúng tôi trong thời gian đó còn có thói quen sử dụng Pháp ngữ, dư âm của văn hóa Pháp. Đối với chúng tôi những chữ "toa, moi" có nghĩa thân thiện đậm đà hơn là anh, tôi. Vậy xin đọc giả thông cảm cho phép tôi từ bây giờ trở đi dùng những chữ toa moa để phản ánh trung thực những gì các nhận vật đối thoại với nhau.

Tin ông Kỳ muốn đảo chánh có lẽ do phủ Phó Tổng Thống phao ra. Cũng trong thời gian đó ông Kỳ nhờ cựu Dân Biểu Nguyễn Văn Cử hiện định cư tại San Jose, cựu Thiếu Tá Không quân, người đã từng dội bom Dinh Độc Lập thời đệ nhứt Cộng Hòa với đồng đội là Phạm Phú Quốc, tìm tôi và yêu cầu đến gặp Thiếu Tướng Kỳ để bàn thảo. Tôi đoán biết Tướng Kỳ sẽ nói gì với tôi nên tôi nhờ cựu Dân Biểu Nguyễn Văn Cử trả lời: Mọi chuyện hết rồi! Ông Kỳ lại hối thúc Cử làm sao cho ông gặp được tôi. Dĩ nhiên tôi lại từ chối.

Sở dĩ Thiếu Tướng Kỳ muốn gặp tôi lúc đó là vì trước kia vào năm 1966, khi tôi còn là thành viên của Nội các chiến tranh do ông lãnh đạo, có lần ông và tôi bàn về chuyện quân Mỹ tham chiến. Tôi có gợi ý với ông có lẽ chúng ta phải phòng ngừa có ngày Mỹ sẽ rút bỏ như đạo quân viễn chinh Pháp rút về năm 1954. Nguyễn Cao Kỳ và tôi có nhắc việc Tưởng Giới Thạch rút quân về Đài Loan và nói chúng mình còn Đảo Phú Quốc và các quần đảo lân cận. Hải quân của mình rất mạnh và là một trong nhiều hải quân đứng hàng đầu hải quân thế giới, dĩ nhiên toàn bộ hải quân mình là do Hoa Kỳ viện trợ.

Chúng tôi cũng nhắc đến trường hợp của đội quân Hòa Hảo do Bảy Đởm chỉ huy, họ rút trong núi Thất Sơn không đầu hàng chính phủ đệ nhứt Cộng Hòa. Trong rừng gặp Việt Cộng thì đánh Việt Cộng, gặp quốc gia thì đánh quốc gia, mà Bảy Đởm chỉ có vài trăm quân lính thôi! Chúng ta thừa sức lập chiến khu ở đó. Việt Cộng đã từng lập chiến khu trong rừng đánh Pháp bằng tầm vông vạt nhọn và một ít súng trường của Nhựt Bổn để lại, huống chi là mình bây giờ. Mãi về sau Bảy Đởm mới bằng lòng qui thuận đệ nhị Cộng Hòa với điều kiện là ông phải được giữ nguyên quân số Hòa Hảo còn lại và phải được vinh thăng Trung Tá. Đại đội Bảy Đởm sẽ hành quân tảo trừ Cộng sản theo lệnh của Trung Tá Tỉnh Trưởng Châu Đốc, nếu tôi nhớ không lầm lúc đó Trung Tá Nguyễn Văn Huệ là Tỉnh Trưởng Châu Đốc.

Chuyện lo xa, phòng ngừa viễn vông nầy tôi có nói với Thiếu Tướng Nguyễn Bảo Trị đương kim Tư Lệnh Vùng III thời đó. Tôi còn nhớ Trung Tướng Nguyễn Bảo

Trị có ý kiến là vùng Hố Bò cũng hiểm trở có thể lập chiến khu được. Nhiều lần Thiếu Tướng Nguyễn Cao Kỳ và tôi tưởng tượng đến những giải pháp không tưởng nầy! Nhưng với tình thế hiện tại muốn tổ chức kháng chiến, điều kiện tiên quyết là mình phải nắm chính quyền và phải có thời gian chuẩn bị. Thực tế bây giờ tất cả đang là hỗn loạn! Nên tôi từ chối không muốn gặp ông Kỳ, vì tôi nghĩ là vô ích.

Một chuyện có thật đã qua, kể lại để thương tiếc cho người sĩ quan anh dũng của Quân lực Việt Nam Công Hòa, Thiếu Úy Phước, tôi không biết họ của anh, tốt nghiệp trường Bộ Binh Thủ Đức, khóa 26, cùng khóa với tôi. Anh là con của Trưởng Ty Học Vụ Châu Đốc, anh chỉ huy một đại đội địa phương quân của tỉnh Châu Đốc. Ngày 30-4-75, anh không đầu hàng, dẫn quân vào Thất Sơn. Từ đó anh còn liên lạc và gom góp được cả ngàn quân sĩ tan hàng trong vùng. Tôi gặp anh trong nhà tù Chí Hoà năm 1977, khu AB phòng 14, anh kể lại cuộc đời của anh và hành động hào hùng cuối cùng trong những ngày đó.

Để nuôi quân sĩ trong núi rừng, anh chỉ thị cho thuộc cấp ban đêm lén ra ven rừng, gặt lúa của đồng bào. Những anh lính nào thuộc thân nhân của chủ ruộng lén về thông báo sự việc và xin lương thực để nuôi quân kháng chiến chống Cộng. Nhiều nơi đồng bào ủng hộ ngầm bằng cách gặt lúa để sẵn đó cho "quân của mình". Anh Phước cho các đồng đội về gia đình xin tiền bạc, thức ăn. Anh sung sướng thuật cho tôi nghe cuộc sống hãnh diện và hào hùng của anh trong rừng.

Nhưng anh không biết phải làm điều gì kế tiếp. Lập chính phủ chăng? Anh tự xét không có khả năng và uy tín. Vì vậy anh cho người liên lạc với cựu Dân Biểu Huỳnh

Công Minh, nhờ Dân Biểu Minh liên lạc với học giả, cựu Dân Biểu Hồ Hữu Tường và đề nghị ông nầy đứng ra thành lập chính phủ lâm thời kháng chiến. Trong khi đó để chứng tỏ khả năng quân sự của những người Quốc Gia chưa chịu đầu hàng và để gây tiếng vang đối với quốc tế, anh chủ trương đánh lấy tỉnh Châu Đốc, chiếm vài giờ rồi rút vào Thất Sơn trở lại. Thực tế anh đã làm và đã thành công . Anh còn cười nói với tôi: "Xác chết của tụi nó còn nằm rải rác trên đường khi tụi em rút về núi. "

Sau đó do bất cẩn, thiếu kinh nghiệm, Huỳnh Công Minh bị bắt, khai Hồ Hữu Tường và tất cả nhóm đầu não của anh Phước. Phước bị kết án tử hình, Anh Bảo nhân viên ngân hàng Việt Nam Thương Tín, và một người nữa trong nhóm của anh, tôi không nhớ tên, bị án chung thân, họ không được phép về phòng lấy đồ đạc cá nhân. Cùng ngày xử án đó có ông Khánh, đầu đàn của một tổ chức phản động Công Giáo ở Hố Nai, cũng bị tử hình. Dĩ nhiên những người anh em nầy đã bị hành quyết!

Cùng ở trong phòng 14 với tôi lúc đó có Trung Úy biệt kích Nguyễn Văn Quí, một người hùng khác, từng kể những chuyện ly kỳ cho tôi nghe khi anh công tác trong rừng Trường Sơn, và chuyện vượt ngục của anh cùng với 40 sĩ quan khác. Họ đi đường rừng từ vùng biên giới Bắc Việt - Trung Quốc, trở về Nam để tiếp tục chiến đấu. Anh Quí sĩ quan tốt nghiệp trường Võ bị Quốc gia Đà Lạt, cấp bực Trung Úy thuộc Binh chủng Biệt kích dù. Một trong những chuyện ly kỳ anh kể với tôi là cuộc vượt ngục của 40 sĩ quan ưu tú của Quân lực Việt Nam Cộng Hòa mà cộng sản Bắc Việt không chịu trao trả tù binh theo những điều khoản của hiệp định hòa bình được ký kết tại Paris với 13 quốc gia bảo chứng. Các vị sĩ quan nầy bị gạn lọc để giam giữ lại vì họ là cấp chỉ huy nổi tiếng xuất sắc trong các binh chủng quân lực VNCH. Anh Quí được chỉ định dẫn dắt cuộc vượt ngục dù cấp bực nhỏ bởi vì anh là Biệt kích, thuộc lòng cung cách sống và di chuyển trong rừng.

Theo lời anh Quí kể lại thì các vị sĩ quan thỏa thuận với nhau ngày đó đi lao động ven rừng, nếu nghe tiếng súng nổ thì tất cả phải chạy vào rừng thật sâu, càng sâu càng tốt rồi sẽ theo tín hiệu mà tụ tập nhau để vượt rừng đi bên phía đất Lào mà về rừng Tây Ninh. Ngày đó anh xin công an gác tù cho anh di đại tiện. Tên công an dẫn anh đến bụi cây bảo cứ tự nhiên mà thỏa mãn nhu cầu. Anh Quí trật quần ngồi đưa ngay trước mặt tên công an. Anh ta bực mình xoay mặt nhìn chỗ khác. Nhanh như chớp Quí chồm tới vặn cổ anh ta cướp súng Ak bắn một loạt đạn. Các sĩ quan nghe tín hiệu, chạy tung tán vào rừng. Anh Quí tiếp tục bắn những thằng Công an đuổi theo với mục đích chặn đường kẻ địch và bảo vệ đoàn tù mới vừa thoát thân. Súng hết đạn, anh quăng nó chạy theo và sau đó gom góp được cả bọn. Họ băng rừng về Nam. Dĩ nhiên là cực kỳ gian khổ. Từng người ngã gục vì kiệt sức với lời trăn trối, trước sự đau lòng quyến luyến của các đồng đội đang gan lì thách thức số mạng. "Tôi xấu số, các anh mặc kệ để tôi ở lại chờ chết, cứ tiếp tục mà đi, về để bảo vệ quê hương đất nước". Từng người một, họ bỏ xác trong rừng thiêng. Nhóm người nầy về đến Tây Ninh chỉ còn lại có 7 người sống sót. Định mạng còn trớ trêu, bẩy vị sĩ quan anh hùng lại gặp một toán Việt Cộng khác đang dẫn tù binh có vài tên lính và một chủ tịch xã. Khi bị chận hỏi, Quí trả lời chúng tôi là lính của Sư đoàn 3 đào ngũ. Bọn Việt Công tin lời giao trả họ như là tù binh.

Về trình diện đơn vị, anh Quí không chịu nghỉ phép về

thăm nhà. Anh tiếp tục chiến đấu ngay, để trả mối hận thù đã chứng kiến cảnh tang thương của đồng đội bỏ mình phơi xác giữa rừng sâu. Thân phụ anh Quí hay tin do bạn bè đồn đãi, ông bèn lên tận đơn vị trách mắng anh Quí nặng lời! Theo cha về nhà thăm mẹ và vợ anh thấy trên một bàn thờ nhang khói đã tàn trước tấm hình của anh như người quá cố vì gia đình tin anh đã chết từ lâu! Năm 1997 tôi gặp lại anh Quí định cư ở Orange County.

Nói đến Huỳnh Công Minh, thiết tưởng cũng nên nhắc lại một bi hài kịch do chính anh Minh gây ra. Có một lần, Quốc Hội đang họp, cựu Dân Biểu Huỳnh Công Minh từ ngoài cửa bước vào, tay cầm một trái lựu đạn đã rút chốt, la lớn: "Nguyễn Văn Thiệu đã ra lệnh cảnh sát bắt con tôi ngồi trong xe đậu trong vòng thành Quốc Hội. Nếu Cảnh sát không thả con tôi ra ngay, tôi sẽ quăng liền trái lựu đạn nầy tại đây. Chủ Tịch Nguyễn Bá Cẩn và toàn ban chủ tọa vụt chạy biến mất liền. Tuyệt đại đa số Dân Biểu cũng biến luôn. Tôi ngồi ở những hàng ghế cuối cùng ngay lúc anh Minh đi ngang qua, tôi nói:

– Anh Minh, chuyện đâu còn có đó, đừng làm bậy, đút chốt lựu đạn vào.

– Ông Tổng Trưởng, ông phải ủng hộ tôi.

– Tôi ủng hộ anh. Tôi hứa chắc, nhưng anh không được làm bậy.

Sự thật bụng tôi đang đánh lô tô, nhưng cố dằn sự sợ hãi, bước theo anh Minh đi dần đến bục diễn đàn của Quốc Hội miệng tôi vẫn tự động lắp bắp :

– Anh Minh, không nên làm bậy...

Tất cả Quốc Hội chỉ còn lại một ít người mà cho đến ngày nay tôi còn giữ sự kính nể. Đó là Luật Sư Trần Văn Tuyên, trưởng khối Dân Tộc Xã Hội, Đại Tá Út, trưởng khối Dân Biểu thân chính, Đại Tá Nhan Minh Trang, trưởng khối Cấp Tiến, Trung Tá Nguyễn Văn Binh và người bạn thân của tôi là Thiếu Tá Đặng Văn Tiếp bị cộng sản giết hại trong tù. Đặng Văn Tiếp la lớn:

– Nguyễn Bá Cẩn không được chạy trốn, Phải ra mặt bảo vệ quyền bất khả xâm phạm của tòa nhà Quốc Hội, nếu không chúng tôi sẽ phóng hỏa đốt cái nhà vô chủ nầy. Trong khi đó thì hai anh Dân Biểu Ưt và Trang đeo theo anh Minh nói liên hồi:

– Minh đưa cái đó cho anh...

– Minh đưa cái đó cho anh...

Còn Luật Sư Dân Biểu Trần Văn Tuyên thì dùng máy phóng âm, bị Cẩn cúp điện, nên anh không ngớt la lớn yêu cầu Nguyễn Bá Cẩn, Chủ Tịch Quốc Hội phải lập tức can thiệp với chính quyền. Cuối cùng Huỳnh Công Minh bằng lòng đút chốt vào trái lựu đạn và bỏ túi. Không đầy nửa giờ sau cảnh sát thả con anh Minh ra và Quốc Hội lại tiếp tục họp.

Trong sự nguy hiểm bất ngờ như vậy mới thấy đởm lượng của con người, những ai còn giữ được bình tĩnh và danh dự. Thú thật tôi không thuộc vào hạng can đảm nhưng cũng không đến nổi nhát gan bỏ chạy. Suy cho cùng mới thấy Huỳnh Công Minh chỉ hù dọa thôi chở nếu anh muốn cho nổ thật sự thì cứ quăng thẳng trái lựu đạn vào ban chủ tọa hay quăng vào một góc trống nào đó của Quốc Hội để thị uy. Cũng giống như đã có lần cựu Dân Biểu Nhữ Văn Úy móc súng "rouleau" bắn rầm rầm vào một hình nộm để trước cửa Quốc hội bên dưới có viết mấy chữ "kẻ nào muốn sữa đổi Hiến Pháp sẽ chịu số phận như thế nầy". Khi anh bước vào khỏi cửa bị Dân Biểu Đặng Văn Tiếp túm cổ áo mắng:

– Thằng gia nô, mẩy vào xó ngồi của chúng bây đi.

– Anh làm gì kỳ vậy? Đây là Quốc Hội, tôi có quyền đi, ngồi bất cứ chỗ nào.

Không nói không rằng, Đặng Văn Tiếp móc túi lấy ra một khẩu súng lục nhỏ Browning 6,5 chỉa vào Dân Biểu Úy hét:

– Đ.M. nếu mẩy không về chỗ của gia nô liền thì ông "fơ" mẩy nát đầu.

Nhữ Văn Úy riu ríu đi về phía trái của Quốc Hội. Thật là khôi hài!

PHIÊN HỌP LỊCH SỬ

Trở về với các biến chuyển dồn dập những ngày cuối tháng 4, Đại Sứ Pháp, Mérillon cũng tìm cách môi giới giữa quân Hà Nội và chính quyền Saigon để tìm giải pháp 3 thành phần. Trong khi đó Việt Cộng đưa điều kiện là phải trao quyền cho Dương Văn Minh. Saigon còn dằng co, Mérillon cho biết bên kia hăm sẽ pháo kích nát thành phố nếu ông Hương không chịu trao quyền. Để thị uy và cảnh cáo, quân cộng sản thông báo sẽ bắn 3 hỏa tiễn vào dinh Độc Lập. Thật sự có bắn 3 quả nhưng không trúng Phủ Tổng Thống mà rớt một trái trên đường công lý gần đó, một trái trúng Majestic và một trái rơi sau vườn Tao Đàn.

Trong phiên họp lưỡng viện Quốc hội, các nhà lập pháp thân chính, viện dẫn lý do chính đáng là Tổng Thống từ chức thì Phó Tổng Thống thay quyền, nếu phó Tổng Thống từ chức hoặc mất đi thì Chủ Tịch Thượng Nghị Viện thay thế. Không có lý do để trao quyền. Những vị nầy cho đó là âm mưu gian trá. Phía dân biểu và nghị sĩ ủng hộ Dương Văn Minh yêu cầu tạm ngưng để các Trưởng khối thảo luận trước khi đưa đề nghị ra biểu quyết. Yêu cầu nầy được chấp thuận. Các Trưởng khối được thông báo về sự hăm dọa của Cộng sản do Mérillon chuyển lời. Sau phiên họp, vì được thông báo lời hăm doạ của Việt cộng sẽ pháo kích nát Saigon, một số dân biểu, nghị sĩ thân chính, trơ trẽn trách tại sao không nói cho chúng tôi biết trước! Kết quả đề nghị trao quyền được 2/3 Dân Biểu Nghị Sĩ chấp thuận. Tôi không bỏ phiếu bởi vì tôi không muốn có tên mình lưu lại trong một cuộc sắp xếp phiêu lưu, bất hợp hiến. Cựu dân biểu Nguyễn Văn Binh, trưởng khối Độc Lập, ngồi bên cạnh tôi cũng làm như vậy.

Cộng sản Hà Nội lại biểu lộ bộ mặt gian trá của họ khi Đại Tướng Dương văn Minh gởi một phái đoàn gồm Vũ Văn Mẫu, Lý Chánh Trung, Lý Quí Chung đi gặp phái đoàn Việt cộng ở Tân Sơn Nhứt, Võ Đông Giang trả lời: Đã quá muộn.

Hà Nội đổi giọng một cách tráng tráo. Trước kia họ đòi thương thuyết với một chính phủ không có Thiệu. Kế đó họ tuyên bố chỉ nói chuyện với Dương Văn Minh, bây giờ lại trở cờ khi ông Minh đưa người đến tiếp xúc.

Phiên họp lưỡng viện Quốc Hội có tính lịch sử chấm dứt. Tôi ra về, tại hành lang Thượng Nghị Viện tôi thấy Tướng Nguyễn Khắc Bình, Tư lệnh Cảnh sát Quốc Gia đang đứng đó, tôi gay gắt hỏi:

– Tại sao Thiếu Tướng còn ở đây? Không chạy mau lát nữa chạy không kịp à"!

Ông Bình trả lời: – Ông dân biểu đừng nói vậy, tôi rất kính nể ông dân biểu.

– Phải rồi, nhờ Thiếu Tướng kính nể chở không thì tôi

46

đã tan xương rồi. Ông Bình lặng thinh không trả lời. Ai cũng biết con người ông nhỏ nhẹ khéo léo trong cung cách của bàn tay sắt bọc nhung.

Cũng tại hành lang Thượng viện có mặt Nguyễn Xuân Phong, thương thuyết gia từ Paris về đứng cùng với Phó Thủ Tướng Nguyễn Văn Hảo. Ông Phong là đồng viện của tôi trong Nội các chiến tranh với tư cách Tổng Trưởng Xã Hội. Tôi hỏi:

- Tại sao toa không ở Paris mà về làm gì, coi chừng chạy không kịp đấy.

Phong trả lời:"Toa biết con khỉ gì.C'est une affaire politique, ce n'est pas une affaire militaire". (Đây là vấn đề chính trị chở không phải vấn đề quân sự). Tôi cười bỏ đi.

Khi vào trại cải tạo ở Long Thành, tôi gặp Nguyễn Xuân Phong khiên phân người tưới cải, tôi lại đùa:

– "Ê Phong, c'est une affaire politique"? (Đây là vấn đề chính trị)?

Anh ta trả lời: "Il faut payer comme tout le monde"! (Phải trả giá như mọi người.)

BÀN GIAO CHỨC VỤ TỔNG THỐNG
GIỮA TRẦN VĂN HƯƠNG VÀ DƯƠNG VĂN MINH

Chiều ngày 28 tháng 4 tôi được mời đến dinh Độc Lập dự buổi lễ bàn giao chức vụ Tổng Thống vào lúc 4giờ. Tôi đến đúng giờ, nhìn thấy quan khách lưa thưa, những hàng ghế trống còn nhiều. Tôi ngồi gần Trung Tướng Nguyễn Văn Minh, Tư lệnh Không Quân phía bên trái ông là Thiếu Tướng Nguyễn Văn Chức, Tổng Cục Trưởng Cục Công Binh. Dân Biểu Nguyễn Văn Binh ngồi cạnh tôi. Trước mặt tôi cách vài hàng ghế là cựu Tổng Trưởng Kinh Tế, Nguyễn Duy Xuân, ông sẽ là Tổng Trưởng Giáo Dục 3 ngày của Nội các Vũ Văn Mẫu. Sau lưng tôi cách hai hàng ghế là cựu Thứ Trưởng Giáo Dục Nguyễn Thanh Liêm còn bao nhiêu là người trong bộ tham mưu của Dương Văn Minh, cũng không có nhiều. Những quan chức cao cấp khác, hình như đã di tản mất hết rồi. Ấn tượng mà tôi còn giữ được trong ngày bàn giao đó, là lạnh nhạt, buồn tẻ, gượng ép. Trong lúc ngồi chờ cuộc hành lễ, trong phòng kiếng nhìn ra bên ngoài bỗng nhiên tôi thấy trời nổi cơn giông tố, sấm sét ầm ĩ, mưa ít gió nhiều, gió to quá, cành cây quần quặt, đột nhiên một nhánh cây thật to gãy đổ, rồi một nhánh nhỏ gãy theo. Tôi chợt nghĩ đến chuyện viết trong *Tam quốc chí*, trước khi xuất quân, cờ soái lệnh bị gãy là điềm không may! Mặc dù tôi theo đạo công giáo, không chấp nhận mê tín dị đoan, nhưng điều trông thấy trước mắt cũng làm tôi thắc mắc khá nhiều. Càng thắc mắc hơn nữa là vài chục phút sau, lễ bàn giao chấm dứt, chúng tôi ra ngoài vẫn thấy trời quang mây tạnh, gần như không có mưa. Sự kiện nầy in sâu trong đầu làm tôi nhớ mãi.

Giờ hành lễ đã đến, cụ Hương xuất hiện nói ngắn gọn: Ông nói chỉ trao quyền cho Đại Tướng Dương Văn Minh mà thôi , vào giờ phút nghiêm trọng nầy ông chỉ tin tưởng một người duy nhứt là Đại Tướng Dương Văn Minh. Ông vừa mỉa mai ông Minh vừa nói thật bởi vì trước đó Thiếu Tướng Nguyễn Cao Kỳ đã yêu cầu ông trao quyền chỉ huy quân đội để kéo về vùng IV tiếp tục chiến đấu ông không dám trao vì sợ ông Kỳ đảo chánh. Dương Văn Minh dù không có học một ngày nào với cụ

Hương nhưng vẫn xưng hô "thầy" ngọt xớt. Ông hứa hẹn sẽ tận lực cứu vãn tình thế đưa quốc gia đến bến Hòa Bình. Hai bài diễn văn ngắn gọn, buổi lễ chấm dứt 5giờ 20. Bước xuống tam cấp dinh Độc Lập, Dân Biểu Binh và tôi tâm sự nhiều về thời cuộc, tiên đoán lung tung, không có gì trúng cả, trước tình hình rối loạn như tơ vò của phía quốc gia. Chúng tôi rủ nhau đi ăn cơm chiều. Lý Chánh Trung, người sẽ là Bộ Trưởng Phủ Tổng Thống 3 ngày, chạy theo xin cho đi cùng, tôi từ chối.

Binh và tôi đến quán ăn, vắng tanh, ngồi vào bàn, anh chiêu đãi viên vừa ghi xong những món ăn, chưa đầy 10 phút sau chúng tôi nghe bom nổ ầm ầm hai phát. Chuyện không lành. Tôi gọi ông chủ nhà hàng đến xin lỗi, chúng tôi phải về gấp. Về đến nhà tôi, Nguyễn Văn Binh gọi điện thoại vào dinh Độc Lập, được trả lời là có máy bay địch dội bom trong dinh, không có thiệt hại gì cả ngoài sự lo sợ. Chúng tôi nghe bom nổ đì đùng ở xa, bèn lên sân thượng nhà tôi đứng xem về hướng Biên Hoà thấy khói mù mịt. Tôi kết đoán là sân bay biên Hòa bị đánh bom, mà sao chờ mãi không thấy máy bay của mình lên nghênh chiến? Về sau biết rằng lần dội bôm đó là do Thiếu Úy Nguyễn Trung Thành, một Việt Cộng nằm vùng, được lệnh trở mặt làm giặc. Còn quân ta thì vào giờ thứ 25 rồi, chắc không còn ai muốn thí mạng mình một cách oan uổng nên không cần phải cất cánh đánh nhau làm gì!

Dân Biểu Binh từ giã tôi, anh ta nói sẽ vào dinh Độc lập theo dõi tình hình có gì anh cho tôi biết sau. Đêm đó pháo kích ầm ĩ không ngừng, tôi suy nghĩ thì ít, lo sợ thì nhiều. Ba đứa con trai nheo nhóc, phải chi tôi để cho chúng nó theo mẹ di tản hết sang Mỹ thì bây giờ tôi đỡ lo. Tôi không tài nào ngủ được mà chắc cả Sài gòn cũng không ai ngủ trọn giấc. Khoảng 11 giờ đêm, điện thoại reo, Binh ở đầu giây bên kia cho biết Việt cộng tuyên bố với phái đoàn Vũ Văn Mẫu: Không thương thuyết gì nữa cả mà thúc giục phải đầu hàng. Chiến thuật gian trá, thay đổi kể từ ngày 27 tháng 4. Sự lừa đảo của cộng sản lộ hình, sau khi họ đạt được hết nhượng bộ nầy đến nhượng bộ khác. Điều đó chứng tỏ Saigon đã bối rối sợ hãi, vô tổ chức, không còn lực lượng nào để đối kháng. Biết vậy Hà nội mặc tình khai thác, ra lệnh quân lính đánh thẳng, chiếm lấy miền Nam.

Trước tình thế đó ngay cả tân Tổng Tham Mưu Trưởng, Trung Tướng Vĩnh Lộc cũng thừa cơ bỏ chạy. Hai giờ đêm, Nguyễn Văn Binh, bây giờ là thứ trưởng quốc phòng điện thoại cho tôi, anh nói đã kiểm điểm lại mọi ngõ ngách tiến vào Saigon đều bỏ trống, quân binh của ta biến mất gần hết.

Sáng hôm sau ngày 29, tân Thủ Tướng Vũ Văn Mẫu thông cáo: Tất cả người Mỹ phải rời khỏi Việt Nam trong 24 giờ. Lại thêm một lời tuyên bố nhằm thỏa mãn sự hăm dọa của cộng sản.

Trực thăng lên xuống không ngừng trên nóc nhà tòa Đại Sứ Mỹ để rước những người còn may mắn lọt được vào trong đó xin được di tản sang Mỹ. Trực thăng cũng đáp nơi nầy nơi khác trên sân thượng, nóc nhà tư nhân, đó là những phi công Việt Nam rước người nhà, bà con hay là bốc người đã chung tiền trước để được rước đi vào phút cuối cùng ra hạm đội Mỹ hay qua Thái Lan để di tản sang Hoa Kỳ. Đứng trên sân thượng của nhà tôi, nhìn thấy 2 chiếc trực thăng bị hư hại nằm tại chỗ trên 2 nóc nhà khá xa. Cả ngày nay hỗn loạn không thể tả.

Tôi muốn thử chạy một vòng Sài gòn để xem tình thế ra sao. Vừa ra khỏi cửa một anh cán bộ nhân dân tự vệ của mình cầm M16 chửi thề : Đ.M mấy thằng Mỹ nó bỏ mình rồi ông ơi! Vài chiếc trực thăng bay vòng trên trời anh ta chĩa súng đòi bắn, tôi can anh nói rằng: Đừng hành động nông nổi, cái đó không giải quyết được vấn đề của mình trong hiện tại đâu. Anh nên lo cho an ninh phường mình là tốt hơn cả.

Tôi đánh một vòng, quanh đường phố Sài gòn, một xe bus của Mỹ chạy trên đường, bổng nhiên tôi thấy một chiếc xe ở phía trước gài số lui, rồi đến gần ngang xe bus, một người Mỹ mở của nhảy ra đeo xe bus đang chạy. Chiếc xe của anh nầy không người lái, tiếp tục lui ngay về phía của tôi, Tôi bèn lẹ tay, leo lề vọt tránh, thế mà xe tôi cũng bị đụng rầm, làm xẹp cánh cửa sau bên trái. Tôi xuống bến tàu Sài gòn, người ta đông nghẹt, xe cộ ngổn ngang, có nhiều chiếc xe máy còn chạy mà không có người. Muốn biết sự tình, thì hình như tôi đã thấy đủ rồi mà lòng hiếu kỳ còn muốn đi vòng Chợ Lớn xem sao? Nhưng bụng bảo dạ : Hỗn loạn quá có thể không an toàn. Tôi đành trở về lòng càng bất an !

Tôi quyết định đưa hết gia đình sang nhà ở đường Mạc Đĩnh Chi, nơi nầy an toàn vì là khu hành chánh, ít dân cư hơn khu chợ Trương Minh Giảng. Xe Fiat 125 của tôi vừa ra khỏi cửa có người chạy theo bấm nút mở «cốp» sau để giựt va-li. Anh vệ sĩ của tôi mở cửa xe nhảy ra giựt lại. Thật khôi hài đến chảy nước mắt. Lại một đêm thức sáng chờ biến cố.

Biến cố gì đây? Thật khó hình dung được. Điều đó làm tôi vừa lo sợ, vừa hồi hộp vừa tính toán, rồi đến kết luận là liều mạng chấp nhận tất cả. Sáng ngày 30, súng nổ rang tứ phía, Điện thoại reo, lại Nguyễn Văn Bình: "Thôi hết rồi anh Triều ơi! Ông Đại Tướng tuyên bố đầu hàng. Nhưng ông ta nói với tôi sẽ còn thương lượng với họ để cho những ai muốn rời khỏi Việt Nam thì đi, còn ai muốn ở lại thì ở. Mà anh Triều ơi, tôi không hiểu tại sao trước lúc ông Minh sắp tuyên bố lệnh buông súng, có Thiếu Tướng Vanuxem, người Pháp, đứng bên cạnh, ông nầy thúc giục Đại Tướng Minh: "Faites un appel à la Chine" (hãy kêu cứu với Trung Quốc). Tại sao kỳ vậy"?

Thiết tưởng cũng nên mở dấu ngoặc để nói vài câu về Tướng Vanuxem. Ông thuộc quân đội viễn chinh Pháp, đã dạy qua các trường quân sự Nam Định, Thủ Đức, là thầy của nhiều tướng lãnh Việt Nam trong số đó có Nguyễn Văn Thiệu, Cao Văn Viên. Ông rất thương nước Việt Nam. Trước năm 1975 ông trở lại viếng thăm Việt Nam nhiều lần và mỗi lần đều có tiếp xúc với tôi. Năm 1967 ông viết quyển sách tựa đề "L'espoir à Saigon" (Saigon còn Hy vọng) trong đó ông ca ngợi Chương trình phát triển quận 8 do tôi chủ trương, nơi tập hợp một số thanh niên dấn thân hoạt động với mục đích đem lại công bằng và no ấm cho dân nghèo ở quận 8 Saigon. Một vết dầu hy vọng sẽ được loan khắp xứ.

Tôi trả lời Nguyễn Văn Bình: "Tôi cũng không hiểu tại sao ?" Phải chăng là Vanuxem đã có tin tức gì, đã đánh hơi được sự rạn nứt giữa Trung Quốc và Bắc Việt chăng? Hay là Vanuxem nghĩ rằng ông thầy Trung Quốc có thể ảnh hưởng được nước đồng chí nhỏ bé của mình. Vanuxem chết trước năm 1991, khi tôi trở lại Pháp, nên tôi không được gặp lại ông để hỏi tường tận tại sao. Thật đáng tiếc!

Lệnh gọi buông súng khoảng 10 giờ, trưa hơn một chút tôi nghe tiếng xe tăng của Việt Cộng vang rền trên đường

Thống Nhứt, đứng từ bao lơn nhà ở đường Mạc Đĩnh Chi tôi nhìn từng chiếc chạy ngang hướng về phía dinh Độc Lập. Không có tiếng súng nào kháng cự. Thật sự đã hết rồi!

Cảm giác lạ lùng khó tả quá. Bực tức nhục nhã? Có! Tiếc nuối như người thân yêu nhứt đời đang rời bỏ mình sang thế giới khác? Đúng! Lo sợ cho tương lai? Phải! Toan tính thái độ của mình cho ngày mai? Bàn thảo với ai đây? Tất cả mọi thứ cảm giác nầy ngập đầy trí óc, ngay trong một lúc. Thật là khó mô tả cho rõ ràng. Điều rõ nhứt là chua xót tiếc thương, tủi nhục! Về sau, khi qua Pháp có dịp tâm sự nhiều với Đại Tướng Dương Văn Minh tôi có hỏi ông về quyết định đầu hàng, làm ông mang tiếng suốt đời, ông nói rằng "tôi là Phật tử, tôi không muốn quyết định của tôi làm tổn hại nhiều sinh mạng con người quá, thà tôi chịu mang tai tiếng cả đời"

Tôi bí cửa không dám ra đường, chờ xem việc gì sẽ xẩy ra cho mình. Đứng trên bao lơn nhìn xuống, xe ba gác chở đủ thứ đồ đạc, nào bàn ghế, tủ giường, khăn áo, vật dụng giấy tờ, sách vở, đủ loại, của hôi...của cướp...của lượm..., từ tòa Đại Sứ Mỹ và các nơi khác chở ngang qua đường Mạc Đĩnh Chi. Đứng ngoài bao lơn nhà tôi nhìn tòa Đại sứ Mỹ ở xa, thấy người ta khuân vác ra quá nhiều đồ đạc, bàn ghế tủ giường, vật dụng giấy tơ, sách vở. Cuộc hôi của đó có lẽ vĩ đại nhứt Sài gòn kéo dài đôi ba ngày liên tiếp mà thấy vẫn còn.

Tôi lo sợ không biết ở khu chợ Trương Minh Giảng có người tràn vào nhà mình không? Điện thoại về đó người giúp việc nói nhà vẫn bình yên. Lính Việt Cộng, mặc quân phục xanh, đội nón tai bèo, vai mang AK, từng nhóm đi ngoài đường.

Xế chiều, tôi đánh liều, lái xe chạy vòng quanh thấy cảnh hôi của, chở đồ còn nhiều hơn nữa, có cả xe ba gác chở hàng chục bao gạo. Quần áo, giấy vở. Nón sắt, súng M16 và quần áo của lính Việt Nam Cộng Hòa rải rác khắp nơi, thật là ngậm ngùi, buồn tủi ! Tôi thầm nghĩ những bộ quân phục đó, tôi cũng đã từng mặc nó trong nhiều năm, những vũ khí đó tôi cũng đã từng sử dụng nó, lòng tôi quận thắt, nước mắt lưng tròng, vì cái nhục thất trận mất nước!

Vòng qua ngã Thị Nghè ra xa lộ, chạy ngang một xác chết nằm trên vũng máu khô mặc bộ quần áo Biệt động quân hay Thủy quân lục chiến? Nhìn không rõ, vì tôi cố tình cho xe chạy nhanh. Thêm một chiến sĩ vô danh tử trận vào giờ chót. Lạy Chúa xin cho linh hồn người anh em đó được nghỉ an trên nước thiên đàng! Vòng sang chợ Bà Chiểu cảnh tượng ở đâu cũng giống nhau vậy thôi. Có lẽ phía Thị Nghè và tỉnh Gia Định, quân phục, súng ống của phe ta rải dài la liệt nhiều hơn ở Saigon.

Trở về nhà, bơ phờ, chẳng nói chẳng rằng, không ai buồn nói gì với ai. Đến giờ cơm thì ăn, đến tối thì ngủ. Đứa con lớn 16 tuổi, lân la gần tôi hỏi:

– Ba, người ta sẽ làm gì ba không?

– Chưa biết.

Cả ngày 1-5-75 xem truyền hình, thấy Hà Nội diễn binh mừng lễ lao động và mừng hơn tất cả là ngày chiến thắng. Trưa hôm sau chuông điện thoại reo, điện thoại đầu tiên sau 30-4-75. Tôi bắt ống nghe, chờ đợi tiếng người lạ, nhưng không ngờ đó vẫn là tiếng của cựu Dân Biểu Nguyễn Văn Binh, bây giờ là phải thêm chữ cựu rồi vì chế độ Việt Nam Cộng Hòa đã chết!

Binh đã về nhà an toàn, anh thuật cho tôi nghe những

gì đã xảy ra trong hai ngày qua tại dinh Độc Lập: Lính Cộng sản tràn vào, Nguyễn Văn Hảo nhạy miệng nói:

– Các em từ từ chuyện đâu còn có đó, cho tôi gặp cấp chỉ huy của em đi.

– Tên lính nầy tay cầm cờ Mặt trận giải phóng miền nam, nạt dội: ai là em anh? Nó chĩa súng AK vào tất cả mọi người, bắt ngồi xuống hết, hàng dọc, tay gác lên đầu. Một số lính tiếp tục chĩa súng canh chừng. Tên cầm cờ hét Nguyễn Văn Hảo bảo anh ta phải dẫn đường lên sân thượng để hạ cờ quốc gia màu vàng ba sọc đỏ thay vào đó cờ của Mặt trận giải phóng miền Nam.

Lính thiết giáp Cộng sản chiếm dinh Độc lập sớm quá, cấp chỉ huy của họ chưa có mặt để tiếp thu, báo chí truyền hình đến không kịp để quay phim. Những tên lính nầy lùa hết từ Tổng Thống Dương Văn Minh đến Thủ Tướng Vũ Văn Mẫu và tất cả cộng sự viên, tùy tùng xuống hầm nhốt trong một căn phòng chật hẹp trong đó có Nguyễn Văn Binh. Họ nằm, ngồi chờ chết hay sẽ bị tù đày, tra tấn gì đây? Tất cả hồi hộp lo âu. Theo lời Binh kể lại thì Đại Tướng Minh có lúc trầm ngâm than thở: "Đến từng tuổi nầy có chết cũng vừa"! Chiều tối, nhóm người thuộc chính quyền Việt Nam Cộng Hòa cuối cùng, đói rã ruột, một tên lính vào hỏi có ai biết lương thực cất dấu chỗ nào không. Một trong các tùy viên của ông Minh xin ra để tìm kiếm. Anh nầy lục ra được ít gạo của lính phòng vệ phủ Tổng Thống, nhưng lại không có nồi to, đành dùng cái nồi lớn nhứt nấu cơm đem vào chia nhau ăn, dĩ nhiên là không đủ no. Đợi đến ngày hôm sau, chỉ huy cao cấp Cộng sản mới đến, thả những người nầy ra, đối xử lịch sự, nhã nhặn yêu cầu diễn lại tuồng đầu hàng, bàn giao để cho báo chí chụp hình quay phim phổ biến khắp nơi nhứt là trên thế giới.

Chương II

Học Tập Cải Tạo

Trung tuần tháng 5, công an thành phố thông cáo: Tất cả nhân viên chính quyền cũ, từ cấp Chánh Sở, Trưởng Ty trở lên và quân nhân thuộc Việt Nam Cộng Hòa từ cấp Thiếu Úy trở lên phải trình diện đăng ký tại nơi làm việc hay công an phường. Bắt đầu từ đó danh từ miệt thị "Ngụy quân ngụy quyền" được sử dụng phổ biến. Dân miền Nam bắt đầu nếm mùi trả thù, lường gạt, gian trá của cộng sản Bắc Việt. Trước tiên là "lao động xã hội chủ nghĩa". Toàn dân, tuổi thành niên trở lên đều phải lao động theo sự cắt cử của phường khóm.

Đào mương, đắp đê, làm công tác thủy lợi theo sức tưởng tượng ngớ ngẩn của cán bộ "i-tờ-rít" và sự bình phẩm về kỹ thuật của nhân dân, chưa từng biết thủy lợi là gì. Một thí dụ điển hình là ruộng đất ở Cầu Kinh, khu cư xá Thanh Đa. Diện tích không có bao nhiêu, mỗi năm đến mùa nước rông, nước mặn tràn vào. Cộng sản Huyện Bình Thạnh ra lệnh "đắp đê ngăn mặn", bao quanh dọc bờ sông Saigon, bộc cả cù lao Thanh Đa để trồng lúa. Xe hàng và trai tráng bị trưng dụng đi đốn cây tràm chở về, đóng cừ rồi dân cư tại chỗ cùng với đàn bà con gái từ Saigon xuống đông nghẹt, quần áo nhớm nha, lội bùn đắp đê, ròng rã cả tháng trời. Kết quả những "lỗ mội" nhỏ, do cua còng làm hang, nước chảy xoi mòn biến thành lớn, nước mặn vẫn ngập như không có đắp đê.

Về sau chính quyền cộng sản ép buộc đông đảo người phải đi lao động ở những vùng đất đai cằn cổi gọi là "kinh tế mới". Rồi đến việc chiếm nhà cửa ruộng vườn, di tản vô số dân Bắc vào Nam "làm ăn", hống hách, ngang ngược danh từ "Bắc Kỳ đô hộ" được phổ biến rộng rải từ đó.

Thông cáo Ủy Ban Nhân Dân thành phố Saigon ra lệnh từ ngày 15 đến 17 tháng 6 năm 1975 "ngụy quân ngụy quyền" phải đi trình diện học tập. Thông cáo ghi rõ nên "Đem theo quần áo lạnh và tiền xài trong 1 tháng". Sáng ngày 16 tôi đến địa điểm chỉ định là trường Trưng Vương, tôi gặp người bạn đồng viện thân thiện của tôi là cựu Dân Biểu Đặng Văn Tiếp, hai đứa xếp hàng đột nhiên thấy cựu Dân Biểu Trung Tá Trần Ngọc Châu, cựu Tỉnh Trưởng Kiến Hòa, tôi lấy làm lạ hỏi:

– Toa thuộc khóa Quốc Hội trước, không nằm trong diện phải đi học tập cải tạo mà sao tới đây làm gì?

Châu trả lời:

– Moa nghĩ phải đi học tập rồi mới trở về làm việc được chớ.

Vào đến cửa trường Trưng Vương, công an chận xét, giấy tờ của Trần Ngọc Châu không hợp lệ bị đuổi về. Anh ta lớn tiếng phản đối: "Chế độ gì mà xin đi học tập để về làm việc cũng không cho". Chúng tôi vào, ghi tên lập danh sách rồi chia thành tổ 10 người, tổ chúng tôi gồm Đặng Văn Tiếp, Đàm Sĩ Hiến, cựu Tổng Trưởng Lao Động, La Thành Nghệ, cựu nghị sĩ, Thứ Trưởng Công Kỹ Nghệ, Thẩm Phán Nguyễn Văn Vũ Phó chủ tịch viện Bảo Hiến, cựu Tổng Trưởng Kinh tế Nguyễn Văn Diệp, Cựu Dân Biểu Nguyễn Ngọc Tân, ký giả bút hiệu là Bảy Bốp, cựu Nghị Viên hội đồng tỉnh Gia Định Trần Ngọc Lâm, Trung tá Giám Đốc nha Xã Hội, Nguyễn Văn Tân và một anh nghị viên đồng viện với anh Lâm tôi không nhớ tên, trước kia anh là thư ký phục vụ tại trung tâm cải huấn Thủ Đức, anh là miếng mồi ngon của cộng sản mà anh không biết. Cai tù là kẻ thù của Cộng sản. Hai anh nghị viên nầy không thuộc diện phải đi cải tạo lâu dài nhưng chắc cũng có ý nghĩ như Trần Ngọc Châu nên phải trả giá đắt.

CUỘC SỐNG Ở LONG THÀNH

Sau khi nhập trại tại trường Trưng Vương, tổ 3 của tôi được phân bố ngủ nghỉ trong một lớp học trên tầng lầu thứ nhứt. Đa số chúng tôi quen nhau nên vào đây ngày đầu tiên xúm nhau bàn tán về tương lai mù mịt, về quá khứ đau buồn. Biết bao nhiêu là câu hỏi, biết bao nhiêu là thắc mắc và phỏng đoán, biết bao nhiêu lời than thở với nhau. Chúng tôi được thông báo là những bữa cơm trưa và tối đều do nhà hàng cung cấp. Mọi người tin tưởng sẽ ở đây học tập thật. Sáng sớm hôm sau có phân phối nước trà nóng. Mọi người chen lấn, giành vực một cách vô trận tự. Anh công An cầm lon phát nước, miệng la ó sỉ vả: "Các anh là người lớn, có ăn học mà tư cách sao giống như ăn mày vậy, xếp hàng ngay thẳng lại đi". Không ai thèm nghe, anh lính tức mình giục lon bỏ đi không thèm phát nước nữa, bởi vì các Trưởng Ty, Chánh Sở, Giám Dốc của mình bu quanh chen lấn, giành nhau lấy nước một cách hỗn độn, thật là nhục nhã! Đặng Văn Tiếp và tôi mới tới nơi, nhìn cảnh tượng đau lòng đó, quyết định trở về phòng không lấy nước. Đi nửa đường gặp Thẩm Phán Tối Cao Pháp Viện, Trần Minh Tiết cũng là đồng nghiệp của tôi trong nội các chiến tranh với tư cách Tổng Trưởng Nội Vụ rồi Tư Pháp. Tôi liền khuyên anh đi trở lên, tránh nhìn cảnh chen lấn, giành giựt hèn hạ nhục nhã quá. Anh Tiết do dự, anh nói muốn có chút nước nóng uống cho ấm lòng buổi sáng. Tiếp và tôi cố tình bảo thôi, cuối cùng Trần Minh Tiết theo chúng tôi về phòng than thở bàn tán về sự mất tư cách của những người công chức cao cấp của mình. Bây giờ tôi hiểu rõ hơn cái cảnh chạy chọt đút lót, tranh giành chức vụ, cạnh tranh quyền hành để hưởng thụ rồi cuối cùng dẫn đến tình trạng hôm nay.

Chiều tối ngày hôm sau, lúc anh em đang ngủ, khoảng chín mười giờ đêm, bất ngờ đèn điện bật sáng, lính cộng sản đứng đầy, cửa sổ, cầu thang, nhà vệ sinh đều có. Một trong chúng nó lớn tiếng ra lệnh thu xếp đồ đạc rồi xuống sân trường xếp hàng ngay thẳng. Thôi rồi! Chuyện không lành. Việc xẩy ra đột ngột không giống như mình dự tính. Cụ Vũ trong tổ của tôi sợ hãi tay run rẩy không làm gì được nên Đặng Văn Tiếp và tôi phải xếp mùng mền thu dọn hành trang giùm ông ta. Sau đó chúng tôi phải cập tay dìu cụ xuống sân. Cựu Dân Biểu, Luật sư Trần Văn Tuyên ngồi gần tôi, kề tay nói nhỏ:

– "Chúng nó đưa mình đi bắn".

Tôi có linh tính là không đúng nên trả lời:

- "Không phải đâu". Anh Tuyên lại gắt:

- "Cậu mà biết gì, ngoài Bắc chúng tôi đã biết bọn nó hành động như thế nào rồi". Tôi đâm ra sợ, nhưng cũng không bằng anh Tuyên, giáng điệu bề ngoài còn tĩnh nhưng mặt mày thất sắc, mắt buồn hiu lộ vẻ hãi hùng. Điều đó làm tôi càng sợ hơn. Quay sang Tiếp tôi hỏi:

- "Mầy thấy việc nầy dữ hay lành? Tiếp nói:

- Đ.M. không xong rồi mầy ơi".

Tôi lại càng sợ hơn nữa. Ngồi chờ khá lâu, tôi thấy có nhiều xe "bus" lần lược vào sân trường. Tất cả chúng tôi được dồn lên xe. Tiếp lôi tôi đứng cuối bệ sau, gần cửa. Hai cửa lên xuống xe có hai tên lính đứng chận. Xe lăn bánh chạy tương đối chậm, vòng quanh nhiều đường phố Saigon cố tình làm cho chúng tôi lạc hướng. Thật là ngây ngô. Cứ mỗi đường phố ngang qua là có nhiều tiếng nói nhận định của anh em mình: Đây là đường...X...đường Y v.v...Đặng Văn Tiếp tay cầm gói mì khô "hai con cua" bẻ phân nửa đưa tôi bảo ăn. Tôi nói ăn gì được, còn sống mà. Tao bảo mầy ăn đi, không chết đâu, ăn xong để chạy, hễ xe đậu mở cửa, tao kéo tay là hai đứa chạy đấy. Tôi bàng hoàng, bán tín bán nghi nhưng lòng cũng quyết định chạy theo Tiếp. Xe chạy qua khỏi cầu xa lộ Biên Hòa tạm ngừng để kiểm số người trên xe. Cửa trước mở, một tên lính bước lên xe đếm số người, Tiếp cầm tay tôi, ngón trỏ của anh cứ khểu mãi vào lòng bàn tay tôi, nhưng tiếc thay, hay may mắn thay, cửa sau xe không mở! Mặt Tiếp xụ lại buông tay tôi ra không nói một lời.

Đường đi ra Vũng Tàu quen thuộc, xe vẫn chạy khá chậm, ai cũng nhận ra cảnh vật, đến ngã ba Long Thành xe quẹo vào, vài phút sau ngừng hẳn ở "làng cô nhi" nơi tập trung công chức, chính trị gia, cảnh sát và tình báo.

Lúc đó vào khoảng bốn giờ sáng. Xuống xe nhìn thấy ngoài hai tên lính chận cửa xe, trên mui còn có hai tên khác ngồi chĩa AK sẵn sàng nhả đạn. May mắn cho chúng tôi, nếu có cơ hội thoát chạy thì những viên đạn AK không tha mạng rồi. Người anh em vấn số của tôi, Đặng Văn Tiếp, bị ám ảnh về cái chết của ông chú ở trại tù Lý Bá Sơ ngoài Bắc nên sau nầy bị chuyển ra Bắc Tiếp vượt ngục, công an bắt lại đánh đến chết! Thương nhớ anh và cầu Chúa cho anh được nghỉ an nơi chốn thiên đàng.

Chúng tôi được chỉ định vào nhà số 13 đầu tiên từ cổng chính vào. Nhà dài ngăn thành 3 căn trống trơn, có kê 3 hàng sạp gỗ cách mặt đất độ một gang tay, chừa hai hàng trống để đi lại. Nhiều nhà khác sàn nhà được lót gạch. Tổ 1,2,3,vào cuối nhà. Giăng mùng chiếu xong nằm nghỉ, nhưng làm sao ngủ được? Đa số anh em cứ rù rì mãi đến sáng. Thức dậy ra ngoài thấy đồng trống mênh mông, lòng mình cũng trống trải hoang mang vô định. Rồi lại tiếp diễn cái cảnh buổi sáng ngày hôm trước. Một thùng cháo để ngoài sân giữa hai nhà 12 và 13. Một tên lính quân phục xanh nón tai bèo, thông báo có cháo buổi sáng. Mọi người bu quanh giành nhau chén cháo. Tên lính phát không kịp, đổ tháo tùm lum bèn hét to "Các anh người lớn mà sao nói không biết nghe, ngụy quyền cao cấp sao mà kỳ vậy". Trời ơi xấu hổ quá! Tôi kéo Tiếp đi thật xa ra đồng trống ngồi than thở, buồn rầu, thú thật chúng tôi có chửi trổng, không chửi ai...hay là chửi tất cả... Hồi lâu trở vào thấy hai thùng cháo để gần đường đi. Cháo còn dính ít nhiều quanh viền. Tiếp vào nhà lấy ca đựng nước đem ra, tay vét sạch hết cháo dính ven thùng được gần nửa ca. Anh đưa tôi và nói "đây nầy mầy ăn phân nửa tao ăn phân nửa", "thôi mầy ơi, ăn gì đồ thừa đồ cặn kỳ vậy", tôi vẫn còn suy nghĩ theo thói quen trưởng giả phong lưu ngày trước là không ăn "cơm thừa cá cặn" nên từ chối. Tiếp thuyết phục tôi:

– "Trong tù cái gì ăn được là phải ăn để mà sống, mầy hiểu chưa"? Tôi lại từ chối. Tiếp bèn nổi nóng:

– "Thằng ngu, mầy không ăn tao quăng đây nầy" vừa nói anh vừa giang tay định quăng ca cháo tôi cản lại, "thôi tao ăn, nhưng tao cảm thấy nhục quá". "Nhục cái con c... tao đây nầy, sao mầy ngu quá vậy". Tiếp ơi, hồn mầy linh thiên phù hộ cho đồng đội đồng hành của mầy tranh đấu lấy lại "công đạo" cho mầy và cho cả dân tộc mình đang bị tù đày, ám hại hơn 30 năm rồi.

Những ngày đầu ban quản lý cấm không được dùng chữ "tù" mà phải nói là "học tập cải tạo". Mỗi tối có một tên lính dạy chúng tôi hát những bài cổ võ kháng chiến như Trường Sơn Đông, Trường Sơn Tây, Vàm Cỏ Đông...và những bài tuyên truyền như một bài hát trong đó có câu "biến nhà tù thành trường học" lấy ý nghĩa của "Trại Học Tập Cải Tạo"! Tuyên truyền bịp bợm chưa từng thấy, bằng chứng là từ ngày Cộng sản chiếm miền Nam thì nhà tù được dựng lên càng nhiều. Ngược lại thực tế ngày nay cho thấy trường học thiếu lớp, thầy giáo thiếu khả năng, bằng cấp giả lan tràn, giáo dục xuống cấp.

Dần dần kỷ luật trại giam siết chặt, cán bộ cộng sản bắt đầu tổ chức báo cáo viên trong hàng ngũ anh em mình bằng cách đưa ra cái mồi như "sớm về đoàn tụ với gia đình", trong tù chúng tôi gọi báo cáo viên là "antenne". Cộng sản trả thù rất có kế hoạch. Bắt đầu là học tập lao động: giẫy cỏ, lên bờ trồng khoai, trồng cải, khiêng phân người đem bón cây. Chúng tôi phải ăn cơm gạo mốc mà cũng không đủ no. Những ngày đầu còn có câu lạc bộ bán ít hàng để ăn dặm.

Sau một tháng chờ đợi "học tập" chúng tôi được học bài gian trá xảo quyệt đầu tiên của "cách mạng" là bài báo giải thích thắc mắc bên ngoài do các gia đình công chức quân nhân Việt Nam Cộng Hòa xao xuyến bàn tán than thở. Họ hỏi tại sao hơn một tháng rồi mà không thấy người nhà được thả về? Bài báo viết: "Thông cáo của cách mạng kêu gọi đi học tập không hề nói một tháng sẻ trở về mà chỉ nói đem tiền bạc xài trong một tháng và đem quần áo ấm theo dùng". Bài học nẩy khởi sự "cải tạo" lối suy nghĩ của công chức quân nhân và cả nhân dân miền Nam. Khung viên chúng tôi đang ở được rào giây kẽm gai một vòng, rồi hai vòng chính giữa có đường xe chạy, rồi bắt đầu xây tường cao hơn hai thước, cửa ra vào có lính gát cẩn thận. Mỗi khi ra ngoài lao động phải kiểm điểm số người, lúc trở về cũng phải đếm lại đủ số. Những ngày ở trại Long Thành chúng tôi chưa nếm đủ cái khổ và cái ác của sự trả thù cho nên tôi chỉ kể một vài chuyện vui buồn để độc giả thưởng thức. Thoạt tiên chúng tôi phải đào rất nhiều hố vuông vức bề sâu đứng bằng đầu người, lót hai cây ngang qua, bao quanh và ngăn vách bằng tôn thiếc vụng, đó là những chỗ tiểu tiện. Mỗi khi có mưa, nước ngập cao, thôi biết bao nhiêu là bẩn thỉu.

Gặp lại Trần Ngọc Châu tại Long Thành tôi tò mỏ hỏi tại sao anh lại vào đây được. Anh dài dòng kể rằng hai lần trình diện đăng ký ở quốc hội người ta không nhận vì anh không thuộc diện phải đi cải tạo. Sau khi bị từ chối không cho vào trường Trưng Vương, Châu trở lại quốc hội, kiếm một người cán bộ mà anh chưa từng thấy mặt qua, tự xưng mình là dân biểu nhưng vì bận việc ở tận Huế nên mới trình diện trể, anh cán bộ nẩy tin liền nên cho Trần Ngọc Châu đăng ký và được cấp giấy. Châu về nhà nghỉ đợi sáng hôm sau đi trình diện, nhưng không ngờ danh sách và chức vụ của những người đã trình diện phải đi học tập cải tạo đã được chuyển đến phường khóm để công an kiểm soát. Đêm đó công an phường thấy Trần Ngọc Châu đang ở nhà nên đến xét bắt đưa vô nhốt tại khám Chí Hòa. Châu phản đối kêu oan nói rằng chính anh đã nhiều lần xin đi học tập mà không cho chở anh không hề có ý định trốn học tập. Sau đó anh được chuyển ngay vào trại Long Thành. Bị bắt như vậy mà anh cũng còn chưa hiểu được âm mưu khắc nghiệt của cộng sản. Cho nên anh cố tình nói lung tung là đi học để được xứng danh mình là con người mới và anh còn thêm rằng "sau khi cải tạo về, moa sẽ đi một vòng hết đất Bắc để hiểu rõ tình hình rồi mới làm việc được". Thường người ta hay nói "chưa thấy quan tài chưa đổ lệ" thật đúng là trường hợp của Trần Ngọc Châu trong bối cảnh nầy.

Một anh bạn thân khác là Phạm Minh Dưỡng, Nguyên Thứ Trưởng Công Kỹ Nghệ, Tổng Giám Đốc công ty giấy Cogido. Anh Dưỡng học Ecole Centrale, trường lớn đứng vào hàng thứ nhì thứ ba trong các trường lớn (Grandes Ecoles) của Pháp. Một người bạn đồng khóa của anh, theo cộng sản về Hà Nội công tác. Sau 30 tháng 4 anh nầy tiếp thu hãng giấy Cogido, mầy mầy tao tao với nhau, người bạn của Dưỡng nói: Toa không cần đi học tập cải tạo gì cả ở nhà mà làm việc. Cho đến khi Phạm Minh Dưỡng bàn giao chỉ vẽ hết mọi bí quyết trong nghề, ngày hôm sau người bạn đồng khóa nầy mời Phạm minh Dưỡng vào văn phòng nói "thôi toa cũng nên đi học tập cải tạo đi". Dưỡng than với tôi một câu: "Thật là đểu giả khốn nạn, cái thằng chó chết".

Mỗi ngày sau bữa cơm chiều đông đảo chúng tôi tản

bộ dọc theo con đường mòn bao quanh khu nhà dành cho công chức, cách một khoản trống gần đó là khu dành cho cảnh sát và tình báo. Tức cười là cựu Nghị Sĩ La Thành Nghệ chiều nào cũng cầm ba-ton, đội nón Fléchet, đi lúc khoan thai lúc mau như chạy để cho tiêu cơm. Chắc anh đang suy nghĩ khác hơn Trần Ngọc Châu một chút là phải dưỡng sức để về làm việc lại, hay như ông Chánh án mà tôi sắp kể chuyện liền, lúc nào cũng phải ăn mặc chỉnh tề để giữ thể diện.

Có một buổi trưa đó anh Tiếp và tôi đi trên đường mòn ngang qua dẫy cầu tiêu thấy một ông đầu đội nón Fléchet màu hột gà, cổ thắt cà vạt, mặc áo veston đàng hoàng tay cầm một cây dài khểu mãi trong hầm phân, chúng tôi đứng nhìn lâu bèn thắc mắc, Tiếp lại gần hỏi:

– Cụ làm gì thế?

– Tôi làm rớt cái ví có giấy tờ tiền bạc trong ấy mà không biết làm sao lấy lên.

– Thế à! Xin phép hỏi trước đây cụ giữ chức vụ gì trong chính phủ?

– Tôi là Chánh án.

– Cụ vào đây thấy có khổ lắm không?

– Ối ráng chịu khó một tháng rồi về ấy mà.

– Dạ, xin chúc cụ mau thu lại được cái ví nhé.

Tiếp vừa nói vừa lôi tôi đi mau, chúng tôi thắc mắc và tự hỏi ông ấy tưởng mình đang ở đâu vậy? Tại sao trong tình cảnh nầy mà còn ăn vận như đang làm việc trong tòa án! Nếu vị chánh án nầy còn sống, đọc mấy giòng chữ nầy chắc ông cũng mĩm cười như chúng tôi. Vấn đề nước xài, mỗi ngày xe chở vào, tù cải tạo xếp hàng dài lấy để uống và tấm giặt. Ôi thôi biết bao nhiêu là cảnh giành nhau buồn vui cãi cọ. Vào đây mới thấy ai gian dối, lợi dụng, chém vè lường công bạn bè một cách bất xứng.

Bỉ ổi nhứt là mỗi nhà đã có một thằng "antenne", mình nghi ngờ nhưng không thể xác định. Hậu quả đầu tiên là anh Luật Sư cựu Dân Biểu Trần Văn Tuyên bị báo cáo láo rằng vào đây rồi mà còn liên lạc với các thành viên Quốc Dân Đảng để bàn chuyện chống phá cách mạng. Có một ngày bỗng nhiên chúng tôi được gọi tập họp vào hội trường mà không biết tại sao? Hai Ứng, Phó Trưởng Trại xuất hiện kêu đích danh Trần Văn Tuyên đứng dậy, Hai Ứng sỉ vả anh Tuyên nặng nề giữa hội trường một cách oan ức. Anh Tuyên đưa tay lên xin nói, Hai Ứng tay phải vịn vào hông định móc súng lục nạt lớn : "Anh ngồi xuống, im ngay". Trần Văn Tuyên đành phải ngồi xuống. Chúng tôi bồi hồi bất mãn nếm mùi sỉ nhục của kẻ thất trận chưa biết số phận mình sẽ ra sao. Cũng trong hội trường đó Nguyễn Xuân Phong, không bị nêu tên, nhưng qua lời xỏ xiên nói về việc đàm phán ở Paris ai cũng biết đó chính là anh Phong. Trong những ngày buồn tủi đó Đặng Văn Tiếp và tôi luôn luôn cặp bồ đánh domino trong đội để giết thời gian. Hoặc bàn với nhau về một tương lai mờ mịt. Anh Tiếp tỏ vẻ lo cho chúng tôi đi không có ngày về. Và cho dù có về được như ông chú của anh ta ngoài Bắc, từ trại tù Lý Bá Sơ trở về thì cũng để chờ chết trong đôi ba tháng mà thôi. Rồi chúng tôi sớm chia tay, anh bị di chuyển đi nơi khác tôi ở lại với sự cô đơn lẻ bạn.

Đó là một vài chuyện buồn đáng tiếc, nhưng cũng có chuyện vui cười ra nước mắt. Như đã nói trên là nước dùng trong trại vô cùng quí, mỗi tổ phải chia phiên nhau lấy nước để cùng xài. Đội 3 chúng tôi có một anh Trưởng Ty trẻ tuổi tôi không nhớ tên. Anh ta đi cầu buổi tối, tay cầm theo hủ chao nhỏ, đựng nước để rửa. Chiều hôm đó trời mưa rỉ rả, đất trơn, anh trợt té, hủ chao bể cấn vào tay cắt đứt một lằn dài trong lòng bàn tay. Lúc đó đèn điện đã tắt, anh em chuẩn bị ngủ, bỗng nhiên nghe một tiếng la lớn trong phòng "chảy máu nhiều quá". Tất cả sửng sốt, tung mùng đứng dậy, nhiều ánh đèn pin rọi vào chỗ có người la, quả thật có một anh bạn dơ cao cánh tay máu chảy dài xuống nách. Tôi vội vã hối người tới đội 1 ở đầu nhà 13 gọi anh cựu Dân Biểu Bác Sĩ Trần Văn Để và nói tôi gọi anh ấy phải đến ngay, có người bị thương. Không đầy 5 phút sau anh Để tới xem vết thương và hỏi:

– Có lon Gigoz không? Có.

– Có kim chỉ may quần áo không? Có.

– Lấy kim chỉ bỏ vào lon nấu thật sôi. Nắm chặt cổ tay nó lại.

Sau khi kim chỉ được nấu xong để sát trùng anh Để chuẩn bị may vết thương vừa sâu vừa dài. Anh Để yêu cầu hai người có sức đè chặt bệnh nhân, thân trước và hai chân sau, đồng thời phải có hai người đè thẳng hai cánh tay của anh nầy không cho động đậy. Sau đó Bác Sĩ Để giả vờ hỏi bệnh nhân chuyện vớ vẩn đâu đâu, về chuyện trai gái tình yêu tình dục lăng nhăng...để làm anh ta không chú ý đến cái đau mà anh ấy sắp phải chịu. Một loại thuốc mê tâm thần không mấy hiệu quả nhưng thật khôi hài.

– Có vợ con chưa?

– Dạ có rồi.

– Vợ đẹp không? Sống có hạnh phúc không?...

– Ai da, trời ơi đau quá bác sĩ ơi. Ai da, thôi đi bác sĩ ơi, làm ơn băng lại đi bác sĩ ơi. Thì ra trong lúc hỏi về gia đình cốt ý làm cho bệnh nhân kích động tâm lý về quá khứ tốt đẹp để quên đau phần nào, lợi dụng cơ hội anh Để xỏ một mũi kim xuyên thịt làm anh Trưởng Ty nhà mình đau xốn xang la hét ồn ào.

– Ừ tôi băng lại liền, nhưng anh Để cứ hỏi những chuyện lăng nhăng...

– Hỏi gì kỳ vậy?....

– Ai da, đau quá bác sĩ ơi, chết tôi bác sĩ ơi. Thôi băng lại liền giùm tôi đi Bác Sĩ ơi. Đừng may vá gì nữa hết bác sĩ ơi.

– Thôi đủ rồi không may nữa. Nhưng mà anh chưa trả lời mấy câu hỏi của tôi...sao? Trả lời đi?...

– Ui da bác sĩ ơi, lại thêm một mũi kim nữa, bệnh nhân nổi giận chửi rủa anh Để thậm tệ. Cả phòng cười ồ trước sự đau khổ của người bất hạnh. Buông tao ra, tao không cần mầy nữa đâu Bác sĩ cái con khỉ. Buông tao ra. Anh Triều ơi, anh không có quyền để cho thằng Để nó hành hạ đội viên của anh như vầy. Anh Triều ơi cứu tôi.

Tôi là đội trưởng đội 3, anh Danh đội phó, tốt nghiệp Quốc gia hành chánh, (Danh và tôi có gặp lại nhau trong "bữa cơm cay đắng" do Hội Cựu Sinh Viên Quốc Gia Hành Chánh tổ chức tại Orange County để nhớ lại những ngày cay đắng trong tù. Bác sĩ Để hiện ở Orange County, chúng tôi có gặp mhau trong đám tang của Đại Tướng Dương Văn Minh). Sau đó, anh Để còn may thêm hai mũi kim nữa và còn nghe bệnh nhân chửi rủa càng thậm tệ hơn. May xong tổng cộng 5 mũi, xé khăn băng lại, anh Để ra về rồi mà ông bạn khốn khổ nầy còn chửi lung tung với tiếng rên hì hì hòa với tiếng cười thúc thích của nhiều người, khi âm thầm khi lớn tiếng bởi vì sự đối đáp giữa bác sĩ và bệnh nhân quá ư là khôi hài và những sự chửi rủa về hai mũi kim chót cũng quá là thô bạo.

Năm tháng sau tôi được công an gọi đi "làm việc", tôi ngồi trước mặt một người tự xưng đã từng là ký giả viết cho nhật báo *Đại Dân Tộc* của tôi. Anh hỏi tôi không nhận ra anh sao? Sự thật là một sự mạo danh vụng về để cho dễ nói chuyện, chứ thật ra anh ta không phải là ký cũng không hề viết một bài nào cho nhật báo *Đại Dân Tộc*. Anh đối xử với tôi hết sức niềm nở và lịch sự. Cũng trong dịp nầy anh ta, úp úp mở mở, thông báo là tôi sẽ được trả tự do trong nay mai. Nửa tháng sau tôi được phó trưởng trại đích thân chở về nhà và từ đó có chiến dịch dụ dỗ tôi hợp tác làm việc lại với "cách mạng". Dụ dỗ không được nên Cộng sản mới thẳng tay trả thù tôi thê thảm. Cái trò vừa hù vừa dụ đó sẽ được trình bày sau, khi viết về những ngày tù tội của tôi.

CHƯƠNG III

VUI BUỒN CỦA TUỔI THƠ
NGHĨ LẠI PHẬN MÌNH

Hạ tuần tháng sáu, tại làng Cô nhi Long Thành, toàn bộ công chức cao cấp, sĩ quan Cảnh sát, nhân viên tình báo của chế độ Việt Nam Cộng Hòa sống những ngày không vui những đêm khó ngủ. Mọi người đặt giả thuyết, tự hỏi không biết Cộng sản sẽ hành hạ mình bằng cách nào đây? Tương lai bản thân mình và gia đình sẽ ra sao?

Nghĩ lại cuộc đời tôi, cho tới ngày nay, 41 tuổi đầu, đau khổ nhiều hơn sung sướng, vui ít buồn nhiều. Thăng trầm trong cảnh giàu nghèo đã hưởng một vài lượt. Cao sang quyền quí có nếm đủ mùi. Mộng tưởng phục vụ đất nước dân tộc không thành. Công tác phát triển quận 8 Saigon là một thách thức đối với Cộng sản cũng dở dang. Tôi luôn nói với bạn bè và cộng sự viên: "Cộng sản đang thực hiện một cuộc cách mạng sắt máu, mình không chấp nhận, chúng ta phải đề nghị với quần chúng nhân dân một cái gì khác hơn, dựa vào tình thương và thể hiện công bằng xã hội thật sự". Càng suy nghĩ về quá khứ tôi càng nhớ những chuyện vu vơ... nhớ những lần được mời tham gia Nội các mà tôi từ chối vì nhận xét cấp lãnh đạo không có khả năng, vô tài lại không có đức. Tôi hồi tưởng hai lần Phó Tổng Thống Nguyễn Cao Kỳ muốn lật đổ Tổng Thống Thiệu, sau Tết Mậu Thân và sau khi từ hội đàm Paris trở về. Thiếu Tướng Kỳ đề nghị tôi thành lập Nội các sau khi ông đảo chánh Nguyễn Văn Thiệu. Ông muốn tôi thực hiện đường lối chính trị khác hơn bởi vì theo ông nhận xét: Nếu cứ để cho Nguyễn Văn Thiệu tiếp tục ù lì hưởng thụ và nghe theo người Mỹ thì sẽ mất nước. Đêm Tết Mậu Thân Tổng Thống Thiệu về quê vợ tại Mỹ Tho, vắng mặt ở Saigon, Phó Tổng Thống Kỳ một mình điều khiển trận phản công cứu nguy đô thành và các tỉnh. Sau đó Thiếu Tướng Kỳ được báo chí ca ngợi và sự kính nể ủng hộ của quân nhân. Ông Thiệu sanh lòng ganh tỵ sợ Tướng Kỳ lấn quyền nên có nhiều cử chỉ và hành động khiến Tướng Kỳ bực tức mới sinh ra ý định lật đổ ông Thiệu.

Lần thứ hai tại hội đàm Paris vì thái độ cứng rắn của ông Kỳ làm người Mỹ khó chịu nên họ tổ chức đụng xe ông kỳ ở Rond Point des Champs Elysées. Tướng Kỳ ngầm hiểu Mỹ đã đi đêm với Việt cộng rồi, ông bỏ hội nghị trở về họp một vài Tướng lãnh đề nghị đảo chánh Thiệu. Nếu không, ông ta đưa chúng mình đến chỗ thất bại lọt vào tay Cộng sản. Tôi sẽ lần lượt kể những chuyện đó còn có nhiều nhân chứng hiện sống tại Mỹ.

Thời gian đó, Tướng Nguyễn Cao Kỳ còn là người chống Cộng với thành ý, còn là người nuôi hy vọng xây dựng một Việt Nam tự do thịnh vượng, chớ không phải như ngày nay, Tưởng Kỳ bị mang tiếng phản bội mình và phản bội đồng đội đồng hành vì những lý do gì chỉ có một mình ông biết mà thôi. Ôi biết bao nhiêu là vấn đề chính trị ngang trái, tình đời xảo quyệt ngổn ngang trong đầu tôi khi mới bị nhốt vào trại tù không biết số phận mình ngày mai.

THẢ HỒN VỀ DĨ VÃNG

Sống trong nhà tù rộng lớn ở Long Thành, mỗi chiều Đặng Văn Tiếp và tôi ngồi chờ hoàng hôn, thả hồn về dĩ vãng. Tôi nhớ lại những ngày thơ ấu, những mối tình đầu, những bước đường công danh...phù du. Đôi khi tôi ngồi với anh bạn đồng viện Nguyễn Văn Cử bình luận chuyện quá khứ lo ngại chuyện tương lai. Tôi tự hỏi tại sao ông trời không để cho tôi yên thân như một anh nông dân ở xã Phú Thuận tỉnh Bến Tre như ông cố, ông nội tôi ở đó, mà lại cho tôi có ăn học có hiểu biết rồi lại trao cho tôi nhiều cay đắng mùi đời. Nhưng nghĩ cho cùng, tôi không hối tiếc và nếu Thượng Đế cho phép tôi làm lại cuộc đời, tôi sẽ đi lại con đường tôi đã đi nhưng chỉ xin trời Phật cho tôi tránh được cảnh mẹ ghẻ con chồng quá ư là đau khổ!

Nước có vận người có số. Mồ côi mẹ cũng là một sự bất hạnh trời dành cho anh em chúng tôi. Câu nói được truyền khẩu trong dân gian là: "Mồ côi cha ăn cơm với cá, mồ côi mẹ lót lá mà nằm", áp dụng cho chúng tôi thật đúng vô cùng. Tuổi thơ ấu của tôi chịu quá nhiều dấu ấn bất công, quá nhiều nếp gấp đau buồn, quá nhiều thiếu thốn tình thương so với những đứa trẻ của gia đình bình thường khác, mặc dù ông bà cha mẹ tôi nói được là hạng giàu có trong tỉnh. Mẹ tôi chết lúc tôi mới lên năm. Thiếu tình yêu của mẹ và bị hất hủi tàn tệ trong gia đình, điều đó làm cho tôi mất thăng bằng về mọi mặt, tâm lý bất thường. Cái cảm giác bơ vơ không cho mình có được sự tự tin, mẹ ghẻ hà hiếp, cha mắng phạt oan ức làm cho mình vừa sợ hãi vừa mang phản ứng tự vệ trường kỳ.

Tôi mãi tìm kiếm một chỗ dựa ấm áp, một sự an ủi bao che nhưng không bao giờ có. Tôi ở với cô, em ruột của cha, tình thương của cô là một thứ tội nghiệp cho đứa con bất hạnh, cách đối xử của cô gần giống như bà chủ với người làm công. Tôi ở với bà, em ruột ông nội, tối ngày chúng tôi phải phụ giúp việc nhà, thậm chí chạng vạng tối, em tôi sợ ma nhưng phải đi tìm mấy con dê ở ngoài đồng đem về vắt sữa. Tất cả chỉ là tình thương giả tạo với ý đồ lợi dụng mà thôi. Người ta cũng thường nói "giàu cha giàu mẹ thì ham, giàu cô giàu bác ai làm nấy ăn".

Tôi còn nhớ ngày mẹ tôi hấp hối tôi đang cùng với bọn anh em cô cậu vò đạn bắn chim bằng ná thun. Bất ngờ có người báo tin phải về nhà gấp. Vừa vào cửa tôi nghe tiếng mẹ tôi kêu lớn "Chúa ơi chết tôi". Tất cả anh em tôi hòa lên khóc…khóc không ngừng…lúc lớn tiếng…lúc âm thầm rên rỉ, khi anh em đối mặt nhìn nhau lại khóc hòa ầm ĩ. Chúng tôi đã mất một người mà suốt đời không tìm ra ai có thể thay thế được. Tôi không nhớ khóc cho đến bao giờ mới thôi, nhưng lâu… lâu lắm. Có phải là vì cạn nước mắt không? Tôi còn nhỏ quá không biết được điều đó. Rồi đến ngày chôn cất mẹ tôi, lại một lần anh em ôm nhau mà rên la khóc nức nở!

Tôi hối tiếc khi lớn lên biết được rằng mẹ tôi sanh con

tại nhà, dù gia đình khá giả, ở xã mà có nhà lầu, có biệt thự nền đúc kiểu tây phương, thêm một dẫy nhà dài với sân rộng, nhưng tiếc thay lại theo thói quê mùa cổ lỗ của làng xã, sanh con không vào nhà thương ở tỉnh mà rước mụ vườn, dốt nát y tế về nhà đỡ đẻ. Đến khi bà mụ bó tay mới chịu lên tỉnh rước một lượt ba vị bác sĩ về nhà là mẹ tôi hấp hối, ba vị y sĩ đành chia buồn vì không có dụng cụ và điều kiện giải phẫu. Âu cũng là phần số của mẹ và cũng là của chúng tôi phải chịu khổ về sau với cảnh "mẹ gà con vịt chắt chiu, mấy đời mẹ ghẻ thương yêu con chồng"? Hai anh lớn của tôi đứa 10 tuổi đứa 7 tuổi, em kế tôi mới lên ba còn đứa em gái út một tuổi còn ẩm trên tay.

Từ đó, thôi biết bao nhiêu là buồn phiền uất ức, oán hận, khóc thầm. Dù không muốn nhớ tới nhưng cảnh đau lòng nó cũng lù lù hiện trong trí óc tôi không thể xua đuổi được. Thời gian sau cha tôi cưới vợ, tiếng là để lo cho các con thơ, nhưng thực tế chúng tôi khởi sự nếm mùi cay đắng. Cơm ngày hai bữa chúng tôi ăn riêng, ăn trước với cá kho hay cá nướng dằm nước mắm có khi không đủ chan cơm. Còn cha và mẹ ghẻ ăn sau phủ phê gà cá, chúng tôi đứng xa nhìn, thèm rỏ dãi mà không dám lộ mặt bởi vì gia luật không cho phép dòm miệng khi thấy người khác ăn món ngon. Nhiều lần cha vắng mặt gì ghẻ cầm nguyên trái tim heo hấp tỏi hành, không cần xắt thành miếng nhỏ, ngồi cắn ăn ngon lành, trước mắt thèm thuồng của chúng tôi. Con riêng của bà thì uống xá xị "Phương Toàn" còn chúng tôi thì nước lạnh chở không có được nước trà mà uống.

Cảnh thèm đường thốt nốt của thằng Giác, em tôi và tôi thật khôi hài và chua xót. Số là trong thời kỳ gia đình chúng tôi bị Việt Minh lấy nhà đuổi đi chúng tôi ở đậu nhà bà cô ruột của cha. Dì ghẻ tôi mua một phong đường thốt nốt 5 tán, gói trong lá thốt nốt bọc dài. Chúng tôi xin một cục nhỏ cho hai đứa ăn, bà không cho. Thèm quá mỗi lần thấy vắng người anh em chúng tôi chạy lại lấy ngón tay quẹt ngang liếm một cái. Hai đứa liếm đi liếm lại nhiều lần làm hủng sâu một lỗ Bà dì ghẻ mét cha tôi hai đứa lại bị đòn.

Bà bắt chúng tôi giặt quần áo, em tôi và tôi đùa giỡn làm văng nước trúng bà. Đêm vào mùng bà nỉ non mét cha rằng chúng tôi cố tình lấy nước quần dơ rải lên đầu bà cho bà mang nhục, sáng ra chúng tôi bị đòn. Còn biết bao nhiêu trận đòn oan ức vì những câu nỉ non trong đêm mỗi khi vào mùng mà chúng tôi nghe được và biết trước sáng mai sẽ ăn đòn nên cả đêm lo sợ ngủ không yên.

Trong bối cảnh mồ côi bị hà hiếp như vậy, anh em chúng tôi ôm chùm, thương lo cho nhau. Ngoài tình huynh đệ hình như còn có tình mẫu tử lạ thường, tình bầu bạn thâm giao, không rời nhau đêm ngày, trừ những khi đi học xa, lên tận Mỹ Tho ở nội trú, học trường dòng thánh La-San. Có những đêm trăng tròn thức giấc ra tựa cửa sổ nhìn trời, nhớ em, xót thương cho cảnh côi cút nhọc nhằn. Tôi cảm thấy bực tức trong lòng, ngực tôi căn phòng gần như thở không được, nước mắt tuôn trào tức tưởi mà phải cắn răng ngậm miệng không để lộ thành tiếng sợ thầy gác thức giấc phạt đứng phạt quì...

Nhớ những ngày chúng tôi còn trẻ ham chơi nhưng bị cấm đoán không cho giao dịch với con dân nghèo, mà chính những đứa trẻ đó mới tử tế dễ thương hơn cái lũ bà con hay những bọn thuộc nhà môn đăng hộ đối. Mùa mưa, em tôi và tôi đi hớt cá lia thia ngoài ruộng với mấy thằng chăn trâu sành nghề, nhưng rủi thay mỗi lần dì ghẻ bắt gặp mét cha, phụ họa thêm rằng "mấy đứa con ông nó biến thành chăn trâu hết rồi", thế là một trận đòn nhưng chúng tôi vẫn trốn tránh lén ngồi trên lưng trâu, về nhà hôi mùi khét nắng, mùi hôi trâu hôi bùn thì lại bị đòn nữa.

Chỉ trừ những lúc bẻ ổ kiếng vàng lấy kiến con và trứng, móc mồi câu cá rô non thì bà dì ghẻ hoan hỉ bởi vì bà được ăn cá chiên dòn cuốn bánh tráng. Hay là đi bắt cá cạn mùa sắp gặt lúa, trời nắng ruộng khô, hoặc đi soi ếch nhái sau những trận mưa dông đầu mùa. Tóm lại cái vui của chúng tôi chỉ được chấp nhận khi nào bà cảm thấy cái vui đó có lợi cho bà. Đầu mùa mưa, ruộng mới vừa nổi nước, ếch nhái dưới hang sâu hoặc trong bụi rậm nhảy ra hứng sương uống nước. Chạng vạng tối là chúng kêu rộ lên, mỗi loại một giọng đặc biệt, quệt quẹt giọng ồ ề của ếch, ngắc nghen thanh tao thánh thót của nhái bầu nhái con, nghiến răng trọt trẹt của cóc, quềnh quang rền vang kéo dài của ễnh ương, tất cả rộ lên thứ nầy kêu ít thứ kia kêu nhiều, kết thành một điệu nhạc hòa tấu thú vị, riêng biệt đặc thù của vùng đồng bằng sông Cửu Long thời tôi còn thơ ấu.

Có những buổi trưa nắng gay gắt anh em chúng tôi rủ nhau dùng ná thun đi bắn chim trao trảo, dòng dộc, se sẻ, chim sâu, không có loại chim nào lớn nhỏ ở đồng quê mà tôi không biết tên nó. Đó là chưa kể đi trên những thửa ruộng có bầy vịt tàu, người ta nuôi hàng ngàn con để lấy trứng, thả ăn trên ruộng khô hoặc ruộng nước chưa cấy lúa. Chúng nó lội ngang qua thế nào cũng có vài con đẻ rớt trứng. Anh em tôi lượm một hai trứng rơi đem về chiên cơm ăn vui sướng vô cùng. Hay là bắn được một con chim nhỏ, se sẻ chim sâu gì đó, nhổ lông, mổ rửa, bỏ vào chảo chiên mỡ thật nhiều thêm ít nước màu nước mắm trộn cơm chia nhau ăn còn ngon lành vui thú hơn bữa cơm của dì ghẻ dọn.

Nhớ có lần tôi đau liệt giường ăn uống không được, mà thuốc men không có, cha tôi đi làm về hỏi: Thằng Triều ra sao rồi? Dì ghẻ trả lời: Tôi đưa cháo nó không thèm ăn, chắc nó không ưa tôi, thôi ông đi đút cháo cho con ông ăn đi. Cha tôi nạt dội: Không ăn thì để cho nó chết. Trời ơi, tôi nghe những lời vô tình tận nghĩa của cha mà nước mắt tự nhiên trào, chảy tới khi mòn mỏi tôi ngủ thiếp lúc nào không hay. Lớn lên tôi và hai anh đi học ở tỉnh mà lòng cứ lo nhớ hai em ở nhà bị hành hạ mắng chửi lòng cảm thấy nặng như chì.

Bãi trường về nhà, em tôi chạy ra mừng rỡ tôi thấy nó mình trần trùi trụi mặc quần vải trắng biến thành màu hột gà với hai ba lỗ rách còn hai đứa em khác mẹ mặc quần vải bông áo trắng phau. Tại sao cha tôi có thể chấp nhận sự phân biệt đối xử như vậy? Tự nhiên tủi thân và thương em nước mắt tôi trào, bà mẹ ghẻ đanh thép hỏi sao mấy nghỉ hè về chơi mà khóc, bộ mấy nhớ trường muốn đi học luôn không về nữa sao? Em tôi thấy vậy cũng khóc theo mà chắc nó không biết tại sao nó khóc. Chúng tôi kéo nhau đi chỗ khác, khuất mặt mọi người tôi hỏi: Mấy với con Xuyến ở nhà có bị bả ăn hiếp nhiều không? Thằng Giác lắc đầu nhưng miệng nó mếu máo nước mắt ròng ròng.

Năm tôi vừa mới thi đậu bằng sơ học yếu lược, thời đó có thể xin làm thầy giáo làng kiếm cơm được. Tôi có ý định bỏ nhà ra đi xin nhà nước tuyển dụng làm giáo viên kiếm tiền nuôi em. Với ý định đó tôi viết một lá thơ cho người bạn học cùng lớp, có ông chú nó làm thơ ký bưu điện chắc sẽ biết cách giúp đỡ tôi xin việc. Tình cờ cha tôi thấy bức thơ của tôi bèn xé ra đọc. Ông nổi trận lôi đình lấy quần áo của tôi quăng ra sân đuổi đi, miệng chửi mắng vang dậy, tay cầm roi mây đánh tôi xối xả, người anh kế tôi nóng lòng can thiệp hỏi: Cha không thấy má đối xử với tụi con như thế nào sao? Vì vậy em con mới đòi ra đi, chớ đâu có phải vui sướng gì mà nó muốn bỏ nhà, bỏ tụi con? Roi mây của cha tôi lại xối xả lên đầu anh tôi đến độ ông nội tôi tức giận hét lớn, mắng chửi cha tôi thậm tệ về hành vi của cha tôi và mẹ ghẻ đối xử với anh em chúng tôi. Ông nội bảo cha tôi đánh ông thay vì đánh chúng tôi. Sự can thiệp của ông nội như một gáo nước lạnh tạt vào đầu cha, tất cả mọi người im phăng phắc, chỉ còn một mình ông nội tiếp tục chửi mắng cha và má ghẻ liên hồi.

Những sự buồn phiền uất ức tột cùng khiến tôi có ý nghĩ phải học cho thành tài để trả thù khi lớn khôn. Đó là động lực giúp tôi có ý chí sắt thép và sự trì chí học lấy cho bằng được cấp bằng đại học, dù có lúc tôi phải đi làm bồi nhà hàng hay rửa chén ở Paris. Khi tôi đang học, có một ngày đó nhận được thơ của đứa em viết như sau: "Anh Sáu ơi, em và con Xuyến bị con mẹ đó hà hiếp quá chừng, cha đối xử quá tàn tệ, tụi em chịu khổ sở oan ức quá nhiều nên em quyết định lấy cây súng cạt-bin bắn cho con khốn nạn đó chết, thà em đi tù mà con Xuyến nó sẽ hết khổ. Nhưng anh Sáu ơi, khi em rờ cây súng cạt-bin tự nhiên em thấy sợ quá nên em không dám bắn".

Tim tôi se thắt, người tôi thẫn thờ lơ đãng, nhớ thương hai em, học không vô, ăn ngủ không yên gần cả tuần lễ. Tôi phải trả thù! Nhứt định tôi sẽ trả thù! Nhưng trớ trêu thay học xong trở về xứ, tôi lại giang tay nuôi tất cả đàn em khác mẹ, kể cả bà mẹ ghẻ ác độc đó. Một phần vì tôi muốn giữ chữ hiếu với cha, theo gia giáo tôi đã từng được nung đúc. Một phần vì truyền thống của dân tộc Á Đông mình. Hay là do sự hiểu biết và đạo lý con người? Hay do chính lời dạy của Chúa Giêsu "thương người như mình vậy", không nên báo thù oán hận? Có lẽ do tất cả những thứ đó họp lại buộc tôi phải nuôi và lo cho những người đả từng cư xử ác độc với chúng tôi.

DU HỌC TẠI PHÁP

Tại sao tôi lại được đi Pháp du học? Năm 1950, cha tôi là thiếu tá Lực lượng bổ túc Công giáo. (Forces Suplétives, Union Militaire de Defence Chrétienté gọi tắc là UMDC) Ông giữ chức Phó Tỉnh Trưởng Nội An tỉnh Bến Tre.

Một đêm khoảng 9 giờ tối xe Jeep của ông về làng, cả nhà thức dậy, bà mẹ ghẻ dọn cơm cho ông ăn, vui miệng ông hỏi :

– Con thầy cai Tổng Dung đi Tây học, tụi bây có đứa nào muốn đi Tây không bây?

Im phăng phắc. Bầu không khí trở thành nặng nề vì sự ngạc nhiên và phân vân của mọi người, vì cha đang nhìn từng đứa và chờ câu trả lời. Ông trở giọng ngọt ngào và hỏi người anh cả:

– Tần đi Tây học không con?

– Thưa không, cha.

– Hớn đi không con?

– Dạ không, cha.

– Triều đi không con?

– Dạ đi!

– Giác đi không con.

– Dạ không.

Thế là số phận an bài. Cái gì xui khiến tôi trả lời dạ đi? Bởi vì câu nói vừa dứt tôi thấy lòng hốt hoảng, sợ hãi, lo âu, hối tiếc, gần như tôi bị lên án khổ sai biệt xứ. Nhưng vì cha tôi quá nghiêm khắc nên tôi không dám nói đi nói lại, hay là có cái gì đó xui khiến tôi ngậm miệng dù lòng tôi rả rời, thật sự hối hận. Cha tôi nói tiếp với giọng hài lòng và khẳng định. Ngày mai về Bến Tre cha biểu thầy ký Thôi làm giấy tờ cho con đi.

Rồi mọi sự ngổn ngang trong lòng, lo lắng cho bản thân bơ vơ nơi xứ lạ quê người, xót thương anh em ở lại trong cảnh mẹ ghẻ con chồng đau buồn tủi hận. Nghĩ tới thời gian chín mười năm phải chịu biệt xứ thật là hãi hùng!

Thủ tục giấy tờ để cho thanh niên xuất ngoại vô cùng khó khăn gần như không thể được trong thời gian chiến tranh vì luật tổng động viên đã ban hành, nhưng cha tôi là bạn quen biết với Cụ Nguyễn Văn Tâm khi ông Tâm còn làm quận trưởng Cại Lậy thuộc tỉnh Mỹ Tho, bây giờ ông là tổng trưởng Nội Vụ. Đến ngày tôi được thầy ký Năm đưa lên Saigon khám sức khỏe, tôi khờ dại nghe người ta nói hút thuốc nhiều sẽ bị nám phổi nên tôi mua hai gói thuốc Craven"A" dù không biết hút nhưng phải ráng phì phà cho hết, đến nỗi đắng miệng khô cổ, tôi hy vọng phổi sẽ bị nám, giấy tờ sẽ không xong, tôi sẽ được ở lại khỏi phải chịu cảnh xa nhà biệt xứ. Nào ngờ đâu hình phổi của tôi vẫn tốt, tuần lễ sau có giấy Bộ Trưởng Nội Vụ gọi đích thân tôi phải trình diện. Một vị sĩ quan của văn phòng cha tôi đưa tôi lên gặp ông Tổng Trưởng. Vừa thấy chúng tôi bước vào ông liền hỏi:

– Mẩy đi Tây chơi bời hay đi học mậy?

– Dạ thưa bác con đi học.

– Ừ đi học nghe con, ráng mà học cho cha mẩy nó nhờ sau nẩy. Nhớ lời bác dặn, không được chơi bời lêu lổng, thôi con đi mạnh giỏi, cố gắng học cho thành tài. Vừa nói ông vói lấy quyển thông hành nhỏ ký tên vào đó và đưa cho tôi.

– Con xin cám ơn bác.

Chúng tôi ra về. Mọi người trong gia đình đều mừng rỡ vì biết tôi được phép xuất ngoại du học. Người vui mừng nhứt là ông nội tôi, ông từng hy vọng sẽ thấy tôi nên người, ông cưng yêu tôi bằng cách cho nhiều tiền mua bánh, trong khi ông hoàn toàn bất lực trước sự đau khổ triền miên của tôi vì cảnh mẹ ghẻ con chồng mà ông thừa biết, người mà tôi vĩnh viễn không khi nào gặp lại từ khi tôi bước chân lên máy bay đi du học mười năm. Tôi cũng không được phép về xứ dự đám tang của ông nội vì đang ở trong lứa tuổi phải bị động viên.

Tôi ra đi nước mắt ràng rụa, ôm anh, ôm em từng người lòng đau như dao cắt.

Chương IV

Thời Gian Du Học

Tôi hồi tưởng lại những kỷ niệm của 10 năm du học tại Pháp. Biết bao nhiêu chuyện vui buồn trong cuộc sống tha hương, bao nhiêu sự kình chống giữa 'Câu Lạc Bộ sinh viên quốc gia" và "Hội ái hữu" của sinh viên thân Cộng sản tại Pháp.

Tôi nhớ lại thời vàng son, đầy triển vọng, tràn nhựa sống của tuổi thanh niên. Nhớ ngày gia đình tiễn tôi đi Pháp. Phi trường Tân Sơn Nhứt còn nhỏ hẹp, hành khách vào rồi thì cửa song sắt kéo ngang, tôi lòn tay qua song cửa nắm chặt tay anh Năm tôi, nước mắt chảy ròng, anh nghẹn ngào nhắn nhủ mấy lời không thành tiếng nhưng tôi cũng đoán chắc anh căn dặn ráng học cho thành tài. Tôi bước chân lên thang máy bay, thân xác nặng nề, ngoảnh mặt lại không còn thấy ai nữa! Phi cơ cất cánh, tôi hồi hộp, tôi lo sợ vì đã mất tất cả những gì trong cuộc sống, còn lại một mình cô đơn, sự cô đơn hải hùng, viễn ảnh sẽ gặp lại người thân còn xa vời mù mịt. Nước mắt cứ tuôn trào lâu cho đến khi tôi mệt mỏi. Phi cơ nhỏ, DC3, lại phải bay đường dài nên mất hơn hai ngày mới đến Pháp. Ngủ hai đêm ở Téhéran và Alger.

Tới Paris phi cơ không đáp xuống được vì sương mù dầy đặc do thời tiết xấu của đầu tháng giêng, trên nguyên tắc phải bay về Nice, nhưng trước khi đổi hướng, phi công được lệnh đảo vòng trên trời chờ xem. Gần một giờ sau máy bay mới được lệnh hạ cánh. Tôi vô cùng sợ hãi và mệt mỏi, chuyến bay nầy làm tôi kinh hoàng đến độ bị dị ứng không muốn bước chân lên máy bay nữa trừ những trường hợp bất khả kháng. Ra khỏi sân bay tôi may mắn gặp được Trung Úy Chanson, người Pháp lai Việt, đã từng phục vụ trong văn phòng của phụ thân tôi khi ông Chanson làm việc ở Bến Tre. Ông mời tôi về nhà ở tạm, chỉ vẽ việc sinh sống và tìm trường giùm tôi ở ngoại ô thành phố Paris.

Việc học hành lôi thôi một phần vì chữ nghĩa bất đồng và đúng hơn là vì sức học của tôi quá tồi tệ, thêm vào đó kỷ luật nhà trường quá khắc khe nên sử dụng cái tự do ngông cuồng vì mới được sút lồng không bị ai kềm chế. Tôi bỏ trường thôi học. Tôi đi Pháp vào cuối năm học đệ tứ ở trường Taberd, tôi học dở đến độ thầy Maximin bỏ xó không thèm nói đến tôi, không sửa bài, không chấm điểm, không sắp hạng cuối tuần. Cứ mỗi lần thầy "bề trên" Giám Đốc trường vào "kêu điểm sắp hạng" để khen thưởng hay phê phán khuyên răn thì ông chỉ kêu tên tôi vào phút chót ra đứng sắp hàng sau đuôi. Điều nầy gieo trong đầu tôi sự tự ti mặc cảm nặng nề, sự xấu hổ ê chề đó tạo một dấu ấn trong đầu tôi khó gột rửa mãi cho đến năm tôi vào lớp 10 ở trường Fénelon mới hết. Thành tích học dốt nát của tôi khởi sự từ lớp đệ lục tại Collège Le Myre De Vilers ở Mỹ Tho, sau đổi thành trung học Nguyễn Đình Chiểu.

Cái dốt đó giúp cho anh Lâm Văn Bé, người bạn thuộc nhóm đàn em cùng hoạt động với tôi thời đó, anh là hiệu trưởng trường trung học Nguyễn Đình Chiểu bị tôi chê trách nhiều lần nên anh tức giận về trường lục học bạ của tôi vào năm 1949-1950, sao chụp lại thành nhiều bản gởi cho bạn bè thân hữu trong nhóm cũng là đàn em cộng sự với tôi nói rằng: " Thằng chả học dở như c... mà bây giờ làm trời"! Có lần tất cả gặp nhau có người thuật lại, tôi và cả nhóm cười lăn thích thú. Tôi còn nói thêm với anh Bé rằng: Toa còn chưa biết moa học dở hơn vậy nữa nên bị ông thầy Maximin ở trường Taberd bỏ xó không thèm nói tới tên moa trong lớp. Bé cười hí hởn. Nền giáo dục của Việt Nam thời tôi còn nhỏ vừa khắt khe vừa quan liêu, có tính nhồi sọ hơn là chỉ dạy. Thầy giáo là kẻ bề trên ban phát, sửa phạt nhiều hơn là giúp đỡ dạy dỗ con em. Thầy giáo sử dụng quyền hành, khoe khoang sự hiểu biết nhiều hơn là thực thi thiên chức giáo huấn và đào tạo trẻ em. Vì vậy mà có rất nhiều người vì học trễ hay học dở bị chê cười phải bỏ học luôn.

Sang Pháp tôi đếm lớp xin vào học lớp 9 ở trường Vaujours. Tôi bỏ trường gần cả năm lang thang với bạn bè hư hỏng, may thay tôi gặp lại người bạn cũ học cùng lớp ở trường Saint Joseph Mỹ tho, anh Nguyễn Văn Lễ, con của ông Nguyễn Văn Kính, cựu Hiệu Trưởng trường Pétrus Ký và cũng là cựu nghị sĩ Quốc Hội Việt Nam Cộng Hòa. Chúng tôi gặp nhau trong một quán ăn rẻ tiền, nhỏ hẹp nghèo nàn của người Tàu gần ga xe lửa

Lyon thành phố Paris, quán ăn nầy chỉ bán có một món duy nhứt là mì, simh viên Việt Nam chúng tôi thường gọi là "mì Lyon", gồm một vắt mì to, chan nước và thịt heo xắt nhỏ kho hơi lạt. Bắp cải xắt nhỏ để bên ngoài ai muốn ăn tùy tiện. Gặp nhau, anh Lễ mừng rỡ hỏi tôi học ở trường nào? Tôi trả lời đang bỏ trường, tự học một mình với sách vở hiện có và cũng đang tìm trường. Ông bạn tôi vô cùng ngạc nhiên và lo lắng. Anh rủ tôi xin thi để nhập học cùng trường với anh do linh mục Công Giáo quản trị.

Thật là điều ngẫu nhiên hay là số mạng, Lễ lo cho tôi hết mọi việc và cuối cùng tôi được vào Trường Fénelon, tọa lạc tại 23 rue du Général Foy, quận 8 Paris. Tôi học trường đó cho tới khi thi đậu tú tài mới sang Jean Baptiste Say, dọn thi vào trường Đại Học Canh nông Grignon hồi đó, Paris-Gringon bây giờ. Vào lớp 10 trường Fénelon, tôi chỉ giỏi có môn toán nhờ học riêng khi còn ở trường Vaujours. Sự kiện giỏi toán nhứt lớp làm tôi vô cùng phấn khởi và xóa dần mặc cảm học dốt trong đầu tôi. Từ sự giỏi toán dẫn đến giỏi lý hóa và kể cả sử ký địa dư, thì ra tôi là người giỏi nhứt lớp, thật bất ngờ, thật khôi hài. Sự kiện đứng nhứt lớp về một môn toán mà thôi đủ làm cho tôi hãnh diện, làm thay đổi tư duy của tôi, đủ để xóa bỏ mọi mặc cảm về vấn đề học hành trước đây. Cái bất ngờ, ngẫu nhiên khôi hài nầy tái diễn khi tôi thi vào Đại Học Canh Nông.

Một tuần lễ trước khi thi, tôi cùng với một người bạn dạo chơi trong vườn trồng toàn lê, rừng cây đơm bông trắng xóa, tôi tinh nghịch bẻ một cành hoa đem về nhà chưng chơi. Đêm ngồi vào bàn học tôi bứt một bông, mổ xẻ tường tận, nhận định từng bộ phận mình đã học qua.

Sáng ngày dự thi môn vạn vật, hai Cảnh binh tay cầm phong bì trong đó có đề thi, chính thức và trịnh trọng vào phòng thi giao cho chủ khảo. Vị nầy mở ra miệng đọc tay viết chữ to "La Fleur" nghĩa là cái bông. Dĩ nhiện tôi được chấm đậu vào học trường Paris - Grignon tốt nghiệp kỹ sư canh nông.

VUI SỐNG CỦA TUỔI TRẺ

Tuổi sinh viên là thời gian tràn đầy nhựa sống, lạc quan yêu đời, chưa biết lo xa, chưa nếm mùi đời cay đắng, tuy du học xa nhà, buồn nhớ cha mẹ xóm làng. Mùa hè ở đây 5 giờ sáng mặt trời đã lên cao. Đôi khi nằm trằn trọc không ngủ được, đột nhiên nhớ nhà đến chua xót tâm can, nghĩ ngợi miên man muốn bỏ hết trở về quê sống với đàn em côi cút mất mẹ thiếu tình. Nhưng rồi thực tế của sáng ngày khi thức dậy, lôi tôi về với hiện tại. Phải vào lớp, phải nghe giảng bài, rồi bạn bè vui đùa, buồn chán tan biến một cách tự nhiên lúc nào mình không hay. Cái may của tôi là còn trẻ sống năng động, không bao giờ có khoảng trống thời gian để bị trầm ngâm trong buồn chán. Ngày thường thì học hành bài vở dồn dập, ngày nghỉ thì bạn bè, sinh hoạt, vui chơi giải trí, thời gian lúc nào cũng quá ngắn ngủi. Đầu tuần là đã tính chương trình cho ngày nghỉ sắp đến. Sau lễ Phục sinh là đặt sẵn kế hoạch cho mấy tháng nghỉ hè. Mùa thu mới nhập học là mơ những trận khiêu vũ của các trường đại học tổ chức, hay lo dành dụm tiền để chuẩn bị đi trượt tuyết mùa đông trong dịp lễ giáng sinh, hoặc hẹn hò với bạn Pháp về gia đình chúng nó nghỉ lễ để hiểu biết nhiều hơn tập tục văn hóa của người dân xứ nầy. Tóm lại ngoài việc chú tâm học cho thành tài, bất cứ giá nào cũng phải nắm lấy văn bằng kỹ sư trong tay. Thời gian nhàn rỗi vui chơi với bạn bè. Đôi khi vì quá ham vui mà tạm thời bỏ phế việc học để rồi hối hả thức suốt ngày đêm bắt lại cho kịp, dọn bài thi kiểm cho tốt. Danh từ "cúp cua" có nghĩa vắng mặt bỏ lớp được thường xuyên sử dụng trong giới sinh viên.

Tôi cũng như mọi thanh niên khác, cũng ham vui, cũng phạm nhiều lỗi lầm của tuổi trẻ, cũng đào hoa, cũng khổ lụy và cũng có hưởng được cái tinh túy của tình yêu xuân trẻ. Con người tôi bình thường chẳng đạo đức, chẳng siêu nhân thần thánh gì. Sau khi vượt qua được bức tường tú tài "barrage du Bac" trở thành sinh viên thì đương nhiên được hưởng nhiều quyền lợi và sự ưu đãi của nhà nước. Trước tiên được cấp thẻ vào các quán ăn rẻ tiền đặc biệt dành cho sinh viên. Mỗi bữa ăn giá 75 quan thay vì trung bình phải trả khoảng 300 quan nếu ăn ở các tiệm bên ngoài. Được ở trọ ký túc xá, nhiều cửa hàng cho giảm giá 10% nếu là sinh viên. Khi di chuyển đường xa có thể đón xe xin quá giang dễ dàng, người ta ngừng nếu họ đoán dáng dấp mình là sinh viên. Tóm lại thời gian đó xã hội Pháp trân trọng sinh viên xem họ là những nhà trí thức, kỹ thuật gia tương lai, là rường cột nước nhà, là những bàn tay xây đắp sự phồn vinh cho nước Pháp, bởi vì Pháp quốc mới vượt qua sự tàn phá của đệ nhị thế chiến.

Riêng tôi rất hãnh diện được bước qua cửa rào thứ nhứt dẫn vào thế giới của chuyên viên, trí thức. Sau bằng "tú tài đôi" tôi dọn thi vào đại học Canh Nông tại trường Jean Baptiste Say. Tôi có cảm giác hình như bây giờ mình mới thật sự trưởng thành. Lúc đó tôi mới dám nghĩ đến chí tang bồng, đến sự thành công. Thật là hãnh diện có được thẻ Liên Hội Sinh Viên UNEF trong tay (Union Nationale des Etudiants de France). Hết rồi những ngày cạn tiền phải mượn thẻ sinh viên của bạn vào "ăn lậu" ở các quán ăn dành cho sinh viên, có khi bị phát giác đuổi ra thật là xấu hổ.

Thi vào được Đại học canh nông một trong các "trường lớn" của Pháp (Grandes Ecoles). Gọi là trường lớn là những trường dạy đủ mọi ngành nghề mà quốc gia cần dùng, từ bách khoa đến hầm mỏ, cầu cống, điện lực, hành chánh, sư phạm vân vân...được thành lập thời Hoàng Đế Nã Phá Luân với mục đích đào tạo nhân viên phục vụ cho chính phủ. Muốn vào "trường lớn" phải qua một kỳ thi tuyển có đôi ba ngàn người tham dự mà chỉ chọn khoảng vài trăm người đứng đầu. Chương trình học 3 năm lấy bằng kỹ sư, không được quá 4 năm nghĩa là chỉ có quyền lưu lớp một lần mà thôi, lưu lớp lần thứ hai sẽ bị đuổi khỏi trường, trắng tay không có chứng chỉ bằng cấp gì cả. Khác biệt với các môn học như y khoa, văn khoa, khoa học, lưu lớp bao nhiêu lần cũng được, chỉ cần thi đủ điểm trung bình, chứng minh sự hiểu biết của mình là đỗ đạt lấy bằng cử nhân, bác sĩ, tiến sĩ, thạc sĩ. Một khi thi đậu vào các trường lớn thì được nhà nước trang trải mọi học phí, ưu đãi về vật chất cũng như tinh thần bởi vì đa số sẽ là công chức trong tương lai hay sẽ đứng đầu các cơ quan tư nhân chính yếu của quốc gia.

Năm 1959 có một cuộc điều tra thăm dò của tuần báo *Paris Match* về tương lai của những người tốt nghiệp "trường lớn", đặc biệt trường Bách Khoa (Polytechnique), giá trị cao nhứt trong các trường. Lớp người nầy đứng trong thượng tầng cao nhứt của xã hội Pháp, trong đó có rất nhiều thủ tướng và tổng trưởng. Tiếc thay ngày nay sinh viên tốt nghiệp các "trường lớn" của Pháp thất nghiệp đầy đồng vì hoàn cảnh kinh tế khó khăn. Khác với thời gian của chúng tôi, khi có văn bằng rồi, chúng tôi tìm việc rất dễ dàng, có khi chưa tốt nghiệp mà công ty tư nhân đã tuyển dụng trước, lại còn cho đi tu nghiệp ăn lương. Nhớ lại ngày thi đỗ vào trường Quốc Gia Canh Nông Grignon tôi có cảm giác như chân đi hổng trên mặt đất, lòng ngây ngất như say sưa, trí mở rộng thấy toàn là mộng đẹp tương lai. Thật là sảng khoái, tôi âm thầm hưởng mùi vị của sự thành công lần đầu tiên trong đời. Bởi vì một khi thi đậu vào trường là nắm chắc bằng kỹ sư trong tay.

Cái say mê đắc chí nầy báo hại tôi may chút nữa là tay trắng về quê, nhưng đồng thời cũng cho tôi hiểu được khả năng trí tuệ con người rất lớn, mà mình không chịu khai thác nó cho tận cùng đó thôi. Cũng như sức chịu đựng của thể xác con người ngoài mức tưởng tượng bình thường mà tôi chỉ khám phá được khi bị biệt giam trong nhà tù Cộng sản.

Nói về cái hư hỏng vì chủ quan sau khi thi đậu vào trường, bài vở rất nhiều, môn nào cũng có, từ luật điền địa, khí tượng, xây cất kho trại đến khái niệm tổng quát về nguyên tử học để dùng trong việc thí nghiệm trồng cây, tổng cộng 21 môn, một vài môn rất khó như hóa học đất đai, địa chất học v.v...thế mà tôi cứ nghĩ mình sẽ học và thi dễ dàng như đã từng thi cử bao nhiêu lần. Cho nên hết đi bơi lội với bạn trai thì cởi ngựa du ngoạn với bạn gái trong khu rừng của nhà trường rộng gần 500 mẫu tây. Nào là khiêu vũ suốt đêm, tiệc tùng hay xem chiếu bóng.

Kết quả bài học chép rồi để đó, có khi vắng mặt cúp cua nhờ thằng Sapis ở phòng lân cận, lót giấy "carbone" mỗi khi nó chép bài để cho tôi xin một bản sao.

Tôi nhớ có lần bỏ học luôn hai ngày, ngồi lì trong câu lạc bộ đọc báo suốt, tất cả những tờ báo mô tả từng giờ, từng sự kiện xảy ra trong cuộc âm mưu đảo chánh Tổng Thống De Gaulle. Nghe radio hết đài nầy tới đài khác, xem truyền hình không sót một lần thông tin nào trong ngày. Nguyên nhân cuộc đảo chánh là vì De Gaulle tuyên bố trao trả độc lập cho Algérie, thuộc địa đã từng sáp nhập là phần đất của Pháp Quốc. Đại Tướng Chales và ba Trung Tướng dưới quyền ông là Salan, người đã từng chỉ huy quân đội viễn chinh Pháp tại Đông Dương, Jouhaut và Zeller. Nhóm Tướng Lãnh nầy cáo buộc Tổng Thống phản bội quốc gia, nhường một phần đất cho quân phiến loạn.

Tại Paris, Thủ Tướng Michel Debré kêu gọi quần chúng nổi dậy chống đoàn quân viễn chinh sắp đổ bộ về Paris. Không khí bất an căng thẳng đến tột cùng. De Gaulle vẫn giữ im lặng làm cho tình hình càng ngột ngạt. Tôi tiên đoán với bạn bè rằng, "De Gaulle, người đã hai lần cứu nguy nước Pháp, với uy tín và sự khôn ngoan, sẽ đọc một bài diễn văn, cũng lâm ly chứa đầy tình và lý như lời kêu gọi kháng chiến chống Đức quốc xã ngày 18 tháng 6 năm 1942, và sau đó mọi việc sẽ giải quyết không cần có tiếng súng". Mấy thằng bạn học trong trường chê cười tôi là dốt chính trị, nằm mơ, có thằng còn nói tôi điên.

Thực tế xảy ra, sau bài diễn văn của Tổng Thống De Gaulle, Đại Tướng Chales tuyên bố đầu hàng, tự nộp mình là tù nhân, yêu cầu Paris chỉ định người dẫn giải. Nhưng ông ra lệnh cho ba ông Tướng khác phải trốn để tiếp tục tranh đấu. Về sau ba vị nầy tổ chức quân đội bí mật OAS,

Organisation de l'armée secrète, bị bắt và chịu án chung thân. Đồng thời Đại Tướng Chales cũng ra lệnh cho Thiếu tá Trung Đoàn Trưởng nhảy dù, De Saint Marc, người chịu trách nhiệm bắt giam toàn bộ đại diện chính quyền Paris tại Alger phải trốn đi. Thiếu tá De Saint Marc trả lời: "Xin Đại tướng cho phép tôi giữ danh dự của một sĩ quan, xin cho tôi trả cái giá của một hành động có suy nghĩ cũng như Đại Tướng đang làm". Cử chỉ anh hùng của De Saint Marc dạy tôi một bài học về sĩ khí, ảnh hưởng sâu sắc và đeo đuổi tôi suốt đời.

Có những đêm khuya sau khi học đến chán ngán, bạn bè thường đến phòng tôi bàn đủ mọi khía cạnh chính trị của xứ Pháp thời đó, thật vui nhộn và bổ ích. Thằng Rodinson, đảng viên Cộng sản chỉ thuộc có một bài, chỉ lý luận có một chiều, đó là tư bản bóc lột, thực dân vô nhân đạo, chính phủ nào, chế độ nào thì cũng như nhau, đả đảo tư bản. Vì vậy mỗi khi gặp nó ở đâu hay nó vác mặt vô phòng nào là chúng tôi hô to đả đảo tư bản, ủa mà đả đảo Cộng sản, để trêu ghẹo anh ta.

Sau khi tôi ra tù năm 1988, lúc đó Rodinson làm việc tại Grenoble có nhắn người bạn của anh ghé qua Việt Nam gởi lời thăm tôi. Bây giờ nhớ lại tôi mới nghĩ Giáo Sư Récamier, người đỡ đầu cho luận án ra trường của tôi, nói trước khi chia tay "mầy chọn lầm nghề rồi, đáng lý mầy phải học luật khoa hay khoa học chính trị mới đúng". Năm 1991 trở lại Paris, trong bữa cơm hội ngộ bạn đồng khóa và thầy cũ, Giáo sư Récamier dõng dạc tuyên bố "tôi đã dự đoán tương lai của nó trước khi nó từ giã nhà trường. Nó sẽ làm chính trị có chức vụ lớn không ngờ nó lại ngồi tù. Thì ra nó nếm mùi cả hai", mọi người vỗ tay tán thưởng.

Gần cuối năm học thứ nhứt, nhà trường thông báo thi

kiểm toàn bộ trong thời gian 15 ngày. Chỉ thi vấn đáp mà thôi. Tôi hốt hoảng vì cứ tưởng rằng thi hết môn nầy đến môn khác, hết tuần nầy đến tuần khác nào ngờ nhiều vị Giáo Sư đến chấm thi cả ngày đêm ngủ tại trường sau khi chấm thi đến khuya. Trời ơi! Làm sao tôi học cho kịp để thi lên lớp! Nhưng "nước tới trôn thì phải nhảy", tôi ôn bài không ngừng nghỉ, uống cà phê để thức, uống trà chống ngủ. Kinh nghiệm cho tôi biết trà thật đậm thức đêm tỉnh táo, tốt hơn cà phê nhiều. Vừa ôn bài vừa hốt hoảng lo âu, sự hốt hoảng đó làm cho trí tuệ dễ mở mang, dễ ghi nhớ rõ ràng những gì mình bị bắt buộc phải chú ý. Tôi chỉ có thì giờ đọc qua một lần bài học các môn khó. Có khi không đủ giờ thì đối với những môn dễ như trồng tỉa, tổ chức việc làm khoa học, tôi quýnh quáng lật từng trang sách hay bài chép, chỉ xem hình, chỉ nhìn công thức nếu có, cố hết sức mà nhớ rồi đi thi chở không đọc được bài đó ít ra một lần. Ấy vậy mà tôi cũng có dư điểm. Kết quả kỳ thi lên lớp, nhà trường dán giấy thông báo tôi đứng hạng 22 trên 56 với điểm trung bình 14 một phần tư. Thật không ngờ!

Sau kỳ thi đó tôi nói đùa với các bạn đồng song: Bất cứ môn học nào, bất cứ thứ văn bằng gì, chúng ta chỉ cần cầm sách đọc qua một lần là có khả năng thi đỗ ngay. Đa số bọn chúng cười, bảo đồng tình bởi vì cũng có nhiều thằng bị thời gian dồn ép như tôi.

Cũng trong tinh thần bị dồn ép nẩy sinh năng lực phi thường như chuyện kể sau đây: Có một anh bạn người Pháp, bơi lội rất dở, năm đó anh nghỉ hè đi xuống ra khơi câu cá. Vô phúc xuồng cao-su bị rách, chìm giữa biển cách bờ gần 5 cây số, tàu bè không qua lại, dù biết mình không bơi nổi tới bờ nhưng sự sợ hãi làm tăng năng lực, anh bơi vô bờ mà cũng không ngờ mình được sống sót.

Bãi trường năm đó tôi rủ Félix cùng đi cấm trại tại một đảo Miền Bắc xứ Pháp, Ile de Bréhat, nơi đó có nhiều cá theo một bài viết đăng trên báo do nhiều tay câu đã ghé qua đảo nầy tường thuật. Chúng tôi mướn lều cắm trại nhỏ dành cho hai người và túi ngủ ấm cá nhân. Vai mang "ba lô" hai đứa lên đường quá giang xe đi hơn 400 cây số nhắm về hướng bến phà Pimpol. Trên đường đi có lúc vui vẻ hào hứng, có khi ngã lòng bực bội lúc ngồi chờ xe của người bằng lòng cho mình quá giang. Cuối cùng chúng tôi đến bến phà Pimpol, phà nhỏ đưa qua Ile de Bréhat. Ngày đó biển Atlantique có nhiều sóng, chúng tôi lo sợ nhiều trước khi tới bờ.

Hòn đảo nhỏ rất đẹp, dân số độ vài ngàn, chúng tôi khởi sự mướn một xe đạp chở nhau đi tìm chỗ cắm lều. Đứng trên một đồi con nhìn xuống thung lũng sát bờ biển, nào đồi cát lô nhô nào lùm cây bụi rậm, tôi quyết định cắm trại nơi nầy vì thấy có năm ba lều đã căng sẵn. Nghỉ hè ở đây một tháng, vui sống như cảnh thiên đàng, hàng ngày câu cá ăn không hết, biếu tặng cho những người ở căn lều gần bên, họ cho lại nào phó-mát (fromage) nào trứng gà, đồ hộp, bánh trái ê hề.

Chúng tôi rủ nhau tập hợp đông đảo bạn trẻ nam nữ nghỉ hè tại đó, kết thành đàn, tắm lội chung, chia đội chơi bóng chuyền, vũ cầu đấu với nhau thật vui. Có những cuộc du ngoạn thám hiểm bờ biển quanh hòn đảo, có cơ hội tán tỉnh các cô gái đẹp trong nhóm bạn và cả các cô ngoài làng. Tôi có gặp được người yêu, có chia sẻ một mối tình thú vị kéo dài.

Tôi cũng gặp được một trường hợp khôi hài khó quên. Xin kể lại để cười chơi. Số là mỗi tối, cái làng nhỏ bé đó có tổ chức khiêu vũ trong một căn nhà trống trải, dùng để nhóm chợ ban ngày. Đêm nào cần khiêu vũ người ta lấy màn vải bao quanh, chừa cửa vô để bán giấy tới 9 giờ đêm là xả giàn, vô ra tự do. Félix và tôi, sinh viên ít tiền, tối nào cũng đợi đến 9 giờ 30 mới lấy xe đạp đi khiêu vũ khỏi phải trả tiền. Đêm đó tôi gặp một cô gái rất xinh đẹp ngồi uống rượu với người em, uống rượu chát trắng thay vì champagne theo đúng cung cách của những tiểu thơ trong dịp nầy. Tôi bảo Félix: để tao làm quen rủ cô em nầy về Paris đi nhảy đầm tiếp cho mầy coi. Félix cười nói:

– Cô ta sẽ nhai đầu mầy nhậu với rượu chát cho mầy xem, con gái mà uống rượu như hũ chìm là không ổn rồi.

– Tôi không trả lời Félix, nhạc vừa trổi, tôi đi tới bàn của người đẹp, giang tay nghiêng đầu mời, cô em đứng dậy choàng tay lên vai, chúng tôi bắt đầu bước theo điệu nhạc... Để mở đầu câu chuyện, tôi khởi sự bằng câu xã giao:

– Cô là một trong những người đẹp nhứt buổi chiều nay".

– Hay quá ha! Rồi sao nữa nói đi..." cô ta xổ một tràng những câu làm tôi muốn điếc con ráy... mắc cỡ đến cứng người! Ông nói đi: chẳng những tôi đẹp mà còn có duyên nữa... tôi có tầm nhìn xa, tôi hiểu biết rộng... và ông muốn làm quen với tôi... rồi cuối cùng ông sẽ tiếp tục nói điều mà ông chủ mưu và chờ đợi cơ hội để nói... ông thương tôi... ông muốn ngủ với tôi... nói đi. Tôi thuộc bài nầy rồi. Ông có biết tôi là ai không? Ông là người Việt Nam chớ gì? Vậy thì chắc ông có nghe nói đến Đại Tá Besson, Giám Đốc bệnh viện Biên Hòa, tôi ở Biên Hòa một thời gian khá lâu, có lẽ tôi ăn bưởi Biên Hòa nhiều hơn ông nữa là khác, nên xin ông đừng tưởng tôi là chim non mà ba hoa chít chòe.

Thật là một gáo nước lạnh tạt vào mặt, tôi chới với,

mất bình tỉnh gần một phút, hoàn hồn lại tôi mới tìm ra được câu đối đáp:

– Cô lầm rồi, có lẽ cô chưa bao giờ gặp được người cảm nhận tình yêu một cách đứng đắn nghiêm chỉnh, có tâm hồn lãng mạn. Những người Á Đông chúng tôi không nhìn đời bằng đôi mắt quá bình thường như người phương tây của cô, hiểu tình yêu đồng nghĩa với tình dục, thực tế một cách hạ lưu (terre à terre). Người Á Đông chúng tôi khác, biết trân trọng tình yêu thuần khiết một cách cao thượng (l'amour platonique). Tình thế nầy tôi đành phải lên giọng nói dối nhưng cũng có một ít phần thật.

– A, chuyện lạ đấy. Nếu thật như vậy thì tôi cũng muốn biết cái nhân sinh quan, cái văn hóa Á Đông của các người như thế nào?

Không ngờ sự kiện tôi bị lật tẩy rồi nẩy sinh ra ý và lời để bào chữa cho qua cơn xấu hổ, nhưng đó lại là đề tài bàn cãi sôi nổi giữa đôi trai gái mới quen nhau mà đã tâm đồng ý hợp, dắt nhau ra bờ biển nói chuyện mãi đến gần hai giờ sáng!

Thằng Félix phải chờ cả giờ, nên trên đường về nó xỉ vả tôi thậm tệ về tội mê gái bỏ bạn. Anne Marie Besson và tôi kết bạn từ đó, hai năm dài mà không hề gần gũi về xác thịt. Cho đến khi sắp lấy chồng, cô gặp tôi yêu cầu tôi tổ chức một buổi dạ tiệc có khiêu vũ (surprise partie) để từ giã nhau. Sau tiệc vui cô ôm tôi nói:

– Tôi hiến dâng thân xác tôi cho anh đêm nay, lần đầu và lần cuối bởi vì tuần sau tôi sẽ lấy chồng. Đám cưới tôi sẽ không mời anh. Đêm cuối cùng hôm nay để ghi nhớ thời gian chúng mình làm bạn, thương nhau hết tình mà giữ được trong trắng cao thượng cho đến bây giờ. Tôi âu yếm trả lời:

– Chúng mình giữ được tình yêu thuần khiết thời gian qua khá dài, nếu đêm nay hai chúng ta nếm được thú vị tuyệt vời của tình dục thì mình sẽ hối tiếc suốt đời tại sao đã bỏ qua biết bao nhiêu cơ hội. Còn nếu thấy đó cũng chỉ là mùi vị tầm thường thì chi bằng chúng ta dựa lưng nhau trên ghế để chờ sáng chia tay, giữ lại một kỷ niệm êm đẹp, suốt đời. Mối tình nầy cho tôi thấy hai mặt thật của tình yêu, thể xác và tinh thần.

Tuổi trẻ có nhiều đam mê, tự hào, rạo rực, cho nên tôi lại thêm một lần nữa sa vào lưới tình. Francoise Étiévant, con gái của Kế Toán Trưởng cư ngụ tại trường, rất đẹp, sinh viên cả ba khóa đua nhau ve vãn mong được lọt vào mắt xanh của nàng, trong số đó có tôi. Tôi để ý thấy mỗi chiều cô hay đứng tựa cửa sổ nhìn cảnh vật sắp chìm dần trong hoàng hôn sậm tối.

Thẳng tầm nhìn từ cửa sổ của cô cách chừng 200 thước là chuồng ngựa dành cho sinh viên thích môn kỵ mã. Chiều nào tôi cũng lên yên đi thẳng tới cửa sổ của nàng dỡ nón chào. Những ngày đầu cô ngoảnh mặt đóng cửa một cách bực tức. Lần hồi cô chẳng thèm đóng cửa, mặt tỉnh bơ lộ vẻ chê bai. Lâu ngày dài tháng cô mỉm cười vì thấy lạ, rồi đến lượt vẫy tay chào với nụ cười thiện cảm... Từ đó bắt đầu hẹn hò, tình yêu nẩy nở. Cho đến khi ba cô biết được ra lệnh cấm đoán vì cô hãy còn vị thành niên. Tình yêu mãnh liệt nung nấu lòng can đảm, tôi nói sẽ đến nhà cô xin gặp Kế Toán Trưởng để công khai thú nhận và xin phép, mặc dù Francoise hết lời cản ngăn biết rằng ba cô sẽ mãnh liệt cự tuyệt. Tôi vẫn đến nhà ông Etiévant. Trước thái độ gay gắt của người cha bất bình, tôi giãi bày và thuyết phục, cuối cùng ông đồng ý cho phép chúng tôi tiếp tục giao du. Cuộc tình đẹp nhứt của một thời son trẻ, nhưng do hoàn cảnh tế nhị của gia đình và xã hội Việt Nam thời đó, tôi không muốn kết hôn với một người nước ngoài. Ngày chia tay về xứ, nước mắt tuôn ròng, ruột thắt tim đau!

Từ ngày đó kéo dài ba năm trời, gần như mỗi ngày tôi nhận một lá thư từ Paris gởi về, nhận quà cáp ngày sinh nhựt hay lễ bổn mạng thánh Thomas. Mỗi khi Francoise gặp chuyện khó thì cô ta suy nghĩ tìm cách giải quyết thuận theo ý tôi, sau đó biên thơ hỏi: Trong lúc vắng mặt anh, tôi giải quyết như vậy có vừa lòng anh không? Điều mà tôi quí trọng và ít thấy nơi một cô gái Việt Nam nào khác.

Như trong bài hát "Complaintes des Infidèles" có câu rằng "l'amour n'est pas éternel" (không cuộc tình nào trường tồn vĩnh viễn). Nhưng, kỷ niệm êm đềm khó kiếm đó theo đuổi suốt đời tôi. Những năm đại học vô cùng bổ ích cho tôi, không phải vì sự hiểu biết chuyên môn mà là sự rèn luyện ý chí, tính tình, tự tin. Thời gian mà trí óc tôi mở rộng, tâm hồn tôi sảng khoái. Thời gian đó cung cấp cho tôi khá nhiều hành trang để vào đời.

CHƯƠNG V

HOẠT ĐỘNG CỦA VIỆT CỘNG Ở PARIS THẬP NIÊN 1950-1960

Thời gian học ở Paris, Nguyễn Văn Lễ và tôi thường xuyên lui tới Liên Đoàn Công Giáo hội họp với học sinh Việt Nam, lần hồi tôi được bầu làm chủ tịch học sinh, rồi chủ tịch sinh viên, rồi chủ tịch liên đoàn Công Giáo. Tôi liên hệ mật thiết với các linh mục Tuyên Úy Nguyễn Quang Lãm, con người vui tính hoạt bác dễ kết thân, về sau ông là Chủ Nhiệm Nhật Báo *Xây Dựng*. Linh mục Nguyễn Bình An sau là Bề Trên dòng Phanxicô. Tôi học hỏi rất nhiều với ngài, từ tinh thần đạo đức, sự khiêm tốn nhẫn nại đến cái nhìn xa về xã hội và con người, nhưng tiếc thay tôi không áp dụng được bao nhiêu khi vào đời. Linh mục Ngô duy Linh sau là Giám đốc trường quốc gia âm nhạc Huế.

Những năm hoạt động trong Liên Đoàn Công giáo là

thời gian học hỏi sống đạo, sống đời, thời gian trau dồi sự hiểu biết về người và về chính mình, hiểu tình người, tình bạn, nếm mùi thất bại và thành công. Tóm lại tôi đang dọn con đường của tương lai, tôi đang học để thành nhân mà bản thân mình hoàn toàn không để ý chỉ xem như sinh hoạt bình thường.

Anh chị em ở Liên Đoàn Công Giáo ngoài việc trau dồi đạo đức theo tinh thần phúc âm và kinh thánh, mỗi năm chúng tôi tổ chức Tết tha hương có văn nghệ kịch bản vui nhộn. Thời gian đó tại Paris có ba tổ chức kình chống nhau ngấm ngầm, đó là hội Ái Hữu của Cộng sản Việt Nam, do Nguyễn Khắc Viện, Đại Diện chính thức của Bắc Việt gián tiếp điều khiển. Ban Văn Hóa của Tòa Đại Sứ Việt Nam Cộng Hòa có tổ chức một hội sinh viên. Và Liên Đoàn Công Giáo Việt Nam. Mục đích của ba tổ chức nói trên là muốn thuyết phục để thu hút sinh viên Việt Nam tại Pháp vào nhóm của mình.

"Học Sinh là người tổ quốc mong cho mai sau", vì vậy mà hai tổ chức chính trị đại diện cho hai miền Nam Bắc tích cực tranh thủ, mỗi bên theo cung cách của mình, cố tranh giành ảnh hưởng đối với sinh viên du học tại Pháp, đặc biệt tại Paris.

Viết sự thật về hai cơ quan mang trách nhiệm quảng bá và bảo vệ chính nghĩa của quốc gia hay Cộng sản, dễ có thể bị hiểu lầm và bị xuyên tạc là thiên cộng. Hay là vô tình "vạch áo cho người xem lưng" nghĩa là cho bọn Cộng sản có cơ hội chê cười người quốc gia mình là công chức quan liêu, không có lý tưởng, ỷ quyền ham lợi.

Tôi cố giữ tính khách quan và trình bày sự kiện một cách trung thực như đã hứa trong "Đôi Lời Tâm Sự" ở trang đầu. Đa số những người ở Paris trong khoảng thời gian đó có thể xác nhận được. Vả lại tôi viết để cho mọi người thấy được có sự mâu thuẫn và đấu tranh ý thức hệ ở khắp mọi nơi giữa những người quốc gia và Cộng sản, ngay trong lớp sinh viên tại Paris huống chi là bên nhà bằng chiến tranh và bạo động.

Tưởng cũng nên nhắc sơ về thuở tôi còn non trẻ chưa đầy mười tuổi, đã phải "chạy giặc" vì tin đồn "Cộng sản dậy" nơi nầy nơi khác, trong quận Bình Đại hay trong tỉnh Bến tre. Lúc mười một mười hai tuổi, rất nhiều đêm anh em tôi phải theo cha trốn ra gò mả, bờ bụi, mương dừa, lùm cây để ngủ qua đêm vì lời hăm dọa của Cộng sản sẽ thủ tiêu điền chủ và "hương chức hội tề". Ông nội tôi là Tri Huyện, chức hàm, ba tôi là Chánh Hương Quản thời đó. Những năm 1945-46-47 mỗi khi tôi lên tỉnh học, đi trên đò máy chở khách chạy dọc theo sông Cửu Long, lúc nào cũng có xác người chết trôi lình bình gọi là "thằng chổng". Những "thầy ma" nầy do Cộng sản giết thả sông chúng nói là "cho đi mò tôm". Một chính sách, một hành động khủng bố tàn ác và gieo sợ hãi để buộc người dân theo họ, và để trả thù cá nhân của bọn bần cố nông gặp được cơ hội.

Thời đó những con tôm người ta chài lưới bắt được trên sông Cửu Long từ khúc Mỹ Tho chảy dài ra Cửa Đại, bờ biển, hay sông Ba Lai vùng Bến Tre bán rẻ như cho mà người ta không dám mua ăn sợ con tôm đeo rỉa ăn thịt thây ma "thằng chổng" do cộng sản "cho đi mò tôm".

Trở lại chuyện Paris vào thập niên 1950-60 phía Cộng sản hoạt động rất mạnh. Những cán bộ Cộng sản ở Paris thời đó hiểu rõ hoàn cảnh xa nhà, thương cha nhớ mẹ của du học sinh, đa số cô đơn trong cảnh đèn sách. Gần như tất cả phải miệt mài cho đến ngày đỗ đạt thành công. Sinh viên không thể về nước thăm nhà rồi trở qua tiếp tục học bởi vì thời gian chiến tranh, luật tổng động viên đã ban hành ở miền Nam, thoát được ra ngoài du học đã là một may mắn đặc biệt, nhờ học bổng của Pháp hay do tư thế của gia đình mới có được ân huệ đó chở không phải thừa tiền muốn đi du học là đi. Còn sinh viên đến Pháp từ miền Bắc Việt Nam gần như không có một người nào.

Cán bộ Cộng sản khôn ngoan khai thác tâm tư tình cảm của kẻ tha hương một cách có nghiên cứu và có hệ thống. Việc đầu tiên là họ dò hỏi mỗi chuyến bay, mỗi lượt tàu thủy từ miền Nam Việt Nam đến Pháp rồi họ cắt cử người đi đón người sinh viên mới sang. Họ sẵn sàng chờ máy bay hạ cánh dù có trễ đến hai ba giờ khuya hay tàu thủy cập bến tới Marseille vào những ngày nghỉ cũng có người chờ đợi để tỏ tình đồng hương và thiện chí muốn giúp đỡ bạn bè mới sang xứ lạ quê người chở không có bất cứ mục đích gì khác. Tuy nhiên bọn cán bộ Cộng sản lúc nào cũng không quên bỏ nhỏ rằng Tòa Đại Sứ Việt Nam Cộng Hòa của mình không cần đếm xỉa đến sinh viên, để chết sống mặc bây dù họ có bổn phận phải lo cho người Việt Nam tại Pháp đặc biệt là du học sinh.

Thiện chí và tình đồng hương là mặt trái của vấn đề còn bên trong là Cộng sản Hà Nội nhân cơ hội tìm cách kết nạp đảng viên hay cảm tình viên. Với mục đích thầm kín đó và do đảng chỉ thị, bọn Cộng sản Việt Nam và cảm tình viên rất chịu khó và kiên trì hoạt động. Nếu người mới đến có thân nhân đón rước thì thành viên hội Ái Hữu sẽ làm quen hướng dẫn, kết thân luôn với cả gia đình, khuyên bảo lựa chọn trường học, rước đi chơi ngày nghỉ, rồi dần giai rỉ tai giải thích sự thiện nguyện của họ vì tình ái hữu đồng hương, sau đó mới nói chính trị, mới lên án chỉ trích "bọn thân tây" hay "tay sai của Mỹ". Họ khơi dậy lòng yêu nước sẵn có của bất cứ người thanh niên nào, kích thích sự tự hào dân tộc, ý chí độc lập tự do, chống chế độ nô lệ, hoặc khơi dậy tính tự hào, thói đua đòi giả tạo muốn học làm dáng vẻ trí thức, hiểu biết việc đời của người mới đến. Họ kết thân với nhau bằng mọi cách, đưa dần người bạn mới vào đảng cộng sản hoặc cảm tình viên hoạt động cho hội Ái Hữu.

Ban Văn Hóa Tòa Đại Sứ vì không muốn nhường sân trống cho bọn Ái Hữu độc quyền hoạt động nên cũng cử người đi rước bạn mới sang, nhưng khi thì cử công chức của cơ quan khi thì mướn người ngoài cho có lệ, không ai chịu chờ đợi ngoài giờ làm việc hoặc có rước được người thì chỉ đưa về chỗ ở của họ là xong. Một cách thi ân không cần thiết. Về sau, khi người anh em đó biết rõ cung cách hành động của đôi bên thì Ban Văn Hóa của mình bị mất cảm tình và gặt lấy ảnh hưởng ngược.

Giữa thập niên 1950-1960 tại Pháp hai chữ "trí thức" gần nghĩa với "thiên tả". Đi ngoài đường có người cầm nhật báo *Le Monde* hay tuần báo *L'Express* dù không đọc được chữ Pháp trôi chảy hay đọc mà không chắc hiểu hết được ý nghĩa thật sự của bài báo, cho ra vẻ người trí thức của thời đại. Thanh niên Pháp đang sùng bái thuyết "hiện sinh" sống vui sống vội của Jean Paul Sartre, văn hào nổi tiếng thân Cộng sản. Về sau ông ta lại từ bỏ đảng Cộng sản nói rằng vì lý tưởng nên thay đổi lập trường. Giới sinh viên tranh nhau đọc tiểu thuyết của nữ văn sĩ trẻ tuổi Francoise Sagan, cô ta còn là sinh viên văn khoa tại đại học Sorbonne mà đã viết quyển đầu tay "Bonjour Tristesse" (Buồn ơi ta chào mi) bán chạy như tôm tươi. Trong những cuộc hội hè đàm thoại, những lời phát biểu có tính khuynh tả hay nói theo luận điệu của đảng Xã hội, đảng Cộng sản là hợp thời trang.

Trong bối cảnh đó sinh viên Việt Nam du học được cấp một số chuyển ngân, gia đình dùng nó để gởi tiền mỗi tháng 25.000 quan vừa đủ để đóng tiền học và sinh sống trong tháng. Số tiền nầy được nâng lên 35.000 quan theo sự gia tăng của vật giá. Những sinh viên nào không học, không có chứng chỉ học trình thì bị "cúp sổ chuyển ngân" sẽ không có tiền sinh sống, phải bỏ học hoặc đi làm công nhân vất vả trong các hãng xưởng hay chạy bồi bàn ở các quán cà phê. Ban Văn Hóa Tòa Đại Sứ Việt Nam Cộng Hòa lợi dụng cái quyền ban phát số chuyển ngân đó như một bửu bối để dụ dỗ, áp lực hay trừng phạt những ai thân thuộc với hội Ái Hữu Cộng sản. Sinh viên Việt Nam tại Paris có khoảng 3.000 người, theo tài liệu của Ban Văn Hóa tòa đại sứ năm 1959. Trong số đó không có được 10% vào đại học. Rải rác các tỉnh xứ Pháp thì ít hơn nhiều, trên dưới không tới 1.000 du học sinh.

Xa nhà, không bị sự kềm chế của cha mẹ, sống trong cảnh xa hoa tráng lệ của Paris thời đó, số đông bị quyến rũ bởi sự ăn chơi, khiêu vũ, bỏ bê việc học dẫn đến mất sổ chuyển ngân. Hội viên Ái Hữu Cộng sản lợi dụng thời cơ tiếp xúc, an ủi, chỉ trích và tố khổ Tòa Đại Sứ Việt Nam Cộng Hòa bất nhân, vô tình, không khuyến khích giúp đỡ mà còn lợi dụng quyền cấp phát sổ chuyển ngân để làm khó dễ, hăm dọa thay vì thông cảm, dễ dãi khuyên lớn. Họ mời những người bạn thiếu may mắn nầy về quán cơm rẻ tiền của hội Ái Hữu ăn miễn phí, tạm thời cho qua cơn khó. Rồi ai muốn đi làm họ sẽ tìm việc cho, thậm chí có thể giúp việc tại quán ăn dọn bàn, rửa chén kiếm tiền, coi đó là nhà, là nơi sinh hoạt. Thế là trong tương lai Cộng sản sẽ kết nạp được một đảng viên.

Người anh bà con đầu ông cố ngoại của tôi, Đoàn Văn Trung bị vướng tròng, khởi sự chạy bàn cho quán ăn Ái Hữu rồi trở thành đảng viên Cộng sản, người em chú bác ruột của anh Trung là Đoàn Thế Phong vì mặc cảm con nhà "tư sản", và cũng vì tinh thần độc lập tự do mà ngả theo đảng Cộng sản. Buồn cười là năm 1961 tôi chuẩn bị về xứ, Phong đang học vật lý nguyên tử (Physique nucléaire), đến nhà tôi ở khu Barbès Rochechouard thuyết phục tôi về Bắc giúp nước. Anh ấy và tôi cãi lý một đêm, to tiếng mất lòng nhau cũng nhiều.

Vậy mà sau ngày 30 tháng tư năm 1975, hai ông Cộng sản xu thời, vô tri nầy về Việt Nam mà không ông nào chịu nổi cái mùi độc tài gian ác của chế độ Hà Nội thời đó đang "tiến nhanh tiến mạnh lên xã hội chủ nghĩa", không dám hy sinh ở lại giúp nước mặc dù Việt Nam đang rất cần chuyên viên nguyên tử hay giáo sư vật lý như Đoàn Thế Phong và người công nhân "tiên tiến" biết "lao động là vinh quang" như Đoàn văn Trung! Hai ông vội vã trở về Pháp sinh sống cảnh tha hương mất gốc suốt đời. Năm 1991 sau 11 năm tù cộng sản, sang Pháp trở lại tôi có liên lạc với Đoàn Thế Phong và hỏi anh: Cậu và mợ Bảy có mạnh khỏe không? Lúc nầy là lúc an toàn và vinh quang nhứt tại sao anh không ở lại Việt Nam mà giúp nước và lo cho đời sống của cậu mợ đang cần sự giúp đỡ của anh? Anh ta trả lời giọng hằn học bực tức: "Mầy mỉa mai tao làm gì"?

Nói về sinh hoạt chính trị tại Paris, đối đầu với hội Ái Hữu là Ban Văn Hóa của Toà Đại Sứ Việt Nam Cộng Hòa. Ông Trưởng Ban Văn Hóa và một vài nhân viên có quyền tại đây chỉ biết dùng cái vũ khí trơ trẽn thất nhân tâm là "cúp sổ chuyển ngân". Nhiều người học dở hay trụy lạc tạm thời bị làm khó dễ hay bị thẳng tay cúp sổ gởi tiền, điêu đứng chật vật, có thể thất bại trong việc học hành, hư hại cuộc đời một cách oan uổng. Ban Văn Hóa không có một ai biết tạo điều kiện cho sinh viên học thành tài. Không có chủ trương thu phục lòng người, không có chữ "tâm" trong hành động, người công chức Việt Nam Cộng Hòa của Tòa Đại Sứ Paris không có hình ảnh của quốc gia trong lòng họ mà chỉ có hình ảnh của Paris tráng lệ và một chỗ làm lương cao khó kiếm so với biết bao nhiêu công chức ở nước nhà. Cho nên họ không có chữ "trí" trong kế hoạch hành sự, không cần biết sinh viên nghĩ gì về tòa Đại Sứ và phê phán như thế nào về cái chính nghĩa quốc gia mà họ là những người đại diện có bổn phận phải truyền bá và bảo vệ. Ngay cả ông Thuyên, tham vụ chuyên môn Trưởng Ban văn hoá hình như là mục sư Tin Lành cũng không có lý tưởng của người quốc gia mà chỉ có thái độ quan liêu của người công chức được đặc ân làm việc ở nước ngoài hưởng lương cao bổng lộc hậu.

Những ai kết thân làm bạn hay giao du với người của hội Ái Hữu cho dù có biện hộ là ở một nước dân chủ có quyền tự do kết bạn cũng bị cúp sổ chuyển ngân vĩnh viễn . Việc học sẽ bê trễ hoặc thất bại. Ban Văn Hóa không hề biết thông cảm cho những trường hợp bạn học cùng trường hay thân nhân xa gần đã lạc đường mất hướng, càng không biết thuyết phục để chiêu dụ, thái độ gần như không cần ai, trái lại việc « cúp sổ chuyển ngân là một bằng cớ để báo cáo với chính quyền là họ có hoạt động, có theo dõi sinh viên! » Cơ quan nầy ít khi tổ chức sinh hoạt hội hè, không làm gì để giúp sinh viên Việt Nam giữ vững lập trường quốc gia.

Liên Đoàn Công Giáo Việt Nam ở Paris không hoạt động chính trị với danh nghĩa chính thức nhưng lập trường của thành viên liên đoàn đương nhiên là đối ngược với Cộng sản. Họ luôn hướng về quê hương, tuyệt đại đa số tập trung tinh thần vào việc học bởi vì "chơi bời" là tội lỗi. Những bài giảng của các linh mục ngày chúa nhật nhắc nhở phải học "để về giúp nước. Tôi còn nhớ lời của linh mục già Nguyễn Văn Tường trên tòa giảng, giọng nói chậm rãi kéo dài: "Có những người lấy đêm làm ngày...lấy ngày làm đêm...cha mẹ có tiền cho đi ăn học mà chẳng chịu học...chơi bời lêu lỏng...làm tổn hao công lao tiền bạc của cha mẹ...vân vân..." Chúng tôi thường lập đi lập lại câu nầy để ngạo nghể diễu cợt đồng thời cũng là một cách gián tiếp nhắc nhở lẫn nhau. Thật là khôi hài nhưng cũng có ích lợi bởi vì không ai dám làm con "chiên ghẻ" trong Liên Đoàn để cho bạn bè phê phán nhứt là mấy cô mấy chị chê cười thì có thể sẽ bị ế...vợ.

Dĩ nhiên cũng có một hai anh bị mang tiếng oan là đã trụy lạc, đúng hay sai điều đó chỉ có mình anh ấy biết, vì lịch sự và vì sự tế nhị không cho phép người khác tò mò dọ hỏi. Đa số thành viên của liên đoàn, học đỗ đạt thành tài, đều về Miền Nam trở thành công chức cao cấp của chế độ Việt Nam Cộng Hòa. Cố Tổng Thống Ngô Đình Diệm trước khi về Việt Nam nhậm chức Thủ Tướng, từ Mỹ quốc sang Paris ghé qua Liên

Đoàn Công Giáo để khuyến dụ anh em cùng về với ông giúp nước. Buổi nói chuyện chiều hôm đó có tôi tham dự, tiếc rằng tôi học chưa xong chờ nếu không thì chắc tôi cũng nghe theo ông Ngô Đình Diệm về Việt Nam rồi. Những anh Trương Công Cừu, Nguyễn Huy Bảo, Nguyễn Văn Ái, Trần Hữu Phương đã hồi hương giúp việc cho chính phủ.

CHƯƠNG VI

LIÊN ĐOÀN CÔNG GIÁO
VIỆT NAM TẠI PARIS

Mỗi năm ban chấp hành của Liên Đoàn và cha Tuyên Úy thường tổ chức "cấm phòng" đôi ba ngày, anh chị em Công Giáo có dịp xét lại cuộc đời giáo dân của mình và nghĩ cách làm thế nào để trở nên thánh thiện hơn. Đôi khi Liên Đoàn tổ chức du ngoạn ở các nước Âu Châu để mở rộng tầm mắt và học hỏi thêm như người mình thường nói "đi một ngày đàng học một sàng khôn". Năm 1955 chúng tôi đi Bỉ, Lục Xâm Bảo và Đức Quốc. Hơn mười năm sau chiến tranh mà thành phố Bonn của Tây Đức còn giữ hình ảnh của sự tàn phá. Trong ba nhà mới xây cất lại hảy còn một căn đổ nát hoàn toàn. Nhiều người dùng làm nơi tiểu tiện ngon lành. Nhóm sinh viên Việt Nam chúng tôi cũng lợi dụng như họ.

Vị Giám Mục của thành phố Bonn kể rằng: Có một lần sau khi phi cơ đồng minh oanh tạc rồi, từ trong hầm ông bước ra thấy toàn cảnh bình địa mênh mong.

Đó là sự trả đũa của đồng minh đối với Đức Quốc Xã đã từng ném bom nhà thờ, bệnh viện ở khắp nơi chúng đến xâm lược.

Người Tây Đức lúc đó có một kỷ luật thép đáng kính nể và cũng dễ sợ. Nhờ đó mà chỉ vài chục năm sau chiến tranh, quốc gia nầy trở thành mạnh nhứt về kinh tế ở Âu Châu. Bằng cớ của sự kỷ luật đó thể hiện trong việc nhỏ mà cá nhân tôi chứng kiến. Phái đoàn sinh viên Việt Nam và một nhóm sinh viên Công Giáo Đức cùng tổ chức một buổi gặp gỡ để trao đổi quan niệm về đất nước bị chia đôi và nhiều vấn đề khác. Phía Việt Nam có anh Tôn Thất Ân, sau là Tổng Lãnh Sự ở Paris và cuối cùng là Giám Đốc nha Nghi Lễ Phủ Tổng Thống, đại diện sinh viên Việt Nam đọc một bài diễn văn dài nửa tiếng, phía Đức quốc cũng vậy. Điều đáng nói là trong suốt ba mươi phút đồng hồ, nam nữ thanh niên Đức ngồi ngay thẳng gần như tượng đồng, im phăng phắc lắng nghe một thứ tiếng mà họ không hiểu được chữ nào và chờ đến khi dịch lại rồi họ mới vỗ tay. Còn phía Việt Nam ta, nghe bài diễn văn bằng tiếng Đức thì xì xào, nhỏ to có lúc thì trở mình dựa ngang dựa ngửa thật là xấu hổ. Dĩ nhiên sau đó ban tổ chức chúng tôi có gỡ gạc bằng cách nói rằng chúng tôi bị di chuyển nhiều ngày nên bắt đầu mệt mỏi và khen đáo để mấy anh chị người Đức giữ một cử chỉ đáng nể nang.

Một vài kỷ niệm vui mà tôi khó quên là buổi sáng đầu tiên trong một nhà dòng Công giáo cho chúng tôi ở trọ, ngày đó do một đội nữ phụ trách bếp. Bữa ăn sáng gồm cà phê với bánh mì bơ, nhưng làm thế nào kiếm được dụng cụ lược cà phê cho gần bảy mươi anh chị em đây? Chị Tú bèn có sáng kiến độc đáo là mua hai chiếc vớ mới tinh, đổ cà phê vào cột cứng lại, bỏ vô nồi nấu ninh, nước cà phê vẫn thơm phức, mọi người khen thầm mấy chị khéo xoay sở. Nhưng cuối cùng khi nồi cà phê cạn có anh phát giác hai chiếc vớ bèn la ầm lên: Mấy chị lấy cà phê đổ vào vớ của mấy chị nấu cho mình uống các cha ơi. Tiếng đồn vui cốt ý để phá đám chớ thật sự mấy chị đâu đến nỗi tồi tệ đến thế. Nhưng cũng có người gớm đến nỗi "ụa ụe" kêu trời, thật tức cười.

Ngày hôm sau đội nam phụ trách bếp. Không có nồi nấu cơm cho đông người ăn mà chỉ có nồi to và cao để nấu xúp thôi. Anh Nguyễn Văn Trường làm vẻ tài khôn nói: Để moa nấu, chỉ canh lửa riu riu vào phút chót là được chứ gì. Gần một giờ sau anh hối hả chạy kiếm tôi:

– "Chết mẹ rồi Triều ơi, nồi cơm khét quá làm sao ăn? Tôi bối rối không biết làm sao bây giờ? Tự nhiên tôi nẩy sinh ý kiến bảo:

– Toa bít thùng rửa chén lại, cho nước lạnh chảy thật đầy vào rồi để đó cho moa. Tôi nhúng toàn nồi cơm lớn vào nghe kêu xèo...xèo...mở nắp ra liền lấy cây xới tung hết, khói lên nghi ngút, mùi khét nặc nồng, để hồi lâu mùi khét bay dần gần hết, cơm nguội hẳng bới ra chén ăn được, chỉ thoáng mùi khê, sợ anh chị em chê chúng tôi đổ lỗi tại nồi lớn quá nấu không quen nên hơi khét!

Ngoài những cuộc du ngoạn và sinh hoạt thuần túy tôn giáo, việc mỗi năm tổ chức Tết để giữ ý nghĩa truyền thống dân tộc rất là gay go. Cộng sản thì có ngân khoản của Hà Nội, Tòa Đại Sứ thì lo gì không tiền, còn Liên Đoàn Công Giáo, nội việc chạy tiền đóng góp để mướn rạp cũng thật khó khăn rồi, thường là mượn nhà hội của các dòng tu. Rồi đến việc tay ngang phải bởi óc viết cho ra tuồng. Khâu tập tuồng lại càng rắc rối hơn do những bạn "hứa lèo" nhận đóng một vai trong kịch bản rồi giờ chót bỏ rơi, chúng tôi phải đi nài nỉ kiếm người thay thế. Dù sao thì mỗi năm tổ chức Tết vẫn thành công, không có khiêu vũ. Sinh viên Paris đánh giá xếp tổ chức Tết của Liên Đoàn Công Giáo vào hạng nhì. Riêng hội Ai Hữu Cộng sản năm nào cũng có một chương tình chu đáo hấp dẫn diễn tại rạp Maubert Mutualité, theo sau là một màn khiêu vũ cho tới sáng. Năm nào họ cũng chiếm giải nhứt. Còn Ban Văn Hóa của Tòa Đại Sứ hình như làm cho có lệ mỗi năm vào dịp Tết cũng mướn rạp Maubert Mutualité mời sinh viên đến để Trưởng Ban Văn Hóa chúc mừng qua loa, hay đọc thông điệp chúc Tết của Ngô Tổng Thống, phần nhảy đầm khởi sớm tàn trễ, dài hơn bên Ai Hữu nên cũng có nhiều người ưa thích nhưng vẫn chỉ trích là ban "vô trách nhiệm" chớ không phải ban văn hóa.

Lẽ ra Bộ Giáo Dục bên nhà phải đặc biệt lưu tâm đến hàng ngàn sinh viên du học, cử người có lý tưởng, hiểu biết về chính trị và tâm lý của du học sinh, có khả năng chiêu dụ họ hay ít ra ông Đại Sứ nhà mình cũng phải thúc giục công tác đấu tranh giành nhân tài không để họ bị Cộng sản lôi cuốn. Có lẽ vì hoạt động không tích cực, chính nghĩa quốc gia không được truyền bá và bảo vệ đúng mức nên số đông sinh viên du học chọn con đường cầu an hưởng thụ ở lại Pháp không về nước phục vụ. Một số khác theo Cộng sản hoạt động chống quốc gia. Tôi còn nhớ nhiều anh em bạn thân, tu sĩ địa phận Bùi Chu Phát Diệm, cư trú tại "nhà chung" do cha Định quản lý, ăn học thành tài rồi xuất dòng ở lại không về nước. Tôi nói đùa với mấy anh ấy: "Không về nước lúc nẩy là tụi toa đào ngũ lần thứ hai, đã tu xuất lại còn trốn lính, nếu vô phúc cho tụi toa, sau nầy moa có may mắn làm chức to thì tụi toa vĩnh viễn đừng hòng bước chân về xứ". Năm 1991 trở sang Pháp tôi có gặp lại Tri, Phúc, còn Đức thì cư trú tại Pháp nhưng làm việc ở Đan Mạch đi về thường xuyên. Đức có nói với tôi một câu để an ủi: "Moa thú thật không can đảm bằng toa, dù có khổ sở bao nhiêu với những năm tù nhưng toa đã sống xứng đáng". Tôi vỗ vai anh: "Nói chi điều đó, Chúa trao cho mỗi người một cây thánh giá, nặng nhẹ do ngài định đoạt". Cám ơn toa có lời an ủi! Những kỷ niệm êm đềm của thời niên thiếu, bây giờ ôn lại thấy hình như mới xẩy ra, lòng dạ bồi hồi với chút thương tiếc vì biết tuổi đã già quỹ thời gian của đời mình còn lại không dài đâu!

CÂU LẠC BỘ SINH VIÊN QUỐC GIA

Ra trường Đại học Canh nông Paris-Grignon với bằng kỹ sư, tôi tiếp tục ghi danh học thêm chứng chỉ xử dụng Toán sác xuất và Thống kê tại Viện Quốc Gia Thống Kê để lấy thêm bằng Certificat d'Aptitude d'Etude Statistiques. Đồng thời tôi cũng ghi danh học trường Nông Học Nhiệt Đới. Việc học của tôi đang tiến hành bình thường gần hết tam cá nguyệt đầu năm bỗng nhiên có một ngày ông Đại Sứ Việt Nam Cộng Hòa bảo con trai ông là Phạm Khắc Khang và con gái là Phạm Đỗ Quyên mời tôi cho bằng được đến nhà dùng cơm. Khang và Quyên cũng là thành viên của Liên Đoàn Công Giáo, chúng tôi đồng lứa tuổi, tương đối thân nhau mẩy tao mi tớ và chính tôi cũng có tới nhà Khang nhiều lần nhưng ít khi gặp ông Đại Sứ Hy, đôi khi gặp ông thì cũng chào hỏi qua loa cho có lệ chờ không hề dùng cơm với ông bao giờ. Tại sao lần nầy ông lại săn đón, cố mời tôi cho bằng được như vậy? Với mục đích gì?

Tôi vui lòng đến nhà Khang nhưng trong bữa cơm chỉ có một mình tôi và bác Hy ngồi đối diện. Không có bà mà cũng không có Khang và Quyên. Tôi ngạc nhiên vừa ăn vừa chờ đợi trong thắc mắc hồi hộp. Bác Hy khởi đầu câu chuyện bằng cách khen tôi học giỏi, thành tài, chắc là cha mẹ mừng, gia đình hãnh diện vân vân và vân vân. Giữa bữa cơm ông nghiêm trang, trở giọng, nét mặt xa lạ, ông Đại Sứ nói:

– Tôi có một việc muốn nhờ anh Triều giúp nhưng không biết anh có sẵn lòng không?

– Tôi cố giữ giọng thân mật nói rằng "Con tự coi như con cháu trong nhà, bác muốn sai bảo điều gì thì cứ xem như sai bảo thằng Khang hay em Quyên thôi.

– Ông không đổi giọng, Anh Khang và cô Quyên nhà nầy không thể so sánh với anh Triều được đâu. Chúng nó chẳng những ham chơi không cố gắng học mà tính tình cũng cần phải chấn chỉnh nhiều. Tôi đâm ra ngại ngùng chờ đợi. Ông nói tiếp: "Tôi nhìn kỹ rồi tại Paris nầy không ai quen biết với sinh viên nhiều bằng anh, không ai có thành tích hoạt động trong giới sinh viên bằng anh, chỉ có anh mới giúp tôi được thôi. Thú thật với anh ban văn hóa của tòa Đại sứ "làm việc không nên thân", sử dụng người không có khả năng, chuyên báo cáo những chuyện đâu đâu. Lời khen quá đáng của ông Hy làm tôi khó nghĩ

– Tôi trả lời ngay: Thưa bác, cháu đang học ở Viện Quốc gia Thống kê và trường...Tôi nói chưa kịp dứt lời ông cắt ngang:

– Thôi, học hành cái gì nữa ông kỹ sư? Một văn bằng không đủ hay sao?

– Thưa bác, cháu chỉ cần học thêm một năm thì có bằng kỹ sư Nông học nhiệt đới, về bên nhà sẽ phục vụ hữu hiệu hơn. Ngoài ra chuyện về kinh tế thì phải biết thêm toán thống kê mới giúp được nhiều cho nghề nghiệp.

– Thế nầy nhé, tôi muốn nhờ anh đứng ra tổ chức giùm Câu Lạc Bộ Sinh Viên Quốc Gia cho tôi. Anh chỉ dẫn cho anh em khác làm, trong thời gian đó anh còn có thể đi học được mà. Đại học mà, không cần lấy "cua" cũng học được, cũng thi đậu như thường. Ông Hy chọc đúng chỗ ngứa làm tôi phân vân.

– Ngẫn ngừ một lát tôi nói: Thôi xin bác cho phép cháu suy nghĩ rồi sẽ trả lời với bác sau.

Cả tuần lễ đó, khi thì ông Đại Sứ Hy gọi điện thoại, Khi thì thằng Khang hẹn ăn trưa với tôi ở quán cơm sinh viên Mabillon. Ông Hy thúc giục, còn thằng Khang thì thuyết phục dùm cho ba nó. Cuối cùng tôi chấp nhận vừa làm vừa học, Khang thông báo liền cho ba anh ta biết. Sở dĩ tôi quyết định như vậy một phần vì đã cầm chắc một văn bằng trong tay một phần vì háo thắng muốn cạnh tranh với Cộng sản chơi, không để cho chúng nó múa gậy vườn hoang. Vả lại mình đã từng chỉ trích Ban Văn Hóa bây giờ có cơ hội phải làm cho ban văn hóa và Cộng sản biết tay. Cho họ biết những người sinh viên quốc gia không phải là bọn ăn chơi mà chỉ vì thiếu điền kiện hoạt động. Tôi được ban Văn Hóa gởi giấy chính thức mời gặp ông Đại Sứ tại số 5 Avenue des Villiers. Buổi nói chuyện có mặt ông Trưởng Ban Văn Hóa. Ông Hy cám ơn tôi đã nhận lời và tin tưởng tôi sẽ thành công. Tôi đặt điều kiện:

– Ban Văn Hóa không được can thiệp vào việc tổ chức và điều hành.

– Không được áp đặt người làm việc với tôi.

– Phải cho tôi một phương tiện di chuyển.

Ông Đại Sứ trả lời vắn tắt ngay trước mặt ông Trưởng Ban: Tôi giao cho anh toàn quyền, có gì anh cứ bàn với ông Thuyên hoặc liên lạc thẳng với tôi. Nhưng có điều tôi muốn yêu cầu anh là thử gặp anh Tống Song xem hai anh em có hợp tác được với nhau không? Ông còn nói thêm điều đó tùy thuộc anh hoàn toàn tôi không ép buộc. Tống Song gặp tôi thái độ rất niềm nở, những gì tôi phác họa và bàn thảo anh hoan nghênh hết mình, những anh em cộng tác mà tôi giới thiệu, anh kết thân không ngần ngại. Anh thường nói "Moa và ba Triều hợp tác thì cái gì mình làm cũng xong" và anh cũng hay nói: "Thằng ba mầy hết chỗ chê" bởi vì đêm nào tôi cũng phải thức 4 giờ khuya đi chợ Halls, mua hàng giá sỉ, chợ nầy chỉ nhóm từ khuya đến 6 giờ sáng phải tan vì thời đó nó còn nằm gần Hôtel de Ville, trung tâm thành phố. "Ba Triều hết chỗ chê" cũng vì khi cần "ba Triều" phụ bếp thậm chí thay thế ông bếp già khi ông vắng mặt. Thoạt đầu tôi tưởng gặp được Tống Song là gặp bạn tri kỷ, về sau thằng Khang mới nói cho tôi biết Tống Song là đảng viên Cần lao, người Huế, tai mắt của ông Cố Vấn Ngô Đình Nhu tại Paris. Thì ra thế, anh hết lòng khen tôi một là vì theo lệnh của ông Đại Sứ và đặc biệt là theo dõi kiểm soát mọi hoạt động của tôi kể cả của Tòa Đại Sứ Paris để báo cáo với ông Cố Vấn.

Thực tế đối với tôi, tổ chức một câu lạc bộ sinh viên không phải là chuyện khó bởi vì có ngân qũy và so với việc tổ chức sinh hoạt của Liên Đoàn Công Giáo trước đó là thập phần khó hơn. Vấn đề là phải bỏ công bỏ sức mất giờ tổ chức và điều hành thôi. Câu lạc bộ ở góc đường Monge. Tại câu lạc bộ có quán ăn rẻ tiền, cũng như quán ăn của hội Ái Hữu Cộng sản, nhưng có nhiều món ăn hơn hoặc ngon hơn. Có đủ loại sách báo bên Việt Nam gởi qua và báo Pháp. Có bóng bàn, có tổ chức giải thi đua, có hội hè vui nhộn. Tóm lại một chỗ để sinh viên gặp gỡ nhau khi cần hay lúc nào họ có hứng thú. Câu lạc bộ thành công vì anh em tới lui tấp nập, phần cá nhân tôi thì thất bại hoàn toàn. Việc học bê trễ, bài kiểm trường Nông học nhiệt đới không làm, thi CAES thống kê rớt!

Sự thành công của Câu Lạc Bộ đôi khi cũng gây cho tôi nhiều phiền phức. Có những cú điện thoại vô danh khởi sự là tâm tình dụ dỗ khuyên lơn tôi không nên làm tay sai cho gia đình Diệm Nhu, hay cho Mỹ Diệm, có những lần người ở đầu giây bên kia hăm dọa sổ sàng. Ban đầu tôi rất nhã nhặn sau đó tôi giở giọng ngang tàng thách thức. Rồi có một ngày chủ nhật, tôi đi bộ từ nhà đến Câu Lạc Bộ trên đường Polytechnique sắp tới đường Monge có hai anh dáng vẽ "lính thợ", họ là người Việt Nam bị Tây bắt lính thời còn đô hộ, sau khi mãn hạn quân dịch ở lại làm thợ sinh sống tại Pháp. Hai người nầy chận đường, sân si chỉ trích tôi làm tay sai mà không biết, hăm he khiêu khích. Tôi hiểu ngay là gặp chuyện không lành, lòng tôi có lo sợ, nhưng cũng giả đò lớn lối, nặng lời phản bác dọn đường để "tháu cáy":

– Mấy anh muốn chận đường kiếm chuyện đánh lộn với tôi chớ gì? Đồng ý, khỏi mất thì giờ cải lý một cách vu vơ. Cởi áo choàng ra đi, nhưng tôi cho biết trước tôi có võ nhu đạo, đai đen, trước học với võ sư Phạm Lợi bây giờ học và dạy tại lò võ của anh Năng. Tôi nói dối chứ sự thật tôi chỉ học Judo tới đai xanh là dậm chân tại chỗ. Nếu hai anh muốn đánh tôi để dằn mặt hay để hù dọa thì cứ nhào vô đi, cả hai tôi cũng chấp, vô đi. Nhưng anh hùng thì đừng có thưa lính nhé.

– Làm gì dữ vậy? Tưởng anh là thằng trí thức, nói phải quấy nghe chơi không ngờ anh là thằng du côn, nói chuyện với anh uổng lời. Hai thằng đánh một mình anh vừa mang tiếng vừa dơ tay chúng tôi không thèm. Nói xong hai tay thợ nầy bỏ đi.

Hú hồn, tôi mới tránh được một tai nạn có thể hại thân. Kể chuyện lại với Đại Sứ Hy ông khuyên tôi không nên đi một mình và mướn người để cùng đi hộ thân. Tôi thấy không cần.

Một bằng cớ thành công của Câu lạc bộ là mùa hè năm 1961 phái đoàn dân biểu quốc hội Việt Nam Cộng Hòa sang Pháp tham quan gồm có Đỗ Cao Minh là Tổng Thơ Ký, Luật Sư Lê Trọng Quát, một dân biểu khác tôi không nhớ tên vì ông ta không hề phát biểu và Kiến Trúc Sư Ngô Viết Thụ không phải là Dân Biểu, người được cố Tổng Thống Diệm quí trọng, về sau khi tình thế đổi thay Ngô Viết Thụ lại viết những bài ca ngợi chế độ mới.

Đại sứ Phạm Khắc Hy yêu cầu tôi tổ chức cho phái đoàn Quốc Hội tiếp xúc với sinh viên. Tôi và số đông bạn bè bàn trước thế nào tụi Ai Hữu cũng phá đám cho nên chúng mình phải vận động cho có thật đông sinh viên đứng đắn tham gia, đó là điều khó lại còn phải đến sớm chiếm những hàng ghế trên đừng để bọn Ai Hữu ngồi những hàng ghế đầu hỏi han lạc đề, cố tình gây rối và phá đám. Kết quả phiên hợp, sinh viên đến chật Câu

Lạc Bộ, một hai tên Ai Hữu nhút nhát đặt những câu hỏi lạc đề, sinh viên quốc gia xì xuyt, huýt gió cười ồ, cựu Dân Biểu Lê Trọng Quát dõng dạc trả lời nghiêm túc. Buổi tiếp xúc thành công ngoài sự mong muốn của tôi. Ông Đại Sứ Hy hiện diện tỏ vẻ vô cùng hài lòng vì ông nở mặt với phái đoàn và có cơ hội báo cáo để lập công với chính phủ. Xong phiên họp các vị khách quí mời tôi ra quán cà phê bên kia đường ngồi tán dóc, rủ rê về nước, tuyên công Ngô Tổng Thống, quảng cáo chế độ chống Cộng thông minh, nào ấp chiến lược, nào khu trù mật vân vân. Đỗ Cao Minh còn nói thêm là nghề canh nông của tôi về nước sẽ được trọng dụng, vân vân. Sau nẩy tôi thân nhau với Đỗ Cao Minh là anh ruột của Cố Đại Tướng Đỗ Cao Trí và Bác Sĩ Thú Y Đỗ Cao Huệ bạn đồng nghiệp của tôi trong bộ Canh nông. Tôi nhắc lại lời nói của anh Minh ngày đó, anh cười bảo: "Moa đâu có ngờ toa thành qủy mà moa cứ tưởng là thằng nhỏ nẩy ngây thơ dễ thương".

Chương VII

Vào Đời

Việc quản lý Câu lạc bộ sinh viên quốc gia tại Paris gây nhiều trở ngại cho việc học thêm của tôi nên cuối năm 1961 tôi quyết định xin về nước phục vụ Bộ Cải Tiến Nông Thôn do ông Tổng Trưởng Trần Lê Quang điều khiển. Trước khi về, Đại Sứ Phạm Khắc Hy tỏ ý tiếc, và ông lo ngại không biết giao việc nầy lại cho ai, ông có hỏi ý tôi nhưng tôi không dám giới thiệu người. Ông nói tiếp:

– Để bác viết thơ về giới thiệu cho cháu phang ngang", ý ông muốn nói là ông sẽ giới thiệu với bạn bè của ông để cất nhắc, giúp đỡ tôi có chức quyền địa vị cao.

Tôi trả lời:

– Điều đó không cần thiết, nếu cháu có tài thì người ta không lấy thúng úp voi được, nếu cháu bất tài thì bắt đầu làm chức vụ cao rồi rớt xuống dần dần sẽ làm cháu xấu hổ, cháu không dám nhận, dù sao cháu cũng hết lòng đội ơn bác.

Ông Hy nhíu mày suy nghĩ hồi lâu rồi nói: Vậy cháu làm ơn đưa giùm hai lá thư của bác cho hai người bạn được không?

– Thưa bác, dĩ nhiên là được.

Hai lá thơ đó, một gởi cho Bác Sĩ Trần Kim Tuyến, một cho Tổng Trưởng Công Dân Vụ Ngô Trọng Hiếu. Thư có đóng khằn in dấu của Tòa Đại Sứ Việt Nam tại Pháp. Về đến Saigon, sáng hôm sau thay vì xin yết kiến hai nhân vật quan trọng đó để trao thư, tôi ra bưu điện mua tem dán vào và gởi theo địa chỉ ghi trên phong bì. Không đầy một tuần lễ sau, tôi nhận được thư của hai vị nói trên mời tôi đến hỏi thăm chuyện về Paris.

Sau khi nhận được thư của Đại Sứ Phạm Khắc Hy người thứ nhứt sai nhân viên đến tận nhà trao thư mời tôi và dặn dò thật kỹ cách thức vào cửa dinh Độc Lập và lối đi dẫn đến văn phòng của Bác Sĩ Trần Kim Tuyến, Giám Đốc Sở Nghiên Cứu Chính Trị phủ Tổng Thống, người mang biệt danh là "Trùm Mật Vụ" thời đệ nhứt Cộng Hoà. Sự ngạc nhiên đầu tiên của tôi là người hùng khét tiếng của thời đó là một ông lùn, ngồi chống tay lên cằm, tay kia để trên bàn, năm ngón cụt ngủn. Dị tướng kỳ tài chăng?

Ông vui vẻ mời tôi ngồi, hỏi chuyện sinh hoạt chính trị ở Paris, hỏi sức khỏe của Bác Sĩ Hy và gia đình. Cuối cùng ông hỏi tôi về Việt Nam làm việc tại cơ quan nào, có cần ông giúp đỡ gì không? Tôi lễ phép trả lời hiện làm việc tại Bộ Cải Tiến Nông Thôn, không thấy cần điều gì cả và thành thật cám ơn ông có nhã ý muốn giúp đỡ. Buổi tiếp xúc ngắn ngủi, trước khi ra về ông căn dặn thêm: Nếu sau nầy có giữ chức vụ lớn, nhân viên thuộc cấp trình giấy tờ xếp sẵn năm bảy bản, chỉ chừa khoảng trống để trình xin chữ ký thì tôi phải nhờ lật xem từng tờ, đôi khi người gian kèm theo một bản nằm giữa có nội dung hoàn toàn khác biệt có thể làm nguy hại thanh danh hay nguy hại đến chính bản thân mình. Tôi không có cảm giác là đang đứng trước mặt một hung thần. Dù là trước khi đi gặp ông bác sĩ, nhạc mẫu của tôi dặn dò đôi ba lượt: Con phải cẩn thận, ông bác sĩ nầy quyền thế cao trọng, đừng nói năng vô lễ làm mất lòng người ta con sẽ gặp nhiều phiền phức đấy.

Một ngày sau tôi nhận thư mời của ông Ngô Trọng Hiếu, Bộ trưởng Bộ Công Dân Vụ. Sáng sớm lúc 8 giờ tôi phải có mặt, hình như tôi là người đầu tiên được ông Tổng Trưởng tiếp kiến. Ông Hiếu rời ghế ngồi, bước ra cửa bắt tay hơi nghiêng mình đúng cung cách của người tây phương. Lại một sự ngạc nhiên thứ hai của tôi đối với những nhân vật cao cấp. Ông Tổng Trưởng nầy cao lớn, người mập mạp, nói năng lưu loát.

– Anh về được bao lâu rồi?

– Thưa ngài tôi mới về cuối tuần qua.

– Anh Hy giới thiệu anh là người có khả năng chiêu dụ giới trẻ, tôi đang cần một người cộng sự, trẻ tuổi tài năng như anh vậy.

– Ông Tổng Trưởng khen quá lời. Có lẽ ông Đại sứ không có giới thiệu như vậy đâu.

– Đây nầy anh muốn xem thư của anh Hy không? Vừa nói ông vừa đẩy lá thư trước mặt tôi.

– Thưa ông Tổng Trưởng tôi không dám.

– Thôi bây giờ như vầy đi, tôi đề nghị anh tới đây nhận chức Tổng Giám Đốc Thanh Niên giùm tôi.

– Thưa ông Tổng Trưởng tôi đã xin về phục vụ cho Bộ Cải Tiến Nông Thôn, vì đó là khả năng chuyên môn của tôi.

– Anh Hy khẳng định hoạt động thanh niên của anh còn chuyên biệt hơn nữa. Xin anh đừng làm tôi phải tin là ông bạn già của tôi ở Paris nói không đúng sự thật.

– Có lẽ vì ông Đại Sứ thương tôi nên mới viết quá lời. Dù sao tôi cũng xin ông Tổng Trưởng cho phép tôi về tham khảo Bộ Cải Tiến Nông Thôn trước khi suy nghĩ về việc nầy.

Ông Ngô Trọng Hiếu liền cầm điện thoại lên gọi Ông Trần Lê Quang, Tổng Trưởng Bộ Cải Tiến Nông Thôn, hiện còn sống, định cư ở Mountain View California.

– Anh Quang, có một ông bạn từ Paris về do anh Đại Sứ Hy của mình giới thiệu với tôi, anh nầy hiện làm việc tại bộ của anh, xin anh cho ảnh qua bên nầy với tôi. Tôi định cử anh ta vào chức Tổng Giám Đốc Thanh Niên.

– ...

– Vậy là ảnh khỏi cần gặp anh để xin phép nữa nhé.

– ...

– Chỉ thông báo cho chánh sở của anh ấy là đủ rồi phải không?

– ...

– Cám ơn anh...Ngày mai chúng ta gặp nhau trên Dinh có phải vậy không anh Quang? ...Merci.

Bên kia đầu giây nói gì tôi không biết nhưng cũng đoán được là ông Trần Lê Quang bằng lòng cho tôi sang Bộ Công Dân Vụ. Quay sang tôi ông Hiếu bảo: Anh về Bộ của anh chào đồng nghiệp rồi sang đây gặp tôi.

– Xin ông Tổng Trưởng cho phép tôi hội ý với ông Tổng Trưởng của tôi trước đã. Nếu ở đó người ta không cần tôi thì tôi sẽ xin qua đầu quân với ngài.

– Chắc chắn là người ta sẽ để cho anh qua đây. Anh Quang đã hứa với tôi rồi.

Ông Ngô Trọng Hiếu đưa tôi ra tận cửa, bắt tay nói:

"Mes hommages à madame" (xin gởi lời chào cung kính với phu nhân). Thông thường giữa thượng cấp và thuộc cấp không ai dùng lời lẽ quá nể trọng như vậy. Tôi vừa ngạc nhiên vừa hãnh diện. Điều nầy gây một ấn tượng sâu sắc trong lòng tôi, một thanh niên vô danh tiểu tốt mà được một nhân vật cao cấp đối xử nể nang như người ngang hàng, tôi vô cùng cảm kích và biết ơn. Về nhà tôi chuyển lời ông Tổng Trưởng cho vợ nghe, bà xã cũng ngạc nhiên nói: Người ta đồn ông Paul Hiếu nầy là dân Tây, lịch lãm trong việc giao tế, đã từng là Đại Sứ Việt Nam Cộng Hòa ở Campuchia, chắc chắn biết lễ phép của Tây, nói như vậy là ông ta cố tình tâng bốc anh cốt ý để chiêu dụ anh thôi. Chiều hôm đó tôi vào Bộ Cải Tiến Nông Thôn xin gặp ông Tổng Trưởng. Bí Thư của ông cho tôi cái hẹn, hai ngày sau lúc 10 giờ. Tôi gặp ông Trần Lê Quang, vừa thấy mặt tôi ông nói liền.

– Anh Hiếu muốn xin anh về Bộ Công Dân Vụ, tôi đồng ý rồi. Thôi cũng mừng cho anh, mới về mà tìm được chỗ làm tốt.

– Thưa ông Tổng Trưởng tôi không có xin qua đó. Tôi đã xin bộ tuyển dụng tôi về đây thi tôi ở đây để giữ đúng lời hứa danh dự theo đơn xin.

– Có sao đâu. Tôi đã đồng ý cho anh đi qua đó rồi mà. Tôi có nói với anh Hiếu, bộ ảnh chưa cho anh biết sao?

– Thưa ông Tổng Trưởng tôi có biết vì khi hai vị trao đổi ý kiến bằng điện thoại tôi đang ngồi đó.

– Vậy anh xuống báo cho ông Nguyễn Văn Chỉ, chánh sở của anh biết rồi tự ông ấy sẽ làm giấy tờ cho anh.

– Thưa ông Tổng Trưởng tôi chỉ sang Bộ Công Dân Vụ nếu ông Tổng Trưởng thấy không cần tôi ở đây mà thôi.

Ông Quang cười vui vẻ nói:

– Anh và tôi cùng một "formation des grandes écoles" (anh và tôi cùng được đào tạo từ các trường lớn) mà anh lại chuyên về Canh nông còn tôi là Công chánh thì làm sao tôi dám nói không cần anh ở Bộ Canh Nông. Nhưng tôi thành thật khuyên anh nên qua Bộ Công Dân Vụ, bên đó anh có chức vụ để tiến thân. Ở đây tôi chưa có một chức vụ nhỏ lớn nào để bổ nhiệm anh cả.

– Thưa ông Tổng Trưởng tôi về đây không có mục đích săn tìm chức vụ cao.

– Nói là như vậy chớ bất cứ một chuyên viên nào mới hồi hương cũng cần có nơi ăn chốn ở, việc làm tương xứng. Anh có nhà cửa riêng ở Saigon không?

– Thưa không, chúng tôi đang ở phố mướn.

– Vậy tôi khuyên anh nên qua Bộ Công Dân Vụ. Với chức Tổng Giám Đốc anh có nhà, xe riêng và tài xế. Đã vậy mỗi tháng tiền điện nước anh khỏi phải trả. Tôi thật lòng khuyên anh nên nhận chức vụ đó đi.

– Thưa ông Tổng Trưởng, nếu bộ cần tôi thì tôi xin phép ở lại đây thứ nhứt là để giữ đúng lời hứa với bộ, thứ hai là hợp với khả năng chuyên môn của tôi.

– Vậy thì tùy anh.

Có lẽ ông Trần Lê Quang ngạc nhiên và thấy tội nghiệp cho anh chàng ngây ngô không biết tính toán hay là thằng con nít làm ra vẻ quân tử Tàu, sống trong ảo tưởng không thực tế. Vì thế ông gọi Giám Đốc nha Lâm Vụ cho người đem bản đồ căn biệt thự ở số 28 ter đường Mạc Đỉnh Chi, nhà của ông giám đốc còn để trống, chờ cấp cho đại diện cơ quan Lương Nông Quốc Tế (FAO) làm văn phòng. Chính tay ông Trần Lê Quang cầm viết gạch, ngăn, cắt nấc thang và lầu trên cấp cho tôi làm nhà ở, coi như cư xá nhà nước và một phần nhỏ của sân rộng cộng thêm nhà bếp bên hông về phần tôi. Ông nói thêm: Để đền bù, tôi tạm thời cấp cho anh chỗ ở nầy.

Căn lầu tạm thời đó trở thành mãi mãi thuộc quyền sử dụng của tôi cho đến năm 1975.

Toàn thể nhân viên trong bộ ai cũng trầm trồ ngạc nhiên tại sao tôi chưa có chức vụ mà đã có nhà ở tốt như vậy. Ba tháng sau tôi được bổ nhiệm làm Chánh Sự Vụ sở Thống kê và Kinh tế nông nghiệp. Đồng thời tôi cũng được ông Giám Đốc Nha Học Vụ Nông Lâm Súc mời dạy môn Kinh tế nông nghiệp và Quản lý nông trại tại trường Cao Đẳng Nông Lâm Súc Saigon. Phải chăng là số mạng? Bởi vì nếu tôi nhận làm Tổng Giám Đốc Thanh Niên thay thế ông Cao Xuân Vỹ thì cuộc binh biến năm 1963, lật đổ Tổng Thống Ngô Đình Diệm, đương nhiên tôi sẽ trở thành người của chế độ cũ, chắc chắn tương lai chính trị của tôi không thể nào vươn lên được và kể cả về mặt hành chánh tôi cũng phải bị dìm ém vì tội theo đảng Cần Lao hay là Thủ Lãnh Thanh Niên Cộng Hòa. Chừng đó không có nhà ở không có việc làm. Số mạng an bài còn trở trêu kỳ lạ hơn nữa cũng vì câu nói "Mes hommages à madame" của ông Tổng Trưởng Ngô Trọng Hiếu.

Với chức vụ Tổng Trưởng Thanh Niên trong Nội các Chiến Tranh của Thiếu Tướng Nguyễn Cao Kỳ, có một lần họp Nội các, Tổng Trưởng Nội Vụ Trần Minh Tiết trình bày hồ sơ của những người thuộc chế độ cũ mà chính phủ dự tính đày đi Côn Đảo trong số đó có tên cựu Tổng Trưởng Công Dân Vụ, Ngô Trọng Hiếu. Tôi giật mình, bàng hoàng suy nghĩ. Đa số đồng nghiệp hiện diện hoặc biểu đồng tình hoặc không phát biểu ý kiến, coi như thông qua. Tôi gạn hỏi:

– Ông Ngô Trọng Hiếu bị tòa kết án vì tội gì và bị xử

bao nhiêu năm tù mà phải bị đày đi Côn Đảo? Anh Trần Minh Tiết trả lời chỉ vì là nhân vật cao cấp của chế độ cũ thôi chớ không hề bị tòa kết án. Tôi lập tức phản đối:

– Nội các của mình tự xưng là Nội các chiến tranh, đứng về phía thế giới tự do, thực thi chế độ pháp trị, chống bọn độc tài gian ác Cộng sản Hà Nội mưu đồ xâm lăng, vậy mà bây giờ mình lại đày những người không bị tòa án kết tội đi khổ sai biệt xứ ở Côn Đảo chỉ vì họ phục vụ cho một chế độ tiền nhiệm, thật là vô lý. Quí vị có nghĩ rằng một ngày nào đó, trong điều kiện nào đó, hoàn cảnh chính trị thay đổi, chúng ta lại phải bị đày đi Côn đảo dù chúng ta không làm điều gì sai trái vi phạm pháp luật, chừng đó quí vị có kêu ca là bất công phi pháp không? Tôi yêu cầu Nội các xét lại quyết định nầy. Tổng Trưởng Công Chánh, Ngô Trọng Anh can thiệp nói rằng đó là lý do chính trị. Nguyễn Bá Khả, Tổng Trưởng Y tế, Tổng Trưởng Trần Ngọc Ninh cũng biểu đồng tình với ông Anh. Ba vị tổng trưởng nầy là những người do lãnh tụ Phật Giáo giới thiệu vào Nội các. Tôi tiếp tục phản đối đến cùng. Thiếu Tướng Kỳ thấy hơi gay gắt cắt ngang, ông yêu cầu Tổng Trưởng Tư Pháp Lữ Văn Vi nghiên cứu hồ sơ của chế độ cũ và trình bày rõ ràng trong phiên họp Nội các ngày thứ tư tuần sau.

Phiên họp Nội các thứ tư tuần sau, cụ Lữ Văn Vi trình bày cặn kẻ về nhóm người của chế độ cũ được chính phủ dự trù đày đi Côn đảo. Tôi còn nhớ có ông đã lãnh án chồng tội đến năm bảy chục năm. Riêng nhiều vị cao cấp của chế độ cũ trong đó có Ngô Trọng Hiếu, Bác Sĩ Trần Kim Tuyến, Bác Sĩ Lý Trung Dung, phụ tá của ông Tuyến và những người khác tôi quên tên, không bị toà kết án. Do đó tôi đề nghị phải trả tự do ngay cho những người không bị tòa kết án, kỳ dư đưa đi Côn Đảo hay thọ hình nơi nào tùy bộ Nội vụ và Tư pháp xử lý, tôi không có ý kiến về việc nầy.

Ý kiến đối nghịch giữa các vị Ngô Trọng Anh, Trần Ngọc Ninh, Nguyễn Bá Khả, và tôi qua lại khá nhiều. Ba vị đồng nghiệp nói trên bênh vực lập trường là phải đày những người cao cấp thuộc Đệ Nhứt Cộng Hòa đi Côn Đảo vì sợ họ tiếp tục phá rối trị an. Phần tôi vẫn một mực đòi áp dụng công lý, và nói thêm ngồi trong Nội các nầy cũng có nhiều người cao cấp thuộc chế độ cũ ngày xưa vậy. Tôi không nêu tên ai, nhưng ý muốn ám chỉ tướng tá và thẩm phán ngồi đây bây giờ, kể cả Thủ Tướng và Tổng Trưởng Nội Vụ. Tướng Kỳ cắt ngang, yêu cầu biểu quyết. Kết quả tuyệt đại đa số quyết định thả ngay những người không bị kết án. Thú thật nếu không phải vì chút cảm tình mà ông Hiếu lưu lại trong lòng tôi, chắc tôi cũng phản đối, vì công bằng, vì công lý, vì một chính phủ dân chủ của thế giới tự do không thể tự cho phép mình áp dụng luật rừng đối với công dân của mình. Nhưng có lẽ không quyết liệt và hăng say đến độ ông Kỳ phải đổi ý và can thiệp. Khi biểu quyết bắt đầu từ cụ Lữ Văn Vi ngồi bên mặt Tướng Kỳ rồi đến ông Kỳ đưa tay thuận ý thì những vị cầu an xu thời lúc nào cũng thuận ý với Thủ Tướng đâu dám biểu quyết ngược. Ngoại trừ ông Ngô Trọng Anh, đã lỡ đâm lao thì phải theo lao đến cùng là đưa tay biểu quyết chống. Dù tôi có cãi hăng say hay không thì kết quả chắc cũng phải thả người. Vấn đề là vì công lý, tôi phải nêu ra, phản đối và trình bày những lý do xác đáng.

Vụ việc nầy tôi có tâm sự với ông bạn thân là Linh Mục Nguyễn Quang Lãm, chủ nhiệm nhựt báo *Xây Dựng*, ông ta thuật lại cho các bị can mới được phóng thích nghe. Tôi không hề liên lạc với nhóm người nầy sau khi họ được trả tự do. Nhưng có một thời tôi muốn biết nhiều việc chính trị bí ẩn về các vấn đề liên quan đến Bắc Việt. Bàn với Linh mục Nguyễn Quang Lãm, ngài nói:

– Tại sao toa không gặp thằng cha Trần Kim Tuyến hỏi ý kiến, nó có thể giúp mấy hiểu nhiều việc. Thằng cha nầy dứt khoát phải biết nhiều chuyện lắm. Tôi nghe lời cha Lãm, ông dẫn tôi đến nhà thờ Công Giáo của trường Đồng Tiến quận 10, gặp Bác Sĩ Tuyến và Bác Sĩ Lý Trung Dung lánh mặt tại đó. Dù họ đã được trả tự do, nhưng hai ông còn sợ bị trả thù vì ân oán. Bác Sĩ Tuyến có viết nhiều tài liệu giải thích cho tôi hiểu một vài bí ẩn của quốc gia. Có lần bà xã tôi đọc được một bài viết của ông, bà căn nhằn:

– Tại sao anh giữ tài liệu của Cộng sản trong nhà? Hết chuyện anh làm rồi sao? Tôi hỏi lại: Em biết ai viết bản văn nầy không? Bác Sĩ Trần Kim Tuyến đó, trùm mật vụ của cụ Diệm ngày xưa, em nghĩ tay nầy có phải là Cộng sản không, bà xã tôi thấm hiểu vừa cười vừa kêu trời. Mười bảy năm sau, tôi sang Pháp sau 11 năm tù Cộng sản, làm việc cho Đài phát thanh quốc tế của Pháp, (Radio France Internationale) có lẽ Bác Sĩ Tuyến nghe được tên tôi qua đài nầy, nên có điện thoại từ Luân Đôn, thăm hỏi sức khỏe tôi và ông còn nhắc lại chuyện cũ để cám ơn tôi và chúc mừng tôi được thoát nạn. Vài ngày sau Bác sĩ Lý Trung Dung ở Pháp lại điện thoại cám ơn tôi, có lẽ do ông Tuyến khuyên ông Dung chăng.

Riêng cụ Ngô Trọng Hiếu, năm 1970 ra ứng cử Dân biểu, đắc cử vào Quốc Hội cùng nhiệm kỳ với tôi. Ngày khai mạc Quốc Hội ông đến sớm, đứng ngoài hành lang trước cửa Quốc Hội chờ tôi, tôi là dân biểu sau cùng đến trước Tổng Thống Thiệu vài giây, gặp Ngô Trọng Hiếu, ông bước tới ôm choàng lấy tôi và nói: "Đây là ân nhân của tôi". Bất ngờ và bối rối tôi trả lời gọn lỏn "Có gì đâu". Chúng tôi dắt nhau vào ngồi cùng một hàng ghế, sát cánh nhau cho đến năm 1975 gẫy gánh tan hàng.

Suy nghĩ về số kiếp con người, phải chăng có một bàn tay vô hình nào đó xếp đặt trước. Việc đầu tiên là tôi không ngờ ông Hy viết thư giới thiệu tôi với ông Hiếu mà tôi cứ nghĩ đó là phúc trình báo cáo liên quan đến việc làm của sứ quán, bởi vì tôi thấy hai phong bì nhỏ đóng dấu khằn chính thức của Toà Đại Sứ bằng nhựa màu nâu nằm trong một bao thư lớn bọc bên ngoài cũng đóng dấu khằn hẳn hoi. Kế tiếp là tại sao tôi không nhận lời ông Ngô Trọng Hiếu làm Tổng Giám Đốc thay Cao Xuân Vỹ? Và tại sao Ngô Trọng Hiếu không bắt tay từ giã tôi một cách bình thường mà phải nói thêm một câu để lưu lại cảm tình? Cuối cùng điều làm tôi ngạc nhiên là gặp lại Ngô Trọng Hiếu tại Quốc Hội với tư cách đồng viện của tôi. Riêng Tổng Trưởng Trần Lê Quang, tôi gặp lại ở Pháp thường hội hè tại nhà tôi bàn việc đất nước với cựu Quốc Vụ Khanh Vũ Quốc Thúc, cựu Bộ Trưởng Ngoại Giao Vương Văn Bắc và nhiều bạn bè khác. Ông Quang thương tôi cho đến bây giờ, ông sang định cư sống với con tại Palo Alto mà ông còn tìm ra địa chỉ số phone của tôi để thăm hỏi.

CÔNG CHỨC BỘ CẢI TIẾN NÔNG THÔN

Về Việt Nam năm 1961, tôi làm việc tại sở Kỹ Thuật bộ Cải Tiến Nông Thôn. Ba tháng sau tôi được bổ nhiệm làm Chánh Sự Vụ sở Thống Kê và Kinh Tế Nông Nghiệp. Cũng trong thời gian đó tôi được nha Học Vụ Nông Lâm Súc thuộc Bộ Quốc Gia Giáo Dục mời dạy môn Kinh Tế

Nông Ngiệp và Quản Lý Nông Trại tại trường Cao Đẳng Nông Lâm Súc mới được thành lập nhằm mục đích đào tạo những ông kỹ sư, khác với trường Cán Sự ở Blao. Một vài môn học còn do giáo sư người Pháp đảm nhiệm. Giáo sư có quyền dùng hai thứ ngôn ngữ Pháp và Việt. Tôi mới hồi hương nên được phép giảng bài bằng Pháp văn. Đa số sinh viên tốt nghiệp bằng tú tài Pháp nên sử dụng ngôn ngữ nầy khá lưu loát. Năm đầu tiên tôi dạy hai lớp nhập một, khóa 2 và khóa 3. Nha học vụ phải mượn tạm thời giảng đường của đại học Dược khoa để có đủ chỗ chứa sinh viên của 2 lớp. Ngày đầu tiên vào lớp tôi gặp gian nan khó xử nhưng cũng may mắn tránh được sự thất bại lúc ban đầu do nhóm sinh viên tinh ngịch thử phổi thầy.

Tôi chủ trương xem học trò của tôi như bạn đồng lứa, bởi vì tuổi đời của họ không nhỏ hơn tôi bao nhiêu. Hình như có một hai người bằng tuổi. Tôi tôn trọng nhân phẩm của họ qua lời nói và cử chỉ, tôi đối xử như một người anh, tưởng rằng điều đó giúp tôi lấy lòng họ được và chúng tôi sẽ dễ dàng trao đổi với nhau những hiểu biết về môn học nầy. Tôi nói với họ là: Các anh chị học cho chính bản thân mình chớ không học cho thầy khen hay cho bạn nể. Vì vậy tôi sẽ không điểm danh như thông lệ. Anh chị nào không thích bài giảng của tôi thì không cần vô lớp, có thể mua sách, hay mượn bài của bạn về học riêng ở nhà, tôi hứa sẽ chấm điểm công bình khi thi lên lớp, nếu anh chị chứng minh được sự hiểu biết của mình về môn học nầy. Phần tôi hứa sẽ tận tình giúp đỡ cho các anh chị có được một sự phản ứng đứng đắn về những vấn để lợi hại trong nghề nghiệp. Tôi cũng yêu cầu anh chị em tôn trọng các bạn đồng song của mình và người giảng bài bằng cách giữ im lặng trong lớp. Cuối mỗi giờ học tôi sẽ dành 10 phút để cho mọi người hỏi những gì liên quan đến bài giảng. Ngoài ra trong giờ giải lao, ai cũng có thể hỏi bất cứ thứ gì tôi sẽ trả lời và bàn thảo với tư cách người bạn chớ không phải thầy. Những lời nói của tôi không lọt tai ai cả, như nước đổ lá môn. Người ta thường nói: " Nhứt quỉ nhì ma thứ ba học trò", các bạn sinh viên của tôi sẽ chứng minh câu nói đó không sai trong vài phút tới.

Tôi mới vừa chấm dứt những câu mở đầu rất chân tình, xoay mặt vào bản viết tựa đề của bài học thì sau lưng tôi rộ lên tiếng cười đùa, nói năng ồn ào như chỗ không người. Thôi chết! Đám "người lớn" nầy muốn giở trò con nít. Làm sao đây? Thú thật tôi hơi bối rối nhưng lấy lại bình tỉnh ngay. Xoay mặt ra nghiêm chỉnh nói:

– Anh chị nào nói lớn tiếng hoặc cười giỡn trong lớp xin đứng lên.

Im phăng phắc.

– Một lần nữa tôi yêu cầu anh chị nào cười nói lớn tiếng đứng lên.

Lại im phăng phắc.

– Các anh chị thiếu can đảm, dám làm mà không dám chịu. Nói xong tôi vừa xoay mặt vào bản viết được vài chữ thì sau lưng tôi xù xì, cười hi hí rồi lại ồn ào còn hơn lần trước. Tôi quay ra cười vui vẻ hỏi:

– Anh chị nào vừa mới làm ồn xin đứng lên.

Lại im phăng phắc.

– Tôi sẽ chứng minh cho các anh chị thấy rằng tôi biết đích danh ai đã làm ồn. Gần như đại đa số nhếch mép cười ngạo nghễ nhưng không thành tiếng. Tôi lại xoay mặt vào bảng cầm cục phấn quăng ra sau lưng, phấn trúng ngay một anh.

– Mời anh đứng lên và cho biết anh tên gì?

– Thưa thầy em tên Nguyễn Văn Thùy.

– Yêu cầu anh ra khỏi lớp, tôi không dạy những người hèn, có can đảm làm mà không có gan nhận. Bài học đầu tiên tôi cần dạy các anh chị là sự can đảm và danh dự của người chuyên viên mà các anh đang chuẩn bị mang danh dự đó.

Nguyễn Văn Thùy cố đôi chối vài lời. Tôi không nói không rằng xếp giấy tờ vào cặp và tuyên bố anh không ra khỏi lớp thì phải đến lượt tôi ra về không dạy những người vô kỷ luật lại còn hèn nhất. Các anh chị cần học, tôi không cần dạy. Về sau khi thầy trò thân thiện với nhau có anh khai với tôi là họ dán cho tôi cái nhãn hiệu "mặt vắt còn ra sữa mà làm trời".

Tình thế trở nên căng, anh trưởng lớp tên Nhuận, sinh viên Súc khoa, nếu tôi nhớ không lầm, đến khuyên anh Thùy ra khỏi lớp. Tôi tiếp tục dạy nhưng còn giữ hình phạt đuổi khỏi lớp nầy cả tuần lễ sau tôi mới cho anh Thùy vào. Bắt đầu từ đó lớp học của tôi nổi tiếng "con ruồi bay cũng nghe".

Rất tiếc là đến khóa 7 năm 1966, vì quá bận nhiều việc khác nên tôi xin nghỉ dạy. Thái độ cứng rắn, nét mặt nghiêm nghị của tôi trong giờ học, đối ngược với cử chỉ thân mật, pha trò vui vẻ hòa mình với sinh viên là chất keo hàn gắn tình thầy trò duy trì mãi cho tới ngày nay tại Mỹ, kể cả những anh chị không có học với tôi một giờ. Vài bạn trong ban phụ trách nhóm Ái hữu sinh viên miền Bắc Cali còn nói đùa: Thầy là linh hồn của những lần tụi em hội họp.

SỞ THỐNG KÊ VÀ KINH TẾ NÔNG NGHIỆP

Làm việc tại bộ Canh nông tôi không có cảm giác mình là người hữu dụng. Công việc hằng ngày không chiếm hết thời gian và cũng không tận dụng hết khả năng chuyên môn của tôi. Bởi vì guồng máy hành chánh nặng nề của thời Pháp thuộc để lại, còn vướng mắc tính quan liêu phong kiến, làm việc theo chỉ thị cấp trên. Tiếc thay cấp lãnh đạo thường có nhiều sáng kiến viển vông không thực tế. Sở Thống Kê và Kinh Tế Nông nghiệp có trên 30 nam nữ nhân viên, tôi không hề khiển trách riêng biệt một cá nhân nào. Nếu có ai sai trái lỗi lầm tôi triệu tập một phiên họp, không nêu tên ai, chỉ nêu sự sai trái, phân tích sự việc, nhắc nhở qui định và nguyên tắc làm việc của sở mà thôi. Tuy nhiên những người có lỗi đều biết rõ kẻ phạm sai trái đó là chính mình. Tôi hoàn toàn thông cảm cho những nhu cầu cá nhân cần phải nghỉ phép. Quyền hạn của Chánh Sự Vụ chỉ được cho phép nghỉ hai ngày, nhưng trong trường hợp đặc biệt, có lý do chánh đáng, họ có quyền làm hai đơn, ba đơn ghi ngày khác nhau, tôi sẽ tiếp tục xé đơn trước và ký đơn sau, để cho hợp thể lệ hành chánh, anh chị em cứ nghỉ lo cho xong việc mình. Mặc dù biết trước có sự thông cảm đó của tôi, hình như không có một ai lợi dụng sự dễ dãi nầy.

Các cấp thừa hành của bộ, hoạt động tại địa phương có nhận xét chính xác, biết rõ nhu cầu và điều kiện phát triển, họ có kinh nghiệm của người hiểu biết hiện trường, nhưng không hề dám bàn ngược với cấp chỉ huy, trái lại chỉ báo cáo thổi phồng, thuận chiều với trung ương để mong hưởng được sự khen thưởng. Ông Tổng Thơ Ký Tôn

Thất Trình là người có nhiều sáng kiến và chỉ thị ồn ào nhứt. Ông tự hào là được trực tiếp với "ông cụ" (Tổng Thống Ngô Đình Diệm) khi nào ông muốn. Ông là đồng hương với Tổng Thống và mang họ Tôn Thất, còn cụ Diệm là con một quan Thượng Thơ của triều đình Huế. Nhân viên trong bộ gọi Trình là "con cưng của Tổng Thống". Tuy còn trẻ nhưng Trình chỉ thích làm việc với một số ít người thân tín của mình mà thôi, lối suy nghĩ của ông không cởi mở, không chấp nhận sự đối thoại. Tổng Trưởng Trần Lê Quang nhìn sự việc rất thực tế, suy nghĩ có phương pháp, giải quyết công việc thuận tình hợp lý mặc dù lãnh vực canh nông không phải là ngành chuyên môn của ông. Hình như hoạt động của ông có phần bị giới hạn do một Tổng Thơ Ký là "con cưng" của Tổng Thống và một Đổng Lý văn phòng là người của Sở Nghiên Cứu Chính Trị thuộc Bác Sĩ Trần Kim Tuyến, cả hai đều là người đồng hương với Tổng Thống Diệm.

Một vài kỷ niệm đáng ghi nhớ đối với tôi là sự thao túng thị trường lúa gạo của thương buôn người Trung Hoa. Tôi đã từng nghe anh Trần Hữu Phương, cựu Tổng Trưởng Tài Chánh, sau nầy là Thượng Nghị Sĩ, kể lại về sự thao túng nầy, trầm trọng đến nỗi Tổng Thống Ngô Đình Diệm phải ký sắc lệnh cấm người Hoa kiều không được phép hành một số nghề nghiệp trọng yếu đối với quốc gia, trong đó có nghề buôn bán lúa gạo. Nhưng vỏ quít dầy móng tay nhọn. Các thương buôn Hoa kiều bỏ tiền mướn người Việt Nam, đứng tên môn bài. Mọi việc rồi đâu cũng vào đó, họ tiếp tục mua bán và thao túng thị trường lúa gạo như trước kia.

Khoảng tháng 5 năm 1962, giá gạo ngang nhiên tăng vọt bất thường, dân chúng hoang mang. Lý do là cả chục gian thương đóng cửa "chành" (kho dự trữ lúa) không bán ra làm cho cả nước phải điên đảo. Mục đích của họ rất đơn giản: "làm giá" kiếm lời. Nghĩa là thị trường gạo khan hiếm, mức cung do họ nắm giữ, không bán ra, không thỏa mãn nhu cầu của quần chúng, giá gạo phải tăng. Bộ Kinh Tế yêu cầu triệu tập một phiên họp liên bộ do Phó Tổng Thống Nguyễn Ngọc Thơ chủ tọa, có Tổng Trưởng Kinh Tế Hoàng Khắc Thành, và Tổng Trưởng Cải Tiến Nông Thôn Trần Lê Quang tham dự. Tôi là chuyên gia của bộ, ngồi sau lưng ông Tổng Trưởng với đầy đủ hồ sơ sản xuất lúa gạo miền tây. Cuộc họp rất gay cấn. Bàn thảo sôi nổi chỉ vì sự ù lì của người Hoa kiều, chính phủ bí lối, nhưng không thể áp dụng luật rừng là sung công. Cho nên ông Hoàng Khắc Thành nổi nóng đến độ số một tràng tiếng Pháp "Je les mettrai en prison tous ces salauds là" (tôi sẽ bỏ tù tất cả những thằng khốn nạn đó). Phó Tổng Thống Nguyễn Ngọc Thơ cười thách thức, toa giỏi thì bỏ tù tụi nó đi, toa tưởng tụi nó vô tù rồi dân mình sẽ có gạo ăn sao? Moa đã từng ngồi chỗ của toa rồi, moa đã từng hăm dọa đủ điều, rốt cuộc cũng phải thương lượng thôi.

Đến lượt tôi phải trình bày tổng số lượng gạo sản xuất của miền đồng bằng sông Cửu Long, và kết luận: Số lượng gạo không thiếu để ăn trong năm nầy được. Ông Phó Tổng Thống Nguyễn Ngọc Thơ mỉa mai tôi:

– "Thôi đi ông kỹ sư ơi, những con số của ông do máy tính trong phòng lạnh đưa ra, chắc gì chính xác và đúng với thực tế?" Tôi gân cổ cãi: Nào là chúng tôi tính theo mẫu lúa gặt tại chỗ ở nhiều nơi, nào là tổng sản lượng lúa của miền Tây thừa thãi, nào là mức tiêu thụ mỗi đầu người là bao nhiêu, và tất cả đều dựa theo phép tính khoa học của toán sác xuất vân vân và vân vân.

Kết quả phiên họp không ai hài lòng vì phía chính phủ không có một lợi thế nào để áp lực thương gia. Bộ Kinh Tế đành phải chấp nhận thương lượng để cho giá cả nâng cao một chút. Sau phiên họp, về tới bộ Cải Tiến Nông Thôn, ông Tổng Trưởng liền gọi tôi lên văn phòng. Ông trách mắng nhẹ nhàng bằng cách giải thích: Anh phải biết tôn ti trật tự ở xứ nầy không giống như ở Pháp, mọi sự phải trái không phải ai cũng có quyền phát biểu ý kiến của mình một cách tự nhiên như vậy. Ở Việt Nam mình, trong những phiên họp cấp cao như thế nầy, anh không phải là tham dự viên mà là chuyên gia của bộ, vì vậy anh không có quyền trực tiếp phát biểu, mọi việc phải do chính tôi, hoặc tôi yêu cầu anh đại diện để trình bày. May là ông Phó Tổng Thống không bắt lỗi, buộc anh phải ngồi xuống thì mất mặt anh lắm đấy. Tôi nghe lời phê phán và chấn chỉnh của ông Tổng Trưởng và nghiền ngẫm về cung cách sinh hoạt về tôn ti trật tự ở Việt Nam. Tôi nhìn nhận tôn ti trật tự là một điều cần thiết, nhưng khi nó biến thành một sự quan liêu, một lực trì trệ cản trở sự tiến bộ và phát triển thì đó là một sai lầm.

Tuy nhiên cái lỗi tôi phạm trong phiên họp ngày đó biến thành cái may cho tôi, bởi vì sau nầy Phó Tổng Thống Nguyễn Ngọc Thơ cho gọi "cái thằng kỹ sư trẻ ngang ngược đó" đến nhà gặp ông nhiều lần và bàn thảo nhiều thứ, từ chuyên môn kỹ thuật đến xã hội, chính trị v.v. và lâu ngày dài tháng sự thâm tình giữa ông và tôi thể hiện bằng cách ông gọi mấy xưng tao với tôi rất tự nhiên.

Tuổi già ông nghỉ hưu, mỗi khi có ký giả ngoại quốc nào xin tiếp kiến thì ông đều từ chối và gởi họ đến tìm tôi hỏi ý, như Georges Saffard ký giả trứ danh của tuần báo Pháp *L'Express*, Kimura, Trưởng văn phòng đại diện Đài Truyền

Hình NHK của Nhựt Bổn. Phần tôi học hỏi được với ông rất nhiều về kinh nghiệm đời và sự hiểu biết miền Nam của ông. Tôi ví ông như một cuốn tự điển chính trị sống.

Cũng trong tinh thần tôn ti trật tự cũ kỹ đó có lần đích thân ông Tổng Trưởng Trần Lê Quang yêu cầu tôi phải đem cho ông xem ngay một tờ trình tôi mới viết xong, không qua hệ thống giai cấp hành chánh, nghĩa là trước khi tới tay ông Tổng Trưởng phải qua ông Giám Đốc rồi Tổng Thơ Ký, đến Đổng Lý mới tới ông Tổng Trưởng. Sự việc nầy làm cho Tôn thất Trình bực tức vì tờ trình không thông qua tay ông là Tổng Thơ ký trước khi trình cho Tổng Trưởng. Tại sao tờ trình của tôi đã có bút phê và chỉ thị của ông Tổng Trưởng trên đó rồi. Phần tôi thì không thể cãi lệnh ông Tổng Trưởng được. Tình trạng "trên đe dưới búa" của tôi ông Trình không thông cảm vì ông đã tiêm nhiễm cái thói quen cửa quyền, mặc dù ông và tôi đã từng là bạn thân thiết trước đó. Cho nên thời gian sau mỗi lần sở của tôi có tờ trình lên bộ là ông hay bắt bẻ dù đúng dù sai, phê loạn trên tờ trình nhiều ý kiến phi lý. Tôi cũng thường phê ngược lại nêu rõ những điều sai trái do ông Tổng Thơ Ký nhận xét. Sự việc nầy trở thành khôi hài và là một thú vui của nhân viên trong bộ được chứng kiến màn "trứng dám chọi đá". Khôi hài hơn nữa là ngay đến thư ký riêng của Tôn Thất Trình tên Thùy, cũng "ăn có" xen vào phê phán trên bản phúc trình càng bậy hơn.

Sau ngày đảo chánh ông Diệm, anh Thùy chạy sang làm Chánh Sự Vụ Sở Ngân Sách Ngoại Viện Bộ Thanh Niên, tình cờ duyên số khiến anh gặp lại tôi đảm nhiệm chức vụ Bộ Trưởng. Liền sau khi Bác Sĩ Nguyễn Tấn Hồng ký tên bàn giao và từ giã bước ra khỏi phòng, tôi mới ngồi vào bàn giấy thì anh Thùy xin yết kiến liền. Mặt mày lộ vẻ sợ hãi vì anh nghĩ tôi sẽ ghi nhớ chuyện cũ mà "đì" anh một cách thê thảm. Anh trình tôi đơn xin từ chức. Xem đơn xong tôi cười vui vẻ nói:

– Tụi mình chỉ có hai đứa từ Bộ Canh Nông sang mà anh đành bỏ tôi sao anh Thùy"? Anh ta trố mắt ngạc nhiên trả lời:

– Nếu ông Tổng Trưởng còn chấp nhận dùng tôi ở đây thì tôi xin nguyện hết lòng phục vụ ông Tổng Trưởng".

– Anh yên chí, cứ thi hành nhiệm vụ của mình cho tốt là được rồi, tôi cộng tác với nhân viên không vì tình cảm hay bà con quen biết mà là do sự siêng năng tận tình và hiểu biết công việc. Thực tế ông Thùy tỏ vẻ bảo hoàng hơn vua, giữ lời hứa một cách nghiêm chỉnh.

Thật đáng tiếc, một ông kỹ sư giỏi về chuyên môn như Tôn Thất Trình, cũng du học ở Paris, mà tinh thần thiếu cởi mở nên không canh tân được tổ chức nghề nghiệp mà ông đã có cơ hội chia quyền. Với nhận xét đó, khi Ông Trần Văn Hương thay thế Nguyễn Văn Lộc thành lập nội các có đề cử Tôn Thất Trình giữ chức Tổng Trưởng Canh Nông, anh Nguyễn Văn Hảo điện thoại cho tôi với vẻ bực tức nói:

– Triều, toa biết thằng nào làm Tổng Trưởng Canh Nông không?

– Moa không để ý vì không muốn can dự vào việc đó.

– Thằng Tôn Thất Trình! Bộ hết người rồi sao mà ông già Hương để cho thằng Trình ngồi đó?

– Moa không biết. Tôi trả lời với Hảo như vậy nhưng cũng thấy anh Hảo nói đúng bởi vì Hảo biết Tôn Thất Trình quá nhiều khi ông làm Tổng Thơ Ký Bộ Cải Tiến Nông Thôn thì Nguyễn Văn Hảo giữ chức Tổng Giám Đốc Nông Tín Cuộc và Hợp Tác Xã trực thuộc bộ Canh nông.

– Tôi biểu đồng tình với Nguyễn Văn Hảo và nghĩ rằng sự hiểu biết về chuyên môn không mà thôi chưa đủ để lãnh đạo một bộ trong Nội các. Tôi liền đến tư gia anh Huỳnh Văn Đạo, nơi mà cụ Trần Văn Hương đang thành lập nội các. Tại đó tôi thấy cụ Hương đang thuyết phục anh Nguyễn Văn Bông, Viện Trưởng Viện Quốc Gia Hành Chánh, nhận chức Tổng Trưởng Giáo Dục, có sự hiện diện của Huỳnh Văn Đạo là Tổng Trưởng Phủ Thủ Tướng tương lai của Trần Văn Hương. Nguyễn Văn Bông cứ từ chối. Hai bên, cụ Hương và anh Bông nói gì với nhau trước đó tôi không rõ. Khi có mặt tôi thì hai người cứ lập đi lập lại một câu giống nhau, ông Hương nói: "Em tin qua đi", còn anh Bông cũng lập lại: "Bác tin tôi đi". Tôi cắt ngang xen vào hỏi cụ Hương. Sở dĩ tôi được phép xía vào việc đại sự của cụ Trần Văn Hương là vì chính tôi và một số anh em chủ trương đưa cụ trở lại chính trường trong lúc cụ bị Đại Tướng Nguyễn Khánh giam lỏng tại nhà mát của Đức Tổng Giám Mục Ngô Đình Thục ở Vũng Tàu. Vấn đề nầy sẽ được trình bày cặn kẽ ở những đoạn sau.

– Bác đã cử ai làm Tổng Trưởng Canh Nông?

– Em Tôn Thất Trình.

– Tôi nghĩ Tôn Thất Trình không phải là người thích hợp trong chức vụ nầy mặc dù anh ta là một kỹ sư biết nghề.

– Vậy chớ em giới thiệu ai?

– Tôi không giới thiệu ai cả.

– Vậy thì Trương Thái Tôn và Phan Bá Cầm em muốn cử ai?

– Ông Phan Bá Cầm biết gì về canh nông mà bác muốn cử? Nói xong tôi xin cáo từ, để cụ Hương tiếp tục làm nhiệm vụ.

Tại sao tôi phản đối việc cử Tôn Thất Trình làm Tổng Trưởng là vì tôi nghĩ một cách ngay tình rằng cung cách lãnh đạo của ông không thể thực hiện được việc canh tân và phát triển ngành nông nghiệp của đất nước. Còn về lý do mà Nguyễn Văn Hảo tỏ sự bất đồng anh không chia sẻ ý kiến đó với tôi.

SẢN XUẤT LUÁ GẠO MIỀN TRUNG
PHONG TỎA KINH TẾ ĐỊCH

Một kỷ niệm khác là vào cuối năm 1962 quân Bắc Việt xâm nhập miền Trung và Cao Nguyên rất nhiều. Gạo tiếp tế cho miền Trung ngày càng tăng, vượt quá mức tiêu thụ tính theo đầu người. Tổng Thống Ngô Đình Diệm ra lệnh thành lập phái đoàn Liên bộ đi điều tra và thi hành việc "Phong Tỏa Kinh Tế Địch". Đại diện Bộ Kinh Tế là Trần Ngọc Liễng, Trưởng Phái đoàn và Lê Phước Trọng, Chánh Sự Vụ sở Nội Thương, đại diện Bộ Quốc Phòng là Đại Úy Trần Kim Hoa, phòng Nhì bộ Tổng Tham Mưu, (về sau anh Hoa là Đại Tá Chánh Võ Phòng phủ Thủ Tướng, hiện định cư tại Houston) và một Trung Úy khác tôi không nhớ tên, đại diện Bộ Nội Vụ là ông Nguyễn Văn Kha, đại diện Bộ Y Tế là một y tá trưởng tôi không nhớ tên, và tôi đại diện bộ Cải Tiến Nông Thôn.

Chúng tôi đi khắp miền Trung, năm đó có bão, máy bay quân sự L16 của Mỹ phải đáp khẩn cấp xuống sân banh của một xã thuộc tỉnh Quảng Tín, xe Jeep có thiết giáp hộ tống đưa chúng tôi về tỉnh. Sau bao nhiêu phiên họp với toàn bộ nhân viên và cấp chỉ huy của tất cả các tỉnh miền Trung, kết quả: Gạo có thất thoát, một số tỉnh không kiểm soát nổi để Việt Cộng tịch thu lúa của nông dân, một số tỉnh khác được tiếp tế gần như toàn bộ nhu cầu gạo của dân chúng, làm mất đi gần hết sản lượng lúa của tỉnh mình. Thực tế lúa gạo đi ngã nào lọt vào tay Việt Cộng không ai biết.

Về đến Nha Trang, chúng tôi dừng lại hai ngày để viết tờ trình. Trưởng phái đoàn Trần Ngọc Liểng là Giám Đốc Kinh Tế Miền Trung đã viết tờ trình không đúng với thực tế, khác với ý kiến của anh em. Tôi không bằng lòng ký tên. Ông Liểng nài nỉ, bảo rằng "cậu" Ngô Đình Cẩn rất oai quyền và có thể sinh sát dễ dàng ở Miền Trung, kể cả ở Sài gòn, nên mình phải uyển chuyển. Tôi vẫn không đồng ý ký tên. Cuối cùng ông Liểng đề nghị tất cả ký, ngoại trừ tôi, và nếu tôi muốn làm tờ trình riêng thì cứ tự nhiên làm. Tôi đồng ý, về tới Sài gòn tôi viết tờ trình lên Bộ kể rõ sự việc. Kết quả Tổng Thống ra lệnh phải đi điều tra lại. Vẫn phái đoàn nầy, vẫn số thành viên cũ không thay đổi. Vì sợ bị khiển trách có thể đưa đến mất chức vụ hay nguy hiểm hơn nữa nên ông Liểng trách móc tôi nặng nề trong đó có câu làm tôi tức cười nên nhớ mãi: "Tao nói thách, tưởng mấy không dám làm tờ trình riêng cho Tổng Thống, ai ngờ mấy làm thiệt". Sự thật tôi có làm tờ trình cho Tổng Thống đâu. Chỉ trình cho Bộ để chứng tỏ tôi chu toàn trách nhiệm của mình thôi. Nhưng chính Tôn Thất Trình lấy công với Tổng Thống bằng cách dâng tờ trình nầy cho "ông cụ".

Lần đi thứ hai nầy ra tới Nha Trang chúng tôi tạm ngừng đó, tất cả mọi người đề nghị tôi viết tờ trình theo ý mình rồi họ đồng ký tên, bởi vì nếu chúng tôi có đi trở lại một vòng nữa khắp các tỉnh thì cũng dự những phiên họp như lần trước, nghiên cứu những tài liệu cũ, đúc kết phần kết luận như tôi đã đề nghị. Một ngày sau tôi viết xong tờ phúc trình, nhưng chúng tôi không dám trở về Saigon ngay, sợ Bộ quở trách, bởi vì trong hai ngày làm sao đi kiểm tra khắp các tỉnh được? Vì vậy chúng tôi đếm bằng số ngày đã đi lần trước và lợi dụng ở lại nghỉ mát tại Nha Trang, tắm biển, ăn ghẹ, uống rượu đế. Kết quả Bộ Kinh Tế sẽ căn cứ theo những con số do phái đoàn kiểm tra mà ấn định lượng gạo tiếp tế cho miền Trung. Các vị Tỉnh Trưởng phải kiểm soát lượng gạo thất thoát chuyển vào mật khu Cộng sản nếu có. Hai chuyến đi miền Trung nầy có vất vả, có buồn vui nhau, nhưng cuối cùng tôi được kết thành bạn thân với gần như tất cả những người trong phái đoàn, kể cả ông Liểng và nhứt là ông Đại úy Trần Kim Hoa đại diện Bộ Quốc Phòng.

CHƯƠNG VIII

XÁO TRỘN CHÍNH TRỊ

Những người bạn đã từng hoạt động trong Liên Đoàn Công Giáo Paris ở Pháp, về Việt Nam kẻ trước người sau khá đông. Anh em tập họp thành lập Phong Trào Trí Thức Công Giáo, thuộc phong trào quốc tế Pax Romana. Bác Sĩ Nguyễn Văn Ái, Viện Trưởng viện Pasteur, đứng đầu phong trào cũng là cựu Chủ Tịch Liên Đoàn Công Giáo Paris thời ông còn du học. Tôi mới về nước gia nhập ngay vào phong trào, về sau tôi được giao trách nhiệm Tổng Thơ Ký hội Trí thức Công Giáo. Cũng trong thời gian đó, linh mục Nguyễn Viết Cư, Tuyên úy phong trào "Công Giáo Tiến Hành" toàn quốc, yêu cầu tôi đảm trách chức vụ Tổng Thơ Ký, làm việc chung với ông Chủ Tịch, Luật Sư Nguyễn Văn Huyền, người đạo đức gương mẫu, sau trở thành Thượng Nghị Sĩ, Chủ Tịch Thượng Nghị Viện Việt Nam Cộng Hòa. Đồng thời tôi còn là thư ký của "Văn Phòng Liên Lạc Cạnh Tòa Tổng Giám Mục Saigon". Rồi Linh mục Hồ Văn Vui được Tổng Giám

Mục Nguyễn Văn Bình cử làm đại diện cho Công Giáo trong Hội Đồng Tôn Giáo, ngài lại yêu cầu tôi cùng với ngài tham dự Hội Đồng nầy. Với những vị trí nói trên tôi bị cuốn vào trận bão chính trị kéo dài nhiều năm trong cuộc đời và biết được khá nhiều chuyện.

Tại sao lại có một cơ quan lấy cái tên lạ lùng là "Văn Phòng Liên Lạc Cạnh Tòa Tổng Giám Mục" mà không ai thấy có trong bất cứ một địa phận Công Giáo nào khác ở Việt Nam? Xin thưa, tại vì sau khi Phật tử cáo buộc ông Diệm "thực thi chế độ gia đình trị và bách hại Phật Giáo," nên họ liên tục biểu tình, tự thiêu, đưa đến cuộc đảo chánh ngày 1 tháng 11 năm 1963 sát hại Tổng Ngô Đình Diệm và em là cố vấn Ngô Đình Nhu.

Giáo dân Công Giáo, đa số chối bỏ Cộng sản Bắc Việt di cư vào Nam, được Tổng Thống Ngô Đình Diệm đặc biệt chiếu cố vì họ bị trắng tay chạy nạn Cộng sản. Khối Công Giáo di cư nầy thương tiếc và nhớ ơn cụ Ngô, họ cho rằng những xáo trộn chính trị gây sụp đổ chế độ làm lợi cho Cộng sản.

Mặt khác, khối người Phật tử dựa vào sự góp phần của họ trong việc lật đổ chế độ Ngô Đình Diệm nên muốn khuynh loát chính quyền. Họ đòi phải diệt trừ người của đảng Cần Lao, thuộc chế độ cũ đang còn ẩn núp trong chính quyền và mưu toan phục hồi chế độ đệ nhứt Cộng Hòa. Còn phía Công Giáo thì tố cáo có Cộng sản trá hình, núp dưới chiêu bài Phật tử, mượn danh cách mạng phá hoại quốc gia, chia rẽ tôn giáo. Về phía chính quyền, các nhân vật lãnh đạo quốc gia lúc thì nhượng bộ bên nầy, lúc nghe theo bên kia, do đó tạo sự xáo trộn không ngừng kéo dài trong một thời gian khá lâu. Hai bên, Phật Giáo và Công Giáo dựa vào quan điểm chính trị dị biệt biến thành sự kình chống tôn giáo, thậm chí thành thù hận gay gắt giữa hai khối người công dân của miền Nam chống Cộng. Một vài vị lãnh đạo tinh thần của đôi bên đứng phía sau cố vấn. Thêm vào đó chắc chắn có sự xách động gây rối của bọn Việt Cộng nằm vùng làm kẻ "ngư ông hưởng lợi".

Trong hoàn cảnh đó, Tòa Tổng Giám mục cần có một nhóm người theo dõi nghiên cứu tình hình chính trị để trình cho Đức Tổng Giám Mục Saigon có đủ dữ kiện xét đoán. Những lý do bên nầy hay bên kia viện dẫn để xuống đường và bạo động thường không chính đáng và quá khích. Mỗi lần biểu tình là một cơ hội để gây thù hằn, và bạo động. Phía giáo dân Công Giáo có Linh mục Hoàng Quỳnh cố vấn, bên Phật tử có Thượng Tọa Thích Trí Quang, một nhân vật quan trọng của Phật Giáo thời đó.

Tôi hân hạnh được tiếp xúc với vị Thượng Tọa nầy hai lần tại bệnh viện của Bác Sĩ Nguyễn Duy Tài. Ngài ngồi xếp bằng trên giường, tay cầm tuần báo *Time* mới nhứt từ từ để xuống bên hông, ngài không lộ vẻ đau yếu bệnh hoạn gì, nói năng chậm rãi, rất thông minh và bén nhạy, thông suốt tình hình chính trị quốc tế và quốc nội, nhận định và lý luận chính xác rõ ràng. Nếu ngài không cạo đầu mặc áo "già lam" thì ai cũng phải lầm tưởng ngài là một chính trị gia lỗi lạc hơn là tu sĩ. Về sau, khi tôi ngồi trong Nội các chiến tranh, có cơ hội đọc qua hồ sơ, tài liệu của Cảnh sát mới biết rằng ngài là một tu sĩ Phật Giáo ở bên kia vĩ tuyến 17, vượt sông Bến Hải, tu tại một chùa thuộc tỉnh Quảng Trị và nhanh chóng trở thành vị lãnh đạo tinh thần có uy tín nhứt của Phật Giáo Ấn Quang dù ngài không phải là Viện Trưởng và không hề giữ một chức vị nào của Viện Hóa Đạo. Sau ngày 30 tháng 4 năm 1975, tại trại cải tạo Long Thành, hai vị Dân Biểu Phật Giáo

Phan Xuân Huy và Nguyễn Khoa Phước bị công an gạn hỏi hai ông biết gì về Thượng Tọa Thích Trí Quang phải khai tất cả chi tiết. Và tại khám Chí Hòa, một người tôi không hề quen biết, khi đi tắm với cả phòng tập thể tại hồ nước trước phòng 13 khu ED, thấy tôi, ông ta vừa xối nước tắm vừa nói "tụi nó bắt tôi phải khai biết gì về Võ Long Triều, Trần Văn Tuyên và Thích Trí Quang. Tôi chẳng biết gì mà khai, nhưng dù tôi có biết cũng chẳng thèm khai". Tôi thắc mắc rất nhiều về Thượng Tọa Thích Trí Quang, về việc Cộng sản kiểm điểm hoạt động của ngài sau biến cố 30 tháng 4 năm 1975. Tôi tự hỏi, sau ngày Cộng sản chiếm được miền Nam, tại sao Thượng Tọa Trí Quang giữ im lặng hoàn toàn? Tại sao ông không bị câu lưu như đa số các vị lãnh đạo Phật Giáo Việt Nam Thống nhứt? Tại sao ông không hề tuyên bố điều gì chống lại chính phủ Cộng sản hay bênh vực cho tự do tín ngưỡng khi Phật Giáo bị Cộng sản bách hại. Có người cho rằng Trí Quang là người của Cộng sản. Điều đó chỉ có Thượng Tọa Trí Quang biết và Cộng sản biết rõ hơn ai cả.

Chính trường ngày càng rối beng tại vì cơ quan đầu não lãnh đạo quốc gia chưa đoàn kết được, không biết thỏa thuận với nhau về một chương trình hành động, chưa nghĩ ra sách lược cai trị nước. Sự xung đột tôn giáo ngày càng dữ dội hơn. Sinh viên xuống đường công khai tỏ thái độ về những vấn để chính trị nóng bỏng. Chính quyền thay đổi lập trường thường xuyên, thỏa mãn sự phản đối ồn ào của bên nầy hay bên kia, hoặc vuốt ve, mị dân, mua lòng thành phần nào tỏ ra có chút thế lực.

Sau khi đảo chánh thành công, Hội đồng Quân nhân Cách mạng ra quyết nghị ngày 3 tháng 11 năm 1963, giải tán Quốc Hội và tạm ngưng thi hành Hiến Pháp. Ngày 4 tháng 11, chiếu Hiến Ước tạm thời cử cựu Phó Tổng Thống Nguyễn Ngọc Thơ đảm nhiệm chức vụ Thủ Tướng và thành lập Nội các, trong đó có ba tướng lãnh, Trung Tướng Trần Văn Đôn giữ bộ Quốc Phòng, Trung Tướng Tôn Thất Đính giữ bộ Nội Vụ và Thiếu Tướng Trần Tử Oai giữ bộ Thông Tin. Tân chính phủ không ổn định được tình hình kinh tế và chính trị. Dư luận quần chúng thông qua báo chí gán cho Nội các Nguyễn Ngọc Thơ danh hiệu là "con rùa hành chánh". Trong khi đó Hội Đồng Quân Nhân Cách mạng và Chính Phủ muốn tạo một khuôn khổ pháp lý tạm thời cho chế độ bằng cách thành lập " Hội Đồng Nhân Sĩ" gồm khoảng 60 nhân vật có uy tín và đảng viên có thế lực do Chủ Tịch Hội Đồng Quân Nhân Cách Mạng mời tham gia với nhiệm vụ cố vấn cho Hội Đồng. Về phía Phật Giáo các nhà lãnh đạo vừa ngấm ngầm vừa công khai buộc nhà nước phải thi hành đường lối chính trị theo ý của các ngài. Riêng Hội Đồng Nhân sĩ bầu một Ủy Ban Hiến Pháp và ra thông cáo yêu cầu đồng bào các giới đóng góp ý kiến. Mục đích chỉ để xoa dịu dư luận quần chúng đồng thời cũng muốn đánh tan sự hiểu lầm và đồn đãi là "quân đội làm độc tài, thi hành chính sách quân phiệt".

Sự thật nhóm quân nhân đảo chánh rất e dè vì bị áp lực trực tiếp của Mỹ luôn nhắc nhở họ phải tái lập một chính phủ dân cử.

Không đầy ba tháng sau lại xẩy ra một cuộc "chỉnh lý" do Trung Tướng Nguyễn Khánh, đương kim Tư Lệnh Quân khu II cầm đầu, lật đổ Thủ Tướng Nguyễn Ngọc Thơ. Hai tháng qua, Hội Đồng Nhân Sĩ chưa kịp tiếp thu ý dân, chưa có thời gian và điều kiện hoạt động. Nội Các Nguyễn Ngọc Thơ mới thành lập, chưa biết phải làm gì, loay hoay trong việc giải quyết những vấn đề thông thường. Không có một sáng kiến mới, không có một chương trình ngoạn mục nào đáp ứng với sự mong đợi của quần chúng, tương xứng với danh từ "cách mạng " được rao truyền sau ngày đảo chánh.

Tướng Khánh giải thích: Hội Đồng Quân Nhân Cách Mạng chỉ thanh trừng nội bộ mà thôi. Mọi chủ trương đường lối lãnh đạo quốc gia không thay đổi. Nôm na là Trung Tướng Dương Văn Minh lật đổ Tổng Thống Ngô Đình Diệm, bây giờ đến lượt Nguyễn Khánh lật đổ Dương Văn Minh, viện cớ là trong chính phủ có những tướng lãnh thân Pháp, chủ trương trung lập. Các Tướng đó là Trần Văn Đôn, Lê Văn Kim, Tôn Thất Đính và Mai Hữu Xuân, bị bắt cùng với một số tùy tùng và bị giam lỏng trong một biệt thự ở Đà lạt. Hội Đồng Quân Đội Cách Mạng bầu Tướng Nguyễn Khánh làm Chủ Tịch, kiêm luôn chức vụ Thủ Tướng và Tổng Tư Lệnh Quân lực Việt Nam Cộng Hòa. Nguyễn Khánh giải tán Hội Đồng Nhân Sĩ, thành lập chánh phủ.

Người ta khéo léo dùng danh từ "chỉnh lý" vì bốn Tướng Lãnh Đôn, Kim, Xuân, Đính chủ trương trung lập. Tôi thiết nghĩ đó chỉ là mượn cớ mà thôi. Những điều tôi ghi nhớ và tài liệu trong sách của tác giả Đoàn Thêm ghi lại hàng ngày có thể giải thích một cách khác.

AI DỌN ĐƯỜNG CHO MỸ TRỰC TIẾP CAN THIỆP?

Trong khóa học về Ấp Chiến Lược dành cho công chức cao cấp cuối năm 1962, tôi có tham dự và còn nhớ trong khóa đó có Bác Sĩ Nguyễn Văn Mẫn sau là Thị Trưởng Đà Nẵng, ông nằm cùng giường với tôi ở tầng trên, tôi ngủ tầng dưới, vạt cây và chiếu có đầy rệp! Cũng trong khóa học đó có hai vị Trung Tá không quân Nguyễn Cao Kỳ và Trần Văn Minh sau đều trở thành Tư Lệnh Không Quân. Ông Cố Vấn Ngô Đình Nhu thuyết trình về tình hình chính trị của đất nước nói rằng: Mỹ muốn Tổng Thống công khai yêu cầu Hoa Kỳ trực tiếp tham gia chiến đấu nhưng Tổng Thống không thuận vì nếu Mỹ trực tiếp lãnh đạo chiến tranh mình mất hết chính nghĩa. Tổng Thống chỉ xin đồng minh viện trợ trực thăng nhiều hơn để có phương tiện can thiệp nhanh trong các trận chiến nhưng Mỹ không bằng lòng. Bốn năm tháng sau bắt đầu có bất ổn chính trị dẫn đến đảo chánh.

Một điều ghi nhớ khác là sau 11 năm tù Cộng sản tôi sang Pháp gặp lại Đại Tướng Dương Văn Minh có lần tâm sự về những chuyện quá khứ, ông nói với tôi "Hồi đó Mỹ đề nghị mình nhận cố vấn quân sự từ cấp đại đội thậm chí tiểu đội tôi thấy bất lợi quá". Ba tháng sau, ngày 30 tháng 1 năm 1964 Tướng Nguyễn Khánh "chỉnh lý" nắm trọn quyền hành. Như vậy có thể suy luận rằng những gì người Mỹ yêu cầu mà mình không chịu thỏa mãn họ có thể mượn tay người của mình giải quyết giùm cho họ thôi. Trong hoàn cảnh và thời điểm đó, chiến lược toàn cầu của Mỹ là "be bờ" cộng sản với bất cứ giá nào. Vậy ai là người đã ký văn bản yêu cầu và cho phép Mỹ đổ bộ tại bãi biển Đà Nẵng chắc chắn Nguyễn Khánh phải biết. Một tháng sau Bộ Trưởng Quốc Phòng Hoa Kỳ McNamara tuyên bố "hoàn toàn ủng hộ chính phủ Nguyễn Khánh" đồng thời tăng viện trợ thêm 50 triệu Mỹ kim. Ngày 11 tháng 7, 1964, McNamara tuyên bố rất có thể mở rộng chiến tranh ra Bắc Việt. Ngày 2 tháng 8 1964 chiến hạm Maddox của Hoa Kỳ vào sát ranh vịnh Bắc Việt bị bắn. Ngày 6 tháng 8, 1964, Quốc Hội Hoa

Kỳ cho phép Tổng thống Johnson áp dụng mọi biện pháp cần thiết để đối phó với thời cuộc kể cả việc sử dụng võ lực (tài liệu sách Đoàn Thêm, 1945-1964).

Mỹ bắt đầu trực tiếp đi vào cuộc chiến. Những lý do giả tạo để đảo chánh hay gây chiến tùy hoàn cảnh và điều kiện người ta có thể thực hiện dễ dàng. Cũng giống như nguyên nhân thật sự gây ra thế chiến thứ hai là Hitler muốn tìm đường ra biển để đương đầu với hai hạm đội mạnh nhứt Au Châu là Anh Quốc và Pháp Quốc. Nhưng bề ngoài ông chỉ đòi tỉnh Danzig của Ba Lan mà thôi.

Trở về sự xáo trộn chính trị trong thời gian đó, Nguyễn Khánh muốn tạo một khuôn khổ pháp lý cho chế độ nhưng ông không có khả năng lãnh đạo, chỉ cai trị theo cảm hứng cá nhân, hoặc xuôi theo chiều gió. Một trong những đòi hỏi của Phật Giáo là phải được thành lập nha Tuyên Úy Phật Giáo như bên Công giáo đã có. Cho nên sau ngày chỉnh lý, Trung Tướng Nguyễn Khánh với tư cách là Thủ Tướng ký sắc lệnh thành lập Nha Tuyên Úy Phật Giáo cử Thượng Tọa Thích Tâm Giác làm Giám Đốc, với quân hàm giả định là Đại Tá. Chính phủ còn giúp phương tiện xây cất viện Hóa Đạo Ấn Quang. Nguyễn Khánh giao khoán cho một số chuyên gia thảo bản "Hiến Chương Vũng Tàu". Theo lời của cố Giáo Sư Nguyễn Văn Bông thuật lại với tôi, ông vừa nói vừa cười: Khi không có người tới thông báo với moa là Thủ Tướng mời moa đi Vũng Tàu gấp và người nầy yêu cầu moa thu xếp quần áo ngay rồi chở đi. Moa tưởng mình bị bắt đi an trí ở Vũng Tàu, lo trối chết! Nào ngờ ra đến nơi gặp Nguyễn Ngọc Huy và nhiều anh em khác mới biết mình được giao trách nhiệm phải thảo trong "ngày một ngày

hai" một bản hiến chương. Điều nầy Giáo Sư Vũ Quốc
Thúc cũng có nói với tôi hồi tôi còn hoạt động với anh
ấy bên Pháp. Nguyễn Khánh ỷ lại vào quyền hành nắm
trọn trong tay và sự công khai ủng hộ của Mỹ nhưng thực
tế ông không có kiến thức về chính trị nên ông tuyên
bố bừa bãi nào là "Quân đội là cha nhân dân", nào là
các chính khách chỉ là "chính khách phòng trà" biết nói
mà không biết làm v. v... rồi ông lại họp báo đính chánh
ngược xuôi rằng "Tôi không có miệt thị chính khách".
Ngay những ngày đầu ông đã gây nhiều bất mãn và có
lẽ vì vậy mà Hiến Chương Vũng Tàu vừa mới được ban
hành, ba ngày sau sinh viên họp bàn cách phản đối,
năm ngày sau sinh viên biểu tình kéo tới phủ Thủ Tướng
đòi ủy bỏ Hiến Chương Vũng Tàu, yêu cầu thành lập
chính phủ trong sạch, trẻ trung và đặc biệt yêu cầu các
Tướng lãnh trở về quân đội. Đồng thời sinh viên còn
buộc chính phủ phải diệt trừ đảng Cần lao và Cộng sản
núp trong chính quyền. Ai đứng sau lưng những cuộc
biểu tình đó? Khó mà biết được. Đài phát thanh loan
tin thất thiệt rằng sinh viên lên phủ Thủ Tướng để ủng
hộ Nguyễn Khánh, lập tức đông đảo sinh viên kéo tới
đài phát thanh yêu cầu đính chánh và xong vào đập phá
hồ sơ, đồ đạc, máy móc.

Đúng mười ngày sau khi ban hành ngày 16 tháng 8
năm 1964, Nguyễn Khánh ra tuyên cáo thu hồi Hiến
Chương Vũng Tàu ngày 26 tháng 8 năm 1964. Sinh viên
tặng ông biệt danh là "Hề chính trị Nguyễn Khánh". Sau
đó ông bày thêm một trò chơi chính trị khác là lập Ban
Lãnh Đạo Lâm Thời Quốc Gia và Quân Lực gồm Trung
Tướng Dương Văn Minh, Nguyễn Khánh và Trần Thiện
Khiêm. Bắt đầu một giai đoạn hỗn độn khác dưới sự lãnh

đạo của cái gọi là "Tam Đầu Chế". Không biết có phải Tướng Khánh học bài của lịch sử Pháp trong giai đoạn hỗn độn của thời kỳ cách mạng của những năm 1798, các chính trị gia xứ nầy bài ra cái "Triumvirat" nghĩa là tam đầu chế gồm Barnave, Duport, Lameth rồi đến nhóm Danton, Marat, Robespierre bị cáo buộc làm độc tài, Robespierre phải lên đoạn đầu đài bị chém đầu.

Một ngày sau khi thành lập Tam Đầu Chế, đông đảo Công Giáo ở ngoại ô, đặc biệt từ Hố Nai kéo tới Bộ Tổng Tham Mưu trưng biểu ngữ chống vụ phá hoại đài phát thanh và bộ Thông tin, chống âm mưu chia rẽ, chống Cộng sản nằm vùng. Bốn người bị bắn chết, 11 người bị thương. Buổi chiều Phật tử và giáo dân Công Giáo ẩu đả nhau ngoài đường phố, tại đường Mac Đĩnh Chi, ngang nhà tôi ở số 28 ter, đứng trên bao lơn tôi nhìn xuống thấy học sinh Phật tử trường Kỹ Thuật Cao Thắng ở gần đó với sự tiếp viện của học sinh Võ Trường Toản, chận nhóm thanh niên giáo dân Xóm Mới, Hố Nai và họ đạo Bình An, biểu tình đổ xuống đài phát thanh và đại lộ Thống Nhứt. Họ chọi nhau bằng đá cục, đánh nhau bằng dao búa gậy gộc, ai cứu thương thì lo cứu, ai đánh nhau thì cứ tiếp tục đánh. Linh Mục Hồ Văn Vui và Thượng Tọa Thích Tuệ Đăng đến can thiệp hòa giải tới 10 giờ đêm mọi người mới chịu giải tán. Kết quả hai học sinh bị đâm chết. Tình trạng vô cùng hỗn độn. Giới nghiêm được ban hành thường xuyên. Sinh lực quốc gia hao mòn, tinh thần đoàn kết chống Cộng nhường chỗ cho sự thù hằn cá nhân và tôn giáo đánh nhau. Tín đồ bên nào cũng sẵn sàng tử vì đạo.

Một ký giả người Mỹ tường thuật trong một bữa cơm có sự hiện diện của đệ nhứt tham vụ ngoại giao tòa Đại

Sứ Mỹ John Burk và tôi, sự việc đúng sai đến mức độ nào tôi không có chứng kiến. Ông xác nhận có tận mắt thấy tại nhà lồng chợ Saigon, một thanh niên Công Giáo bị nhóm biểu tình Phật tử trói tay, đánh đấm túi bụi rồi lấy vỏ cây tre, vạt cho bén nhọn, rạch bụng anh ta đổ máu, anh lặng thinh không một tiếng kêu la, ký giả nầy kết luận: Thanh niên đó đang tin tưởng mình chịu cực hình và "tử vì đạo".

Đông đảo giáo dân trẻ, ban đêm tụ tập tại khu giáo xứ Bình An và Phú Nhuận do linh mục Hoàng Quỳnh quản nhiệm, tập sử dụng côn hay quyền thuật, chuẩn bị cho những cuộc đụng độ sẽ xẩy ra những ngày kế tiếp. Tòa Tổng Giám Mục và Viện Hóa Đạo ra thông cáo chung, khuyên nhủ hai bên giáo đồ bình tĩnh và tránh hết mọi sách động. Dù vậy ngày hôm sau, hàng trăm thanh niên Phật tử mang gậy gộc tới trường Nguyễn Bá Tòng, mỗi lúc càng đông, đập phá tờ báo *Xây Dựng* do Linh Mục Nguyễn Quang Lãm làm chủ nhiệm, được xem như báo Công giáo. Xe của Đức Giám Mục Mỹ Tho Nguyễn Văn Thiện bị bao vây xô đẩy, Ngài thuật lại với tôi rằng có một người tuổi trên ba mươi xông tới can thiệp bảo vệ ngài và nói nhỏ vào tai ngài con là CIA, anh ta trình vội vàng một tấm thẻ ngài không biết là thẻ gì, người nầy đưa ngài vào trường Nguyễn Bá Tòng an toàn.

Hai xác thanh niên bị chết trong vụ đập phá trường Nguyễn Bá Tòng và tòa báo *Xây Dựng* được quàn tại Viện Hóa Đạo để làm lễ cầu siêu. Ngày 29-8-64 Viện Hóa Đạo ra thông cáo từ nay không chịu trách nhiệm về các vụ bạo động. Ngày 1-9-64 Thượng Tọa Thích Tâm Châu thông bạch: "Phật Giáo bị đe dọa, chính quyền phải dứt khoát với nhóm người thuộc chế độ cũ" kỳ hẹn đến 27-10-64, nếu nguyện vọng không đạt thì sẽ bãi thị bãi khóa. Linh mục Hoàng Quỳnh gởi thư cho Nguyễn Khánh tố cáo chính phủ không lưu tâm đến các vụ đàn áp Công Giáo trong những ngày qua. Những gì đã xảy ra chứng tỏ địa vị của Nguyễn Khánh đang lung lay. Hai Tướng Dương Văn Đức và Lâm Văn Phát từ Vùng IV kéo quân về đảo chánh, Tướng Khánh thoát thân nhờ Tướng Nguyễn Cao Kỳ đích thân chở Nguyễn Khánh cất cánh kịp thời bay lên Đà Lạt. Một số tướng lãnh họp tại bộ tư lệnh Không quân cương quyết đòi Dương Văn Đức rút quân. Ba ngày sau, Nguyễn Khánh về Sài gòn ra lệnh điều tra vụ đảo chánh hụt. Bộ Ngoại Giao Hoa Kỳ tuyên bố tiếp tục ủng hộ chánh phủ Nguyễn Khánh. Thượng Hội Đồng Quốc Gia được thành lập ngày 8-9-64, tuyển nhiệm cụ Phan Khắc Sửu làm Quốc Trưởng.

Mười ngày sau, một Hội Đồng Nhân Dân Cứu Quốc được thành lập tại Huế do giáo sư và sinh viên chủ xướng với mục đích bài trừ Cần lao, họ đòi Linh mục Cao Văn Luận phải từ chức Viện Trưởng. Về sau khoảng năm 1966 với tư cách là Tổng Trưởng của Nội các chiến tranh, tôi được biết trong Hội Đồng Nhân Dân Cứu Quốc nầy có rất đông Việt Cộng nội tuyến lộ hình. Nhiều nơi chúng lùng bắt Cần lao. Trước những biến cố dồn dập, Nguyễn Khánh đành lùi một bước để Quốc Trưởng Phan Khắc Sửu cử Trần Văn Hương làm Thủ Tướng. Nội các Nguyễn Khánh tồn tại được 9 tháng. Chính phủ Trần Văn Hương chủ trương tách rời chính trị ra khỏi tôn giáo nên càng bị phía Phật giáo và Hội Đồng Nhân Dân Cứu Quốc chống đối mãnh liệt hơn.

Cuộc khủng hoảng chính trị trầm trọng ở miền Nam cho phép Bắc Việt thừa cơ hội xâm nhập nhiều gấp bội và khởi sự đánh lớn tại Bình Giả bảy ngày đêm. Quân ta đẩy lui Cộng sản, khám phá có hầm bí mật đủ khả năng chứa cả tiểu đoàn. Theo tin tức từ Hoa Thịnh Đốn thì số quân Bắc Việt xâm nhập miền Nam qua đường mòn Hồ Chí Minh, đã tăng với mức đáng ngại. Tổng Thống Johnson gởi công hàm yêu cầu chính phủ Đại Hàn gởi quân giúp Việt Nam. Chiến trường thật đáng ngại, mà chính trường còn đáng ngại hơn. Đông đảo Phật tử biểu tình trước sứ quán Mỹ đòi Hoa Kỳ để dân tộc Việt Nam tự quyết. Đoàn người biểu tình kéo nhau đập phá thư viện Lincoln. Thủ Tướng Trần Văn Hương phải xin lỗi Đại Sứ Taylor. Ông kêu gọi mọi người lãnh trách nhiệm trước tình thế và lên án gắt gao nhóm người biểu tình, còn gọi họ là một "lũ lưu manh cạo đầu rồi mang sắc phục tăng ni và làm trò con khỉ ở ngoài đường". Ông nhứt định không lùi bước. Lời tuyên bố nảy lửa của Thủ Tướng Trần Văn Hương châm ngòi cho sự chống đối mãnh liệt hơn. Thượng Tọa Trí Quang họp báo yêu cầu chính quyền không nên dung túng bọn người của chế độ cũ, không nên xem Phật Giáo là Cộng sản.

Đức Tăng Thống Thích Tịnh Khiết, Thượng Tọa Thích Trí Quang và Thượng Tọa Thích Tâm Châu tuyệt thực 48 giờ. Tại Nha Trang, 300 tăng ni tuyệt thực. Một đoàn người khác biểu tình đốt phá Phòng thông tin Hoa kỳ tại Huế. Tình thế hỗn loạn, Hội Đồng Quân Lực ủy nhiệm Tướng Nguyễn Khánh giải quyết cuộc khủng hoảng. Thừa ủy nhiệm Hội Đồng, Tướng Khánh tuyển nhiệm Phan Khắc Sửu làm Quốc Trưởng, bãi nhiệm Trần Văn Hương, giam lỏng ông tại biệt thự nghỉ mát của Đức Giám Mục Vĩnh Long ở Vũng Tàu, cử Bác Sĩ Phan Huy Quát làm Thủ Tướng và thành lập nội các mới.

Nội các Trần Văn Hương tồn tại 3 tháng 12 ngày, hoàn toàn thất bại trong việc tách rời tôn giáo và chính trị. Chủ trương của Thủ Tướng Trần Văn Hương là đúng trên lý thuyết, phải phân biệt rõ ràng thế quyền và thần quyền. Nhưng cách hành động và xử thế để đạt được mục tiêu, hình như cụ Trần Văn Hương chưa ý thức được khó khăn hiện tại, chưa hiểu rõ nguyên nhân sâu xa được bao bọc bên ngoài bằng mâu thuẫn tôn giáo. Ông càng lơ là, sơ ý về sự lợi dụng và sách động của Cộng sản. Cho nên những biện pháp cứng rắn, những lời tuyên bố "không lùi bước" và có tính khiêu khích, răn đe, không phải là phương pháp chính trị đem lại kết quả ông mong muốn. Dư luận báo chí "khen" cụ Hương "can đảm, gan lì" nhưng không khen ông khéo léo, khôn ngoan, lèo lái quốc gia ra khỏi cơn khủng hoảng, trái lại tự ông đi ngay vào cuộc khủng hoảng kéo dài.

VAI TRÒ CỦA VĂN PHÒNG LIÊN LẠC CẠNH TÒA TỔNG GIÁM MỤC

Trong bối cảnh đó Đức Tổng Giám Mục Sài gòn lo âu, một số tu sĩ và giáo dân bối rối tự hỏi làm sao ngăn chặn những cuộc biểu tình đánh nhau, ít ra là phía Công Giáo của mình, làm sao giải tỏa sự thù hận giữa những người đang hành động trái với lời dạy của Chúa và Phật? Linh mục Nguyễn Bình An, bề trên Giám Tỉnh dòng Phan-xi-cô, có sáng kiến và đề nghị thành lập một nhóm tu sĩ và giáo dân để nghiên cứu hiện tình, phân tích nguyên nhân sự xung đột, phương cách hành động để ngăn ngừa và trình bày ý kiến cho Đức Tổng Giám Mục Nguyễn Văn

Bình để ngài có đủ yếu tố suy đoán và khuyến cáo tu sĩ giáo dân. Chính linh mục Nguyễn Bình An liên lạc với các bề trên dòng khác như: Linh mục Nguyễn Thanh Nhẫn, bề trên dòng Chúa Cứu Thế; Linh mục Nguyễn Huy Lịch bề trên dòng Dominicô; Linh mục Nguyễn Quang Lãm, Chủ Nhiệm nhựt báo *Xây Dựng* mà dư luận hiểu rằng tờ báo đó là của Công Giáo; Linh mục Nguyễn Viết Cư, Tuyên Úy Công Giáo Tiến Hành. Linh mục Hồ Văn Vui, cựu Chánh Xứ nhà thờ Chánh Tòa Saigon.

Trong một bài giảng thời trước 1963, Linh mục Vui có ý chỉ trích chế độ Ngô Đình Diệm nên bị áp lực nặng, ngài phải tạm thời tị nạn sang Campuchia, Văn phòng liên lạc hy vọng rằng sự hiện diện của ngài chứng minh Tòa Tổng Giám Mục không thiên vị chế độ Ngô Đình Diệm. Linh mục Hoàng Quỳnh, người đã từng tổ chức đội binh Công giáo chống Cộng sản ở địa phận Phát Diệm ngoài Bắc trước năm 1954. Linh mục Hoàng Quỳnh tin rằng những xáo trộn đưa đến sự lật đổ chính phủ Ngô Đình Diệm đang làm lợi cho Cộng sản. Văn Phòng Liên Lạc mời ngài tham gia để cùng nghiên cứu phương cách giải tỏa sự xung đột tôn giáo, đồng thời cũng có dụng ý lấy danh nghĩa Tòa Tổng Giám Mục yêu cầu ngài phải giải thích với giáo dân họ đạo của ngài và ngăn chặn những cuộc biểu tình có hành động quá khích.

Văn Phòng còn gồm một số giáo dân từng theo sát diễn biến tình hình chính trị hằng ngày như: Cụ Nguyễn Văn Huyền, Chủ Tịch Phong Trào Công Giáo Tiến Hành, Ông Nguyễn Gia Hiến, Chủ Tịch Lực Lượng Đại Đoàn Kết do Linh mục Hoàng Quỳnh khuyến khích thành lập. Về sau văn phòng mở rộng có thêm cụ Vũ Ngọc Trản, Bác Sĩ Nguyễn Văn Ai và anh Lý Chánh Trung.

Đức Tổng Giám Mục Saigon, Nguyễn Văn Bình rất buồn phiền và luôn tự hỏi phải làm sao dập tắt cho bằng được ngọn lửa hận thù và sự sung đột tôn giáo phi lý nầy? Bằng cách nào đây? Khuyên nhủ không được! Cấm đoán chăng? Giáo dân thuộc "Lực Lượng Đại Đoàn Kết" viện dẫn rằng: Vấn đề biểu tình chống đối hay đòi yêu sách là "việc đời" không phải "việc đạo", nên không liên can đến giáo quyền, đặc biệt là Đức Tổng Giám Mục địa phận Saigon. Vả lại hành xử việc đời như vậy không vi phạm luật lệ nào của giáo hội cả. Tổng Giám Mục Nguyễn Văn Bình khuyên giải Linh mục Hoàng Quỳnh rất nhiều lần, vị nầy lại khéo léo thưa trình: Chính ông có thông báo cho giáo dân biết là Đức Cha không hài lòng, thậm chí cấm đoán, nhưng giáo dân không chịu nghe lời ông, họ cho rằng giáo sĩ chỉ có quyền trong việc hành đạo, còn về phần đời giáo dân có toàn quyền bày tỏ lập trường chính trị của họ. Lời giải thích của linh mục Hoàng Quỳnh chỉ là tránh né, đổ thừa mà thôi, chở trên thực tế việc "phô trương lực lượng" trong những cuộc biểu tình phản đối hay ủng hộ có tính chính trị, giáo dân Công Giáo tuân theo sự chỉ đạo của Linh mục Hoàng Quỳnh hơn là sự khuyến cáo của Đức Tổng Giám Mục.

Mặc dù Văn Phòng Liên Lạc Cạnh Tòa Tổng Giám Mục không đạt được kết quả như các thành viên mong muốn, nhưng cũng chận đứng được nhiều cuộc xuống đường bạo động của phía Công giáo. Tôi còn nhớ có một đêm khoảng 9 giờ tối, Linh mục Nguyễn Quang Lãm hối hả gọi điện thoại cho tôi nói:

– Họ sắp đánh nhau rồi toa ơi.

Tôi cũng quýnh quáng hỏi lại: Ai đánh nhau và ở đâu. Ngài trả lời ở gần Viện Hóa Đạo.

Tôi hiểu ngay là giáo dân họ đạo Bình An và Phú Nhuận rồi. Tôi liền hỏi tiếp ông gọi tôi để làm gì?

– Thì tọa nên đến đó lấy danh nghĩa của Văn Phòng Liên Lạc mà ngăn cản không cho họ đánh nhau.

Một mình tôi với ông, mặc áo quần dân sự, nói năng lôi thôi, tụi mình có thể bị ăn đòn lây nữa là khác. Phải có ít ra một hai người mặc áo dòng đen thì mới nói chuyện được với họ. Vậy tôi để nghị ông thay áo dòng đen liền đi, bởi vì ngày thường Linh mục Lãm được giáo quyền cho phép mặc thường phục và mang một thánh giá nhỏ trên bâu áo.

Tôi gọi Linh mục Nguyễn Viết Cư trình bày sự việc và yêu cầu ngài cùng với chúng tôi đến nơi tụ điểm. Đi ngược đường Trần Quốc Toản, gặp những người anh em tay cầm gậy gộc sát khí đằng đằng. Hai vị linh mục xuống xe đi bộ còn cách đoàn biểu tình độ vài ba thước. Linh mục Cư lên tiếng yêu cầu gặp hai anh Bách và Ninh. Hai cán bộ giáo dân nồng cốt và tín cẩn của Linh mục Hoàng Quỳnh đồng thời họ cũng là chức sắc cao cấp của Lực Lượng Đại Đoàn Kết. Tôi biết mình là giáo dân tầm thường không có uy tín và cũng không có uy thế để nói chuyện với anh em, nên tôi cứ đứng im nghe hai vị linh mục thuyết phục đoàn người hung hăng. Hai vị linh mục mượn danh nghĩa Đức Tổng Giám Mục Nguyễn Văn Bình để yêu cầu họ giải tán, cuối cùng đạt kết quả.

Rất nhiều khi trong một vài phiên họp, chúng tôi thuyết phục được cha Hoàng Quỳnh chấp nhận chính ông sẽ chỉ thị bãi bỏ những cuộc "biểu dương lực lượng". Tóm lại, mặc dù nước vẫn tiếp tục chảy qua cầu, giáo dân công Giáo và Phật tử vẫn biểu tình, nhưng ngày càng giảm bớt nhịp độ. Ngọn lửa hận thù mang tính chính trị được tô màu tôn giáo chưa thể dập tắt được hoàn toàn nhưng cũng yếu dần gần như sắp thành đống tro.

Trong hoàn cảnh bị Ấn Quang liên tục làm áp lực, chính quyền hiện hữu phản ứng theo phương cách "chia để trị" nên mới lợi dụng sự bất đồng giữa Thượng Tọa Thích Tâm Châu và các vị lãnh đạo Ấn Quang. Nhà cầm quyền giúp cho Thượng Tọa Tâm Châu thành lập một Viện Hoá Đạo thứ hai, đặt tại Việt Nam Quốc Tự đường Trần Quốc Toản. Lập trường của Thượng Tọa Thích Tâm Châu ôn hòa có phần thân chính phủ. Trong khi hai tôn giáo lớn Phật Giáo và Công Giáo vẫn tiếp tục kình chống nhau, Linh mục Hồ Văn Vui có sáng kiến thành lập một Hội Đồng tôn giáo gồm Phật Giáo, Cao Đài, Hoà Hảo và Công Giáo đóng vai trò trọng tài hòa giải. Ý kiến nẩy được chính quyền tán đồng ngay và ủng hộ bằng cách cấp cho một biệt thự lớn tại góc đường Trần Cao Vân Và Hai Bà Trưng làm trụ sở có một thư ký thường trực văn phòng, với hy vọng Hội Đồng sẽ giúp nhà nước hóa giải được phần nào tình thế gay go hiện tại. Hội Đồng khẩn thiết mời hai Viện Hóa Đạo Phật Giáo Ấn Quang và Việt Nam Quốc Tự nhưng không nơi nào nhận lời tham gia và gởi đại diện.

Hội đồng tôn giáo nhận định rằng thời gian trước năm 1963 và những ngày sau cuộc binh biến lật đổ chế độ đệ nhứt Cộng Hoà, Phật Giáo chưa hề có tổ chức chặt chẽ, đa số các vị Hoà Thượng trụ trì chùa lớn nhỏ tự mình lãnh đạo nhóm tín đồ lui tới chùa mình nên quyết định mời một vị Hòa Thượng trụ trì của một chùa lớn tỉnh Gia Định tham gia, nếu trí nhớ của tôi còn đúng thì vị đại diện Phật Giáo trong hội đồng là Hòa Thượng Thích Chân Bổn, ít ai biết tới, Đại diện Phật Giáo Hòa Hảo là cụ Huỳnh Văn

Nhiệm và Nguyễn Văn Hợi, Đại diện Cao Đài là cụ Cao Hoài Sanh. Đại diện Tôn Giáo Hoàn Cầu Baha'I là ông Lê Lộc và đại diện Công Giáo là Linh mục Hồ Văn Vui. Ngoài ra các vị nhân sĩ tham gia phái đoàn các tôn giáo tôi không nhớ hết tên, phần tôi đại diện Công Giáo. Hội đồng tôn giáo nhóm họp thường xuyên, trao đổi ý kiến về những tin tức xáo trộn bên ngoài nhưng thực tế không có một hành động gì, một thông cáo hay lời tuyên bố nào khả dĩ xoa dịu được hoặc hàn gắn sự chia rẽ giữa hai tôn giáo lớn là Phật Giáo và Công Giáo. Tóm lại Hội Đồng Tôn Giáo chỉ có giá trị tượng trưng mà thôi.

Tình hình chính trị tạm thời hơi lắng dịu, nhưng vài đợt sóng ngầm sắp cuốn trôi nhiều nhân vật chính trị, quân đội, tôn giáo trong thời gian tới. Người bị cuốn đi trước tiên là Tướng Nguyễn Khánh sau cuộc đảo chánh do Đại Tá Phạm Ngọc Thảo, Tùy viên Quân Sự của Tòa Đại Sứ, từ Hoa Thịnh Đốn trở về. Tin đồn Đại Tá Thảo đảo chánh theo lệnh của Đại Tướng Trần Thiện Khiêm. Tôi nghĩ cũng có phần đúng bởi vì theo lời của một ông bạn thân mang cấp bực Đại Tá trước kia làm việc tại phòng nhì Bộ Tổng Tham Mưu thuật với tôi thì cuộc "chỉnh lý" lật đổ chính phủ Nguyễn Ngọc Thơ là do Trung Tướng Trần Thiện Khiêm chủ mưu theo sự khuyến cáo của Mỹ. Nhưng Tướng Khiêm muốn đưa Tướng Khánh ra làm bung xung để tránh tiếng. Đúng hay sai chỉ có Nguyễn Khánh biết, Đại Tướng Khiêm biết và Mỹ biết. Chỉnh lý xong, Tướng Khiêm chỉ giữ chức Tổng Trưởng Quốc Phòng, rồi chức đệ nhứt Phó Chủ Tịch Hội Đồng Quân Đội Cách Mạng, rồi trở thành một trong bộ ba Tam Đầu Chế, rồi bị đưa đi làm Đại Sứ Việt Nam Cộng Hòa Tại Mỹ.

ĐẠI TÁ PHẠM NGỌC THẢO

Đại Tá Phạm Ngọc Thảo đảo chánh bất thành, chính quyền cáo buộc ông là Việt Cộng, đảo chánh theo lệnh của Hà Nội. Những gì tôi được biết và viết ra một cách trung thực có thể chứng minh cả hai giả thuyết nói trên, ông làm theo lệnh của Tướng Khiêm và ông là Việt Cộng có thể đều đúng! Đại Tá Phạm Ngọc Thảo đã từng là Công Cán Ủy Viên của cố Tổng Thống Ngô Đình Diệm, từng là Tỉnh Trưởng Bến Tre nổi tiếng một thời. Tôi biết ông là do Linh mục Nhuyễn Bình An, vừa là bạn chí thân vừa là cha tinh thần của tôi, ông giới thiệu Thảo với tôi nói rằng Thảo là người Công giáo có óc tiến bộ. Nhà Thảo ở đường Tự Đức gần nhà dòng Phan-xi-cô, đường Phạm Đăng Hưng. Quan niệm của Phạm Ngọc Thảo về tổ chức xã hội, về tương lai đất nước, về trách nhiệm của tuổi trẻ có nhiều sự đồng thuận với tôi. Vì vậy, chúng tôi nhanh chóng kết thân dễ dàng.

Linh mục An biết Thảo lúc thiếu thời đã từng theo kháng chiến. Có lần tôi hỏi ngài có nghi ngờ Thảo còn là người của bên kia không? Ông trả lời bằng cách lý luận rằng khi Thảo giữ chức Công Cán Ủy Viên của Tổng Thống Diệm, anh ta muốn rửa tội cho một đứa con, nếu anh là người của bên kia thì phải chọn Linh mục Hiệu, cha Tuyên Úy của Phủ Tổng Thống làm "bỏ đỡ đầu" cho con anh để có người quyền thế che chở khi cần. Tại sao anh lại chọn Linh mục Nguyễn Bình An là người mà ông cố vấn Ngô Đình Nhu không có cảm tình. Lý luận nầy cũng có phần đúng mặc dù không hoàn toàn vững chắc. Trước khi đi Hoa Thịnh Đốn nhận chức Tùy Viên quân sự, Thảo đã ngỏ ý muốn lật đổ Nguyễn Khánh rồi. Từ Mỹ trở về, anh thường xuyên tiếp xúc và thú thật với tôi là anh quyết định lật đổ Nguyễn Khánh. Tôi thấy anh suy nghĩ hợp lý vì Nguyễn Khánh bất tài lại độc tôn thao túng chính trường gây quá nhiều sóng gió bất lợi cho đất nước. Nhưng tôi cũng lưu ý anh nhiều lần: Đảo chánh sẽ không thành công nếu không thuyết phục được Không quân theo phe mình. Anh ta trả lời Tướng Kỳ hứa vào giờ chót sẽ có ông. Một lời hứa chưa chắc sẽ đưa đến một hành động. Thế mà Thảo cứ tin, hay là anh ta muốn dối gạt tôi cho qua chuyện.

Thảo đề nghị tôi cho anh mượn nhà và máy chữ để anh "đánh máy lệnh hành quân". Tôi thấy rất bất tiện nhưng lòng cũng mong có sự thay đổi chính trị tốt hơn hiện tại. Vì vậy tôi đánh liều giao chìa khóa nhà, chở vợ con đi Vũng Tàu nghỉ mát. Sáng hôm sau đài phát thanh loan báo Phạm Ngọc Thảo đảo chánh bất thành và đang tẩu thoát. Tôi vẫn tiếp tục tắm biển nghỉ ngơi đến sáng thứ hai về nhà mới vỡ lẽ ra là có công an lảng vảng gần nhà. Mấy hôm sau Linh mục Nguyễn Quang Lãm, chủ báo *Xây Dựng* cho hay tên tôi có trong danh sách nội các với tư cách Tổng Trưởng Canh Nông mà tôi không hề hay biết vì Phạm Ngọc Thảo chẳng hỏi qua ý kiến tôi lần nào. Đa số những tên tuổi có dính líu xa gần đều bị bắt ngoại trừ tôi, có lẽ nhờ tôi có mặt trong nhiều tổ chức Công Giáo thời đó nên mới khỏi tai nạn. Năm 1983, ngồi trong tù Cộng sản chung với cụ Phan Vô Kỵ, 83 tuổi, Thủ Tướng "nội các ma", do Thảo và phe đảo chánh hụt suy tôn, ông xác nhận danh sách Nội các ma đó có tên tôi mà sao không thấy tôi bị bắt. Cụ còn than rằng tụi nó bịt mặt ông bằng bố tời, đổ nước ngộp trối chết, bắt ông phải khai mà ông đâu có biết hết những người có tên trong danh sách thì làm sao khai! Ông và tôi cười ha hả, tôi nói: Hồi còn trẻ hăng say, liều lĩnh, ngây ngô lạ thường. "Bố Kỳ" cũng lắc đầu cười theo.

Hai anh công an tiếp tục theo sát tôi mấy tháng trời nhưng chỉ thấy tôi liên lạc với nhóm sinh viên trẻ của Đại học nông nghiệp và bạn bè họ mà thôi, không có một ai dính líu xa gần với chính trị và cũng không hề gây rối trị an bao giờ. Sở dĩ chính quyền biết tôi có liên hệ với Phạm Ngọc Thảo là vì anh tài xế của Thảo bị bắt còn đang giữ chìa khóa của nhà tôi. Cha Lãm biết được nhờ tin tức báo chí lọt ra từ Cảnh sát và ngài thông báo cho tôi để liệu mà dè dặt. Thảo đào tẩu chạy đến tu viện Phan-xi-cô, Linh mục Nguyễn Bình An đưa anh xuống nhà dòng Phan-xi-cô nhỏ ở xóm Cầu Ông Lãnh. Ngài gọi tôi hỏi phải làm sao bây giờ. Tôi không biết ai đã thương lượng sắp xếp chỗ ở cho Thảo với bà Dược Sĩ Trang Hai mà ngày hôm sau Linh mục An gọi tôi yêu cầu đưa Thảo lên làng đại học Thủ Đức trốn trong nhà của bà Trang-Hai, lúc đó không có người ở. Tôi hẹn đêm mai sẽ chở Thảo đi. Tối hôm đó tôi lấy một áo dòng đen và một bê-rê đen của linh mục Hồ Văn Vui đưa cho Thảo mặc vào y như một linh mục, tôi chở anh ta lên nhà của bà Dược Sĩ Trang Hai tại làng Đại Học Thủ Đức. Mỗi lần Linh Mục Vui và tôi đến bấm chuông thì Phạm Ngọc Thảo từ trên trần nhà chui xuống. Ở đó cả tuần hình như bị động ổ hay vì sống cô đơn trong một nhà hoang nên Thảo thấy buồn anh nhắn với Linh mục Vui nhờ tôi chở anh đi Hố Nai trà trộn trong làng Công giáo. Tôi từ chối vì công an theo dõi tôi như bóng với hình. Rốt cuộc chính Linh mục Vui chở Thảo lên nhà một cha xứ ở Hố Nai. Tại đó anh bị bắt do sự chỉ điểm của cha Thuận, phụ tá Linh mục Hoàng Quỳnh. Theo lời của Linh mục Nguyễn Quang Lãm thuật lại là An ninh quân đội bắt anh, bịt mặt đem ra bờ tre buộc quì xuống kê súng lục vào đầu, trước khi bị bắn Thảo còn nói: "Tôi làm cách mạng có gì đưa tôi ra tòa, tại sao bắn tôi", sát thủ sắp bóp cò súng, Thảo lanh trí nhón lên cao, đạn trúng hàm đi xéo lên mang tai. Anh ta ngã xỉu bất tỉnh. Người có nhiệm vụ thủ tiêu tưởng anh đã chết nên bỏ đi.

Khi tỉnh dậy, Thảo bò vào xóm đạo yêu cầu đưa anh vào nhà cha xứ, anh thuật hết đầu đuôi câu chuyện, tưởng rằng sẽ được che chở, không ngờ lại bị chỉ điểm một lần nữa. Đó là lời của cha xứ ở Hố Nai chứa chấp Thảo kể lại với Linh mục Lãm. Về sau một sĩ quan Công giáo trong ngành An ninh quân đội tiết lộ với cha Lãm rằng tại nha An ninh quân đội Đại Tá Nguyễn Ngọc Loan tra khảo Phạm Ngọc Thảo bằng cách vả vào mang tai, ngay vết thương bị bắn, Thảo la rống thảm thương nhưng không khai một lời. Cuối cùng thiếu tá Hùng, biệt danh là "Hùng sùi" sau nầy làm Trưởng Ty cảnh sát Quận nhứt Saigon, bóp dái Phạm Ngọc Thảo cho đến chết. Trên đây là nguyên văn những gì Linh Mục Lãm đích thân cho tôi biết.

Còn một tin đồn khác do một sĩ quan làm việc ở phòng nhì bộ Tổng Tham Mưu nói rằng người ta chở Phạm Ngọc Thảo vào Tổng Tham Mưu để phòng nhì điều tra và trong lúc băng bó thì Thiếu Tá Hùng Sùi đi ngang qua nói đùa: Băng bó nó làm gì để tôi bóp dái nó chết cho rồi. Sau đó Thảo chết trong nhà thương Grall vì mất máu quá nhiều. Điều nầy không hữu lý vì: Thứ nhứt, Đại Tá Nguyễn Ngọc Loan là Tổng Giám Đốc An ninh quân đội kiêm Tổng Giám Đốc Cảnh sát quốc gia thì không có lý do gì đưa Thảo vào Tổng Tham Mưu. Thói quen của Đại Tá Loan là luôn luôn làm việc, và thường ăn ngủ tại nha An ninh quân đội. Thứ hai, nếu An ninh quân đội hay Cảnh sát quốc gia cần đưa một bệnh nhân hay tù nhân vào bệnh viện thì phải đưa họ vào bệnh viện Cộng Hòa chứ không thể nào đưa vào bệnh viện Grall là một bệnh viện tư của Pháp.

Tôi không biết nhiều về hoạt động trong quá khứ của Phạm Ngọc Thảo, nhưng một ông bạn đại tá của tôi ở phòng nhì Tổng Tham Mưu, người đồng hương Vĩnh Long với Thảo kể rằng: Thảo theo Cộng sản đến ngày chia đôi đất nước anh ta về Vĩnh Long không khai báo, cứ tự nhiên xin dạy toán học ở một trường Công Giáo. Chính Thảo dạy em gái của anh đại tá nẩy. Thảo tìm đường tiếp cận làm thân với Đức Giám Mục Vĩnh Long, Ngô Đình Thục. Chính Đức cha Thục sắp xếp cho Phạm Ngọc Thảo làm Đại Úy Bảo an tỉnh Vĩnh Long rồi cũng chính Đức Cha Thục giới thiệu Phạm Ngọc Thảo với Tổng Thống Diệm để làm Công Cán Ủy Viên rồi Tỉnh Trưởng Bến Tre.

Khi mới từ Hoa thịnh đốn về, Thảo lẩn trốn ở nhà số 2 đường Ngô Đức Kế, anh ta có rủ tôi xuống đó tâm sự và ngủ đêm với anh. Anh kể lại chuyện đời của mình cho tôi nghe. Hai chuyện mà tôi còn nhớ rõ là hồi còn nhỏ anh theo phong trào "Thanh Niên Tiền Phong" như mọi người, rồi có ngày gặp một cán bộ tình báo có đồng hồ đeo tay hư không chạy. Thảo sửa giùm, may mắn đồng hồ chạy lại. "Anh lớn" nẩy cảm kích thằng bé thông minh để nghị gởi Thảo đi Hà Nội học khóa huấn luyện tình báo rồi trở về Nam hoạt động. Chuyện thứ hai là có một ngày anh ta chở một ghe tam bản súng đạn, dọc bờ biển bị tàu "đầu bằng" của Tây bắt, cột giây đổi vào ghe của Thảo phía sau tàu. Thảo đinh ninh sẽ bị Tây tra khảo đến chết hoặc "bắn bỏ". Anh thầm nguyện Chúa và Đức Mẹ rằng đời anh có làm gì sai trái đâu mà tại sao gặp nạn như vậy. Bổng dưng trong khoảnh khắc mây kéo đen trời, nổi gió ào ào, sóng càng lúc càng to, trời sắp tối, sóng đưa tàu lên cao không thấy ghe, rồi lại đưa ghe lên cao không thấy tàu, anh cầm dao phay chực sẵn tàu lên cao anh chặt giây đổi, ghe trôi trong gió bạt mưa rào. Tây bắn xối xả, không ai thấy ai, đạn bay vèo vèo, không đúng hướng, không trúng ghe, không trúng người.

Cuối cùng gió thổi đưa ghe tấp vào bờ, sống êm gió lặng Thảo đào hầm chôn súng đạn. Nhận chìm ghe kiếm đường nhập đồng bọn. Nhiều người lầm Phạm Ngọc Thảo, tôi cũng lầm. Thật sự tôi cũng tiếc bị đưa vào sự lầm lẫn ấy, nhưng tôi tự an ủi rằng: Chính Đức cha Ngô Đình Thục, cố Tổng Thống Ngô Đình Diệm, Linh mục Nguyễn Bình An, Linh mục Hồ Văn Vui, Nguyễn Quang Lãm cũng lầm, huống chi là mình trẻ tuổi, đầy nhiệt tình, muốn cải tiến xã hội và đang bất bình về những trò múa rối của người lãnh đạo háo danh, lợi dụng cơ hội như Nguyễn Khánh.

Tôi biết mình đã lầm vì sau ngày 30 tháng tư một người cậu vợ, cùng cha khác mẹ với nhạc mẫu tôi đi tập kết ra Bắc, do Thảo đưa đi, khi trở về Nam những ngày đầu 30 tháng 4 năm 1975 ông ta nói một cách hăng say và khẳng định, bởi vì Thảo là tình nhân của chị ông ta, gì vợ tôi. Ông nói: "Mấy ổng dự định phong Anh Hùng cho thằng cha Thảo đó mẩy, thằng chả ở lại là do lệnh của anh ba

Lê Duẩn chỉ thị phải "lặn sâu leo cao càng tốt". Tôi ngỡ ngàng bối rối tự hỏi nếu Thảo đảo chánh thành công không biết việc gì sẽ xẩy ra. Nhưng cuối cùng việc phong Anh Hùng bị ngưng ngang vì sau khi điều tra kỹ, hình như Thảo đã trở thành "gián điệp hai mang" vừa là người của Mỹ vừa là người của Cộng sản. Chuyện tình báo trong thời chiến có lắm việc ly kỳ nhưng ít khi lý thú.

Trở về thời gian xáo trộn chính trị thiết nghĩ trước năm 1963, Phật Giáo bất mãn đối với chính quyền Ngô Đình Diệm về một vụ treo cờ Phật Giáo nhân ngày lễ Phật đản là đúng. Những cuộc tranh đấu cho có tự do hành đạo, cho được đối xử công bằng như các tôn giáo khác là chính đáng. Nhưng sau ngày 1 tháng 11 mọi yêu sách, mọi đòi hỏi của Phật Giáo đều được thỏa mãn. Vậy thì điều bất hạnh nhứt cho quốc gia dân tộc là có những bàn tay ác độc xúi giục đòi săn lùng người thuộc chế độ cũ là sai. Ý đồ chính của hạng người đó là gây chia rẽ, gieo mầm mống đối chọi trường kỳ, không để cho dân chúng đoàn kết chống xâm lăng, làm băng hoại quốc gia, biến miền Nam thành con mồi ngon cho Cộng sản. Độc hại hơn là họ pha lẫn hận thù với tín ngưỡng, biến dị biệt chính trị thành mâu thuẫn tôn giáo. Gây xáo trộn ngày càng nhiều. Trong khi đó Việt cộng xen vào làm cho sự hỗn độn lan tràn, càng xa càng mạnh càng hay, để cho họ dễ bề xâm nhập.

Phía Giáo dân Công Giáo thật ra không cần phải phản ứng, Chúa Giêsu dạy "ai tát bên má phải thì hảy đưa má trái cho người ta tát thêm". Tóm lược 10 điều răn của giáo hội là " Kính Chúa và yêu người như mình vậy". Phản ứng bằng gậy gộc dao búa là sai. Giáo quyền không ngăn cản được thật là đáng tiếc.

Đáng tiếc hơn hết là các Tướng Lãnh nắm quyền thời đó, còn non nớt thiếu kinh nghiệm, không có khả năng lãnh đạo chính trị, không hiểu biết nguyên nhân xung đột, không tìm điều kiện để hóa giải mâu thuẫn, không hành sử đúng pháp quyền mà lại còn chủ trương mị dân ve văn những thành phần quá khích. Trong sự hỗn độn tràn đầy, Cộng sản may mắn gặp được môi trường thuận lợi nhứt để xâm nhập vào miền Nam và nội tuyến vào những tổ chức chính quyền để phá hoại.

Bình tâm mà suy xét thì suốt thời gian từ 30 tháng 1 năm 1964 đến 20 tháng 2 năm 1965, tổng cộng mười hai tháng 20 ngày ròng rã, một mình Trung Tướng Nguyễn Khánh nhân danh quân đội, đảo chánh, bãi chức, thăng cấp, mua chuộc, nhượng bộ, tuyển chọn Quốc Trưởng, cắt cử Thủ Tướng, ban hành Hiến Chương, rồi lại thu hồi chính cái Hiến Chương đó trong 10 ngày sau. Không có một nhà lãnh đạo, một vua chúa nào trên thế giới hành động ngang ngược, khôi hài như vậy.

Bất mãn tràn đầy, khắp xứ chống đối ông, cho đến khi một cuộc đảo chánh giết hụt ông thì ông mới chịu rời bỏ chính trường. Đã vậy ông còn đòi phải được bổ nhiệm làm Đại Sứ Lưu Động, được tặng đệ Nhất Hạng Kim Khánh Bội Tinh thì mới chịu ra đi. Tay cầm "Túi đất quê hương", túi bọc hột xoàn hay đất thật? Thiên hạ đồn đãi lâu dài một thời gian sau về túi "đất hột". Chẳng trách gì sinh viên Việt Nam thời đó tặng cho ông danh hiệu rất xứng đáng là "Hề Chính Trị Nguyễn Khánh". Đến bây giờ, tuổi đã xế chiều mà nghe đâu ông còn ham được "tuyển nhiệm" làm Quốc Trưởng.

TRANH CHẤP QUYỀN HÀNH

Sau khi Trung Tướng Nguyễn Khánh nhân danh Hội Đồng Quân Lực tuyển nhiệm ông Phan Khắc Sửu làm Quốc Trưởng, cắt cử ông Phan Huy Quát làm Thủ Tướng và quyết định thành lập Hội Đồng Quốc Gia Lập Pháp ngày 17 tháng 2, tình hình chính trị cũng không ổn định hơn được, bởi vì hai ngày sau đó có một cuộc đảo chánh hụt. Bên trong khởi sự có những cuộc tranh chấp quyền lực mới với những lý do mới. Bên ngoài, ngày 3 tháng 3 năm 1965, Tổng Thống Johnson tuyên bố mở rộng chiến tranh tại Việt Nam đồng thời khen binh sĩ Việt Nam Cộng Hòa là thiện chiến nhứt thế giới. Thủ Tướng Phan Huy Quát ra thông cáo yêu cầu Hoa Kỳ gởi thêm quân tham chiến. Việt Nam tăng thêm 160.000 quân. Tàu Liên Sô chuyển chở vũ khí và hỏa tiễn cho Bắc Việt. Đại Hàn và Phi luật tân đưa quân vào chiến đấu tại Việt Nam. Ngày 28 tháng 4, Tướng Nguyễn Cao Kỳ tuyên bố nên lập Mặt trận giải phóng Bắc Việt. Ngày 5 tháng 5 Hội Đồng Quân lực tuyên bố giải tán để các Tướng lãnh trở về nhiệm vụ quân sự thuần túy.

Việc tăng quân số lộ ra một vấn đề thật đáng chú ý là người Việt gốc Hoa trốn tránh bằng mọi cách. Sống an toàn để khai thác thương mại, hưởng lợi kinh tế trong thời gian đó có họ. Còn nhiệm vụ bảo vệ quốc gia, chống xâm lăng Cộng sản thì họ lẩn trốn. Thanh niên tuổi lính vượt biên sang Miên hoặc lẩn trốn theo các kiện hàng hay hầm tàu buôn đi về Hồng Kong, Đài Loan, Trung Quốc. Đến mức độ bộ Quốc Phòng phải ra thông cáo ngày 19 tháng 5 năm 1965 kêu gọi tinh thần hiểu biết và trách nhiệm công dân của thanh niên người Việt gốc Hoa vì số người nhập ngũ quá ít so với số công dân chính thức.

Trong bối cảnh đó, tin đồn đảo chánh loan truyền liên tục, dân Sài gòn thường thấy phi cơ mang bom đầy hai cánh lượn trên thành phố mà không biết chuyện gì đã hoặc sẽ xảy ra. Ngày 21 tháng 5 Thủ Tướng tuyên cáo có âm mưu đảo chánh hụt, ngày 24 tháng 5 văn phòng Quốc Trưởng thông báo những ngày 19 và 20 tháng 5 Quốc Trưởng đi kinh lý nên không hề biết có âm mưu đảo chánh. Hai bản thông cáo gieo nghi ngờ, thắc mắc trong lòng dân chúng, thì ngày hôm sau 25 tháng 5, Thủ Tướng Phan Huy Quát trình diện nội các cải tổ. Giữa buổi trình diện, Quốc Trưởng Phan Khắc Sửu cho biết không hề ký bổ nhiệm hai ông Trần Văn Thoàn tân Tổng Trưởng Nội Vụ và Nguyễn Trung Trinh tân Tổng Trưởng Kinh Tế bởi lẽ hai ông Nguyễn Hòa Hiệp và Nguyễn Văn Vịnh không từ chức. Mâu thuẫn nội bộ trở thành công khai. Ông Quát dựa theo hiến chương ngày 20 tháng 10 năm 1964 lấy quyền Thủ Tướng cách chức hai ông Tổng Trưởng, Ông Sửu nhân danh Quốc Trưởng không ký bổ nhiệm hai vị thay thế. Bên ngoài đồn đãi có sự tranh chấp Bắc Nam, lại thêm một vấn đề quan hệ đến sự ổn định tình thế. Vấn đề đã rối lại càng rối thêm. Sự tranh chấp quyền hành một cách công khai làm dư luận hoang mang ngao ngán.

Cho nên ngày 27 tháng 5, Linh mục Hoàng Quỳnh và Lực Lượng Đại Đoàn Kết yết kiến Quốc Trưởng đưa kiến nghị bất tín nhiệm Thủ Tướng Phan Huy Quát. Ngày 1 tháng 6 Linh mục Hồ Văn Vui và Mặt Trận giáo dân Công Giáo cũng gặp Quốc Trưởng đưa kiến nghị bất tín nhiệm chính phủ Quát. Ngày 2 tháng 6 một kiến nghị khác do khối Công dân Tổng Giáo Hội Phật Giáo, Thích Chân Bổn ký; khối công dân Hòa Hảo do cụ Lương Trọng Tường ký; khối công dân Cao Đài do ông Lê Văn Trung ký; khối công dân Công Giáo do Linh mục Hoàng Quỳnh ký gởi Quốc Trưởng bất tín nhiệm Phan Huy Quát. Cùng ngày Ủy Ban Liên Lạc Tôn Giáo ra thông cáo phản đối chính phủ Quát hạn chế quyền tự do tôn giáo bằng một dự thảo quy chế tôn giáo. Lực lượng Quốc Gia Thống nhứt, gồm một số đảng phái chính trị, Việt Nam Quốc Dân Đảng, đảng Xã Hội, đảng Tân Đại Việt v.v. ra thông cáo yêu cầu chính phủ tránh mọi hành động gây chia rẽ. Phái đoàn Việt-Hoa chống Cộng, phái đoàn Phật Giáo Hòa Hảo Nguyễn Long Châu yêu cầu Quốc Trưởng ổn định tình thế. Hai trăm cụ già đến dinh Quốc Trưởng yêu cầu giải quyết cuộc khủng hoảng. Hơn 100 sinh viên cũng kéo tới dinh Quốc Trưởng yêu cầu giải quyết. Phái đoàn nam nữ thanh niên Phật Tử tới dinh Gia Long yêu cầu ổn định tình thế.

MỘT CUỘC ĐẢO CHÁNH
KHÔNG CÓ TIẾNG SÚNG

Ngày 9 tháng 6 năm 1965, Thủ Tướng Phan Huy Quát họp báo giao trả quyền hành cho các tướng lãnh đảm trách việc cai trị đất nước cho đến khi có chính phủ dân cử. Ngày 14 tháng 6, các Tướng Lãnh thành lập Ủy Ban Lãnh Đạo Quốc Gia do Trung Tướng Nguyễn Văn Thiệu làm Chủ Tịch và Ủy Ban Hành Pháp Trung Ương do Thiếu Tướng Nguyễn Cao Kỳ Chủ Tịch. Nội các Phan Huy Quát tồn tại được 3 tháng 26 ngày. Một giai đoạn mới bắt đầu.

Trong một phiên họp thường xuyên của Văn Phòng

Liên Lạc Cạnh Tòa Tổng Giám Mục hai vị linh mục Hoàng Quỳnh và Hồ Văn Vui đặt vấn đề quân đội thi hành chính sách quân phiệt. Bàn thảo sôi nổi giữa hai ý kiến chờ xem hay lập tức ra thông cáo phản đối. Phiên họp chấm dứt không có quyết định hẹn nhau chiều ngày hôm sau sẽ tiếp tục bàn. Cuối cùng Văn Phòng quyết định xin yết kiến Trung Tướng Chủ Tịch Hội Đồng Lãnh Đạo Quốc gia để bày tỏ sự lo ngại của phía giáo dân Công giáo. Linh mục Hồ Văn Vui gọi điện thoại cho văn phòng Trung Tướng Nguyễn Văn Thiệu thì được yêu cầu tiếp xúc với Thiếu Tướng Nguyễn Cao Kỳ. Thiếu Tướng Kỳ trực tiếp nói chuyện với Linh mục Hồ Văn Vui, hẹn tiếp ông vào 10 giờ sáng ngày hôm sau. Sáng hôm đó nhựt báo *Xây Dựng* của Linh mục Lãm đăng bản nhận định của Văn Phòng Liên Lạc Cạnh Tòa Tổng Giám mục phản đối chế độ độc tài quân phiệt nếu quân đội có chủ trương thi hành chính sách đó. Các vị tu sĩ không muốn đứng tên công khai can thiệp vào việc đời nên tôi và Lý Chánh Trung ký tên phổ biến bản nhận định nầy.

Phái đoàn Công Giáo gồm Linh mục Hồ Văn Vui, Linh mục Hoàng Quỳnh, Linh mục Nguyễn Quang Lãm, L.S Nguyễn Văn Huyền, ông Nguyễn Gia Hiến, ông Lý Chánh Trung và tôi. Đúng 9 giờ 55 sáng, chúng tôi có mặt tại văn phòng Tư Lệnh Không quân trại Phi Long. Chờ đến 10 giờ 5 phút, tôi lưu ý Thiếu Tá Phan Văn Minh, Chánh Văn Phòng đặc biệt của Thiếu Tướng Kỳ, sau này là Đại Tá Đổng Lý Văn Phòng Phủ Phó Tổng Thống, rằng chúng tôi có hẹn 10 giờ mà bây giờ là 10 giờ quá 5 phút rồi. Vị Chánh Văn Phòng trả lời Thiếu Tướng đang tiếp khách. Tôi bất bình thưa lại với các vị linh mục là phép xã giao không cho phép người có chức quan trọng sai hẹn quá 5 phút. Các vị linh mục trách tôi quá nóng nảy. Đến 10 giờ 15 là sai hẹn một cách không thể chấp nhận được, tôi đề nghị phái đoàn ra về và ghi nhận Ông Chủ Tịch Ủy Ban Hành Pháp Trung Ương coi thường và không muốn tiếp phái đoàn. Không ai đồng ý ngoại trừ Linh mục Hoàng Quỳnh, tôi đứng dậy ra đi và nói quí vị cứ ở lại không có tôi, tất cả đành bỏ về theo Linh mục Quỳnh và tôi. Ra đi khỏi văn phòng độ 10 thước, Thiếu Tá Minh chạy theo xin lỗi bảo rằng Thiếu Tướng mời quí vị vào. Phái đoàn trở lại gặp ngài Chủ Tịch Ủy Ban Hành Pháp Trung Ương. Vừa bắt tay chào hỏi xong, Tướng Kỳ mời chúng tôi ngồi. Xông xáo vào đề ngay:

– Chúng tôi chủ trương làm cách mạng. Các chính phủ dân sự không chu toàn nổi nhiệm vụ cho nên quân đội phải đứng ra lãnh trách nhiệm.

Tôi đang bực tức vì cách đối xử không đúng lễ nghi của ông chủ tịch, đồng thời cũng vì các linh mục phiền trách tôi quá nóng nảy, nên tôi hỏi vặn ông ta một cách sổ sàng gần như vô lễ.

– Thiếu Tướng nói làm cách mạng mà thiếu tướng có hiểu và định nghĩa được hai chữ cách mạng cho chúng tôi nghe không?

Tướng Kỳ lại thao thao bất tuyệt, nói nhiều về sự hy sinh của quân đội, về tuổi trẻ, về đất nước, về kỷ luật quốc gia...ông diễn tả cả một sự ước mơ của ông không dính dấp gì với câu hỏi của tôi cả.

Tôi lại vặn hỏi: Thiếu Tướng muốn làm người hùng như kiểu Đại Tá Nasser của Ai Cập mà không biết Thiếu Tướng có đọc quyển sách "Triết Lý của Một Cuộc Cách Mạng" (Philosophie d'une révolution) do Đại Tá Nasser viết chưa?

– Chưa.

– Vậy thì Thiếu Tướng rêu rao làm một cuộc cách mạng mà không định nghĩa được cách mạng là gì, muốn làm người hùng kiểu Nasser mà không biết Nasser là ai, không đọc ông ấy đã viết những gì thì làm sao khẳng định và thuyết phục được quần chúng là quân đội chủ trương và có khả năng làm cách mạng?

Ông Kỳ lại hăng say xác định tập thể quân đội là một tập thể hùng mạnh, thành viên của quân đội là do thanh niên, là trí thức từ trong dân chúng mà ra. Vậy còn ai xứng đáng và có khả năng hơn nữa?

Tôi trả lời: Thiếu Tướng lại xác định một cách trống rỗng. Cách mạng phải có chủ trương đường lối, phải có lãnh đạo. Cách mạng không phải lời nói suông, không phải một sự tưởng tượng, càng không phải là một sự ước mơ.

Hai vị Linh mục Hồ Văn Vui và Nguyễn Quang Lãm can thiệp vào yêu cầu Thiếu Tướng Kỳ ghi nhận là Phái đoàn đại diện cho giáo dân Công giáo cảnh báo và yêu cầu quân đội không nên áp đặt chế độ độc tài quân phiệt cho miền Nam.

Cuộc tiếp xúc tương đối ngắn chỉ có một mình tôi hằn học bắt bẻ, cho nên các vị linh mục và anh Nguyễn Văn Huyền lo lắng cho sự an ninh của tôi, e rằng tôi có thể bị bắt giam bất cứ lúc nào. Phần tôi thì có hơi sợ nhưng thấy hả dạ nhẹ lòng vì đã nói cho vị đại diện quân đội hiểu được rằng họ chủ trương làm việc lớn mà không được chuẩn bị, không hiểu biết phải làm sao? Bây giờ nghĩ ra tôi mới thấy mình chỉ bộc lộ sự ngang bướng của tuổi trẻ, có nhiệt huyết nhưng chưa được tôi luyện bằng kinh nghiệm đời.

Ngày hôm sau, vào khoảng 7 giờ tối, hai Linh mục Nguyễn Quang Lãm, Hồ Văn Vui, anh Lý Chánh Trung và tôi đang ngồi ăn chả cá ở tiệm Như Ý đường Calmette gần chợ Tân Định, bỗng nhiên anh chiêu đãi viên đến hỏi vị nào là Chủ Nhiệm báo Xây Dựng có người điện thoại chờ ở đầu giây. Linh mục Lãm xin phép đứng dậy đi. Vài phút sau ngài trở lại xin lỗi vì có việc gấp phải đi. Ngài còn vui vẻ bảo "Tớ đã trả tiền rồi nhé".

TỪ CHỐI THAM GIA NỘI CÁC

Ăn xong tôi về nhà đánh máy bản nhận định thứ hai của Văn Phòng Liên Lạc Cạnh Tòa Tổng Giám Mục Sài gòn nội dung viết rằng: Nếu chính quyền áp đặt một chế độ độc tài quân phiệt thì chẳng khác gì Cộng sản và chính quyền đó sẽ không được sự ủng hộ của quần chúng mà còn gây xáo trộn cho miền Nam nhiều hơn. Giữa lúc tôi đang đánh máy bản nhận định thì điện thoại nhà tôi reo, bên kia đầu giây tiếng nói của cha Lãm:

– Xe tớ bị "pane" ở đường Công Lý, trước cửa nhà số 168, toa làm ơn đến đây rước giùm moa được không?

– Đương nhiên là được, ở đó chờ moa đến ngay.

Thuở đó đường Công Lý còn chạy hai chiều, tôi từ ngả tư đường Trần Cao Vân chạy lên Công Lý, ngừng phía bên kia đường, ngoắc cha Lãm qua, ngài không qua, tôi kêu lớn: Không qua, moa chạy luôn về nhà đấy. Cha Lãm cứ một mực nài nỉ, tay ngoắc tôi lia lịa, bảo tôi quẹo sang bên kia đường. Ngừng xe tôi mời ông lên để chở về. Ông lại yêu cầu tôi khóa xe, xuống để nghe ông nói một việc quan trọng. Nguyên văn như sau:

– Thằng Kỳ gọi tao lên trại Phi Long, nó hỏi tao: "Cái thằng ngồi trước mặt chống đối tôi hung hăng trong buổi tôi tiếp kiến quí vị tên là gì? Ở đâu? Xin linh mục làm ơn cho tôi biết địa chỉ và số điện thoại nhà nó". (Mối thâm tình giữa cha Lãm và tôi có từ thời sinh viên ở Paris, cách xưng hô thân thiện với nhau lúc thì "tao, mầy", lúc thì "cậu tớ" lúc thì "toa moa" tùy hứng). Tao đinh ninh 100% là nó sẽ ra lệnh bắt mầy nên tao khẳng định nếu Thiếu Tướng bắt thằng nầy thì Công giáo sẽ biểu tình ngay. Bởi vì thứ nhứt, Đức Tổng Giám Mục và cha Hoàng Quỳnh rất thương nó, thứ hai buổi tiếp xúc đó là chúng tôi đại diện cho Giáo dân Công giáo. Ông Kỳ trả lời:

– "Tôi bắt nó làm gì? Nếu muốn bắt chẳng lẽ Cảnh sát không tìm ra được địa chỉ của nó sao? Tôi có ý định mời nó tham gia Nội các".

Tao nhẹ nhõm nhưng lại nhủ thầm: Thôi bỏ mẹ rồi, chắc chắn là mầy không chịu, nên cho địa chỉ thì mầy sẽ kêu ầm lên, rồi lại gây gổ với tao nữa, còn không cho thì phải ăn nói với người ta làm sao đây? Tao một mực khẳng định là mầy không chịu tham gia đâu, bởi vì chính mầy lo ngại quân đội áp đặt chế độ độc tài mà. Ông Kỳ một mực yêu cầu tao dàn xếp cho ông ta gặp được mầy, rồi mầy chấp nhận tham gia hay không tùy mầy. Vậy tao chỉ còn có một đường là nói gạt cho mầy lên đây. Chứ nói thật mầy không lên tao ăn nói làm sao với ông ta. Nói xong cha Lãm cười ha hả. Tôi trả lời:

– Không gặp quân phiệt.

– Cha Lãm nài nỉ: Mầy đừng làm mất mặt tao tội nghiệp, tao đã lỡ hứa với ông ta rồi, thì mầy cứ vô đó gặp ông ta rồi sẽ trả lời không nhận tham gia có thiệt hại gì đâu?

– Nể mặt ông tôi bằng lòng gặp Tướng Kỳ với điều kiện có mặt ông. Nghĩa là để giúp ông giữ lời hứa với người ta thôi nhé.

Chúng tôi vào nhà, Tướng Kỳ đang tiếp chuyện với hơn chục người, ông mặc bộ hắc y của Không quân, lưng mang súng lục kè kè, đứng dậy tiếp chúng tôi vui vẻ nói:

– Thế nào? Tôi mời anh tham gia Nội các với chức Tổng Trưởng Thanh Niên, thay thế tôi, chúng ta sẽ cùng nhau làm một cuộc cách mạng thật sự.

Trong gần 15 phút ông thuyết phục tôi, lời nói cử chỉ của ông hiện rõ lòng thành, ý chí phấn đấu, mục đích muốn xây dựng một điều gì tốt đẹp, nhưng diễn tả bằng những đại ngôn trống rỗng, nào là hy sinh mạng sống, sẵn sàng lấy cái chết để đền nợ nước vân vân và vân vân. Ngôn ngữ khôi hài với sự tự tin quá đáng, ông Kỳ cho tôi một cảm giác ngờ vực. Một ông Tư Lệnh Không quân, từ nhỏ đến nay chỉ biết bay và dội bom. Tổ chức quốc gia, xã hội phải như thế nào? Kinh tế, chính trị là gì chắc chắn ông không biết. Nếu ông có đọc, có học, có biết thì đã phơi bày với chúng tôi mấy ngày trước khi tiếp phái đoàn Công giáo chúng tôi rồi. Vã lại, trong suốt 19 tháng ròng rã, tình hình chính trị sôi sục ông không có một lời bình phẩm? Bây giờ, sau khi nhận chức Tổng Trưởng Thanh Niên trong Nội các Phan Huy Quát ông được trao quyền cai trị cả xứ, tôi không tin ông có khả năng đó. Tôi chưa dám dứt khoát từ chối vì sự chống đối của tôi ngày hôm trước có thể gây bất lợi cho tôi nếu tôi cứ một mực thẳng thừng phê phán, tôi đành tìm kế hoãn binh để về nhà suy nghĩ.

– Xin Thiếu Tướng cho tôi suy nghĩ vài ngày tôi sẽ trả lời sau.

– Không còn kịp đâu, anh ngồi đây suy nghĩ, nửa giờ sau trả lời. Ngày mai chúng tôi phải trình diện nội các rồi.

– Xin thưa với Thiếu Tướng, lập nội các là một việc trọng

đại, không thể trong vài giờ mà ông chọn được những cộng sự viên ông chưa từng quen biết, chưa rõ quan điểm lập trường chính trị của họ và giữa họ với nhau có chắc gì tâm đồng ý hợp không? Ông là Thủ Tướng, họ là Tổng Trưởng chớ đâu phải ông là Tư lệnh họ là lính? Nếu suy nghĩ trong nửa giờ mà tôi trả lời nhận hay không nhận chức vụ nầy thì ông cũng không nên dùng tôi. Bởi vì chuyện trọng đại như vậy mà quyết đoán không suy nghĩ tính toán không kỹ lưỡng, và không biết đồng liêu của mình là những ai? Không rõ lập trường của họ có thuận với mình hay không thì làm sao tôi nhận lời mời của Thiếu Tướng được?

– Thôi anh về suy nghĩ đi, 12 giờ khuya trở lại đây trả lời cho tôi rõ.

Thiếu Tướng Kỳ lễ phép đưa chúng tôi ra cửa, trên đường đi ông nói: Sợ gì, anh và tôi chúng ta mua sẵn hai cái hòm, thành công thì dân tộc nhờ, thất bại thì chết cũng vì tổ quốc. Tôi giựt mình, vừa buồn cười vừa cảm kích, phải chăng lời nói đó có nghĩa là ông đã kết tôi là bạn thâm tình, là đồng chí đồng hành rồi? Hay là dùng đại ngôn để dụ dỗ những kẻ ngây ngô? Ra khỏi nhà, về sau tôi mới biết nhà nầy là tư thất của Tổng Trưởng Thông Tin, Luật Sư Đinh Trịnh Chính, đảng viên Đại Việt.

Linh mục Lãm và tôi lo rằng việc từ chối có thể xem như chống đối và thách thức, sẽ bị phiền phức chăng? Chưa tìm ra giải pháp nào cho thỏa đáng, tôi đề nghị đến nhà anh Luật Sư Huyền hỏi ý kiến. Anh Huyền và chúng tôi cũng xoay quanh ý nghĩ không nên tham gia và có thể sẽ bị bắt. Tôi bèn nghĩ đến người bạn chí thân, người cha linh hồn, người cố vấn sáng suốt, có thể nói là người thầy đáng kính của tôi, là Linh mục Nguyễn Bình An, bề trên dòng Phan xi cô đêm ông nghỉ ở tu viện Thủ Đức. Chúng tôi lao xe đến nhà dòng, vị tu sĩ mở cửa, sửng sốt, Linh mục An ngạc nhiên. Tôi kéo Linh mục An qua nhà của Lý Chánh Trung ở làng đại học Thủ Đức bên cạnh đó để bàn chuyện vì không tiện bàn việc tại nhà dòng. Bàn đủ mọi khía cạnh để cuối cùng đi đến quyết định là lựa một bộ chuyên môn như Canh Nông chẳng hạn, tôi chắc bộ nầy đã có người lãnh rồi vì khi nói chuyện với Tướng Kỳ tôi thấy có sự hiện diện của anh bạn tôi kỹ sư Lâm Văn Trí. Nếu ông Kỳ cố tình muốn giữ tôi thì đành phải nhận ngoài ra không nên lãnh một bộ nào khác có tính cách chính trị.

Linh mục Lãm và tôi trở lại gặp Thiếu Tướng Kỳ, tôi thông báo quyết định chỉ nhận bộ Canh Nông mà thôi viện cớ là khi còn trong tuổi thanh niên tôi đi du học, bây giờ trở về tôi không hề giao dịch tiếp xúc với thanh niên làm sao lãnh đạo được anh em. Nói dối như vậy chờ trong khoảng thời gian nầy tôi tiếp cận với nhiều nhóm sinh viên, thanh niên thông qua các nhóm học trò trường Cao Đẳng Nông Lâm Súc mà tôi đang dạy cho họ môn kinh tế nông nghiệp.

Những người bạn trẻ đó luôn đặt câu hỏi: Tình hình đất nước nguy ngập như vậy, chúng ta phải làm một cái gì? Nhưng làm cái gì đây? không ai có ý kiến cho rõ ràng. Tôi còn nhớ câu nói nầy anh Trần Văn Ngô, sau là Giám Đốc Tác Động Tâm Lý của tôi ở Bộ Thanh Niên và là cựu Tổng Giám Đốc Việt Nam Thông Tấn Xã (Vietnam Press) hay giễu cợt anh em mỗi khi gặp nhau, anh vừa nói vừa cười, nửa chơi nửa thật, "Phải làm một cái gì"! Tướng Kỳ thấy lý lẽ tôi đưa ra không đứng vững ông liền đổi ý, đề nghị với tôi.

– Bộ Canh Nông đã có người rồi, thôi tôi đề nghị anh giữ bộ Phủ Thủ Tướng.

– Lại càng không thể được, bởi vì cái ghế đó phải dành cho người thân tín nhứt của Thiếu Tướng, còn tôi và ông chưa hề quen biết, chưa tiếp xúc với nhau được hai lần. Ông không nên giao cho tôi chức vụ quan trọng đó.

– Thôi, tôi đã hết lời mời anh nhập cuộc, phục vụ cho đất nước mà anh vẫn một mực từ chối tôi đành ghi nhận điều nầy.

Bắt tay chào nhau, tôi thấy nhẹ người, nhưng lòng cứ tự hỏi tại sao ông Tướng trẻ tuổi nầy, không có chút oán hờn đối với mình, tôi là người đã từng chống đối ông ta, thậm chí coi thường ông ta, mà nay ông lại ân cần mời tôi giữ chức vụ quan trọng bên cạnh ông ta? Thú thật tôi chưa từng thấy ai có được thái độ bao dung nhẫn nhục, nhận xét người đối nghịch với mình như vậy. Đức tính nầy thật hiếm có ở một nhà lãnh đạo cao cấp. Điều nầy làm tôi phải ngầm nể phục ông. Thông thường, đa số ưa thích người nịnh hót mình, trái lại bất bình, thậm chí oán giận những kẻ phê bình chỉ trích mình, bất cần biết lời chỉ trích đó đúng hay sai.

Nội các trình diện ngày hôm sau, bài diễn văn của Thiếu Tướng Kỳ đầy hứa hẹn chân tình, nhưng lòng tin của dân chúng được bao nhiêu thật khó mà biết được. Sau đó, cứ vài ngày là có điện thoại của Phủ Thủ Tướng gọi tôi, ông Kỳ hỏi ý tôi về nhiều chuyện liên quan đến tôn giáo, khúc mắc chính trị, nhiều khi hình như ông cảm thấy cô đơn nên gọi tôi đến phủ nói chuyện bâng quơ, hay là ông có dụng ý khuyến dụ tôi nhập cuộc cũng không biết. Tôi còn nhớ rõ có hai lần chính tôi điện thoại xin gặp ông. Lần thứ nhứt, khi ông đóng cửa nhiều tờ báo, không biết ai khuyên mà đa số lại là báo của những chủ nhiệm người miền Nam. Dư luận nhao nhao lên là Thủ Tướng người Bắc chèn ép người miền Nam. Linh Mục Nguyễn Quang Lãm, người Bắc tìm gặp tôi nói: Coi bộ ông Thủ Tướng thích nghe mấy nói chuyện, thử gặp khuyên ông ta nên rút quyết định đó lại. Làng báo nhao nhao, tao là thằng Bắc Kỳ thấy ngại quá. Tôi bèn điện thoại xin gặp Thủ Tướng, bên kia đầu giây, giọng nói ồ ề:

– Gặp moa có chuyện gì?

– Tôi xin gặp có chuyện trình bày, biết đâu có lợi cho Thiếu Tướng.

– Lên ngay bây giờ đi.

Mười phút sau, chúng tôi chào hỏi nhau, rồi tôi vô đề ngay.

– Thiếu Tướng nghĩ như thế nào mà quyết định đóng cửa một lược nhiều tờ báo như vậy?

– Báo chí gì? Đó là những tờ lá cải, đóng cửa là phải.

– Tôi không biết tự Thiếu Tướng quyết định hay có người phúc trình mà tôi cho rằng quyết định như vậy là sai, là thất chính trị. Bởi vì thứ nhứt, nếu thật sự muốn đóng cửa những tờ báo đó thì phải chờ họ có một lỗi lầm nhỏ lớn nào đó rồi mình bắt bẻ, xé to ra lấy cớ đóng cửa, như vậy dù tâm không phục lý phải phục. Thứ hai đóng cửa một loạt vô cớ, đó là độc đoán, độc tài, là điều mà chúng tôi lo ngại quân nhân thi hành chính sách quân phiệt. Nghĩa là cầm súng đe dọa rồi muốn làm gì thì làm. Thứ ba, báo chí là một thứ "đệ tứ quyền" có khả năng hướng dẫn, xoay chiều, bóp méo dư luận có lợi hay bất lợi cho ông tùy họ muốn. Vậy thì mới vừa ngồi vào ghế Thủ Tướng, ông lại gây chiến với báo chí là một sai lầm chính trị to lớn.

Hình như Thiếu Tướng Kỳ nghe lọt tai, ông bèn chuyển sang chuyện khác, hỏi han tôi đang làm việc gì có ích nước lợi dân? Tôi trả lời đi dạy học và làm thống kê kiểm tra năng suất lúa, tổng sản lượng gạo của miền Nam.

Chiều hôm đó đài phát thanh phổ biến bài phỏng vấn Thiếu Tướng Chủ Tịch Ủy Ban Hành Pháp Trung Ương, tiếng ông Kỳ nhỏ nhẹ kể rằng "bà xã tôi đi chợ nghe dân chúng than phiền việc đóng cửa báo, thiếu tin tức bình luận khác chiều, rồi khi đi về bằng taxi lại nghe anh tài xế nói tờ báo *Tiếng Dội* mà anh ta thường đọc bị vô cớ đóng cửa. Vậy chiều theo ý dân, chúng tôi sẽ xét và có thể cho tái bản lại. Vài ngày sau lại có quyết định cho tái bản toàn bộ những tờ báo bị đình bản.

CHUYÊN VIÊN KỸ THUẬT GIA
VÀ NGHĨA VỤ QUÂN SỰ

Lần thứ hai tôi xin gặp ông là có một ngày tôi được Hội Chuyên Viên Kỹ Thuật Gia Việt Nam do anh Lương Thế Siêu làm chủ tịch, mời tôi họp tại trụ sở của mỏ than Nông Sơn mà anh Siêu là Tổng Giám Đốc. Chuyên viên kỹ thuật gia bàn về luật tổng động viên trong đó đương nhiên có chuyên viên. Hiện diện trong buổi họp có khoảng hơn 50 người. Nhiều ý kiến lên án chính phủ không sáng suốt, sẽ làm tê liệt kinh tế kỹ nghệ quốc gia, vì chuyên viên đi lính, nhà máy, hãng xưởng tê liệt hoặc phải đóng cửa. Có ý kiến đề nghị chính phủ cho chuyên viên miễn dịch, có ý kiến đề nghị chính phủ nên đồng hóa cấp bực theo chức vụ và văn bằng, có ý kiến xin cho đi lính vài tuần rồi cấp chứng chỉ cho trở về phục vụ cơ sở cũ để cho họ biết đời sống quân ngũ là gì và cũng là một hình thức tôn trọng sự công bằng và luật pháp quốc gia. Nhưng vấn đề là làm sao đạo đạt thỉnh nguyện của chúng ta đến tay ông nhà nước? Tóm lại đa số rất sợ bị động viên! Tôi ngồi yên, đấu láo với anh Nguyễn Bá Nhẫn, Giám Đốc Thương mại nhà máy Xi măng Hà Tiên và Nguyễn Khắc Thành, Giám Đốc nhà máy Tân Mai, không phát biểu ý kiến, vì tôi đã chuẩn bị tư tưởng trước khi hồi hương từ Pháp về, là không trốn lính trong thời chiến. Tôi đưa tay xin phát biểu:

– Anh em ở đây muốn đạo đạt thỉnh nguyện của mình tại sao không xin gặp Tổng Trưởng Quốc Phòng hay Thủ Tướng? Tôi vừa nói xong có nhiều tiếng nhao nhao, ồn ào lộn xộn.

– Bộ dễ gặp lắm sao?

– Ai chịu tiếp mình mà gặp.

– Ra tuyên cáo phản đối rồi muốn ra sao thì ra.

Làm reo nghỉ việc cái đã, mấy ổng thấy nguy cơ thì sẽ xét lại.

Tôi nói tiếp: Đề nghị anh em làm đơn xin yết kiến Thủ Tướng để trình bầy sự việc. Lương Thế Siêu mỉa mai tôi: Toa giỏi thì đưa đơn xin cho anh em gặp đi.

– Nhiều người thuận theo ý kiến xin gặp, mấy ổng có cho gặp hay không rồi sẽ tính sau. Anh Nguyễn Bá Nhẫn đồng ý nói:

– Chúng ta là công chức cao cấp không thể làm ngang được.

Tôi rời phòng họp bước ra ngoài gọi điện thoại cho ông Chủ Tịch Ủy Ban Hành Pháp Trung Ương, trình bày lý do và xin cho một phái đoàn anh em chuyên viên yết kiến. Ông chấp nhận ngay. Tôi còn gạn hỏi:

– Ông cho phép chúng tôi đi bao nhiêu người?

– Bao nhiêu cũng được. Ông còn nói đùa, càng nhiều càng tốt.

Trở vào phòng họp, tôi thông báo quyết định của Thủ Tướng chấp nhận tiếp kiến anh em. Đa số tưởng tôi nói đùa, tôi phải nhiều lần khẳng định là thật và anh em đề nghị cử người đại diện. Tôi bảo không cần, ai muốn đi thi cứ đi. Tôi lại ra ngoài điện thoại lại xin hẹn ngày giờ lên dinh Thủ Tướng.

Sáng hôm đó Thủ Tướng tiếp kiến 21 anh em chuyên viên tại phòng họp của Nội các, không có đủ ghế ngồi, một vài anh phải đứng. Cuộc tiếp kiến vắn tắt, kết quả chuyên viên được biệt phái về nhiệm sở cũ sau những tuần lễ được huấn luyện quân sự. Trong phiên họp tại Mỏ Than Nông Sơn có một kỹ sư trẻ xông xáo nói năng mạch lạc tên Trương Văn Thuấn, tôi nhận xét lầm tên nẩy nên mới giới thiệu anh vô Nội các chiến tranh với chức vụ Ủy Viên Giao Thông Vận Tải, sự thực anh là một người không lý tưởng, chủ trương trốn lính, sẵn sàng đi cửa sau, chấp nhận hạ mình đổi lấy danh lợi. Chuyện đời thường có hạng người như vậy.

CHƯƠNG IX

CÓ HAI NGUYỄN CAO KỲ

Nói về Nguyễn Cao Kỳ, tôi phải ngay tình nhìn nhận, tôi có duyên may biết được hai ông Nguyễn Cao Kỳ. Một Nguyễn Cao Kỳ, có lòng với đất nước, có chí cao "đội đá vá trời", trung thành với bạn. Và một Nguyễn Cao Kỳ chủ quan, mơ việc lớn nhưng không lượng được sức mình, có khí phách anh hùng nhưng vì thiếu sáng suốt nên ẩu tả, bạt mạng theo kiểu cao bồi của phim truyện, tự biến mình thành kẻ hàng thần nhục nhã. Đến đây tôi xin độc giả cho phép tôi trích đăng lại những bài tôi viết gần đây, phổ biến trên nhiều báo tiếng Việt tại Mỹ, về một Nguyễn Cao Kỳ vì chủ quan, tưởng mình là "con Phật", vì lợi danh hay vì một lý do gì khác phản bội lý tưởng của chính mình, phản bội đồng đội, đồng hành, để rồi trong những bài kế tiếp nếu tôi có lời ca tụng Nguyễn Cao Kỳ thì cũng là một sự công bằng, một hành động theo lương tri của người trí thức. Những bài ghi lại sự việc xảy ra giữa

Tướng Kỳ và tôi, hay những suy nghĩ của tôi về Tướng Kỳ cũng là một nét chấm phá trong những trang hồi ký về cuộc đời tôi.

CHUYẾN ĐI VIỆT NAM CỦA
CỰU PHÓ TỔNG THỐNG NGUYỄN CAO KỲ

Hơn 50 năm nội chiến, 30 năm chia rẽ hận thù, đất nước Việt Nam đang ở trong tình trạng chậm tiến nhất thế giới, tuyệt đại đa số dân Việt Nam đang sống trong cảnh nghèo đói. Vậy những ai còn chút lương tri, có lòng yêu nước cũng phải động tâm nghĩ đến tương lai Việt Nam. Nguyễn Cao Kỳ cũng như bao nhiêu người khác có quyền tự do hành động theo sự suy nghĩ của mình. Nhưng bao nhiêu đó chưa đủ.

Đã là cấp lãnh đạo một thời của miền Nam Việt Nam có lẽ ông Kỳ nên hành động dè dặt hơn. Dù muốn dù không, chung quanh ông cũng còn một tập thể không ít những người đã từng cùng ông chung lưng đấu cật chiến đấu cho lý tưởng tự do, dân chủ. Trước việc đại sự quốc gia ông cần tỏ ra có tư cách của một nhà lãnh đạo biết tôn trọng tập thể quần chúng đã từng đứng dưới bóng cờ của mình. Thông thường ông phải giải thích ít nhiều về chuyến đi của ông. Cho dù ông không thể nói rõ được thì cũng phải *úp mở* đủ để cho người ta hiểu được. Đành rằng cá nhân, ông có quyền tự do hành động. Đành rằng một mình cá nhân ông sẽ gánh chịu hậu quả. Nhưng đây là chuyện quốc gia hai chữ "Cá Nhân" trong hoàn cảnh nầy không còn giá trị và ý nghĩa như thông thường nữa.

ĐƯỢC MỜI HAY CHO PHÉP VỀ ?

Theo lời tuyên bố của ông Kỳ với ký giả Đỗ Hiếu, đài Á Châu Tự Do, thì "Vào tháng 7 ông Thứ Trưởng Ngoại Giao Nguyễn Đình Bin có nói rằng nhân danh tất cả các anh em trong nhà, ông muốn trân trọng mời tôi về thăm quê hương..." rõ ràng là có mời. Theo nguồn tin thân cận với Thiếu Tướng Nguyễn Cao Kỳ thì hình như ông muốn đưa ra một thông cáo viết sẵn trước khi về, có sự đồng ý thông qua do Tổng Lãnh Sự Cộng Hoà Xã Hội Chủ Nghĩa Việt Nam trình về cho thượng cấp của họ. Nhưng không biết lý do gì người ta không thấy thông cáo đó. Sự tráo trở lật lọng của Cộng sản, nhứt là Cộng sản Việt Nam là điều thông thường, không ai lấy làm lạ.

Năm 1992, trong một phiên họp tại Paris giữa các chủ nhân công ty và xí nghiệp Pháp, tôi được hân hạnh tham dự với tư cách là ký giả đài phát thanh quốc tế Pháp (RFI), ông cựu Đại Sứ Pháp De La Louette nói rằng: "Nếu có một vị nào đó may mắn ký được hợp đồng, kể cả với Thủ Tướng Võ Văn Kiệt, ngày hôm nay và nếu ngày mai ông ta tuyên bố ủy bỏ hợp đồng thì các ông cũng đừng lấy làm lạ." Cho nên sự việc báo Công an Hà Nội viết rằng chính phủ cho phép toà Tổng Lãnh Sự cấp chiếu khán cho ông Kỳ là đúng bởi vì bất cứ ai nhập cảnh cũng phải có chiếu khán, đó là sự thường. Sự bất thường ở đây là thái độ trịch thượng, thiếu ngoại giao, tráo trở vô ý thức của một cơ quan ngôn luận đại diện cho quyền lực của nhà cầm quyền cộng sản, đã biến chuyện mời thành chuyện xin xỏ. Tờ báo nầy còn viết "Người Việt Nam vẫn chưa quên rằng ông Kỳ là người chống Cộng sản", ngay đoạn sau lại viết "đã đến lúc không nên nhìn về dĩ vãng". Rõ ràng là mâu thuẫn có gian ý. Thật ra ông Kỳ không phải là người đầu tiên và duy nhứt trong giới lãnh đạo hay viên chức cao cấp của chế độ Việt Nam Cộng Hòa cũ được Cộng sản mời về nước thăm nhà.

Năm 1996, Việt cộng đã mời Đại Tướng Dương Văn Minh về nước. Họ còn bịa ra rằng cái nhà cũ của ông gọi là "Dinh Hoa Lan" đang được sửa chữa để đón ông về và hơn nữa nhà đó thuộc quyền sở hữu của ông Minh bởi vì chính phủ Ngô Đình Diệm đã bán nó cho ông Dương Văn Minh với giá tượng trưng là 1 đồng bạc. ĐT Dương Văn Minh nực cười xác nhận với kẻ viết bài nầy là không hề có chuyện đó. Sự thật những vị công chức cao cấp cũ đều biết nhà của chính phủ không thể đem ra bán cho một cá nhân nào, ngoại trừ trong những cuộc đấu giá công khai nếu có. Và tôi còn biết có lần bà Luật Sư Nguyễn Phước Đại nhân danh Đỗ Mười, Võ Văn Kiệt mời nhân vật khác nữa về nước!

TẠI SAO CỘNG SẢN PHẢI MỜI ?

Từ sau ngày xé bỏ hiệp định Paris xâm lược miền Nam, cộng sản Hà Nội bị thế giới lên án và cô lập. Nhân dân miền Nam căm thù chán ghét. Vì vậy mới có hàng triệu người liều chết vượt biên. Để chống đỡ phần nào tai tiếng gian ác, Cộng sản tìm mọi cách dụ dỗ những người có chút danh ngày xưa, nay quen thói háo danh, còn muốn "theo voi hít bã mía", để làm bông hoa cho chế độ dù là các loại hoa xấu xí của miền Nam như hoa của cây "mắc cỡ", cây "thúi địt", hay cây "chó đẻ" cũng được.

Sau một thời gian làm băng hoại đất nước, bần cùng hóa nhân dân, Việt cộng nhận thấy đàn anh đàn thầy như Trung Quốc, Liên Sô bị phá sản nên họ đành muối mặt tuyên bố đổi mới. Kêu gọi hòa hợp, quên quá khứ, về xứ đầu tư. Những người có thân nhân ở nước ngoài bị coi là một thứ tội nhân, những người đã vượt biên bị gán nhãn hiệu là phản quốc, nay họ trở thành những đứa con quí mến, những "khúc ruột ngàn dặm," Cộng sản mời gọi họ gởi tiền, gởi phương tiện về xây dựng quê hương, phát triển đất nước. "Bọn ngụy quân ngụy quyền" được mời gọi về thăm quê hương để cho thế giới thấy rằng Cộng sản có đổi mới.

Ngày nay tình hình thế giới hoàn toàn thay đổi. Kinh tế tư bản đang là sức mạnh không gì có thể thay thế. Hệ thống "kinh tế kế hoạch chỉ huy" của Liên-Sô đã phá sản. Đàn anh Trung Quốc đang ra sức đổi mới, thực tế là đang từng bước chối bỏ quá khứ Cộng sản của mình và mới đây nhất là công nhận quyền tư hữu của người dân – để sống còn. Cộng Sản Việt Nam có đường nào khác ngoài con đường đổi mới để khỏi tự đào mồ chôn chế độ?

Mặt khác cộng sản đang gấp rút chuẩn bị để xin vô tổ chức World Trade Organisation (WTO). Muốn vào thì phải tương đối đủ mạnh về kinh tế để không bị chèn ép quá đáng. Muốn mạnh về kinh tế thì phải nhờ viện trợ, từ tiền bạc, kỹ thuật cho đến kinh nghiệm, kiến thức của các nước tiên tiến. Muốn được viện trợ thì phải ít nhiều đáp ứng được những yêu cầu chính đáng của họ trong việc thực hiện các giá trị văn minh của nhân loại về tự do, dân chủ, nhân quyền, chứ không thể treo tấm bảng chủ quyền quốc gia trước cửa rồi tự tung tự tác trong nhà như thời còn mồ ma "Hệ Thống Xã Hội Chủ Nghĩa Thế Giới". Khổ hơn nữa là phải chấp nhận bài trừ tham nhũng bởi vì thế giới biết rõ 36% tiền viện trợ đi vào túi cán bộ nhà nước, vì vậy năm nay lại có chương trình viện trợ để điều tra tham nhũng.

Và, biết đâu còn có lời nhắn nhủ phía sau. Nếu anh muốn chơi với chúng tôi vì nhu cầu kinh tế hay vì sợ đàn anh Trung Quốc xỏ lá đứng kề bên thì phải nghĩ cách "cư xử như thế nào" với hàng triệu người vừa là đồng minh cũ của chúng tôi vừa là công dân Mỹ gốc Việt đang nắm lá phiếu trong tay có thể ảnh hưởng xa gần đến sinh hoạt chính trị của nước tôi.

VỀ ĐỂ LÀM GÌ ?

Ở vị thế của Nguyễn Cao Kỳ không thể nào về chơi thăm nhà mà thôi được. Ông đã tuyên bố trên đài Á Châu Tự Do: "Tôi cũng nói rằng nếu các anh em đang có trách nhiệm với đất nước mà biết nghĩ đến chuyện đó, bỏ qua hận thù và dĩ vãng, rồi sửa sai những chuyện mình làm không đúng trong dĩ vãng để mà tạo ra một đại đoàn kết của dân tộc để mà chấn hưng lại đất nước..." Và ông trả lời phỏng vấn của đài BBC, đại ý ông cũng kêu gọi đôi bên nên gác quá khứ để nhìn về tương lai đất nước. Điều đó đúng.

Nhưng có điều ông nói sai là theo ông những người Cộng sản thấy được chủ nghĩa của họ đã lỗi thời và chúng ta phải để cho họ thời gian sửa sai. Thời gian bao lâu nữa? Họ dùng chủ nghĩa Cộng sản để mê hoặc dân chúng không được nữa thì bịa ra tư tưởng Hồ Chí Minh.

Và kinh tế thị trường theo định hướng Xã Hội Chủ Nghĩa là cái quái quỉ gì? Họ cần có thời gian để lột xác, hay họ đang quanh co để: "sạch sành sanh vét cho đầy túi tham"? (Kiều).

Xét cho cùng ông Kỳ có can đảm rêu rao một sự thật là hận thù không thể kéo dài truyền kiếp được, dân tộc và đất nước là trên hết. Tôi cũng đã từng viết chế độ là nhất thời, dân tộc là vạn đại. Nhưng ký giả đài BBC hỏi câu rất xác đáng: liệu có thể nào thay đổi, nếu chế độ nầy cứ khăng khăng giữ lấy độc quyền. Những câu trả lời và phát biểu của Nguyễn Cao Kỳ đầy nhiệt huyết và lòng yêu nước. Ông sẵn sàng góp phần xây dựng vô điều kiện, cũng như lúc tuổi 20 ông hiến thân cho đất nước không có điều kiện. Xét trên bình diện cá nhân người ta có thể cho là tinh thần yêu nước đáng quí. Nhưng xét về mặt chính trị, nhứt là đối với một người đã từng lãnh đạo thì có thể nói đó là một thứ lý tưởng không tưởng (Pháp gọi là idéalisme irréaliste). Bởi vì ông Kỳ đang nói chuyện với tập đoàn xảo quyệt, một thứ Vua Bịp bợm Thượng Hải, mà ông đem sự thành tâm thiện ý để trao đổi thì ông thua là cái chắc.

Dù sao chuyến đi về của ông cũng có chút giá trị hay công dụng nó đo lường được phần nào thâm ý của Cộng sản, lật tẩy được lá bài gian lận của chúng, nó có thể hé lộ một chút ánh sáng nào đó ở cuối đường hầm nếu ông Kỳ có khả năng đột phá bức tường độc tôn.

Thông thường người ta nghĩ rằng ông Kỳ rêu rao hòa giải cũng giống như đại văn hào Pháp Jean Jacques Rousseau đòi công bằng xã hội, bình đẳng công dân với bản văn "Contrat Social" của ông, dưới chế đo độc tài phong kiến của Pháp quốc. Trừ khi có một áp lực quốc tế nào đó quá mạnh buộc Việt cộng đi vào thế chẳng đặng đừng thì may ra ông Kỳ mới hy vọng thành công.

Cho dù như thế đi nữa thì ông Kỳ phải thấy rằng bên kia Cộng sản muốn hòa giải với ai? Nếu chỉ muốn hòa giải với ông Kỳ không mà thôi thì chuyện đã xong rồi nói làm gì nữa. Còn việc hòa giải với những người Việt Nam thuộc chế độ miền Nam đang sống trong nước cũng như ở hải ngoại thì lại là một việc khác. Sự kiện ông Kỳ tuyên bố không mấy quan tâm đến ưu tư của người khác mà chỉ hành động theo lương tâm và cá nhân ông thôi, ông muốn kêu gọi đoàn kết mà ông không chịu tìm cách đoàn kết với những người đã từng là bạn đồng hành đồng chí với ông trước khi kêu gọi người gian ác bên ngoài, thì e rằng ông đang làm việc "dã tràng xe cát biển Đông, nhọc nhằn mà chẳng nên công cán gì".

Còn một vấn để phức tạp khác người ta cần phải nghĩ đến là Việt Cộng và một thế lực nào đó manh tâm dùng ông Kỳ để gây bàn tán sôi nổi, chống đối hay ủng hộ, đấu tranh chia rẽ trong cộng đồng người Việt hải ngoại nhằm đốt cháy hết những bộ mặt xưa cũ để rồi sử dụng những người mà họ, đã an bày sẵn.

Ván bài mà vì quá tự tin, quá sốt ruột hay do ảo giác "Con Cầu Tự" mà ông Kỳ đem hết chút ít vốn liếng còn lại đặt vào, thật là oan uổng.

Nói theo ngôn ngữ của sòng bài thì nhà cái Cộng sản chắc chắn sẽ thắng. Từ vừa đến lớn. Nhưng tôi thành tâm không mong ông Kỳ sạch túi, vì rằng ông ấy có tâm tư, tình cảm, và ước mơ như tất cả chúng ta về một đất nước Việt Nam sớm có tự do, dân chủ và thịnh vượng.

Thiết nghĩ những người bất đồng chính kiến với TT

Nguyễn Cao Kỳ cũng nên kềm chế đừng để cho Cộng sản quá vui mừng vì chúng ta đấu đá nhau quá tồi tệ.

Vấn đề chính yếu là chúng ta phải đoàn kết với chúng ta trước khi nói đến chuyện bắt tay hay đoàn kết với người ngoài.

Ngày 5 tháng 11 năm 2003

NHỮNG GÌ TÔI BIẾT VỀ VIỆCNGUYỄN CAO KỲ VỀ NƯỚC

Những gì tôi biết về hai ông Nguyễn Cao Kỳ, một Nguyễn Cao Kỳ phản bội đồng đội, phản bội chính mình, khi chấp nhận làm con cờ cho Cộng sản trong giai đoạn mà chế độ vô nhân nầy đang bị đảo điên, đang cần sự tiếp tay hỗ trợ về mọi phía. Và một Nguyễn Cao Kỳ từ 1966 đến 1975, có lòng với đất nước, muốn đội đá vá trời nhưng không thành, vì thiếu hiểu biết việc quốc gia đại sự, việc biến chuyển quốc tế, thế chiến lược toàn cầu, vai trò của Việt Nam trong hoàn cảnh đó và nhứt là vì bọn đàn em dựa hơi phá bĩnh làm hư việc.

Để giữ sự công bằng đối với ông, để giữ sự trung thực theo lương tâm của nhà báo và sự đứng đắng ngay tình của một cộng sự viên đã một thời được ông kính trọng và tin tưởng, những gì tôi tường thuật về cựu Thiếu Tướng Nguyễn Cao Kỳ, hiện còn những nhân chứng sống có thể xác nhận. Người đầu tiên trong đó chính là ông Nguyễn Cao Kỳ.

Chuông điện thoại reo, tiếng nói ồ ề từ đường giây bên kia:

– Triều đó hả? Nguyễn Cao Kỳ đây, nẩy cậu có muốn về Việt Nam không?

– Về làm gì? Moa đã nói nhiều lần: "Một ra đi không hẹn ngày về" rồi mà. Khi nào đất nước hết bóng công an cộng sản, có tự do dân chủ và nhân quyền thì có moa ở Sài Gòn.

– Đi về với moa, tớ được tụi nó mời đường hoàng.

– Nói chơi hay nói thật vậy? Thằng ma nào cao hứng mời toa vậy? Cái trò nầy moa đã thấy qua rồi. Bỏ đi tám.

– Thật mà, Thằng Nguyễn Đình Bin, Thứ Trưởng Ngoại Giao của tụi nó đích thân tỏ lời mời trong một bữa cơm ở San Francisco, sau khi gặp gỡ ở sân golf. Nó nói: "Anh em bên nhà muốn tỏ ý mời Thiếu Tướng về thăm quê hương và nếu có dịp xin Thiếu Tướng góp ý về tinh thần và cung cách liên hệ với Hoa Kỳ vì Thiếu Tướng là người thông suốt điều đó hơn ai hết". Và cũng nhân cơ hội để cho mọi người biết người Việt chúng ta đã sẵn lòng quên quá khứ và đang nghĩ việc xây dựng tương lai.

– Còn khuya, bá láp, toa vừa bước chân lên máy bay thì bên nẩy anh em sẽ chửi toa như chửi "Ch..." để rồi toa xem.

– Sợ "đếch" gì? Cậu biết thừa, xưa nay tớ có sợ ai đâu, vả lại tớ luôn luôn nghĩ rằng sẽ có ngày vết thương cũ phải được hàn gắn bằng cách này hay cách khác. Tốt nhất là trong giai đoạn mình còn sống để về thăm quê cha đất tổ.

– Thằng nào lại không mong mỏi điều đó? Nhưng vết thương của đất nước sẽ được hàn gắn bằng cách nào? Bằng cách đầu hàng "Bẩm ông xin tha thứ, ban luật đại xá cho chúng con" như thằng Phó Bá Long van xin năm 1992 chăng? Chuyện đó không có moa!

– Làm gì có chuyện đó. Đây là chuyện "sérieux" (nghiêm chỉnh), Khi nào về đến Việt Nam, gặp nhau mình có thể cùng với anh em bên kia bàn thảo.

– Moa không tin có chuyện đó. Moa có kinh nghiệm với ông Đại Tướng Dương Văn Minh ở bên Pháp rồi, toa thử biểu tụi nó viết thư chính thức mời toa đi.

– Dĩ nhiên rồi sẽ có.

– Nếu thật sự là như vậy thì ít ra toa phải phổ biến một bản thông cáo xác định lập trường và mục đích của toa trước khi bước lên cầu thang máy bay. Như vậy thì rõ ràng minh bạch.

– OK, hay lắm, cậu làm ơn thảo giùm cho tớ một lời tuyên bố đi, nhưng mà lần nầy phải làm gấp, không được hứa rồi kéo dài như lần trước bắt tớ chờ đôi ba tháng rồi cút luôn đấy.

– Được rồi, để moa thảo giùm cho, sẽ có ngay.

*

Sở dĩ Nguyễn Cao Kỳ giao điều kiện như vậy là vì thời gian trước đó khá lâu, ông tuyên bố lăng nhăng gì đó, báo chí và truyền thông truyền hình chỉ trích phê bình ông rất gắt gao, làm ông mất mặt. Khi đó tình cờ tôi đang đi vào Restaurant Song Long ở đường Bolsa thấy một xe chạy ngang, qua khỏi tôi lại ngừng, người bước xuống đó là Thiếu Tướng Kỳ, có cựu Thiếu Tá Liệu nguyên là tùy viên của ông ngày trước cùng đi. Ông Kỳ chận tôi lại. Sau khi nói chuyện qua loa tôi hỏi liền:

– Tại sao toa tuyên bố lăng nhăng làm báo chí xỉ vả tùm lum vậy? Ông Kỳ đính chánh :

– Tụi nó xuyên tạc ý kiến moa.

– Phát biểu bố láo bố lếu là nghề của toa, gây hiểu lầm và bị phê bình lên án là phải, khi nào thấy cần đưa ra một ý kiến gì đó thì nên viết thành một bản văn, phổ biến rộng rải, không ai có thể hiểu lầm xuyên tạc được.

– Đồng ý, vậy cậu có thể thảo giùm một bản văn cho tờ không?

– Được rồi để moa thảo cho, nhưng với một điều kiện là từ nay không nên bốc đồng nói bậy nữa thì moa mới thảo.

Ông Kỳ nhanh chóng biểu đồng tình. Tôi lỡ miệng hứa cho qua đường, đến khi về nhà tôi có than với bà xã là "bản tính của ông Kỳ là hay bốc đồng nói không suy nghĩ. Bây giờ mình có giữ lời hứa, bỏ công thảo bất cứ thứ gì, rồi nay mai ổng lại bốc đồng ham ăn ham nói thì ai bịt miệng ông ta được? Đời anh chưa thất hứa với ai bao giờ nhưng lần nầy chắc phải đành lỗi hẹn làm thinh." Sau đó lại gặp ông Kỳ ở Santa Ana một lần nữa, ông trách:

– Đ..M.. chỉ gặp toa ở ngoài đường không thôi, tại sao không ghé qua nhà chơi? Và lời tuyên bố của moa, toa hứa viết đâu?

Tôi giả vờ lấy cớ:

– Moa không có tài liệu báo chí xỉ vả toa như thế nào làm sao viết được.

– Thôi được rồi, để moa biểu thằng Liệu nó gởi cho toa.

Tuần lễ sau tôi nhận được nhiều bài báo và một *video cassette* do cựu Thiếu Tá Liệu, tùy viên của Tướng Kỳ gởi đến nhưng tôi vẫn làm ngơ. Còn về việc lần nầy tôi xét thấy vấn đề hơi nghiêm chỉnh hơn trước, nên trong lúc điện đàm tôi hứa sẽ có ngay. Vài giờ sau tôi gọi điện thoại lại và đọc cho ông Kỳ nghe lời tuyên bố nguyên văn như sau :

LỜI TUYÊN BỐ CỦA
THIẾU TƯỚNG NGUYỄN CAO KỲ
CỰU PHÓ TỔNG THỐNG VNCH

Ý thức rằng công việc góp phần xây dựng đất nước được phú cường, mưu tìm đời sống tự do, ấm no, hạnh phúc cho dân tộc và tạo thế đứng xứng đáng cho Việt Nam trong cộng đồng quốc tế ở thế kỷ 21 là trách nhiệm của mọi công dân.

Ý thức rằng do bối cảnh quốc tế, Việt Nam đã bị lôi cuốn vào cuộc nội chiến cốt nhục tương tàn, nhưng thời gian nửa thế kỷ qua đủ để làm cho lòng người phản tỉnh và nhận thức là đã đến lúc phải hàn gắn và xây dựng lại quê hương.

Quan niệm rằng lòng yêu nước không thuộc độc quyền của một phe nhóm. Đất nước là gia sản của ông cha để lại. Người quốc gia hay Cộng sản vẫn là con người Việt Nam, mang cùng một giòng máu, gánh chịu cùng một trách nhiệm đối với dân tộc.

Quan niệm rằng lịch sử thế giới từ xưa đến nay đã chứng minh: Chế độ là nhất thời, dân tộc là vạn đại.

Quan niệm rằng gần đây chủ nghĩa Cộng sản tại nhiều quốc gia đã tự biến thể hoặc bị xóa bỏ vào cuối thế kỷ 20 nầy.

Vì vậy sau 21 năm đất nước bị chia cắt và 49 năm dân tộc bị ly tán, tôi nghĩ rằng đã đến lúc mọi người bên nầy và bên kia, đều có bổn phận trong phạm vi trách nhiệm và khả năng của mình, làm mọi cách để hàn gắn, tái tạo sự ổn định cho Việt Nam.

Với tinh thần đó chúng tôi, Nguyễn Cao Kỳ, với tư cách cá nhân, đã nhận lời mời của chính phủ Cộng Hòa Xã Hội Chủ Nghĩa Việt Nam, về thăm quê nhà, tiếp xúc với chính quyền, để nhận xét tình hình, trong tinh thần xây dựng và khách quan nhằm mục đích, nếu có thể được, góp phần nhỏ mọn của mình trong công cuộc tái lập sự hài hòa và uy thế cho đất nước, đem lại tự do hạnh phúc cho dân tộc.

Thiếu Tướng Nguyễn Cao Kỳ

Los Angeles, ngày ...tháng... năm

Sau khi nghe xong ông Kỳ nói: "Perfect" (toàn hảo). Ông yêu cầu tôi gởi ngay bản văn nầy cho ông. Tôi còn dặn dò thêm là: Toa nên đưa lời tuyên bố nầy cho Tổng Lãnh Sự Hà Nội ở San Francisco, yêu cầu nó chuyển về cho thượng cấp của nó, hỏi có vui lòng thấy bản văn nầy được phổ biến trước khi toa về Việt Nam không? Ngoài ra hai đoạn nói về "chế độ là nhất thời" và "Cộng sản biến thể hay bị xóa bỏ" nếu họ không vừa ý thì toa có thể bỏ đi cũng được.

Điều quan trọng là khi về đến Sài gòn toa phải đòi cho bằng được vào đại học, đọc một bài diễn văn trước mặt sinh viên. Trong đó toa có thể ca ngợi chế độ về đổi mới, về những chuyện đâu đâu vô tích sự ...Nhưng quan trọng nhứt là phải có bốn chữ: "Tự do dân chủ". Bên nầy tụi moa khai thác bốn chữ nầy như thế nào toa khỏi lo. Ông Kỳ đồng ý.

Bản thảo lời tuyên bố nầy tôi có đọc cho rất nhiều người bạn nghe, trong đó có một tướng lãnh biết ông Kỳ nhiều, vài anh em ký giả chủ báo ở California và một vài bạn bè bên Pháp. Mục đích là để yêu cầu họ suy nghĩ giùm xem tôi có viết điều gì hở hênh không? Tất cả tán thành ý kiến diễn đạt trong bản văn. Nhưng đa số ngạc nhiên và nghi ngờ về sự tráo trở của Cộng sản.

Trước khi đi San Franciaco, ông Kỳ điện thoại cho tôi biết là ông sẽ gặp Tổng Lãnh sự Hà Nội và được ông nầy mời dùng cơm trưa. Ông hứa trên đường về Los Angeles sẽ ghé qua Fresno thăm tôi và bàn việc. Hai ngày sau, lúc 9 giờ đêm tôi nhận điện thoại của ông Kỳ nói ông đang rời San Francisco mà nếu ghé qua Fresno gặp tôi nữa thì về đến Los sẽ trễ đến sáng, nên xin hẹn ngày khác gặp nhau. Bây giờ chỉ nói chuyện sơ qua bằng điện thoại thôi. Tôi hỏi:

– Hà Nội có tán thành lời tuyên bố của toa đưa ra trước khi về không? Nguyễn Đình Bin sẽ gởi giấy mời chính thức không?

– Tụi nó đồng ý 100% về bản văn và sẽ có thư mời chính thức. Đồng thời Hà Nội sẽ gởi hai nhân vật qua để thảo luận chương trình đi đứng ăn ở với moa.

Mọi chuyện hình như tốt đẹp. Nhưng tại sao quá suông sẻ như vậy làm tôi thấy hơi lạ. Rồi ông Kỳ im hơi luôn cho đến một ngày trước khi lên máy bay ông mới điện thoại báo tin cho tôi biết. Tôi hỏi:

– Toa có được giấy mời chính thức không?

– Không.

– Toa có phổ biến lời tuyên bố mà toa đã nhờ moa viết và được tụi Hà Nội thuận ý 100% như toa nói không?

– Không có phổ biến.

– Tại sao toa không chịu phổ biến? Toa có biết rằng ngang nhiên đi về làm bông hoa cho tụi nó là toa chôn vùi tên tuổi và chịu nhục nhã cả đời không?

– Sợ gì, đợi về bên đó gặp tụi nó rồi sẽ thảo luận sau.

– Toa tưởng toa là ai? Ngay những lời hứa sẽ có thư mời, ngay quyết định đưa ra lời tuyên bố cũng không có thì một là toa tự dối gạt mình, hai là toa bị hai thằng sứ giả Hà Nội dối gạt toa, ba là toa dối gạt moa. Một trong ba, hay là cả ba đều đúng, toa làm ơn nói rõ cho moa biết được không?

– Toa yên chí, toa biết moa là thằng liều, để moa về đột phá bức tường Cộng sản nầy cho tụi toa thụ hưởng về sau.

– Toa đừng có giở cái giọng nói đó vởi moa. Thứ nhứt toa không có khả năng đột phá, thứ hai moa không phải là thằng ngồi chờ sung rụng để hưởng, thứ ba tuổi moa đã già đủ cơm ăn áo mặc rồi không cần thụ hưởng bất cứ thứ gì khác ngoại trừ thấy dân tộc mình được giải thoát. Thôi nói nhiều mích lòng vô ích, chúc toa gặp được nhiều may mắn. Nhưng có điều moa cho toa biết trước là trong tương lai, nếu moa có lập trường khác biệt, nếu moa có lời phê phán nặng nề không nể mặt anh em thì toa phải hiểu rằng mỗi thằng chúng mình bênh vực lập trường và theo lý tưởng của cá nhân mình.

– Được rồi. Để tớ về có gì hay ho tớ sẽ điện thoại cho cậu.

Từ đó và vĩnh viễn Nguyễn Cao Kỳ, theo tôi nghĩ, không còn mặt mũi nào liên lạc với tôi nữa và tôi cũng quyết định sẽ không bao giờ gặp gỡ, tiếp nhận điện thoại bởi lẽ tôi không còn gì để nói với ông ta.

*

Chuyện Nguyễn Cao Kỳ về nước làm dấy lên dư luận xôn xao phê phán nặng nề. Những lời tuyên bố nịnh bợ

Hà Nội, phản bội đồng đội, làm cò mồi dẫn mối kinh tế của ông làm dư luận phẫn nộ, phỉ nhổ.

Tôi có hỏi qua một vài người bạn quen biết ông Kỳ khá nhiều như Cựu Trung Tướng Nguyễn Bảo Trị thì ông ta nói: Ông Kỳ có điện thoại cho moa, ông ấy nói khá nhiều nhưng moa trả lời: Về trong điều kiện không rõ ràng, bất lợi đó không có moa". Tôi cũng có dịp hỏi qua anh Đại Sứ Bùi Diễm, anh nói: "Ông Kỳ có điện thoại cho tôi nhưng tôi nói với ông ta về trong điều kiện hạ mình nhịn thua theo kiểu Hàn Tín ngày xưa thì không có tôi".

Có những bạn bè thân hữu hỏi tôi, báo chí phỏng vấn tôi, tôi chỉ suy đoán rằng ông Kỳ một là vì háo danh hay là tưởng mình con cầu tự nghĩa là con trời con Phật hành động không suy nghĩ. Nhiều lần ông thố lộ với tôi có một ông thầy tướng số Thái Lan nào đó, bói rằng đời ông còn vẻ vang tiếng tăm (tốt hay xấu ông thầy bói nầy quên nói). Bà vợ chấp nối sau nầy là người thường lợi dụng tên tuổi của ông để làm ăn với thương gia Trung Quốc, Thái Lan và Việt Nam. Chính bản thân Nguyễn Cao Kỳ cũng nhiều lần khoe với tôi là ông quen biết nhiều phú ông, vua dầu hỏa, người Á Rập cùng đánh golf với ông và hứa sẽ hỗ trợ ông đầu tư xây dựng lại Việt Nam khi ông cần đến. Những ông bạn nầy lâu lâu tặng ông món quà một hai chục ngàn đô la dễ dàng, coi như không có. Từ đó tôi phải suy diễn rằng Nguyễn Cao Kỳ yêu nước ngày xưa, nay bị mù lòa vì tiền hoa hồng dẫn mối cho các thương gia Á Rập hay vì quyền lợi vật chất do Cộng sản hứa hẹn như trường hợp của Dương Văn Đức con của Dương Văn Minh, và đáng buồn hơn nữa nếu vì đàn bà thúc giục mà Nguyễn Cao Kỳ phải nghe theo ! Sự suy diễn nầy đúng hay sai, bất công hay đó là sự thật chỉ có Nguyễn Cao Kỳ mới biết thôi.

Phần tôi đã viết ba bài đăng trên nhiều báo: "Lạm Bàn Về Việc Nguyễn Cao Kỳ Về Nước". "Hai Hình Ảnh Một Âm Mưu". và "Chuyện Nguyễn Cao Kỳ Chấm Xuống Hàng Lật Sang Trang".

CHUYỆN NGUYỄN CAO KỲ CHẤM XUỐNG HÀNG LẬT SANG TRANG

Nguyễn Cao Kỳ về nước phát biểu vung vít, đưa ra những lời tuyên bố sai trái. Trước năm 1975 ông đã từng đem xương máu của mình ra bảo vệ tự do dân chủ, bây giờ ông tuyên bố độc tài độc đảng là tốt để phát triển đất nước! Rõ ràng ông phản bội lại chính bản thân ông và hơn thế nữa ông đã phản bội tất cả những đồng đội, đồng hành đã cùng với ông hy sinh vì chính nghĩa. Ngoài ra lời tuyên bố đó còn chứng tỏ ông thiếu hiểu biết về kinh tế. Bởi lẽ kinh tế không thể phát triển nếu không có tự do cạnh tranh. Năm 1991 Tổng Thống Pháp, Francois Mitterrand, viếng thăm Hà Nội tuyên bố thẳng thừng trước Quốc Hội Cộng sản rằng: "Không thể phát triển kinh tế nếu không có tự do dân chủ". Cộng sản Việt Nam không dám cho phổ biến lời tuyên bố nầy trên báo chí và truyền thanh truyền hình. Kết quả, Tổng Thống Pháp không ký thông cáo chung, không dự tiệc do ủy ban nhân dân thành phố HCM khoản đãi.

Lời tuyên bố của Nguyễn Cao Kỳ đã gây nhiều bất

bình, phẫn nộ, chê trách. Tuyệt đại đa số cá nhân, đoàn thể, tổ chức và truyền thông báo chí khắp nơi cũng phê phán gắt gao, như vậy thiết nghĩ đã quá rõ ràng và đầy đủ rồi. Bây giờ có viết thêm, nói thêm, bất cứ điều gì thì cũng vô ích thôi. Có người chê cá nhân ông Kỳ "không có căn bản học vấn" "không có kiến thức về tổ chức lãnh đạo không quân" "không có thực tài vì vậy sang Hoa Kỳ ông làm gì cũng thất bại" đó là chuyện đời tư cá nhân, nói làm gì. Có người cho rằng cá nhân ông Kỳ "ăn nói hồ đồ xấc xược, phản bội bạn bè và đàn em" ai cũng biết rồi.

Chuyện Nguyễn Cao Kỳ đến đây nên chấm xuống hàng, lật sang trang. Chúng ta nên giành viết mực và lời nói để bàn những việc có tầm cỡ quốc gia đại sự hơn là cá nhân Nguyễn Cao Kỳ. Bàn về hiện tình cộng đồng người Việt hải ngoại, hoàn cảnh đất nước, ước vọng và dự phóng tương lai có lẽ tích cực và bổ ích hơn nhiều.

MẪU SỐ CHUNG

Những sự bất bình phẫn nộ của tuyệt đại đa số người Việt trên khắp năm châu kể cả những người đang ở trong xứ, cho thấy có hiện rõ một "MẪU SỐ CHUNG" đó là không chấp nhận độc tài Cộng sản, không chấp nhận hòa giải vô điều kiện. Điều kiện tiên quyết là phải tái lập dân chủ tự do, tôn trọng nhân quyền. Và, chúng ta phải luôn cảnh giác trước xảo quyệt của Cộng sản. Trước mắt, nếu chúng ta muốn có được sự ủng hộ của các chính trị gia quốc tế và truyền thông báo chí thế giới trong công cuộc tranh đấu đòi tự do dân chủ, và nhứt là, nếu chúng ta muốn nói chuyện với chính quyền độc tài Cộng sản bên kia thì việc đầu tiên phải làm là tạo cho được một tiếng nói chung, một đại đa số có lập trường, có lãnh đạo.

Làm sao tạo được? Mỗi người chúng ta khi gặp bạn bè hay người thân, thay vì chê trách, phỉ báng ông Kỳ thì nên bàn chuyện kết hợp, kêu gọi đoàn kết. Mỗi thành viên lãnh đạo hội đoàn hay tập thể thay vì bàn tán về sự "hồ đồ xấc xược", "căn bản học vấn hay tài lãnh đạo không quân" của ông Kỳ thì nên tìm cách tiếp xúc với những tập thể khác để thương lượng phương pháp đấu tranh, đề nghị kết hợp. Nếu tất cả đều thật tâm muốn giải cứu dân tộc thì bằng cách nầy hay cách khác nên ngồi lại với nhau, như vậy chẳng bao lâu cộng đồng người Việt hải ngoại sẽ có một sức mạnh đáng kể.

Để làm gì? Để đòi dân chủ. Bằng cách nào? Hiện tại Cộng sản đang đàn áp tôn giáo, tham nhũng lan tràn. Phải chăng là hai chỗ yếu, hai lằn kẻ rạn nứt của bức tường Cộng sản? Các tôn giáo, đảng phái, tập đoàn chống Cộng nên tập trung sức chống đối vào đó. Từ ngày Việt Nam cởi bỏ ách nô lệ đến nay người ta chỉ thấy có sức mạnh của tôn giáo mới có khả năng phô trương lực lượng chống đối. Phật Giáo chống chế độ Ngô Đình Diệm. Linh Mục Hoàng Quỳnh xua tín đồ Thiên Chúa Giáo xuống đường. Lịch sử thế giới đã từng chứng minh nhiều lần, lật đổ một chế độ không cần phải xử dụng vũ khí. Hiện tại, cựu Dân Biểu Lê Quang Liêm đang lãnh đạo Hòa Hảo chống đối chính quyền Cộng sản. Ước gì tất cả các tôn giáo ở Việt Nam, ước gì tất cả những tập thể chống độc tài ở hải ngoại và trong nước hảy gạt bỏ những dị nghị, hiềm khích nhỏ để mà nhìn thẳng vào mối họa lớn là độc tài Cộng sản và hãy đặt quyền lợi quốc gia dân tộc trên hết, để cùng chung siết chặt tay nhau đòi Cộng sản phải trả lại tự do dân chủ hay phải trả lại quyền cai trị đất nước cho dân chúng định đoạt thông qua một quốc hội mới.

V. L. T.

Ngày 2 tháng 12 năm 2003

Cũng nhân chuyện Việt Cộng đi tìm bông hoa cũ của Việt Nam Cộng Hoà để trang hoàng chế độ, "mà mắt" thế giới, tôi cũng xin phép trích đăng lại những bài tôi đã viết về Đại Tướng Dương Văn Minh để độc giả có thêm ý kiến về chế độ Cộng sản Hà Nội gian dối như thế nào. Và dù sao những sự kiện nầy cũng trực tiếp liên quan đến đời sống cá nhân tôi thì cũng là một đoạn hồi ký vậy.

CHƯƠNG X

ĐẠI TƯỚNG DƯƠNG VĂN MINH
HAI HÌNH ẢNH – MỘT ÂM MƯU

Ngay sau khi ký kết hiệp định hòa bình Paris 1973 Cộng sản Hà nội, bất chấp sự cam kết có quốc tế chứng nhận và bảo đảm, tiếp tục đánh phá và chiếm trọn miền Nam với sự hỗ trợ nhiệt tình của Trung Cộng và Liên Sô. Vì vậy Cộng sản Hà Nội đã bị thế giới tự do cô lập hoàn toàn và lâu dài.

Mười tám năm sau 1975, chính quyền Cộng sản bị nghẹt thở về kinh tế. Dân chúng miền Nam lẫn miền Bắc nguyền rủa chế độ bởi vì các đảng viên cộng sản ăn trên ngồi trước, hưởng đặc quyền đặc lợi, vơ vét của công và hối mại quyền thế. Hoàn cảnh khó khăn và tình trạng bi đát trong nước cộng thêm sự phá sản toàn diện của Cộng sản quốc tế, khởi đầu tại chính cái nôi Liên-Sô, chủ nghĩa Cộng sản bị lãnh tụ cộng sản Boris Yeltsine tuyên bố xóa bỏ. Vì vậy, Tổng Bí Thư đảng, Trường Chinh hô hào "đổi mới để sống còn," mượn kinh tế thị trường để phát triển chủ nghĩa xã hội, một loại quái thai kinh tế.

Sáng chế ra tư tưởng Hồ Chí Minh, một quái thai chính trị để gạt bản thân đảng viên và quần chúng. Trong sự bối rối quờ quạng đó Cộng sản lại bày ra cái trò bịp bợm "Đại Hội Người Việt Nam định cư ở Nước Ngoài" để xoa dịu dư luận trong và ngoài nước với hy vọng rút rỉa chút tiền của người Việt hải ngoại để tồn tại tạm thời. Kết quả Cộng sản Hà Nội không chuyển đổi được lòng người Việt ở nước ngoài và dân chúng trong xứ.

ÂM MƯU XẢO QUYỆT

Cũng trong thời gian đó nhằm tháo gỡ cái thế tứ bề bất lợi, Cộng Sản dùng tay sai có gốc chế độ cũ móc nối rồi chính thức mời Đại Tướng Dương văn Minh về nước thăm nhà hoặc sống trọn tuổi già ở Việt Nam nếu ông muốn. Mục đích của Cộng Sản là để khoe khoang được với đồng bào trong, ngoài nước và thế giới rằng chế độ ngày nay được mọi người chấp nhận kể cả lãnh đạo cao cấp chính quyền miền Nam cũ.

Về phía ĐT Dương Văn Minh, ông hy vọng biến sự hiện diện của mình trong xứ thành cái gai, cái cở để cho đồng bào trong ngoài nước và thế giới tự do vịn vào đó làm áp lực buộc Cộng sản nới rộng tự do dân chủ và nhân quyền bằng cách: Nay ông sẽ đi thăm các Thượng Tọa Thích Huyền Quang, Thích Quảng Độ, mai ông xin chính quyền thả tù nhân lương tâm Nguyễn Đan Quế, Đoàn Viết Hoạt, vân vân, ngày khác ông tuyên bố chính quyền nên làm thế nầy hay sữa đổi thế khác v.v...Mục đích là làm hiện rõ bộ mặt bất lương bất lực của chính quyền Cộng sản Hà Nội. Dĩ nhiên mọi phương cách liên lạc giữa ông Minh ở bên trong với thế giới bên ngoài đều được chuẩn bị kỹ. Thế rồi chẳng những Cộng sản mời Đại Tướng Dương Văn Minh mà còn sửa chữa "Dinh Hoa Lan" để chờ đón ông cựu Tổng Thống Việt Nam Cộng Hòa về cư ngụ. Xảo quyệt hơn nữa, Cộng Sản còn báo cho ông Minh biết rằng cái dinh hoa lan đồ sộ kia đã thuộc quyền tư hữu của ông bởi vì chính phủ Ngô Đình Diệm đã bán cho ông với giá một đồng bạc tượng trưng. Đó là một sự dụ dỗ láo khoét và phi lý.

Ngoài ra con trai Đại Tướng Minh là Dương Văn Đức được phái về hai lần chính thức gặp Thủ Tướng đương thời Võ Văn Kiệt. Ông Kiệt hứa sẽ cử Dương văn Đức làm một chức vụ quan trọng trong bộ Ngoại giao đồng thời dành mọi sự dễ dàng cho Dương Văn Đức kinh tài cả triệu đô-la trong ngành điện tử vi tính, lại một sự dụ dỗ bằng quyền lợi thứ hai. Nhưng sau đó không lâu báo chí Cộng sản đánh phủ đầu bôi lọ Dương Văn Minh, nói rằng ông được địch vận trước 1975 và được giao nhiệm vụ chiếm quyền để giao lại cho Cộng sản. Với sự khẳng định láo khoét nầy Cộng sản nghĩ rằng bôi đen phủ đầu con cờ Dương Văn Minh để cắt đường liên hệ giữa ông và cộng đồng người Việt hải ngoại, làm cho ông không còn đường tháo lui sau nầy. Ai cũng biết Đại Tướng Dương Văn Minh có người em ruột là Dương Thanh Nhựt theo Cộng Sản cũng như Trung Tướng Nguyễn Văn Vĩ, cựu Tổng Trưởng Quốc Phòng có người em ruột là thành viên trung ương đảng Cộng sản. Hòa giải hoà hợp kiểu Cộng sản Hà Nội hay mưu mô xảo quyệt hạ cấp rẻ tiền? Cũng may là Đại Tướng Minh không mắc mưu nên đã không về nước.

Ngày nay, Cộng sản Hà Nội lại tái xử dụng cái âm mưu xảo quyệt cũ kỹ đó đối với cựu Phó Tổng Thống Nguyễn Cao Kỳ. Ông Kỳ cũng được móc nối hứa hẹn trước, rồi cũng do Thứ Trưởng Ngoại Giao Nguyễn Đình Bin mời, tên nầy còn tiết lộ thêm Chính quyền Hà Nội muốn bắt tay làm thân với Mỹ vì sợ Trung Cộng lấn đất mỗi ngày thêm sâu và đồng thời cũng muốn hòa giải với những người Miền Nam. Người thân của ông Kỳ cũng được hứa hẹn dễ dãi làm ăn hoặc lãnh hoa hồng trong những cuộc đầu tư ngoại quốc do ông Kỳ giới thiệu. Lại cũng dùng bả lợi kinh tế mà dụ dỗ. Kế tiếp Cộng sản cũng lại dùng cách đánh phủ đầu nói trên, do tờ báo Công an nhà nước phanh phui: Trước kia ông Kỳ là người chống Cộng có tội với nhân dân nhưng hiện tại nhà nước muốn quên quá khứ nên chấp nhận đơn xin của ông Kỳ về nước thăm nhà. Tiếc thay, lần nầy ông Kỳ chịu ăn bả, bị mắc lừa vì bản tính liều, vì tính hiếu kỳ háo danh hay vì quá tự tin mình là con cầu tự!

Hai trường hợp nói trên là hai hình ảnh thiết thực vạch trần sự gian trá của chính quyền cộng sản Hà Nội. Âm mưu được dàn dựng kỹ càng ở hai thời điểm khác nhau và hoàn cảnh khác nhau nhưng cùng một thứ gian xảo như nhau. Đó là chiêu bài "Quên quá khứ, hòa hợp dân tộc" mà Cộng sản còn có thể biến đổi hay giữ nguyên để câu những con mồi háo danh háo lợi khác!

Đành rằng hóa giải hận thù, hòa giải dân tộc là việc phải làm, sớm hay muộn, do người của thế hệ nầy hay của thế hệ khác. Đành rằng lòng yêu nước không thuộc độc quyền của một phe nhóm bởi vì đất nước là gia sản của ông cha để lại. Người quốc gia hay Cộng sản vẫn là con người Việt Nam, mang cùng một dòng máu gánh chịu cùng một trách nhiệm đối với dân tộc. Nhưng phải làm như thế nào mới hoá giải được hận thù và phải hoà giải trong điều kiện nào?

TẠI SAO PHẢI HÒA GIẢI?

Sau đệ nhị thế chiến, Việt Nam bị lôi cuốn vào một cuộc chiến tranh ý thức hệ làm cho cốt nhục tương tàn. Bây giờ sau 21 năm đất nước bị chia cắt (1954-1975) và 50 năm dân tộc bị ly tán (1954-2004), thiết nghĩ đã đến lúc mọi người VIỆT NAM bên nầy và bên kia, đều có bổn phận trong phạm vi trách nhiệm và khả năng của mình, tìm mọi cách để hàn gắn, tái tạo sự ổn định cho đất nước dân tộc.

Nhìn lại lịch sử thế giới, cuộc chiến tranh huynh đệ tương tàn dài nhứt thế giới, hơn một trăm năm (1338-1453), là cuộc chiến giữa những người Pháp theo đạo Tin Lành và người Pháp đạo Thiên Chúa. Nhưng rốt cùng, Tin Lành và Thiên Chúa Giáo vẫn tồn tại và nước Pháp vẫn phát triển hài hòa. Tại sao chúng ta không đủ sáng suốt để nhận thức vấn đề? Và tại sao chúng ta không đủ can đảm lấy bác ái, vị tha, lòng yêu nước yêu dân tộc mà tìm cách hàn gắn vết thương lịch sử đã qua, làm cho dân tộc sớm hài hòa, đất nước có cơ hội phát triển để bắt kịp trào lưu thế giới?

AI CẦN HÒA GIẢI VỚI AI?

Hòa giải là thái độ và hành động giữa hai thành phần đối kháng hoặc xung đột. Trường hợp thứ nhứt: Cộng sản Bắc Việt xé bỏ hiệp định Paris xâm lược Việt Nam Cộng Hòa, trả thù bằng cách cầm tù hay thủ tiêu số đông quân nhân công chức miền Nam, phân biệt đối xử các gia đình thuộc chế độ cũ. Một số người đã kịp thời di tản, một số khác không chịu nổi sự hà khắc của chế độ nên liều chết vượt biên. Những người kể trên là thành phần thứ nhứt đối kháng với Cộng Sản. Hạng người nầy hiện đang sống ung dung tự tại ở nước ngoài, họ muốn về nước thăm nhà bất cứ lúc nào cũng được hoan nghênh, họ có dư thừa ít nhiều tiền bạc để gởi về Việt Nam nuôi thân nhân còn kẹt phải ở lại. Trong khi đó thì nhà nước Cộng Sản luôn vuốt ve nâng niu "Việt Kiều Hải Ngoại" được coi như con bò sữa. Trên thực tế những người Việt kiều chẳng cần phải hòa giải với ai cả. Sự thật rõ ràng sở dĩ Cộng Sản đang vuốt ve tìm cách hòa giải với Việt kiều hải ngoại là muốn được yên ổn tồn tại và cai trị đồng thời khai thác được nguồn ngoại tệ và trí tuệ của thế hệ tương lai ở nước ngoài. Mặt khác còn được thế giới hoan nghênh là đã đoàn kết được dân tộc.

Trường hợp thứ hai: Đảng Cộng sản, độc tài cai trị bằng sắt máu, đàn áp, bách hại nhân dân miền Nam lẫn miền Bắc, cấm đoán tôn giáo, chà đạp nhân quyền. Đa số người Việt Nam bất mãn nhưng không biểu lộ được sự bất bình chống đối, âm thầm phản kháng, họ là một thành phần thứ hai đối kháng với chính quyền Cộng sản. Vậy muốn được yên ổn chính quyền Cộng sản đang có nhu cầu xoa dịu, hòa giải với toàn dân hiện đang bị thống trị bằng công an cảnh sát.

Tóm lại Cộng sản Hà Nội đang cần và tìm cách hòa giải với nhân dân trong và ngoài nước để tồn tại mà cai trị. Ngược lại, người dân không cần sự hòa giải dối trá của Cộng sản. Những ai muốn làm sứ giả hay tự phong cho mình là "sứ giả hòa giải" là phi lý bởi vì sứ giả là người đại diện tiêu biểu cho một nhóm hay một nước được cử đi du thuyết. Vậy người Việt ở nước ngoài chưa từng cử ai làm sứ giả. Cộng sản Hà Nội cũng chẳng bao giờ nhờ ai làm sứ giả, rõ ràng là khôi hài, vô nghĩa nếu có ai đó tự nhận mình đang làm công việc của một sứ giả.

HÒA GIẢI TRONG ĐIỀU KIỆN NÀO?

Ai có nhu cầu hòa giải thì người đó có bổn phận đề ra một cách ngay tình những yêu cầu, những ý kiến khả dĩ thuyết phục được đối phương chấp nhận thay vì cứ một mực dùng những mưu mô mánh khóe cũ.

Cộng sản Hà Nội bị dân chúng và thế giới cáo buộc cai trị hà khắc bằng độc tài độc đảng thì điều kiện tiên quyết khả dĩ thuyết phục được dân chúng là nới rộng tự do dân chủ và tôn trọng nhân quyền.

Cộng Sản Việt Nam tiếm quyền sở hữu trên toàn lãnh thổ thì nên tuyên bố như ông thầy Trung Quốc của họ đã làm là công nhận quyền tư hữu của nhân dân.

Cộng Sản Việt Nam chuyên chính bằng độc đảng thì nên chấp nhận đa đảng sinh hoạt chính trị.

Cộng Sản Việt Nam bắt bớ giam cầm trái phép vậy nên tái lập và tôn trọng thật sự một chế độ pháp trị phân minh.

Chừng đó mọi sự tự nhiên sẽ được cởi mở hài hòa. Căm hờn, phản kháng sẽ được hóa giải. Toàn dân sẽ hòa hợp góp phần xây dựng đất nước và tương lai. Nếu Cộng sản không đủ khôn ngoan sáng suốt thì cũng sẽ có ngày và sẽ có người thực hiện được yêu cầu cấp thiết đó của dân tộc.

03-25-04

Năm 1992, Cộng sản Hà Nội móc nối cựu Tổng Trưởng Xã Hội Phó Bá Long về nước tham dự Đại hội người Việt định cư ở nước ngoài. Năm 1993 Cộng sản móc nối cựu Đại Tướng Dương Văn Minh không thành. Năm 2005 Hà Nội chiêu dụ được Phó Tổng Thống Nguyễn Cao Kỳ!

Mời tám năm độc tài cai trị bằng sắt máu, quản trị đất nước bằng phương pháp kinh tế chỉ huy, ngân sách tài chánh suy sụp ngày càng nặng. Về mặt chính trị, Cộng sản Hà Nội bị cô lập gần như toàn diện đối với các nước tự do. Việt Nam trở thành nghèo đói nhứt trên thế giới. Trong khi đó Hà Nội nhận thấy cộng đồng người Việt hải ngoại là một tài lực đáng kể nên bèn đổi giọng làm lành với "bọn phản quốc theo Mỹ để làm bồi làm đĩ", ban hành chính sách "đoàn kết hòa hợp dân tộc". Cựu Tổng Trưởng Xã Hội Phó Bá Long là người đầu tiên được gia đình bên vợ móc nối mời về làm hề trong "Đại hội người Việt định cư ở nước ngoài" ngày 18 tháng 2 năm 1993 tại hội trường Thống Nhứt Saigon". Ông Long đề nghị "hòa giải" để xây dựng lại quê hương và tồi tệ nhục nhã hơn cả là ông "xin Hà Nội ban hành luật đại xá".

Trong một bức thư không niêm gởi cho ông Phó Bá Long đề ngày 2 tháng 5 năm 1993 đăng trên tuần báo *Tiếng Gọi Dân Tộc* tôi viết rằng trong bài diễn văn Tổng Bí Thư Đỗ Mười không hề đề cập đến hai chữ hòa giải mà chính Phó Bá Long cố ý thêm vào hay "được gợi ý" phải do chính miệng một Việt kiều về nước thêm vô. Riêng việc ân xá, nếu ông Phó Bá Long thấy có tội và cần thì ông nên làm đơn xin ân xá cho riêng ông còn toàn thể dân quân cán chính miền Nam không hề có tội lỗi gì, đối với đất nước dân tộc khi họ theo một tôn giáo khác, mang một lý tưởng khác, chủ trương một đường lối xây dựng và phát triển đất nước khác.

Chính sách hòa hợp bị chìm trong khôi hài và khinh rẻ. Cộng sản Hà nội lại tìm mọi cách khuyến dụ các nhân vật chính trị Việt Nam Cộng Hòa cũ trở về làm bông hoa trang trí cho chế độ . Bọn chúng luôn dùng thủ đoạn: lấy bả vinh hoa làm mồi dụ dỗ, rồi bôi lọ làm mất uy tín con người đó để cắt đường họ không còn quay đầu trở lại được nữa. Chỉ còn một độc lộ là cam tâm muối mặt làm con cờ cho Cộng sản sử dụng mà thôi. Trường hợp thứ hai là Dương Văn Minh và kế đến là Nguyễn Cao Kỳ. Sau đây là những sự thật mà tôi có cơ hội biết được. Dĩ nhiên không phải toàn diện những khúc mắc của vấn đề mà một phần lớn những sự kiện có thể soi sáng dư luận ít nhiều về những bí ẩn mà nhiều người muốn biết. Tất cả những gì tôi viết ra đây, độc giả có thể kiểm chứng bởi vì nhiều nhân vật hiện diện trong cuộc vẫn còn sống.

TẠI SAO CỰU Đ.T. DƯƠNG VĂN MINH KHÔNG VỀ NƯỚC DÙ ĐÃ TUYÊN BỐ: "CHUYỆN ĐI VỀ VIỆT NAM CỦA TÔI NÓ GẦN ĐÂY THÔI..."

Tôi đang viết bài trên máy vi tính bỗng nhiên có tiếng chuông kêu cửa. Mở cửa ra tôi thấy có một ông khách lạ, còn đứng ngay trước cửa ông liền tự giới thiệu:

– Tôi là Đại Tá Nguyễn Hồng Đài, ba tôi muốn xin "yết kiến" anh, xin anh vui lòng cho tôi một cái hẹn tôi sẽ đưa ba tôi đến gặp anh.

– Xin lỗi Đại Tá, ba của đại tá là ai?

– Tôi là con rể của Đại Tướng Dương Văn Minh.

– Ô! xin lỗi, tôi thành thật xin lỗi Đại Tá. Vì chúng mình không thường gặp nhau nên tôi không nhận được Đại Tá. Đại Tướng Minh là bạn của thân phụ tôi ngày xưa mà, khi Đại Tướng còn là Trung Tá Chỉ Huy Trưởng vùng Long An gồm ba tỉnh Long An, Mỹ Tho, Bến Tre (Commandant secteur Long An) thì ba tôi là Thiếu Tá Phó tỉnh trưởng nội an Bến Tre. Anh dùng hai chữ "yết kiến" sẽ làm tôi giảm thọ chết không được đâu. Xin anh cho tôi biết khi nào ông Đại Tướng rảnh tôi sẽ đến hầu chuyện với Đại Tướng.

– Tùy ngày giờ anh rỗi rảnh, tôi sẽ đến chở anh đi thăm ba tôi.

Buổi sáng ngày tháng nào của năm 1993, tôi không còn nhớ, anh Nguyễn Hồng Đài đến chở tôi đi gặp Đại Tướng Dương Văn Minh ở ngoại ô thành phố Paris. Buổi tiếp xúc đầu tiên rất thân mật, sau khi trò chuyện xã giao, nhận định tình hình quốc nội và quốc tế lúc đó, ông Minh không ngần ngại nói thẳng cho tôi biết rằng theo cái nhìn và quan sát của ông thì các nhân vật chính trị định cư ở hải ngoại không có ai ngoài tôi hiểu biết Cộng sản nhờ bao nhiêu năm tù đày và ở lại sống với tụi nó. Cũng theo ông, tôi hội đủ điều kiện và khả năng đấu đá với Cộng sản, đặc biệt tôi có thể giúp ông thực hiện mưu đồ đòi lại tự do dân chủ cho dân tộc.

Dĩ nhiên tôi giải thích rất nhiều về những lời khen tặng quá đáng của ông Đại Tướng, có lẽ vì tình bạn đối với thân phụ tôi hay vì muốn tâng bốc để thuyết phục tôi giúp ông thực hiện toan tính của ông.

– Anh biết không anh Triều, thằng Ngô Công Đức có qua thăm tôi và cho biết Thủ Tướng Võ Văn Kiệt mời tôi về nước để chứng tỏ cho đồng bào và thế giới thấy tôi và họ đang thực hiện chủ trương hòa giải dân tộc. Đó cũng là chính sách mà tôi chủ trương ngày trước. Gần đây bà Nguyễn Phước Đại cũng có nhắn nhủ lời mời của ông Võ Văn Kiệt. Theo ý anh thì thấy như thế nào?

– Thưa Đại Tướng tôi muốn nói một điều mà chắc sẽ làm mích lòng Đại Tướng nhiều lắm nên tôi không dám thốt ra. Ông Minh cứ hỏi và nhấn mạnh rằng ông sẽ không cố chấp dù tôi có nói gì đi nữa. Tôi bèn nói thật: Đại Tướng là bạn của ba tôi thì tôi cũng ví ông như cha mẹ, nếu tôi nói ra mà ông có giận, có chửi thì tôi cũng coi như nước đổ đầu vịt, cha chửi con là sự bình thường. Vậy tôi xin thưa: "Đại Tướng là tượng trưng cho sự thất bại", cờ đã tới tay bao nhiêu lần mà ông không biết phất. Đời người không có hai ba cơ hội. Đại Tướng nghĩ lại xem, đời ông có bao nhiêu lần trời cho cơ hội? Tôi không muốn nói đoạn chót tháng tư năm 1975. Theo tôi hiện tại ông có một cái thế. Nếu ông biết cách khai thác cái thế đó thì Cộng sản Hà Nội sẽ mệt lắm. Chắc chắn sẽ không phải ông làm cho tụi nó sập mà ông có thể làm cho tụi nó gặp rất nhiều khó khăn rắc rối. Đó là tương kế tựu kế ông cứ về nước đi. Về để làm gì thì anh em sẽ cố vấn cho ông nếu ông chịu nghe và dám hành động.

– Anh Triều à, người ta nói "Trâu già không sợ dao phay" tôi năm nay trên tám mươi tuổi rồi còn mong ước gì? Còn sợ gì nữa anh thử nghĩ xem? Khi bắt tay ra về ông Minh cầm tay tôi thật lâu, có vẻ trầm tư suy nghĩ và nói: "Anh có thể tạo một équipe để giúp tôi việc đó không"?

– Xin Đại Tướng cho tôi thời gian suy nghĩ.

Trên đường về nhà, tôi gạn hỏi anh Đài về sự toan tính của ba vợ anh. Về sự suy nghĩ của ông, về sự quyết tâm của ông đến mức độ nào. Anh Đài không cho tôi thêm được một chút thông tin nào ngoài những gì Đại Tướng Minh đã thố lộ tâm tình với tôi. Về đến nhà, tâm trạng tôi có chút bàng hoàng, tôi tự hỏi tại sao ông Minh không tìm những người thân cận ông ở nước ngoài như anh Nguyễn Hữu Chung, cựu phát ngôn viên của ông, nếu ông về trong nước thì có Lý Quí Chung cũng là cựu Tổng Trưởng của ông, hoặc Hồ Văn Minh, Ngô Công Đức, Hồ Ngọc Nhuận, Lý Chánh Trung. Tại sao ông lại tìm đến tôi? Trong khi ông biết rất rõ tôi không chịu cùng với nhóm của tôi tham gia ban tham mưu chính trị của ông.

Tôi đem chuyện gặp Đại Tướng Minh và những đắn đo suy nghĩ của tôi thố lộ với một số bạn bè thân thiết như Bác Sĩ Trần Công Phát, Phó Chủ Tịch hội Y sĩ Việt Nam tại Pháp, Nguyễn Anh Tuấn, đồng nghiệp của tôi ở Đài RFI, Giáo Sư Lê Đình Thông v.v…Ý kiến của tôi là: Nếu ông Minh về nước với danh nghĩa là sống những ngày tàn của cuộc đời nơi quê cha đất tổ, Cộng sản Hà Nội sẽ lợi dụng rêu rao là chế độ của họ đã cởi mở tối đa. Bằng cớ là một cựu Tổng Thống Việt Nam Cộng Hòa cũ mà còn chấp nhận trở về yên sống với chế độ. Nhưng trong khi đó ông Minh cũng có thể tuyên bố những điều mắt thấy tay nghe, một đúng mười sai, một hay mười dở để cho bên ngoài dựa vào đó mà khuếch đại tuyên truyền bất lợi cho Cộng sản.

Điều chắc chắn là bọn chúng không dám bắt bớ giam cầm ông bởi vì chính chúng nó mời về. Cùng lắm là cô lập ông như Tăng Thống Huyền Quang thì lại càng hay hơn nữa, chừng đó có thêm một nạn nhân có tầm cỡ quốc tế. Nếu không bị cô lập thì vài tháng ông xin đi thăm Đức Tăng Thống Thích Huyền Quang, vài tháng ông xin thả

Bác Sĩ Nguyễn Đan Quế, Giáo sư Đoàn Viết Hoạt v.v...Những cái gai châm chích trường kỳ vào chế độ. Thiết nghĩ nếu ông Minh làm được thì cũng là một sự góp phần trong việc tranh đấu nhằm thay đổi chế độ độc tài Cộng sản Hà Nội.

Các anh bạn tôi góp ý: Nên khuyên ông Minh tương kế tựu kế, khai thác cái thế của ông ấy trong giai đoạn hiện tại bởi vì bọn Cộng sản đang cần bôi son trét phấn cho cái bộ mặt tàn bạo, gian ác, độc tài, dốt nát của họ trong giai đoạn mà Hà Nội hô hào "đổi mới để sống còn" họ cần chứng minh cho thế giới thấy Việt Nam đang đổi mới chẳng những về kinh tế mà cả về chính trị nữa. Họ tìm mọi cách chiêu dụ các nhân vật của chế độ cũ trở về Việt Nam, hoặc hợp tác, hoặc hồi cư để chứng minh sự đổi mới của Hà Nội là thật, là tốt đến nổi người của chế độ cũ cũng đồng ý tán thành!...

Nếu Đ.T. Dương Văn Minh biết lợi dụng hoàn cảnh, khai thác được cái thế chính trị của ông trong giai đoạn nầy, thì sẽ có lợi cho đại cuộc và đồng thời ông cũng hóa giải được phần nào sự phê phán của dư luận về lệnh buông súng đầu hàng của ông ngày 30 tháng 4 năm 1975.

Sau khi thảo luận với anh em, tôi gặp lại Đ.T. Minh nhiều lần để xác nhận rằng tôi và một số anh em bằng lòng giúp ông thực hiện ý muốn của ông theo kế hoạch đã bàn định, mỗi lần đều có mặt con rể ông là Đ.T. Nguyễn Hồng Đài.

Về Paris, tôi lo nghĩ phải mời những ai? Bạn bè thì đông, chính trị xa lông có nhiều! Nhưng, người còn nhiệt tình với đất nước, chịu khó suy nghĩ một cách khách quan thì tôi quen biết ít, mặc dù số người đó có thể đông ở Paris. Cuối cùng tôi quyết định mời các anh chị: B.S. Trần Công

Phát, T.S. Lê Đình Thông. Anh Chị K. S. Lê Như Quốc Khánh, K.S. Lê Văn Song, D.S. Nguyễn Anh Tuấn và Đ. Tá Nguyễn Hồng Đài, K.S. Dương Văn Đức con Đại Tướng Minh. Tất cả những anh chị em nầy là nhân chứng sống của cuộc mưu toan lót cầu đưa Việt Nam đến dân chủ nhân quyền của Đ.T. Minh. Nhưng tiếc thay âm mưu quỷ quyệt của Cộng sản và sự tham lợi háo danh của Dương Văn Đức con ông Minh đã làm hư việc, đưa đến quyết định hủy bỏ chương trình về nước của Đ.T. Minh.

Rất nhiều phiên họp giữa các anh em và Đ.T. Dương Văn Minh được tổ chức tại nhà tôi, kéo dài cả năm trời, mỗi lần đều có thu băng video và cassette để giữ làm tài liệu khi cần tham khảo những gì đã bàn tính với nhau. Đ.T. Minh xác định sẽ về với con trai là Dương Văn Đức để có người thân bên cạnh trong lúc già yếu bệnh hoạn.

Những cuộc bàn thảo xoay quanh nhiều vấn đề có thể tóm tắt như sau:

1. Đ.T. Dương Văn Minh sẽ lợi dụng tình thế và cơ hội khi ông trở về nước, để gây sự chú ý của dư luận thế giới bên ngoài. Ông là nhân chứng sống để liên lạc, tìm hiểu những vấn đề quan trọng của Việt Nam.

2. Phương pháp thực hiện là Đại Tướng về nước mở một trận giặc bằng những lời tuyên bố của ông, lúc khen lúc chê, lúc yêu cầu, lúc đề nghị, lúc góp ý, lúc khuyên can, nhằm gây khó khăn thậm chí trong một chừng mực nào đó có thể tạo sức ép đối với chế độ. Anh em tiên đoán rằng Việt cộng không dám bắt ông Minh. Tối đa là cô lập hoặc làm cho ông bất mãn đến độ phải tự ý quay trở về Pháp.

3. Điều kiện ông về Việt Nam là nhứt định phải có thư mời chính thức của nhà nước Cộng sản, mặc dù Ngô Công

Đức và bà Nguyễn Phước Đại có chuyển lời mời của Võ Văn Kiệt rồi cũng không thể chấp nhận. Anh Dương văn Đức được chỉ định về Việt Nam lấy thư mời chính thức. Như vậy Việt Cộng sẽ "há miệng mắc quai" về sau vì họ đã chính thức mời. Thư mời là một sự bảo đảm an toàn cho Đại Tướng Minh và anh Đức trong tương lai. Nếu có thư mời thì mình phải có thư phúc đáp chính thức rồi mới về. Nếu phía Cộng sản dụ dự chưa chịu mời hay không mời thì mình chờ xem diễn biến như thế nào.

4. Nếu chưa có điều kiện thuận lợi để trở về thì ngay bây giờ ở tại Pháp ông Đại Tướng nên đưa ra những lời tuyên bố có lợi cho đất nước, đúng với tâm tư đa số người Việt, hợp với chủ trương của các nước Tây phương. Với sự kiện đó, thời gian sẽ biến dần hình ảnh của ông Đại Tướng thành con người của thời cuộc.

5. Đặt cơ sở liên lạc thật chặt chẽ giữa những người thân ở Pháp, ở Việt Nam và ở Mỹ. Muốn vậy cần phải:

– Tìm một hoặc nhiều người, ngoài anh Dương Văn Đức, có khả năng đi đi về về Việt Nam khi cần liên lạc bên trong với bên ngoài. Thành lập nhiều nhóm trong nước, do người tin cậy đứng đầu. Những người nầy phải thuộc hạng gan lì. Nếu đổ bể phải một mình chịu đựng và gánh trách nhiệm.

– Tìm những sĩ quan đàn em, thân cận của Đ.T. ngày xưa còn lưu lại trong nước hoặc đang ở nước ngoài, sẵn sàng tiếp tay với ông Đại Tướng trong cuộc vận động nầy.

– Đặc biệt chú trọng đến giới sinh viên học sinh và giáo sư trẻ. Chỉ có thanh niên mới có đầy đủ nhiệt huyết và can đảm "đội đá vá trời".

– Khi nào chưa tìm được người đồng tình dấn thân thì ngồi yên chờ cơ hội.

– Nên nhớ rằng "tình báo nhân dân" của Cộng sản hơn ta gấp bội. Có khi chính tụi nó gài, cho người tự nguyện hoạt động hăng say với mình để biết rõ kế hoạch mình đang làm gì? Với ai? Và khi cần sẽ hốt trọn ổ. Khi mới chiếm miền Nam bọn chúng áp dụng phương pháp nầy để bắt hàng ngàn người chống Cộng.

– Khởi sự mở một cuộc đối thoại công khai bằng cách Đại Tướng Minh tuyên bố: Hòa hợp là chính sách của nhà nước nhưng muốn có được sự hòa hợp thì nhà nước còn phải tạo nhiều điều kiện để cho dân chúng Việt Nam trong và ngoài nước tin tưởng và hưởng ứng.

– Chúng ta không thể hợp tác xây dựng lại quê hương khi mà trong lòng người còn giữ sự nghi kỵ, căm thù, tức hận lẫn nhau.

– Hòa giải là kẻ nào đã phạm sai lầm phải công khai nhìn nhận với quần chúng. Sau đó mới đề nghị xóa bỏ quá khứ để hướng về tương lai.

– Hòa giải hòa hợp không thể thực hiện một chiều. Nghĩa là thuận theo ý kiến và điều kiện của phe nhóm bên nầy hay bên kia.

– Muốn hòa giải nhà nước đương quyền phải thả hết những người tù thuộc chế độ cũ và những người vì bất đồng chính kiến với nhà cầm quyền mà bị bắt bớ giam cầm.

– Phải có một đạo luật về hòa giải hòa hợp dân tộc qui định rõ ràng nguyên tắc, hình phạt, cấm đoán trả thù, phân biệt đối xử ...v.v...

– Tối thiểu phải mở rộng dân chủ để cho mọi công dân tự thấy có quyền và bổn phận tham gia việc nước.

– Ý nghĩa của hai chữ "Dân Chủ" phải hiểu theo nghĩa khoa học được toàn thế giới chấp nhận chớ không thể hiểu một chiều theo nghĩa méo mó có dụng ý của Cộng sản. Nói tóm gọn: Quốc gia không thể phát triển nếu không có sự cởi mở tối thiểu về chính trị. Quốc gia không thể phát triển theo độc quyền chỉ đạo của đảng cộng sản.

Về tôn giáo: Người Việt Nam vốn là hữu thần. Đại Tướng phải khéo léo hỗ trợ các tôn giáo trong hành động và qua lời tuyên bố mỗi khi có cơ hội. Mình phải vận động để các tôn giáo mời Đại Tướng tham dự những ngày lễ lớn của họ. Luôn luôn tuyên bố trong những cơ hội đó: "Dân tộc Việt Nam là một dân tộc hữu thần". Chùa chiền, nhà thờ, thánh thất, đình miếu ở khắp nơi trong xứ đủ chứng minh điều đó. Làm sao cho quần chúng thấy ngay sự đối kháng giữa dân tộc hữu thần và Cộng sản vô thần. Đại Tướng phải lợi dụng mọi cơ hội để thăm viếng những vị lãnh đạo tôn giáo.

Về kinh tế: Sẽ thành lập một nhóm anh em chuyên viên kinh tế nghiên cứu những sai lầm của Hà Nội và đường hướng đứng đắn để phát triển đất nước. Đại Tướng có thể thường xuyên tuyên bố về luật đầu tư, về điều kiện dễ giải nhằm thu hút vốn đầu tư quốc tế, về chất xám và nguồn tài chánh của cộng đồng người Việt hải ngoại v.v...

Đặc biệt lưu ý đến điều kiện sinh sống của thương phế binh và các chiến hữu vô phúc còn kẹt lại trong nước. Mục đích chính là không khiêu khích, không đối đầu mà uốn theo tình thế, để tạo một cái gai không thể nhổ ra được, một cụm tế bào ung thư không bao giờ lành, bằng cách thường xuyên xin viếng thăm Hòa Thượng Thích Huyền Quang, Thích Quảng Độ. Xin chính quyền trả tự do cho BS Nguyễn Đan Quế, GS Đoàn Viết Hoạt hiện còn bị cầm tù. Với những lời tuyên bố, viếng thăm, can thiệp, yêu cầu, khuyên giải, thường xuyên sẽ kết lại thành một bản cáo trạng nhẹ nhàng ôn hòa nhưng có tầm ảnh hưởng tai hại cho Hà nội.

Trước khi anh Dương Văn Đức về lần thứ nhứt, đại diện cho Đại Tướng Dương Văn Minh, để gặp Thủ Tướng Võ Văn Kiệt có hẹn trước, chúng tôi họp bàn về chuyến đi nầy. Mục đích là anh Đức phải đích thân gặp Thủ Tướng Võ Văn Kiệt để lấy thư mời. Hỏi những câu thông thường về điều kiện sinh sống tự do tại Sài gòn một khi ông Đại Tướng bằng lòng về nước. Đại Tướng có tự do xuất ngoại và nhập cảnh dễ dàng không? Có quyền đi lại tiếp xúc với bạn bè thân hữu không? Vân vân... Tóm lại anh Đức phải nghe nhiều hơn nói và nhiệm vụ của anh là phải ghi nhớ thật chính xác những gì ông Kiệt phát biểu và trở về Paris tường thuật lại nguyên văn, chi tiết, cho anh em nghe để anh em đoán hiểu ý đồ của chính quyền Hà Nội như thế nào?

GỢI Ý: NHỮNG CÂU HỎI VÀ TRẢ LỜI DỌN SẴN CHO DƯƠNG VĂN ĐỨC PHÒNG KHI BỊ VÕ VĂN KIỆT HỎI LẠI

Ngoài ra anh em cũng có dự trù những câu hỏi mà Thủ Tướng Võ Văn Kiệt có thể hỏi lại anh Đức nên đã đặt giả thuyết những câu hỏi phòng bị và trả lời viết rõ ra như sau:

Hỏi: *Về đến Việt Nam nếu chính phủ mời ông Đại Tướng tham gia Mặt trận tổ quốc thì Đại Tướng có vui lòng chấp nhận không?*

Trả lời: Tôi không biết được ý kiến của ba tôi như thế nào? Nhưng theo tôi nghĩ thì MTTQ là cơ quan của đảng và nhà nước, ở vị thế của ba tôi chắc ba tôi nên đứng độc lập với các cơ quan của đảng và nhà nước, như vậy ba tôi mới có thể giúp ích cho xứ sở nhiều hơn bằng những lời tuyên bố hướng về phía người ngoại quốc hay đồng bào Việt Nam.

H: *Đại Tướng có còn ý định gián tiếp hay trực tiếp tham gia sinh hoạt chính trị không?*

T.L: Con người Dương Văn Minh là con người chính trị, do hai lần đứng đầu lãnh đạo Miền Nam trong những trường hợp rất đặc biệt, nhứt là lần thứ hai ngày 30-4-75. Vì vậy bất cứ một hành động, một cử chỉ, một lời nói nào của Dương Văn Minh người ta cũng có thể gán cho nó một ý nghĩa chính trị. Đó là điều không thể tránh được. Thí dụ như việc trở về Việt Nam của Dương Văn Minh sẽ có người xem đó là hành động có lợi cho chế độ Hà Nội.

H: *Đại Tướng có còn giữ những mối liên hệ với các chính phủ nước ngoài không?*

T.L: Tôi không có hỏi ba tôi về vấn đề nầy, nhưng theo tôi nghĩ thì sau ngày 30-4-1975, mọi sự liên hệ trở thành vô ích và vô nghĩa. Tuy nhiên nếu muốn liên hệ lại, chắc là điều không khó.

H: *Nếu nhà nước muốn nhờ ba anh liên lạc với một chính phủ nước nào đó, để đặt một vấn đề gì đó, có lợi cho quốc gia thì ba anh có sẵn lòng không?*

T.L: Tôi nghĩ rằng trên nguyên tắc chắc ba tôi sẽ không

từ chối, nhưng cái đó phải tùy xem vấn đề gì và với mục đích nào?

H: Ông Đại Tướng ở Pháp thường hay liên lạc với những ai?

T.L: Hiện ba tôi đang ở với tôi ở ngoại ô thành phố Paris, nên ít có người tới lui thường, và lại ba tôi cũng không muốn tiếp xúc với nhiều người nữa. Tuy nhiên với một quá khứ như của ba tôi thì sự quen biết và bạn bè tương đối khá đông và rất rộng rãi, vì vậy cũng có một số người, kể cả ở Mỹ hay Canada có qua Pháp thăm ba tôi như Nguyễn Hữu Chung, Tôn Thất Thiện, ở Paris như Lâm Ngọc Diệp, Trần Công Phát. Nếu họ có hỏi thêm thì giả vờ suy nghĩ rồi nói là không để ý đến khách của ba anh. Câu nầy không khi nào họ dám hỏi trực tiếp ông Đại Tướng vì vậy chắc họ sẽ tìm hiểu thông qua anh mà thôi.

H: Ở Pháp Đ.T. sống bằng cách nào? Câu nầy chắc họ cũng không dám trực tiếp hỏi ông Đại Tướng, nhưng chắc chắn họ phải tìm hiểu bởi vì nó có tác dụng đối với họ về sau. Cung cấp tiền tài vật chất để lấy lòng.

T.L: Ba tôi sống bằng tiền trợ cấp xã hội của Pháp như mọi người già hưu trí, không có lợi tức. Ngoài ra anh chị em chúng tôi cũng đóng góp đủ cho ba sống trong tuổi già.

H: Nếu có về Việt Nam thì Đại Tướng dự tính chừng nào về?

T.L: Khi nào ba thấy thuận tiện thì về, tôi chưa nghe ba tôi nói khi nào?

H: Đ.T. có thường liên lạc với những thân hữu ngày xưa mà hiện nay còn ở lại Việt Nam không?

T.L: Anh Đức nên nói tất cả sự thật nếu Đ.T. có liên hệ với bất cứ ai. Bởi vì họ đã biết rõ và biết lâu rồi. Anh nói ra sự thật có lợi điểm là ngăn chặn và lật tẩy được những người lợi dụng danh nghĩa của ông Đ.T. để buôn thần bán thánh.

H: *Về Sài gòn, Đại Tướng có dự tính đi đâu không?*

T.L: Tôi không nghe ba tôi nói sẽ đi đâu, nhưng chắc cũng đi du ngoạn một vài nơi trong nước và đi thăm bà con thân hữu chỗ nầy nơi khác.

H: *Theo anh ông Đại Tướng có thể làm gì trong hiện tại để góp phần xây dựng quê hương?*

T.L: Câu nầy xin quí vị trực tiếp hỏi ba tôi, bởi lẽ chỉ có ba tôi mới có tư cách và thẩm quyền trả lời mà thôi.

Anh Dương Văn Đức về Việt Nam lần thứ nhứt có gặp Thủ Tướng Võ Văn Kiệt. Không có thư mời chính thức. Nhưng theo anh Đức nói lại thì chờ lần sau, khi Đại Tướng xác nhận ý định sẽ về Việt Nam. Anh Đức thực sự có tường trình tương đối đầy đủ những gì hai bên trao đổi.

DƯƠNG VĂN ĐỨC TƯỜNG THUẬT

Theo sự tường trình của anh Đức thì Võ Văn Kiệt chỉ hỏi về sức khỏe của Đại Tướng và ông thường liên lạc với ai? Chừng nào về? Có liên lạc với những thân hữu trong nước không? Vấn đề quan trọng được xoay quanh là chừng nào về để nhà nước chuẩn bị chỗ ở. Khi Đại Tướng về sẽ ở lại "Dinh Hoa Lan".

Anh em có đặc biệt lưu ý anh Đức là về lần thứ hai nầy phải dứt khoát đặt vấn đề thơ mời và nói rõ ông Đại Tướng không thể đương nhiên trở về nước được nếu không có một thư mời chính thức. Và cũng như lần trước anh em có đặt một số câu hỏi mà anh Đức có nhiệm vụ phải tìm hiểu ý đồ của phía Cộng sản, những câu hỏi đó là:

– Thủ Tướng khuyên ba tôi về ở yên dưỡng già chờ chết hay nên có những cử chỉ hành động gì có thể đóng góp cho đại cuộc?

– Trong điều kiện nào sự trở về của ba tôi có thể góp phần cho công cuộc đổi mới, hòa giải hòa hợp dân tộc để phát triển đất nước?

– Các vị lãnh đạo của đảng và nhà nước có biểu đồng tình với thủ tướng về việc mời ba tôi về không?

– Thủ Tướng thấy tôi có nên nhân danh ba tôi để đi viếng thăm xã giao các vị Tổng bí thư và Chủ Tịch Nhà Nước không?

– Tình hình đất nước có thể nào đi đến cởi mở hơn, dân chủ hơn không?

– Ba tôi có thể làm gì để giúp cho quá trình hòa hợp dân tộc, tự do dân chủ thành công không?

– Báo chí ở hải ngoại loan tin Thủ tướng đang gặp nhiều khó khăn nội bộ có đúng không?

– Chừng nào Thủ Tướng mới có thư chính thức mời ba về? Ba tôi không thể tự nhiên trở về vô điều kiện như vậy. Điều nầy Thủ Tướng cũng thừa biết rồi!

Anh Dương Văn Đức trở lại Paris sau lần về Việt Nam thứ hai. Anh em họp đông đủ cùng với ông Đại Tướng, anh Đức và Đại Tá Nguyễn Hồng Đài. Anh Đức báo cáo là không có gặp Võ Văn Kiệt chỉ gặp được chánh văn phòng của ông Kiệt mà thôi. Những điều ông chánh văn phòng nầy nhắn lại đáng được ghi nhớ là:

1. Sẽ có thư mời Đ.T. sau.

2. Đang sửa chữa "Dinh Hoa Lan" để tiếp đón Đại Tướng trở về.

3. Điều kiện sinh sống và đi lại sẽ dễ dãi.

4. "Dinh Hoa Lan" hoàn toàn thuộc về sở hữu riêng của Đ.T. bởi vì chính phủ Ngô Đình Diệm đã bán cho ông Minh với giá một đồng bạc danh dự rồi.

5. Sẽ mời anh Dương Văn Đức giữ một chức vụ Giám Đốc gì đó trong bộ Ngoại giao.

Anh em nhận định: Nếu Cộng Sản Hà Nội chịu để cho Đ.T. tự do sinh hoạt, đi lại bình thường thì có thể xoay trở để thực hiện mục tiêu như đã định.

Vấn đề chính phủ đã bán Dinh Hoa Lan cho ông Minh làm ông Đại Tướng Minh cười ngất. Ai cũng thấy ngạc nhiên vì mọi người hiểu rằng nhà chánh phủ cấp theo chức vụ là của nhà nước, không thể bán cho tư nhân. Nếu muốn bán thì phải qua một cuộc đấu giá công khai, ai cũng có quyền mua được. Loại nhà nầy dành riêng cho người có chức quyền tương xứng. Khi rời nhiệm sở phải trả nhà lại cho người kế vị. Trường hợp Dương Văn Minh, chức Tướng là mang suốt đời, nhưng nhà nầy được cấp cho ông là khi ông giữ chức Cố Vấn Quân Sự cho Tổng Thống Ngô Đình Diệm. Sau ngày đảo chánh ông Diệm, Tướng Minh là Chủ Tịch Hội Đồng Quân Nhân Cách Mạng. Và về sau, vì nể nang và kính trọng quá khứ của Đ.T. Minh nên không một chính phủ nào đòi nhà lại để cấp cho người khác. Dù vậy nếu một khi ông Minh qua đời thì gia đình ông phải dọn ra, trả nhà lại cho chính phủ. Cộng sản Hà Nội không biết gì về thể lệ hành chánh của chế độ Việt Nam Cộng Hòa nên bày ra trò gian dối nầy để dụ dỗ lòng tham của ông Đại Tướng. Dinh Hoa Lan rộng lớn mênh mông ở giữa thủ Đô Saigon giá bán hiện tại cũng phải hàng chục triệu đô la. Còn việc mời Dương Văn Đức làm Giám Đốc lại càng rõ ràng là một sự dụ dỗ và lợi dụng tiếng tăm.

Điều đáng tiếc là anh Dương Văn Đức không nói hết sự thật. Trước mặt anh em và cha của anh là Đại Tướng Minh, anh giấu việc đã gặp riêng Thủ Tướng Kiệt. Và ông nầy đã hứa giúp anh làm ăn bằng cách để cho anh độc quyền mua bán và cung cấp máy vi tính cho các cơ quan nhà nước Cộng sản. Một mối lợi hàng triệu đô la. Và còn những gì bí ẩn khác mà anh Đức không nói ra, kể cả với người cha của anh. Bắt đầu từ đó anh Đức mở những cuộc họp riêng với một vài anh em trẻ trong nhóm như Kỹ sư Lê Như Quốc Khánh, Kỹ sư Lê Văn Song và bạn bè khác. Anh Đức thố lộ với những người bạn nầy là sự thật anh có gặp Võ Văn Kiệt. Các anh ấy bàn với nhau việc làm ăn mua bán máy vi tính cho chính quyền Hà Nội. Một hôm, anh Song nói với tôi là thấy chuyện bất ổn, vì anh Đức không thành thật, không thể tin cậy được.

Sau khi biết được sự thật nguy hại như vậy tôi liền gặp riêng Đại Tướng Minh đặt vấn đề. Không thể tin cậy và để anh Đức tiêu lòn như vậy được. Ông Minh tức giận tột cùng, thốt ra những lời nặng nề đối với người con mà ông nghĩ rằng sẽ trông cậy vào nó một khi ông trở về Việt Nam. Ông than thở nhiều. Trong buổi gặp mặt giữa tôi và ông Minh lần nầy khá lâu, có thu băng đầy đủ. Mỗi lần gặp chung ở nhà tôi thì thu hình video cassette còn gặp riêng thì ghi âm máy cassette của nhà báo. Hai câu nói của ông Minh làm tôi phải ghi nhớ mãi là:

- "Il devient dangereux celui là" (tạm dịch: Thằng nầy trở thành nguy hiểm).

- Mà anh Triều, anh có biết dangereux (nguy hiểm) là cái gì không?

- Trời ơi! Tội nghiệp quá Đại Tướng! Ông quên rằng tôi đã học ở Pháp 10 năm và đã tốt nghiệp đại học ở đây sao? Vì cơn giận còn tiếp, nên tôi trả lời ông cũng chưa nhận ra là mình nói hớ. Ông không cười, không để ý, cứ tiếp tục...

- Hèn gì chị hai của nó nói với tôi: "Ba coi chừng thằng Đức nó bán ba nó ăn à!"

Đại Tướng Minh và tôi đặt lại toàn bộ vấn đề. Tôi hơi bối rối, ông Minh buồn và chán nản. Vấn đề đặt ra là ai sẽ đi về Việt Nam với ông? Nếu Dương Văn Đức cứ tiếp tục đi đêm vì lợi ích cá nhân thì một lần nữa tên tuổi của Dương Văn Minh sẽ vùi trong bùn và lần nầy ông thật sự đắc tội với lịch sử vì đã tiếp tay đánh bóng cho chế độ Cộng sản độc tài gian ác.

Đột nhiên ông Minh nói:

- "Anh Triều nếu anh chịu về với tôi thì ngày mai tôi về liền. Anh cùng sống cùng ở với tôi. Tôi sống anh sống tôi chết anh chết".

- Đại Tướng à, không phải tôi sợ chết mà không dám về với ông. Thử nghĩ tôi về Việt Nam với ông, ai ở ngoài tiếp tay làm ống loa cho ông? Năm 1991 khi Cộng Sản bị buộc phải cấp chiếu khán cho tôi xuất xứ thì anh thiếu tá Công an theo sát bên tôi tên Thắng nói với tôi là cấp trên của anh ta nói rằng thả Võ Long Triều ra nước ngoài là thả cọp về rừng. Câu nói đó sai 100%, nhưng tôi trở về trong điều kiện nầy thì không bị "xe cán" cũng phải ăn trúng độc phẩm mà chết oan uổng. Đại Tướng nghĩ xem có đúng không? Ông Minh lặng thinh buồn bã. Trong biết bao nhiêu lần gặp gỡ tôi chưa khi nào thấy ông buồn chán như vậy.

Mọi chuyện đang tiến hành như anh em sắp xếp, đột nhiên bây giờ phải ngừng lại, dậm chân tại chỗ vì ông Minh và tôi chưa biết tìm ai cùng về với ông và làm sao ngăn cản được sự háo danh ham lợi của đứa con bất hiếu toan tính bán cha cầu lợi.

DƯƠNG VĂN MINH TUYÊN BỐ
SẼ VỀ VIỆT NAM

Mãi cho đến khi tôi phải sang Mỹ thăm con tôi ở San Jose, bất ngờ tôi nhận được fax từ Paris và thấy báo chí loan tin bài phỏng vấn của ông Minh đăng trên Nguyệt San *Nhân Bản* của Tổng Hội Sinh Viên Việt Nam ở Pháp, trích đoạn như sau:

Hỏi: *Tại sao Đại Tướng phải về?*

Trả lời: Tôi muốn sống những ngày cuối cùng trên đất nước với dân tộc của mình.

H: *Đại Tướng về để làm gì?*

T.L: Với tuổi nầy tôi chẳng còn tham vọng gì cả, tôi muốn thấy tự do và hòa bình dân tộc trên đất nước Việt Nam, điều nầy ai cũng để cập liên miên, người thì thấy theo kiểu nầy, người thì thấy theo kiểu khác, bây giờ tôi muốn tự tôi thấy.

H: *Sau ngày 30 tháng 4 ông có thấy làm việc với Cộng sản được không?*

T.L: Tôi không thấy chỗ nào để hợp tác được, có lẽ đầu

óc họ có muốn thân thiện với tôi, cái đó tôi không xét đoán được. Tôi từ chối mọi thuyết phục thân thiện vì tôi không còn tinh thần nữa.

H: Vậy thì bây giờ có những thay đổi gì để ông nhận xét rằng ông có thể về ?

T.L: Bây giờ, tôi làm được cái gì để giúp cho dân có thêm được dân chủ và tự do thì làm. Tôi không hợp tác, nhưng tôi sẽ đem tiếng nói của tôi để thuyết phục bên kia tại quê nhà. Vì thế tôi mới về. Tôi biết người dân trong nước cũng quan tâm đến tự do dân chủ....

(trích nguyệt san *Nhân Bản* số đặc biệt ngày 30 tháng 4 năm 1997, trên đây là nguyên văn một số những đoạn hỏi và trả lời).

Sau lần gặp gỡ đầu tiên với Dương Văn Đức, Cộng sản Hà Nội bắt đầu chiến dịch bôi lọ nhằm chia rẽ tách rời hoàn toàn Dương Văn Minh và Cộng đồng quốc gia Việt Nam Cộng Hòa. Báo *Tuổi Trẻ* phát hành tại Sài gòn ngày chủ nhật 1 tháng 9 năm 1996 viết rằng sau khi vượt Trường Sơn, Thiếu Tá Việt Cộng Dương Văn Nhựt, (tên thật là Dương Thanh Nhựt) tức Mười Ty, được lệnh của ban binh vận Trung Ương Cục phải quan hệ và tranh thủ người anh là Dương Văn Minh, đã bị thất sủng thời chính phủ Ngô Đình Diệm. Theo báo *Tuổi Trẻ* thì Dương Văn Nhựt có tiếp xúc với Dương Văn Minh và ở trong nhà ông Minh một tuần lễ sau nầy có đi ra nước ngoài để tiếp xúc với anh mình.

Theo lời tâm tình của Đại Tướng Minh nói với tôi: "Nó có về thăm bà già một lần mà nó có dám gặp tôi đâu! Thời kỳ thương thuyết hiệp định Paris nó có qua Paris gặp thằng Đức một lần, chỉ có vậy thôi".

Hãng thông tấn AFP loan tin ngày 4 tháng 12 năm 1996

rằng: Phát ngôn viên bộ ngoại giao Hà Nội thông báo: "Le gouvernement a accepté la requête de Duong Van Minh de rentrer au Viet Nam" (tạm dịch: Chính phủ đã chấp nhận lời thỉnh cầu của Dương Văn Minh xin trở về Việt Nam).

Trước những sự kiện nêu trên tôi hiểu rằng Dương Văn Đức muốn lợi dụng thế chính trị của cha mình, đi đêm với Việt cộng nhằm mục đích trục lợi cho cá nhân. Nói nôm na như chị của anh ta lưu ý ông Minh là thằng Đức nó bán ba nó ăn!

Về tới Paris tôi nói chuyện nhiều lần với ông Minh bằng điện thoại và gởi cho ông một văn thư nguyên văn như sau:

Sau đây là thư tôi gởi cho Đ.T. Dương Văn Minh xác nhận những gì chúng tôi trao đổi qua điện thoại, sau khi từ Mỹ tôi trở về Paris.

Paris ngày 10 tháng 5 năm 1997
Kính thưa Đại Tướng,

Hôm tôi còn ở bên Mỹ, bận sắp xếp một số công việc về truyền thông báo chí và những hoạt động thông thường, tôi nhận được fax từ Paris gởi bài phỏng vấn của Đại Tướng đăng trên báo *Nhân Bản*. Tôi có một vài nhận xét về vấn đề nầy xin viết ra đây. Đồng thời tôi cũng mới viết một bài phân tích về việc hồi hương của Đại Tướng sẽ đăng trên các báo *Người Việt, Đông Phương* (ở Orange County), *Thời Luận* (Los Angeles), *Quê Hương, Thị Trường Tự Do, Việt Nam Nhật Báo* (San Jose) *Đi Tới, Kinh tế Thị Trường* (Canada) *Thông Luận* (Paris). Tôi gởi tất cả những bài báo nói về vấn đề nầy cho Đ.T. xem trước để thứ năm mình gặp nói chuyện đỡ mất thì giờ hơn. Hẹn sẽ gặp Đ.T. thứ năm ngày 15 tháng 5 năm 1997 khoản 10 giờ như đã hẹn.

Sau đây là một vài nhận xét của tôi:

1. Lời tuyên bố chỉ phổ biến trên Nguyệt San *Nhân Bản* không mà thôi, tỏ vẻ mình hoạt động theo kiểu "cò con", không huy động được giới truyền thông báo chí trước một vấn đề trọng đại như vậy. Đáng lẽ phải là một cuộc họp báo long trọng, minh định lập trường chính trị một cách rõ ràng. Tiếc rằng trong bài phỏng vấn không nêu rõ những điều đó.

2. Cộng sản Hà Nội có thể coi thường và tưởng mình cô đơn không nắm chính nghĩa, không có hậu thuẫn.

3. Quá khứ cũng như hiện tại, dư luận quần chúng trong và ngoài nước đã và đang lên án gắt gao sự hòa giải với Việt cộng vì lý do bản chất của Cộng sản là lừa đảo. Ngoài mặt Cộng sản nói hòa giải, bên trong Cộng sản muốn chiêu dụ, muốn mình đầu hàng quy phục và tìm mọi cách để gài mình vào cái thế của một hàng thần. Đối với đa số người Việt hiện nay, hòa giải là tiếp tay, là đầu hàng Cộng sản. Vì vậy Đại Tướng cần phải minh định rõ ràng lập trường về hòa giải hòa hợp bằng một bản văn. Chỉ có trong điều kiện đó Đ.T. mới hy vọng có sự ủng hộ của đồng bào trong và ngoài nước để thực hiện tự do dân chủ cho Việt Nam. Tất cả vấn đề nầy Đại Tướng và chúng tôi đã chủ trương ngay từ lúc ban đầu. Tiếc rằng không được áp dụng đúng như đã định. Trên nguyên tắc như chúng ta đã dự đoán, một khi Đại Tướng lên máy bay rồi thì bên này mới tung ra lời tuyên bố đó hoặc họp báo trước khi lên máy bay. Việt cộng sẽ không còn ngăn chặn, sửa đổi gì được nữa.

Dù sao thì cũng chưa phải muộn lắm. Nếu Đại Tướng còn giữ những ý định lúc ban đầu, như Đại Tướng đã xác nhận khi gặp tôi, trước khi tôi đi Mỹ, là Đại Tướng không hề thay đổi lập trường, nếu là như vậy, mình còn có cách sắp xếp lại ván bài nầy theo kiểu cách khác.

Trước khi đi Mỹ tôi có hứa sẽ thảo giùm cho Đ.T. lời tuyên bố về chủ trương hòa giải hòa hợp dân tộc. Nay chắc không còn cần nữa. Nhưng dù sao tôi cũng tóm tắt lại đây những ý chính mà chúng mình đã thảo luận nhiều lần và đã đồng ý với nhau. Nó có thể giúp cho Đ.T. trong những lần khác nếu thật sự Đại Tướng chưa thay đổi lập trường.

Một vài ý kiến về hòa giải:

1. Tại sao phải hòa giải? Tại vì không những chỉ có đối lập về ý thức hệ mà thôi, còn bao nhiêu hận thù chồng chất, vì nhà tan cửa nát, gia đình phân ly.

2. Trong tình cảnh đó Hà Nội không thể nào kêu gọi suông: hòa hợp để xây dựng được. Phải nhìn nhận có những sai lầm và tỏ một vài thiện chí sửa sai có ý nghĩa. Phải bỏ độc quyền, phải có tự do dân chủ mới xây dựng đất nước được.

3. Cộng sản Hà Nội chỉ có một mục tiêu: Xây dựng đảng Cộng sản và nắm độc quyền cai trị đất nước Việt Nam. Họ xem quyền lợi của đảng Cộng sản là trên hết. Quyền lợi quốc gia dân tộc là vô nghĩa hoặc thứ yếu.

4. Hòa giải hòa hợp không có nghĩa là qui hàng, chấp thuận phục vụ chính quyền Cộng sản theo sự lãnh đạo độc tài của đảng. Hòa hợp nghĩa là hợp tác trong sự hài hòa, hợp tác để xây dựng lại tổ quốc chớ không phải xây dựng đảng cộng sản phục vụ cho Liên Sô, Trung Quốc và quốc tế Cộng sản.

Trân trọng kính chào Đại Tướng
Võ Long Triều

Sau khi gặp Đại Tướng Dương Văn Minh, thảo luận khá nhiều về những sai sót lầm lẫn của Dương Văn

Đức gây ra, Ông Minh có yêu cầu tôi gặp riêng Dương Văn Đức để đặt vấn đề cho hợp lý chiếu theo những sự bàn thảo và quyết định của ông Đại Tướng và số anh em đã từng hợp bàn với ông. Tôi gởi cho anh Đức một thư như sau:

Paris ngày 15 tháng 5 năm 1997
Anh Đức thân,
Sau chuyến đi Hoa Kỳ trở về, sáng ngày hôm nay tôi có tới thăm ông Đại Tướng và ăn cơm trưa với ông. Tôi có thuật cho ông nghe phản ứng của giới truyền thông bên Mỹ, Đài phát thanh phanh phui những ngày cuối cùng của Việt Nam Cộng Hòa với những nhân chứng đã từng gặp ông Đại Tướng trong giai đoạn chót. Tương đối bất lợi. Đại Tướng và tôi trao đổi nhiều ý kiến liên quan đến vấn đề chính trị và việc hồi hương của ông.

Đại Tướng xác nhận với tôi một lần nữa là ông không hề thay đổi lập trường, ông cùng với tôi ôn lại những ý kiến, những dự định mình đã từng toan tính và thảo luận với nhau từ mấy năm qua cho tới ngày nay... Vì đại cuộc và vì cảm tình với Đại Tướng tôi có hứa viết giùm cho ông bản thông cáo minh định lập trường chính trị để ông nghiên cứu và phổ biến khi cần.

Trong thâm tình, xem nhau như người cùng một gia đình, Đại Tướng có yêu cầu tôi gặp anh để bàn thảo về một số vấn đề có liên hệ trực tiếp với việc hồi hương của ông trong tương lai.

Tôi có điện thoại cho anh hồi chiều nẩy khi về tới nhà lúc 3 giờ 45 mà không gặp, vậy hân hạnh mời anh đến nhà tôi chơi, chúng mình cùng ăn bữa cơm đạm bạc như thường lệ để thảo luận về những vấn đề quan trọng mà Đại Tướng yêu cầu mình nghiên cứu. Xin anh vui lòng thông báo cho tôi biết ngày giờ nào thuận tiện cho anh.

Thân mến chào và chúc anh nhiều may mắn.

Bản sao kính gởi:

Đại Tướng Dương Văn Minh để kính tường.

Dương Văn Đức không hề hồi âm và tôi quyết đoán là anh ta đã ăn phải bả của Việt cộng rồi, sẵn sàng bán cha cầu vinh. Tôi quyết định chấm dứt mọi hoạt động và liên hệ trong vụ nầy. Vì vậy tôi viết bức thư cuối cùng cho Đại Tướng Dương Văn Minh với sự tiếc rẻ và lòng buồn bã thương hại đối với một nhân vật có tiếng tăm, có tư thế, còn muốn cống hiến một cái gì đó cho đất nước mà kẹt phải người con phản bội ý nguyện của mình.

Paris ngày 23 tháng 12 năm 1997

Kính thưa Đại Tướng,

Cách đây 3 năm khi Đại Tướng nhờ Đ.Tá Nguyễn Hồng Đài đến gặp tôi để dàn xếp cuộc tiếp xúc giữa Đại Tướng và tôi ngõ hầu chúng ta có thể trao đổi ý kiến về tình hình chính trị ở Việt Nam tôi sẵn lòng đáp ứng. Đại Tướng và tôi đã bàn thảo, xác định lập trường là hòa giải hòa họp dân tộc phải có điều kiện, hợp tình hợp lý đối với cả đôi bên, hợp với quyền lợi của dân tộc để xây dựng đất nước trong sự hài hòa. Chúng ta không chấp nhận hòa giải trong gian dối, lừa đảo như Cộng sản đã tuyên truyền và hành động.

Mục đích của chúng ta là tiến tới một chế độ dân chủ có tôn trọng nhân quyền.

Phương thức hành động là qua sự hiện diện của Đại Tướng ở trong nước, qua những lời phát biểu, và nhận định, sự góp ý một cách xây dựng của Đại Tướng về tình hình kinh tế chính trị và xã hội của Việt Nam. Chiếu hoàn cảnh và giai đoạn hiện tại, vị thế chính trị của một nhân vật như Đại Tướng có đủ cân lượng để ảnh hưởng đến tình hình đất nước nếu Đại Tướng biết vận dụng mọi khả năng và cơ hội.

Nói tóm lại bằng mọi cách, ôn hòa và bất bạo động, nhưng Đại Tướng phải kiên trì và can đảm đương đầu với chính quyền cộng sản để tạo ảnh hưởng mình muốn có, mở đường cho Việt Nam đi đến tự do dân chủ và tôn trọng nhân quyền.

Ngoài ra Đại Tướng có tỏ ý muốn nhờ một số anh em góp phần bàn thảo về những vấn đề nói trên. Trong tinh thần đó, một số anh em đã tiếp xúc nhiều lần với Đại Tướng tại nhà tôi và đã nhiệt tình đóng góp ý kiến, đặt giả thuyết, đề ra kế hoạch hành động và sẵn sàng giúp Đại Tướng thành công trong ý nguyện tốt đẹp nầy.

Gần đây sau hai lần anh Dương Văn Đúc, người con sẽ cùng về Việt Nam với Đại Tướng và có nhiệm vụ giúp Đại Tướng thực hiện ý định nêu trên, anh Đức đã về trước xem xét nhận định tình hình với mục đích tạo điều kiện thuận lợi cho Đại Tướng về nước. Sau khi trở lại Paris lần thứ hai, qua những sự trình bày quanh co của anh Đức, với những dự định và mưu tính riêng tư của anh ấy, chúng tôi nhận thấy mục tiêu chính trị đã được bàn thảo xưa nay, với sự đồng ý hoàn toàn của Đại Tướng đã biến mất. Nhường chỗ cho ý định kinh tài và đầu hàng hợp tác do sự trở về của Đại Tướng và sự hứa hẹn giúp đỡ của chính quyền Cộng sản.

Thực tế sẽ không dễ dàng như vậy, nhưng chúng tôi không muốn lạm bàn về việc nầy vì nó hoàn toàn trái ngược với những điều Đại Tướng và chúng tôi chủ trương.

Ngoài ra những lời nói, cử chỉ và hành động của anh Đức có thể cho phép chính quyền Cộng sản hiểu khác nên mới có những bài báo, lời tuyên bố của bộ ngoại giao Việt Nam, gây hiểu lầm phương hại đến thanh danh của Đại Tướng và trái ngược với mục đích và chương trình đã định.

Những sự kiện đó cho thấy sự trở về nước của Đại Tướng rất bất lợi cho danh dự của cá nhân Đại Tướng và một phần nào đó, trong một chừng mực nào đó, bất lợi cho danh dự chung của những thành phần thuộc chế độ Việt Nam Cộng Hòa, đang đối kháng với Cộng sản. Đồng thời cũng ảnh hưởng xấu cho công cuộc vận động xóa bỏ chế độ độc tài độc đảng mà toàn dân đang nỗ lực.

Trong tinh thần và với ý nghĩ đó tôi thành khẩn khuyên Đại Tướng nên hủy bỏ ý định trở về Việt Nam trong điều kiện hiện tại, hay ít ra đình hoãn sự trở về cho đến khi nào mình tạo được tình thế thuận lợi theo chiều hướng mà Đại Tướng đã cùng bàn thảo trước đây với anh em.

Nếu Đại Tướng vẫn giữ nguyên ý định trở về ngay, trong những điều kiện hiện tại, chúng tôi xét thấy sự đóng góp của chúng tôi không còn cần thiết nữa. Vậy trân trọng xin Đại Tướng ghi nhận sự khác biệt lập trường giữa chúng ta qua văn thư nầy.

Tự hậu nếu trong hoàn cảnh chính trị nào đó buộc chúng tôi phải xác định hay công khai hóa một lập trường đối lập, hay những ý kiến trái ngược với những gì Đại Tướng chủ trương và hành động thì xin Đại Tướng thông cảm trước rằng chúng tôi làm điều đó là nhân danh quyền lợi tối thượng của đất nước. Bởi lẽ giữa Đại Tướng và chúng tôi chỉ có thể đồng thuận trên căn bản tranh đấu cho tự do dân chủ và nhân quyền chở không thể đồng thuận trong sự tiếp tay củng cố một chế độ độc tài Cộng sản hay quân phiệt.

Trân trọng kính chào Đại Tướng.

Bản sao kính gởi:

B.S. Trần Công Phát

T.S. Lê Đình Thông

Anh Chị K.S. Lê Như Quốc Khánh

K.S. Lê Văn Song

D.S. Nguyễn Anh Tuấn

Đại Tá Nguyễn Hồng Đài

để kính tường.

Văn thư nầy là sự liên lạc cuối cùng giữa Đại Tướng Dương Văn Minh và tôi! Tiếc cho một đời người gặp được nhiều cơ hội để thực hiện lý tưởng của mình mà không được toại nguyện. Về sau có lẽ vì lý do gia cảnh nên Đại Tướng Minh sang Mỹ ở với người con gái và chết tại California. Dự tang lễ của ông tôi vô cùng bồi hồi cảm xúc, nhớ lại nhiều kỷ niệm giữa ông và tôi. Ngày xưa khi ông ra ứng cử Tổng Thống ông mời tôi đứng Phó cho ông, nói rằng: "Tôi không đứng với anh thì tôi không đứng với ai hết". Tôi từ chối và giới thiệu anh Hồ Văn Minh cho ông, cũng là cộng sự viên của tôi, làm việc trong Chương trình phát triển quận 8 Saigon, đương kim Phó Chủ Tịch Quốc Hội thời đó. Còn bao nhiêu kỷ niệm vui buồn, giữa ông và tôi, bao nhiêu tâm sự về đời tư, về thời cuộc, lúc tôi còn ở Pháp. Ngậm ngùi nhớ lại bài thơ đăng trong sách "Tam Quốc Chí" tôi không cầm được nước mắt!

(nguyên văn):

...

Lãng hoa đào tận anh hùng
Thị phi, thành bại: chuyển đầu không!
Thanh sơn y cựu tại
Kỷ độ tịch dương hồng

...

(bản dịch):

...

Sóng xô các dập anh hùng.
Tàn mơ: thành bại ...cũng là không!
Non xanh trơ vẫn đó
Lần lữa bóng chiều hong

...

CHƯƠNG XI

THỰC HIỆN MỘT ƯỚC MƠ:
CHƯƠNG TRÌNH PHÁT TRIỂN QUẬN 8

Trở về sự liên hệ giữa Thiếu Tướng Nguyễn Cao Kỳ và tôi, như đã nói trên, ông hay gọi tôi lên phủ Thủ Tướng để kể cho tôi nghe thành tích của ông hay tham khảo ý kiến của tôi, và cũng nhiều lần ông than cô đơn bất lực trước sự trì trệ của guồng máy hành chánh hay tinh thần vô trách nhiệm của quan chức nhà nước. Thật ra có thể đó là sự ù lì và ngấm ngầm thách thức bởi vì những người công chức già dặn không tin rằng mấy ông Tướng trẻ có khả năng cai trị lâu dài. Có lần Thủ Tướng gọi mà tôi không có mặt ở sở, ông gọi về Bộ cũng không gặp tôi, ông Kỳ nổi giận mắng nhân viên bộ: Một ông chánh sở đi đâu mà bộ cũng không biết, vậy bộ quản trị nhân viên như thế nào?

Cả bộ nhao nhao sợ hãi, chạy đôn chạy đáo kiếm tôi cho bằng được, bởi vì thông thường một lời khiển trách của ông Thủ Tướng thật là ghê gớm đối với một cơ quan của chính phủ. Nhứt là đối với một công chức cấp nhỏ ở bộ như tôi, cho nên ai cũng lo sợ dùm cho tôi. Riêng mình thì biết đó chẳng qua là ngài Thủ Tướng cảm thấy cô đơn hay bực tức điều gì muốn tìm người chia sẻ, nên tôi tỉnh bơ coi thường, làm mọi người tưởng tôi phách lối.

Hôm đó tôi lên phủ Thủ Tướng không nhớ chúng tôi đã nói về những vấn đề gì và sự đối đáp qua lại như thế nào. Tôi chỉ nhớ có một điều là ông Kỳ mỉa mai, thách thức tôi:

– Anh giỏi tài nói phét, xúi bẩy, nhưng chết nhát không dám dấn thân làm bất cứ việc gì, miệng thì nói đất nước, lòng thì cầu an. Hạng người như anh tôi đã thấy quá nhiều.

Sự kiện tôi gặp được ông Kỳ và ông vẫn tiếp tục mời gọi tôi nhiều lần tôi cho đó là một cơ duyên, mặc dù tôi đã từng tỏ thái độ chống đối ông và đôi khi còn dùng lời lẽ khiếm nhã mà ông không cố chấp, trái lại còn tỏ ý tin cậy, mời gọi hợp tác, thật làm cho tôi kính nể.

– Thiếu Tướng nói khích tôi đấy à? Vô ích thôi.

– Vậy tôi nói sai chỗ nào nầy?

– Thì cứ xem như ông nói đúng đi. Nhưng tôi muốn hỏi: Ông tin tôi mà ông dám tin những người tôi tin không?

– Tại sao không?

– Ông tin những người thanh niên trẻ tuổi, nhưng đầy nhiệt huyết không?

– Tôi càng tin họ hơn tin anh nữa. Rồi ông lại cười.

Hỏi như vậy là vì tôi thoáng có một ý nghĩ: Tôi sẽ giới thiệu người cho ông ta, hoặc đích thân tôi lấy một tỉnh làm thí nghiệm những gì tôi đã suy nghĩ từ lâu. Tôi tiếp tục hỏi:

– Ông dám giao cho tôi một Bộ mà ông có dám giao cho tôi một tỉnh không?

– Dám chứ sao không? Mà anh có dám nhận không nào? Đó là vấn đề. Rồi ông bật cười ha hả... đắc chí. Tôi cũng cười theo. Nhưng mỗi người cười theo chiều suy nghĩ của mình. Có lẽ ông Kỳ đắc ý vì tưởng "đánh trúng tim đen" làm tôi xấu hổ. Còn tôi thì nghĩ rằng ông nầy muốn có sự hợp tác của mình nên cứ mời tới mời lui nay lại nói gai với ý khích tướng.

Rồi tôi có một thoáng hồ nghi, biết đâu ông ta chưa gặp được người hợp tác chân thành. Tôi nín cười trước, đăm chiêu suy nghĩ, trong khi ông ta chấp tay trước ngực dựa lưng vào ghế bành, bật tới bật lui, lộ vẻ đắc ý nhìn tôi tiếp tục cười! Không biết ông cười vì những lời ông nói khích có thể làm tôi lọt vào tròng cũng không biết chừng. Lúc nào đầu óc tôi cũng luôn nghĩ mình phải là người hữu ích cho xã hội và biết đâu bây giờ thời cơ xuôi khiến.

Thật vậy, khi quyết định hồi hương trong lứa tuổi sẽ bị động viên, dù cả gia đình ngăn cản, tôi vẫn về vì tôi không muốn trốn trách nhiệm trong thời chiến, tôi có thể ở lại Pháp an cư lạc nghiệp nơi xứ người. Ý định tham gia hợp tác với Tướng Kỳ làm tôi suy nghĩ nhưng chưa biết với tư cách gì, trong phạm vi nào? Tôi buông lời từ giã:

– Tuần sau, giờ nầy, tôi có thể xin gặp lại Thiếu Tướng để bàn chuyện nghiêm chỉnh hơn được không?

– Đồng ý, nhớ đúng hẹn nhé. Lại thêm một lời nói khích, ông tố tiếp: "Đừng cáo lỗi nữa chừng rồi trốn luôn nhé".

MỘT KHÚC QUANH TRONG CUỘC ĐỜI

Khi tôi còn ngồi chà lết trên ghế nhà trường tôi luôn nghĩ phải làm một việc gì đó có ích cho đất nước dân tộc. Những năm theo đại học, tôi thường suy tư và bàn thảo với bạn bè về những phương cách nào có thể đem lại phồn vinh và an bình cho miền Nam Việt Nam của tôi.

Đứng trước hiện tình đất nước, chung qui chỉ có hai vấn đề chính trị quân sự và công bằng xã hội. Tôi sinh ra và lớn lên trong thời loạn nên ảnh hưởng của chiến tranh đã in sâu trong đầu. Mười tuổi, tôi đã nghe những lời đe dọa của ông Bộ Ngời, thợ hớt tóc nói với tôi:

– Nay mai Cộng sản về lấy hết điền đất của ông nội mẩy đem chia đều cho tá điền và dân trong làng, mẩy cũng có phần như mọi người, đừng lo". Câu nói đùa với ước mơ chứa đầy dụng ý của ông thợ nghèo làm tôi lo sợ. Càng lo sợ hơn nữa là trong thời gian đó tin đồn "Cộng sản dậy" hết chỗ nầy đến chỗ khác. Có một đêm nghe tin "Cộng sản dậy" bên làng Châu Hưng lân cận, cả nhà tôi phải chạy trốn bên rừng chổi nhỏ gọi là "mỏ neo" đến gần sáng mới về.

Ít lâu sau tôi thường thấy hình ảnh những "thây ma, thằng chổng" trôi trên sông Cửu Long do Cộng sản giết gọi là "cho đi mò tôm", mỗi khi tôi đi đò máy từ Phú Thuận lên Mỹ Tho học. Những ký ức đó in sâu trong đầu khó quên. Rồi sau nầy lại nghe kể thêm vụ "cải cách ruộng đất" của cộng sản Bắc Việt khiến tôi càng muốn tìm hiểu về cái thuyết cộng sản vô thần. Càng lớn khôn tôi càng nhận ra chủ thuyết đó đi ngược với nhân tính con người.

Khi còn học ở trường, giáo sư kinh tế học, Chambard de Lawe, phân tích quyển sách Tư Bản Luận của Karl Marx, ông có dẫn giải một thử nghiệm của Trung Cộng tại một xã, theo đúng tiêu chuẩn và lý thuyết trong giai đoạn "Cộng sản chủ nghĩa" toàn hảo, nghĩa là ở giai đoạn đó, của cải vật chất có dư thừa, do lao động con người sản xuất ra mà không ai bóc lột. Trong xã hội chủ nghĩa toàn hảo đó con người chỉ cần làm việc theo khả năng mà được hưởng theo nhu cầu. Nhưng kết quả đảng Cộng sản Trung Quốc phải nhìn nhận cuộc thử nghiệm không thể thành công vì tính ích kỷ, bè phái và tham lam của bản chất con người. Một trong những ví dụ đưa ra là việc gởi con ở nhà trẻ. Nguyên nhân thất bại vì người phụ trách ham lợi lộc, thiên vị tình cảm nên chăm sóc trẻ con không đồng đều vì vậy luôn luôn xảy ra tranh chấp khiếu nại. Và còn nhiều lý do khác chứng minh không thể thực hiện cái thiên đàng Cộng sản đó được.

Cái lý thuyết mà Cộng sản tuyên xưng là "hoàn chỉnh" để rao bán cho dân nghèo, cho những xứ chậm tiến bị đô hộ, cái lý thuyết đó nó đi ngược với bản chất con người. Tôi mãi suy nghiệm mình phải tìm một phương cách nào khác để tạo sự công bằng và giữ được sự hài hòa trong xã hội, khác với Cộng sản, thuận theo bản chất và tình cảm con người.

Rời phủ Thủ Tướng về nhà, ý nghĩ tham gia hay không tham gia Nội các, dằn vặt bộ óc non trẻ của tôi trong mấy ngày liền. Thời gian đó tôi hoàn toàn thiếu kinh nghiệm nhưng giàu tưởng tượng và ý chí cương quyết. Tôi xác định trong đầu và cũng nhiều lần thố lộ với bạn bè khác

Cộng sản chủ trương thực hiện một cuộc "cách mạng xã hội" bằng hận thù và sắt máu. Hận người giàu, thù điền

chủ nên đấu tố giết hại. Một sai lầm đầy tội ác. Thế giới lên án. Đồng bào nguyền rủa!

Vậy thì tôi muốn đề nghị cái gì với đồng bào tôi? Xã hội tôi đang sống phải được tổ chức như thế nào mới vô hiệu hóa được sự tuyên truyền láo khoét của Cộng sản? Làm sao thực hiện được một cuộc "cách mạng" khác hơn Cộng sản?

Bằng tình thương đối kháng với hận thù, bằng cảm thông và đồng thuận không cần sắt máu. Giàu nghèo đồng tâm hợp tác để phát triển, không cần phải đấu tranh giai cấp.

Tôi đã từng phân tích và thảo luận với bạn bè người Pháp khi tôi còn trong đại học, người Việt Nam khi tôi du học và nhứt là khi tôi đã về xứ. Tôi cũng từng bàn bạc với đàn anh đàn thầy như Linh mục Nguyễn Bình An bề trên dòng thánh Phan-xi-cô. Nhưng tôi chưa gặp cơ hội, tôi chưa có điều kiện. Phải chăng sự mời gọi và lời thách thức của Thiếu Tướng Nguyễn Cao Kỳ, Chủ Tịch Ủy Ban Hành Pháp Trung Ương là một cơ may mà vận số đẩy tôi vào con đường phục vụ đất nước theo lý tưởng và ước mơ của tôi?

Tôi khai thác cái cơ may đó bằng cách mời rủ một số bạn trẻ đến nhà tôi, bàn kế hoạch phát triển xã hội. Nhóm người nầy có một mẫu số chung với tôi là "tuổi trẻ" và động cơ thúc đẩy là muốn phục vụ đất nước. Ngoài ra số đông còn chưa quen biết với tôi và giữa họ với nhau. Chúng tôi gặp nhau do những người bạn giới thiệu, người nầy rủ sang người khác tới nhà tôi họp bàn.

Chúng tôi định lấy tỉnh Mỹ Tho, gần Sài gòn, nếu thành công thì như một "vết dầu loang" sẽ tràn qua các tỉnh khác. Tôi quen biết với Chuẩn Tướng Nguyễn Bảo Trị, cùng gặp nhau trong Phong trào trí thức công giáo, thời đó ông là đương kim Tư Lệnh Sư Đoàn 7. Tôi hẹn gặp ông vào một buổi trưa, chúng tôi dùng cơm với nhau tại nhà ông ở Mỹ Tho, tôi nói rõ ý định của tôi, ông ủng hộ hết tình. Trên đường về Saigon tôi sực nghĩ, nếu ngày nào chương trình thành công, chắc chắn Việt Cộng sẽ tìm mọi cách để phá hoại, và nếu lúc đó Chuẩn Tướng Nguyễn Bảo Trị không còn chỉ huy Sư đoàn 7 nữa thì ai bảo vệ an ninh cho chương trình của mình. Hoặc nếu vị tân Tư Lệnh Sư Đoàn không thuận ý với bọn mình thì ta sẽ gặp sự thất bại là cái chắc.

Tôi liền đổi ý, phải lấy một quận nghèo nhất đô thành, an ninh sẽ được bảo đảm. Anh Âu Trường Thanh giới thiệu với tôi người bà con của anh ấy, đã từng là quận trưởng quận 8 tên Nguyễn Thanh Thời, đã hưu trí, biết nhiều về tình trạng của quận nghèo khó nẩy ở khu Phạm Thế Hiển gần ranh giới Phú lâm, nơi mà đồng bào nghèo từ miền Tây bị bắt buộc phải lên Sài gòn tìm việc hay lánh nạn, tạm ở đó dung thân. Anh Thời đưa tôi đi xem nhiều nơi lầy lội, nghèo khổ. Có chỗ phải cất nhà sàn bằng cây thô sơ trên những vùng lầy thối tha hôi hám. Trẻ sơ sinh, đa số chết vì bệnh tật, cha mẹ nào may mắn có bà con nơi khác thì đem gởi nuôi.

Tôi tập hợp mấy anh sinh viên học trò của tôi ở trường Cao Đẳng Nông Lâm Súc mới tốt nghiệp, một trong các anh ấy hiện định cư tại Los Angeles, và bạn bè của họ đang hoạt động trong "Chương trình công tác hè". Khởi điểm một sự dấn thân hoạt động của tuổi trẻ, có người thuộc các hội đoàn khác. Họ tập hợp tại nhà tôi bàn việc làm công tác xã hội thông qua một chương trình phát triển lấy quận 8 làm thí điểm. Dĩ nhiên tôi phải khai thật

với họ là tôi có liên hệ mật thiết với Thiếu Tướng Kỳ và
bảo đảm việc nầy là nghiêm chỉnh. Để chứng minh tôi
đề nghị những anh em nào muốn gặp Thiếu Tướng Kỳ sẽ
cùng đi với tôi vào ngày giờ tôi sẽ hẹn trước. Có bảy tám
anh hay nhiều hơn nữa tôi không nhớ cùng đi với tôi đến
dinh Thủ Tướng. Ông Kỳ tiếp chuyện vui vẻ thoải mái,
mặc dù có vài anh nói năng gay gắt hoặc nói "móc họng"
đặc biệt là anh Nguyễn Hữu Doãn, sinh viên Luật khoa
vì muốn chứng tỏ mình coi thường quyền hành cao cấp.
Hình như Thiếu Tướng Nguyễn Cao Kỳ tự đồng hóa mình
với thanh niên trẻ tuổi, cùng thế hệ với ông trong lứa tuổi
trên dưới 30 một cách dễ dàng, không lộ vẻ mình có chức
quyền cao sang.

Những ngày đầu tiên thảo luận về một chương trình lấy
tên là "Phát Triển Quận 8" có tất cả ba mươi hai anh bạn
họp tại nhà tôi, trong một căn phòng không có đủ ghế,
đa số ngồi trên sàn nhà, thảo luận tương đối hăng say,
nhiệt tình, đề ra những kế hoạch cấp bách là chỉnh trang
các khu nhà ổ chuột, đổ đất lấp sình lầy cải thiện những
đường hẻm, giáo dục thiếu nhi, lập trạm y tế chẩn mạch
phát thuốc. Sau những cuộc bàn thảo, khảo sát tại chỗ,
điều chỉnh những quyết định hợp với thực tế, ước tính phí
tổn, viết thành kế hoạch. Đúng lý chúng tôi phải nghiên
cứu một cách có hệ thống, dựa trên căn bản những số
thống kê về diện tích, dân số, doanh thương, tiểu công
nghệ, lợi tức đầu người của quận 8 so với tổng lợi tức đô
thành Sài gòn và so với lợi tức trung bình đầu người trên
toàn quốc, v.v... Nhưng đã nói cách mạng thì cần gì phải
theo một khuôn khổ. Đã nói tuổi trẻ hăng say dấn thân
thì cần gì phải nề hà. Cứ làm đi rồi sẽ điều chỉnh theo
nhu cầu và hoàn cảnh bắt buộc. Vấn đề chính yếu là tạo

được sự ủng hộ của quần chúng, lôi cuốn được sự tham gia của họ trong mọi công tác đem lợi ích cho chính họ và cho cộng đồng nhỏ hẹp của quân.

Tôi lạm dụng quyền chánh sở, nhờ nhân viên của tôi đánh máy bản văn, họa sĩ của sở tôi vẽ đồ biểu, dùng máy ronéo và giấy mực của sở in thành bản văn đệ trình Thủ Tướng phê duyệt. Sau đó tôi xin yết kiến Thủ Tướng, đưa bản văn, bìa in giấy màu tím có chữ to "CHƯƠNG TRÌNH PHÁT TRIỂN QUẬN 8 SAIGON", đồng thời tôi cũng trình sự ước tính ngân khoản là 22 triệu đồng. Ông Kỳ chìa tay lấy bản văn, lật trang đầu, không xem một chữ, phê ngay mấy dòng và ký tên quăng vào rổ kèm có đề "công văn đi". Quay sang tôi ông nói:

– Xong rồi, chúc anh thành công, nhưng anh phải gặp ông Đô Trưởng để sắp xếp việc bàn giao và bổ nhiệm người.

AI LÀM QUẬN TRƯỞNG QUẬN 8 ĐÂY ?

Công việc gay go kế tiếp là thảo luận việc chỉ định ai làm Quận Trưởng? Tôi thầm nghĩ muốn đạt tới sự thành công thì những người phụ trách chương trình phải: Thứ nhứt tạo được niềm tin trong quần chúng bằng một vài hành động cụ thể, đem lại kết quả vật chất hay tinh thần cho người dân thấy được. Thứ hai dùng tình cảm để thuyết phục quần chúng tham gia công tác chỉnh trang hay phát triển. Thứ ba chứng minh cho dân chúng thấy sự hy sinh của mình bằng cách trực tiếp tham gia làm công việc của họ, với họ và cho họ trong mục đích giúp họ và gia đình tạo một đời sống tốt đẹp hơn. Đa số những người bạn ngồi thảo ra chương trình nầy tại nhà, tôi không hề quen biết với ai trước, ngoại trừ bảy anh kỹ sư Nông Lâm Súc học trò của tôi, họ muốn theo ủng hộ thầy. Vài anh trong số đó lộ vẻ hân hoan tin rằng thầy sẽ chỉ định mình làm Quận Trưởng. Anh em đề cử anh Mai Như Mạnh, tốt nghiệp trường Quốc Gia Hành Chánh, người đương nhiên có đủ khả năng và điều kiện để giữ chức vụ then chốt nầy. Tôi nhìn nhận là đề nghị hợp lý, nhưng tôi không tán đồng, vì đây không phải là một công tác thuần túy hành chánh.

Qua nhiều ngày gặp gỡ và bàn luận tôi nhận ra một anh mà tôi chưa hề biết về lý lịch của anh ta, nhưng lời lẽ, thái độ, ý kiến của anh ấy phảng phất một chút gì mà tôi đoán anh có am hiểu ít nhiều về ba điểm tôi thầm nghĩ trên đây. Người đó là anh Hồ Ngọc Nhuận. Tôi đề nghị anh Nhuận làm quận trưởng. Gần như toàn thể anh em hiện diện phản đối. Kể cả anh Nhuận. Anh em nói rằng anh Nhuận chỉ có bằng cấp tú tài thôi còn anh Mạnh tốt nghiệp Quốc Gia Hành Chánh là người đương nhiên đủ điều kiện và khả năng. Tôi giải thích những nhận xét kể trên của tôi, nhưng không thuyết phục được ai cả.

Một số anh không quyết liệt phản đối nữa vì họ không muốn mích lòng tôi vô ích. Còn tôi thì cứ bào chữa rằng đây không phải là một công tác quản trị hành chánh mà là một sự thuyết phục quần chúng và tạo điều kiện để hợp tác với dân nhằm mục đích rõ rệt là chỉnh trang và phát triển quận nghèo khó nhứt Sài gòn lúc bấy giờ. Vài anh nêu ý kiến rất thiết thực là chính quyền đô thành sẽ cười chê chúng ta không có người xứng đáng, đủ tư cách, mà đòi quản trị một quận phức tạp nhứt Sài gòn.

Các anh ấy lại đề cử Bác Sĩ Hồ Văn Minh, người khoa bảng, có tư cách làm cho đồng nghiệp ở đô thành phải nể nang. Nếu tôi không đồng ý cử anh Minh thì nên cử một anh Kỹ Sư Nông Lâm Súc nào đó. Còn anh Hồ Ngọc Nhuận không phải người chuyên môn cũng không phải là người khoa bảng! Thú thật đề nghị của tôi là nghịch lý rõ ràng, là một sự quyết đoán, nhưng đôi khi trong một vài trường hợp nào đó, sự quyết đoán rất cần thiết. Cảm giác của tôi càng rõ hơn là người khác không thể chu toàn được công tác nầy. Vậy thì thà dẹp nó đi còn hơn là mang tiếng thất bại.

Cuối cùng tôi vẫn nhìn nhận đề nghị của tôi là phi lý, nhưng tôi khẳng định nếu anh em không chấp thuận đề nghị của tôi thì tôi đành hủy bỏ chương trình nầy vì người chịu trách nhiệm trực tiếp với ông Chủ Tịch Ủy Ban Hành Pháp Trung Ương là tôi. Cuối cùng anh em đành phải thuận theo vì họ muốn duy trì một cuộc thí nghiệm của tuổi trẻ xem sao. Nhiều anh em sững sờ bất mãn nhưng không nói ra. Những phiên họp sau chỉ còn lại khoảng 15-20 anh. Các anh khác bỏ cuộc vì bất đồng trong việc đề cử quận trưởng một cách phi lý. Trong số những người bỏ cuộc có bảy người học trò thân thương của tôi.

Công tác gay go thứ hai là họp bàn với Đại Tá Đô Trưởng Văn Văn Của và toàn bộ các ty sở hành chánh và chuyên môn Đô thành. Theo tôi nghĩ thì vấn đề thay đổi một ông quận trưởng thuộc quyền bổ nhiệm hay cất chức do Đô Trưởng quyết định, nhứt là ông nầy chỉ thi hành theo lệnh của Thủ Tướng mà thôi. Còn những vấn đề khác có tính cách chuyên môn thì do quận trưởng trực tiếp trình Đô Trưởng hay liên lạc với các ty sở về sau, việc gì phải họp đông đủ, vặn hỏi, buộc phải thuyết trình, giải thích cặn kẽ với dụng ý thấy rõ là họ muốn bác bỏ kế hoạch.

Dù ngạc nhiên, khó chịu, anh em vẫn nhẫn nại trình bày chi tiết, phần tôi rất bực bội muốn xù hết, rút lại những gì chúng tôi chủ trương làm, hoặc tôi sẽ trực tiếp yêu cầu Thủ Tướng ra lệnh cho Đại Tá Của phải thi hành nguyên văn không sửa đổi một ly, nếu ông Kỳ thật lòng muốn làm cách mạng như ông đã rêu rao nhiều lần với tôi. Nhưng tôi lại nhủ thầm phải nhẫn nại và tỏ thiện chí tối đa. Nhược điểm của chúng tôi mà Văn Văn Của nắm được là Hồ Ngọc Nhuận không chuyên việc hành chánh, dù có phó đốc sự Mai Như Mạnh phụ tá bên cạnh. Cuối cùng Đại Tá Của quyết định chấp nhận cử Hồ Ngọc Nhuận làm Quận Trưởng nhưng đặt cựu Quận trưởng Cao Minh Chung làm cố vấn cho anh Nhuận. Dĩ nhiên ông Chung lấy hết tâm sức ra mà...phá cho chương trình phải thất bại để ông được ngồi lại chức vụ cũ.

Vừa ra khỏi phòng họp, Bác Sĩ Đỗ Cao Huệ, Trưởng Ty Mục Súc Đô Thành vừa là Chánh Sự Vụ sở Mục Súc, người bạn đồng nghiệp chí thân của tôi trong Bộ Canh Nông, kéo tôi sang một bên, sỉ vả tôi nặng lời:

– Toa làm moa mắc cỡ quá, toa cũng là đường đường một Chánh Sự Vụ của bộ mà đi nài nỉ xin chức quận trưởng như thằng thất nghiệp, ăn mày chức vụ. Thật hết ý kiến!

– Toa biết cái con khỉ khô gì mà nói, dẹp toa đi.

Đỗ Cao Huệ vừa còn cảm giác bị mắc cỡ lây vì tưởng rằng tôi đi xin chức vụ quận trưởng, vừa tức giận, chán cái bản mặt cải lì của tôi với tòa đô chính, anh bỏ đi một nước không thèm nói thêm một lời.

Anh em kéo nhau về nhà tôi họp chuẩn bị việc nhận bàn giao. Kiểm điểm lại còn hiện diện lối hơn chục người. Tất cả đều quyết tâm: chúng ta phải thắng cuộc thách thức nầy. Mai Như Mạnh lo việc hành chánh, Hồ Văn Minh quản lý chương trình, Hồ Ngọc Nhuận quận trưởng, sau đó anh Nhuận lôi được một vài đệ tử trẻ lo việc ăn ở cấp bách, Đoàn Thanh Liêm xông xáo, bao sân, chỗ nào cũng có anh, các bạn khác tiếp tay tùy theo sự rổi rảnh giờ giấc của mình. Những ngày đầu không có một "đồng xu" kinh phí. Liêm đi vận động xin tiền, xin vật liệu, cũng chẳng đủ nuôi số thanh niên thiện nguyện. Sự chận đứng kinh phí làm ngã lòng những anh em khác, họ lần lượt bỏ rơi chương trình vì không có kinh phí.

Chỉ còn lại "Tứ Đại Gan Lì" là Hồ Văn Minh, Mai Như Mạnh, Hồ Ngọc Nhuận và Đoàn Thanh Liêm. Những bạn trẻ mới tự nguyện gia nhập, rộng lòng hy sinh, hăng say sẵn có, ham vui mà tụ tập ngày càng đông. Cái khó là làm sao kích động được lòng hăng say, sự hy sinh tình nguyện của tuổi trẻ. Làm sao nhóm được ngọn lửa để hâm nóng lòng yêu nước, yêu dân, thương những người kém may mắn trong xã hội đang ở gần mình nhứt. Làm sao nung nấu được ý chí trách nhiệm, làm sao gợi được niềm tự hào và sự rộng lòng bác ái của tuổi trẻ. Chỉ có một cách là nhập bọn với họ, đưa sáng kiến và tạo điều kiện cho họ thực hiện lý tưởng, dù mình chủ xướng, nhưng phải làm cho họ hiểu là của chính họ vạch ra. Vì vậy mà tôi đã dày công tụ họp bạn bè và sinh hoạt với họ đã từ lâu. Cũng như sau nầy khi ngồi vào chức vị Tổng Trưởng tôi tiếp xúc hằng tuần với những vị lãnh đạo hội đoàn để khuyến dụ họ nhập cuộc trong những công việc, dù đơn giản, nhưng rất có lợi ích.

Việc đầu tiên là giải quyết tình trạng lầy lội của những ngõ hẻm trong quận 8 bằng cách đi xin "xà bần" (một thứ gạch vụn người ta sửa chữa nhà còn dư không biết đổ đâu, không biết làm gì) chúng tôi mướn "xe ba bánh" chở về lấp những đường hẻm lầy lội. Chúng tôi phụ với chủ sửa vách, lợp nhà. Quận Trưởng Nhuận có khi ngồi trên mái nhà ký công văn khẩn cấp do người đem tới. Quận trưởng không dùng xe ô-tô của mình để xe đó cho anh em chuyên chở vật liệu hay chạy việc khác quan trọng hơn, còn ông ta khi thì mượn xe vespa, khi thì nhờ người "đèo" đi chỗ nầy chỗ khác. Thật khôi hài, thật đáng khen, ông quận đi lợp nhà dân, nhanh chóng "nhóm quận 8" khởi sự chiếm được cảm tình của đồng bào tại đây vì họ thấy bọn trẻ nầy xông xáo, hy sinh thật, sẵn lòng giúp bất cứ việc gì.

Bác Sĩ Minh khám bệnh không tiền còn đi xin thuốc đầu nầy đầu kia phát miễn phí cho đồng bào. Trong khi đó anh Mai Như Mạnh lo hành chánh, cứ gởi tờ trình đều đều, liên tục, xin giải ngân, nhưng Chương trình phát triển không có một xu của chính phủ bỏ vào. Tôi phải rút tiền nhà cung cấp cho anh em, mua cây cất trường, mua lá lợp nhà, mua thức ăn nuôi các bạn trẻ, may mắn cho tôi là thời đó tôi có Trường Anh văn London School, mỗi chiều ngồi chờ ông quản lý thu tiền lấy về đưa cho quận trưởng Nhuận mua gạo nuôi những em tình nguyện làm công tác không công. Có ngày không mua cá hay tép để kho ăn, mấy em leo lên trần nhà của ông quận trưởng bắt dơi đem xuống, nấu cháo ăn, hay kho khô cho có món mặn. Khó khăn thật, nhưng vui thú thật, an ủi thật, hãnh diện thật. Cứ như thế kéo dài đôi ba tháng trời, cho đến khi chúng tôi hoàn thành một ngôi trường lá ba gian với ba lớp học. Vài cậu sinh viên tình nguyện thay nhau dạy trẻ em, có một trạm y tế nhỏ do Bác Sĩ Minh khám bệnh phát thuốc.

Chúng tôi mời Đại Tá Đô Trưởng đến khánh thành trường học và trạm y tế. Nghị viên La Thành Nghệ đến đọc diễn Văn, Đô Trưởng ban huấn thị. Quan khách ngồi chễm chệ trên những hàng ghế vẻ mặt hãnh diện. Tôi đứng giữa đám đông dân chúng, lòng mừng rỡ thấy tuổi trẻ hăng say, dân chúng hưởng ứng, nhưng rất bực tức thấy những quan chức vô ý thức, thiếu trách nhiệm, đầu óc nhỏ nhen chỉ biết tâng công với cấp trên mong được hưởng chút ân huệ kỳ dư họ bất cần dân chúng sống nghèo khổ như thế nào.

Tôi rất buồn phiền vì không có kinh phí để thực thi một chương trình thấy rõ sự thành công trước mắt. Bực tức và khinh khi lẫn lộn, tức giận tràn hông, tôi quyết định thông báo cho Tướng Kỳ là chúng tôi sẽ trao trả chương trình nầy cho Đô Trưởng Saigon sau lễ khánh thành chấm dứt. Bởi vì tôi tin chắc đô thành sẽ không giải ngân, họ chờ cho bọn trẻ hết hơi, thất bại thì mọi việc đâu sẽ trở vào đấy. Tôi cố nhẫn nại chờ cho cuộc lễ kết thúc. Tất cả vui vẻ ra về, bốn vị "Tứ Đại Gan Lì" còn lại của chương trình là Hồ Văn Minh, Đoàn Thanh Liêm, Hồ Ngọc Nhuận và Mai Như Mạnh. Hình như họ vẫn hy vọng kết quả nầy sẽ khiến cho đô thành Saigon giải ngân và chúng tôi sẽ có đủ tài chánh hoạt động tiếp. Tôi vào quận mượn điện thoại xin gặp Thiếu Tướng Kỳ. Dĩ nhiên tôi được tiếp kiến ngay. Sau khi chào hỏi tôi ngồi trước mặt ông Kỳ và cố gắng lấy giọng hết sức bình tĩnh thưa rằng:

– Thiếu Tướng có lòng tốt mời tôi hợp tác, để nghị hết chức vụ nầy đến chức vụ khác, tôi từ chối vì biết rõ đa số quân nhân các ông, chỉ biết ra lệnh một cách độc đoán, hoặc thi hành lệnh một cách mù quáng. Đã vậy khi nắm được quyền hành thì ganh tị không muốn phân chia. Mấy ông lợi dụng quyền để thỏa mãn sự tự hào cá nhân và nhu cầu bản thân. Các ông không dùng quyền để phục vụ quần chúng. Tôi chưa nói hết ý nghĩ và trút hết sự bực tức của tôi thì Tướng Kỳ vừa ngạc nhiên, vừa tức giận:

– Ê, anh muốn nói gì thì làm ơn nói cho rõ ràng chút. Đây không phải chỗ để anh thóa mạ Quân đội nhé.

– Tôi không thóa mạ, nhưng tôi muốn trình bày một sự thật mà chính ông sẽ gặp phải và ông không thể nào có điều kiện thực hiện cái ảo tưởng làm cách mạng của ông được.

– Tôi thấy hình như anh có gì bất mãn, anh cứ nói thẳng có được không? Đừng ú a ú ớ tôi khởi sự mất kiên nhẫn rồi đây nầy.

– Thiếu Tướng còn nhớ cách đây mấy tháng gặp tôi, ông chê tôi chỉ có tài "nói phét" mà không dám dấn thân làm. Tôi chấp nhận lời mỉa mai và giải tỏa thách thức đó bằng cách đệ trình một chương trình phát triển quận nghèo nhứt của đô thành. Các ông tự gán cho mình cái mỹ danh là "Chính Phủ Của Người Nghèo". Ấy vậy mà cái chương trình của tôi giúp đỡ người nghèo ở quận 8 có dự trù một ngân khoản tí hon là 22 triệu đồng, ông đã phê chuẩn, nhưng cho đến ngày nay biết bao nhiêu tờ trình của ông quận trưởng xin giải ngân, ông Đại Tá Đô Trưởng không cho giải ngân một cắc. Tôi đã chứng minh tôi nói được là tôi làm được, nước lã tôi đã khuấy nên hồ. Tay trắng chúng tôi dựng được một ngôi trường ba lớp, một trạm y tế khám bệnh phát thuốc miễn phí. Đại Tá Đô Trưởng của ông và quan chức của ông đến khánh thành, ban huấn thị mà không có chút gì hổ thẹn, trái lại còn hãnh diện được tôn vinh nữa là khác.

Nguyễn Cao Kỳ nổi trận lôi đình, con mắt trợn tròng, lộ ra to hơn trước, tay trái vuốt nhẹ hàm râu mép, tay phải cầm điện thoại quay bằng ngón út:

– Của hả? Lên biểu tức khắc. Mặt ông hơi sầm, ấm ức tức giận, không nói không rằng. Tôi bồi thêm.

– Hôm nay tôi đến đây để báo cho Thiếu Tướng biết, anh em chúng tôi xin giao trả quận 8 lại cho vị Đại Tá Đô Trưởng của ông. Và xin ông ghi nhận thiện chí của tuổi trẻ có thừa. Ông Kỳ chẳng thèm trả lời, chẳng đếm xỉa đến tôi. Tôi lại tiếp:

– Bây giờ thì trễ rồi, cho dù chúng tôi có tiếp tục cũng đã có một sự bỡ ngỡ giữa ông Đại Tá Đô Trưởng và chúng tôi, cũng có sự ngã lòng thối chí, mất tin tưởng của nhóm trẻ tình nguyện, vây xin ông ra lệnh cho Đô Trưởng thu hồi quân 8, trả chức lại cho cựu quận trưởng Cao Minh Chung, ông nầy vì mất quyền lợi, rao bán tiếng xấu, phá phách bằng cách khuyến dụ nhân viên, làm thất lạc hay chậm trễ giấy tờ vân vân. Tốt nhứt là chúng tôi chấm dứt sự thử nghiệm tại đây. Ông Kỳ lại nín thinh mắt đăm đăm nhìn cửa ra vào, hình như ông cố ý chờ Văn Văn Của.

Khoảng mười phút qua, Thiếu Tá Liệu, tùy viên mở cửa, Văn Văn Của xuất hiện đứng nghiêm chào, tay chưa kịp bỏ xuống.

– Đ. M... anh, không làm việc, ngồi chơi không mà người ta làm anh phá.

– Dạ...ông Của chưa kịp nói tiếp...

– Đ.M... anh, tại sao anh không giải ngân cho người ta làm việc?

– Dạ... chưa kịp nói tiếp...

– Đ. M... anh có biết đọc không? Tại sao không đọc tờ trình của quận trưởng quận 8? Tại sao không chịu giải ngân cho người ta?

– Dạ...Chưa kịp nói tiếp.

– Đ. M... anh đã cử quận trưởng mới rồi mà anh còn cử thằng quận trưởng cũ làm cố vấn là cái nghĩa lý gì?

– Dạ... chưa kịp nói tiếp...

– Đ. M... các quận khác anh có cử cố vấn không? Như vậy không phá hoại là cái gì? Anh đi về, nếu không tôi "nhúp" anh bây giờ. Sau nầy tôi mới biết đối với Thiếu Tướng Kỳ chữ nhúp theo tiếng lóng của nhà binh có nghĩa là bắt giam.

Đại Tá Văn Văn Của chưa kịp bỏ tay chào xuống, còn đứng chết trân nghe mắng cho đến khi bị đuổi về, ông bỏ chân theo kiểu nhà binh, quay đằng sau, tháo đi mất. Dĩ nhiên ông Của về đến văn phòng là ra lệnh giải ngân trong ngày. Từ đó trở đi ông Của hết tình ủng hộ và thỏa mãn mọi yêu cầu của quận 8.

Quay sang tôi ông Kỳ khởi sự phân trần:

– Đấy anh thấy không? Tôi ngay tình, một mình tôi, làm sao kiểm soát hết tất cả những sự bê bối trong guồng máy hành chánh nặng nề nầy. Vừa nói ông Kỳ lại một tay cầm điện thoại quay bằng ngón út, gọi ông Tổng Trưởng Thanh Niên: "Hồng, lên biểu".

Khoảng hơn 15 phút sau, Bác sĩ Nguyễn Tấn Hồng đến, dù mặc thường phục nhưng ông Hồng cũng chào theo kiểu nhà binh, vì ông là Trung Tá Quân y, thuộc binh chủng Không quân của Thiếu Tướng Kỳ. Ông Kỳ mời ngồi xong, đối diện với tôi. Giới thiệu tôi với Bác Sĩ Hồng một cách hằn học, gọn lỏn. Ông gằn giọng:

– Tối ngày anh chỉ biết đánh tennis thôi. Chẳng làm con mẹ gì hết mà anh Triều làm việc anh còn phá.

– Trời ơi, Thiếu Tướng, tôi chưa hề gặp anh Triều bao giờ, tôi không hề biết anh Triều làm việc gì thì tôi làm sao phá anh ấy? Mà phá cái gì mới được chứ? Nhìn sang tôi, ông Hồng nói: Anh Triều, anh làm ơn nói dùm tôi một tiếng tôi không hề phá anh về bất cứ chuyện gì phải không?

Tôi vẫn giữ im lặng không can dự vào. Thì ra ông Kỳ chỉ giận cá chém thớt thôi, còn ông Bác Sĩ Hồng thì bị vạ lây. Đây là một sự không may đối với ông Hồng, nói theo kiểu đùa giỡn của nhà binh thì ông bị lạc đạn! Ông Kỳ lấy lại bình tĩnh dịu giọng nói:

– Thôi mời anh về, tôi còn nhiều chuyện phải nói với anh Triều. Quay sang tôi ông nói:

– Đấy anh chứng kiến, chung quanh tôi là những người như thế nào. Bây giờ anh có thấy anh từ chối không hợp tác với tôi là một sự sai lầm lớn không? Nếu anh có lòng với đất nước, với dân tộc, thì một lần nữa tôi yêu cầu anh nhập cuộc. Chúng ta hiệp sức hoàn thành một cuộc cách mạng và chiến thắng Cộng sản. Trước mắt chúng ta có tới hai nhiệm vụ. Một là xây dựng đất nước, hai là chiến thắng Cộng sản. Ông nói một cách hăng say, thao thao bất tuyệt. Còn tôi thừ người ra, bối rối suy nghĩ về những gì tôi mới chứng kiến, đến nổi tôi không chú ý những gì ông Kỳ đang và tiếp tục nói, mà ông tin rằng tôi đang nghe.

Hình như tôi khởi sự có cảm tình với vị Tướng trẻ tuổi nầy mà trước đây tôi rất xem thường ông ta. Tôi đang nghĩ về trách nhiệm của mình đối với số đồng bào ở quận 8 mới bắt đầu tin tưởng và hy vọng sẽ có sự tiếp tay của chúng tôi. Tôi cũng nghĩ trách nhiệm của tôi đối với bốn ông bạn, "Tứ Đại Gan Lì" của tôi đã kiên trì chấp nhận sự thử thách vì muốn cuộc thử nghiệm nầy phải đạt đến thành công.

Những suy nghĩ của tôi về tổ chức xã hội, về công

tác lôi cuốn thanh niên và đồng bào vào một phong trào to lớn để xây dựng quê hương và chống xâm lăng Bắc Việt thôi thúc tôi phải nhập cuộc. Hình như không nói ra mà tôi có cảm giác mình đã chấp nhận tham gia rồi, mình đã muốn hợp tác với ông Tướng nầy rồi. Một cảm giác lạ lùng, gần như thân thiện bất ngờ. Tôi hoàn hồn, không biết ông Kỳ đã nói gì thêm, tôi phát biểu ngắn gọn:

– Tôi sẽ về suy nghĩ về những đề nghị của Thiếu Tướng để xem tôi có nên tham gia hợp tác với ông không?

– Tôi chờ anh. Chương trình quận 8 cho đến bây giờ hình như có sức hấp dẫn đối với quần chúng. Nếu anh bỏ dở thì sẽ hoài công anh em, và uổng lắm. Nếu anh tham gia nội các thì sẽ có người bao che thúc đẩy, đưa chương trình nầy đến chỗ thành công dễ dàng hơn. Tôi sẽ cải tổ nội các nếu cần. Anh dạy kinh tế nông nghiệp phải không? Tôi đề nghị anh giữ bộ kinh tế, tôi đang cần một ông Tổng Trưởng Kinh Tế tài ba để ổn định thị trường đang xáo trộn làm dân chúng hoang mang.

– Một mình tôi vào nội các thì cũng không giúp được ông nhiều.

– Tôi sẵn sàng chấp nhận tất cả những người anh giới thiệu, miễn là cùng chí hướng với chúng ta, và không phải là thứ ăn hại đái nát.

Ra khỏi dinh Thủ Tướng, hình như tôi đã quyết định tham gia nội các rồi. Điều mà trước nay tôi từ chối vì nghĩ không thể hợp tác được với nhóm quân phiệt. Theo sự nhận xét của tôi, thì một số không ít quân nhân hiện đang lãnh đạo đất nước không biết nhiều về tổ chức quốc gia, xã hội, kinh tế, chính trị. Họ chỉ là những thanh niên gan lì cầm súng dẹp giặc và may mắn còn giữ được mạng sống để lên Tướng rồi đảo chánh, chỉnh lý, cầm quyền trong thời loạn ly, quốc gia mất cương kỷ.

Vả lại lịch sử thế giới chứng minh đa số các quốc gia do quân nhân cai trị đều mất dân chủ vi phạm nhân quyền. Nhưng đứng trước thiện chí và sự thành tâm của Thiếu Tướng Nguyễn Cao Kỳ, người có lòng yêu nước, hăng say muốn làm một cái gì tốt cho quê hương dân tộc, tôi bị ông tướng trẻ nầy cảm hóa và lôi cuốn tôi thật rồi. Có lẽ vì trong thời điểm đó ông và tôi nuôi cùng một lý tưởng và có cùng một mục đích. Tuy lòng đã xiêu nhưng tôi muốn để cho mọi việc lắng dịu, suy nghĩ thật chín chắn, nên chưa trả lời dứt khoát.

QUẬN 8, MÓN HÀNG CÓ GIÁ CỦA NỘI CÁC NGUYỄN CAO KỲ

Trong khi chờ đợi, nhân dịp Phó Tổng Thống Hoa Kỳ Hubert Humphrey viếng thăm Việt Nam, theo lời của Thiếu Tướng Kỳ thì ông Humphrey muốn viếng một nơi nào có thể chứng minh viện trợ của Hoa Kỳ đem lại kết quả tốt cho Việt Nam. Nhưng chính phủ Việt Nam không có chỗ nào khác hơn là Quận 8 để trình diễn cho vị khách quí nầy ghi nhận thành quả, ngõ hầu về Mỹ phô trương với báo chí. Vì vậy trước hôm đó một ngày, tôi đang dạy học tại trường Cao Đẳng Nông Lâm Súc, bỗng nhiên cô thư ký vào thông báo:

– Có Thủ Tướng điện thoại yêu cầu giáo sư ra văn phòng trả lời.

– Nhờ cô nhắn với Thủ Tướng là tôi sẽ gọi lại ông một giờ sau khi lớp học chấm dứt. Vài phút sau anh Lê Văn

Ký, Giám Đốc trường, hớt ha hớt hải chạy vào lớp vừa nắm tay tôi kéo vừa nói:

– Anh làm ơn ra trả lời "téléphone" giùm tôi, ông Thiếu Tướng Chủ Tịch Ủy Ban Hành Pháp Trung Ương nói nếu tôi không để cho anh trả lời thì ông ấy sẽ đóng cửa trường ngay hôm nay bởi vì chuyện nầy gấp lắm. Anh Ký phân trần với tôi: Có ai dám cấm cản anh đâu mà ông ta hiểu lầm như vậy khổ chúng tôi lắm. Tôi cười xòa trấn an anh Ký:

– Không có gì đâu, để tôi đính chính rõ ràng cho anh. Sự kiện nhỏ nhặt nầy chứng minh cái tính bốc đồng và cái tật phát ngôn bừa bãi của Tướng Kỳ nên báo chí tặng cho ông biệt danh là "Tướng cao bồi". Tôi theo anh Giám đốc Lê Văn Ký đến văn phòng của ông ta để trả lời điện thoại. Bên kia đầu giây:

– Triều đó hả?

– Dạ Triều đây, Thiếu Tướng cần gì tôi?

– Mời anh lên phủ gặp tôi ngay, có chuyện cần gấp.

– Tôi sẽ lên ngay.

Vài phút sau tôi vào văn phòng Thủ Tướng vì trường Cao Đẳng Nông Lâm Súc ở góc đường Cường Để cạnh số 2 đường Thống Nhứt là dinh Thủ Tướng. Vừa thấy tôi Tướng Kỳ niềm nở:

– Ông Phó Tổng Thống Hubert Humphrey muốn đi thăm một nơi nào chứng minh được viện trợ Mỹ có kết quả tốt. Moa nghĩ không còn đâu tốt hơn quận 8 của tụi toa. Đó là kết quả của sự tham gia quần chúng xây dựng lại quê hương. Toa phải mau mau gọi anh em của toa tổ chức tiếp rước đàng hoàng.

– Chừng nào ông Phó Tổng Thống Mỹ xuống viếng quận?

– Ngày mai.

– Tại sao ông không cho tôi biết trước? Bây giờ làm sao chuẩn bị cho kịp?

– Có gì đâu, thì mình cứ hướng dẫn ông ta đi viếng một vòng, xem một vài nơi, có người giải thích và cho ông ta gặp một hai người dân là xong.

– Không thể như vậy được. Để tôi tính.

– Về phần Thiếu Tướng, tôi yêu cầu ông ra lệnh cho quân đội dựng một căn lều lớn nhứt. Sáng sớm ngày mai phải có. Địa điểm do quận trưởng chỉ định.

– Bảo đảm sẽ có ngay.

– Vậy xin chào Thiếu Tướng, tôi về để chuẩn bị. Ngày mai anh em của chương trình sẽ tiếp phái đoàn lúc 10 giờ sáng tại khu đông dân cư, nghèo khổ. Vấn đề an ninh thì cảnh sát công an của Thiếu Tướng chịu trách nhiệm. Nói xong tôi từ giã Tướng Kỳ, về sở ngay. Một mặt tôi thông báo cho hai anh Nhuận và Mạnh gom góp tài liệu cùng với anh Minh và anh Liêm đến sở Thống Kê Kinh Tế Nông Nghiệp họp bàn với tôi. Mặt khác tôi gọi ông Như, họa sĩ của sở vào văn phòng.

– Ông Như, tôi cho phép ông về nhà bây giờ, nghỉ cho đến 4 giờ chiều sẽ trở lại sở, chiều hôm nay ông sẽ về nhà rất trễ, có thể đến khuya, Vậy ông nên thông báo cho người nhà biết. Ngày mai tôi sẽ cho ông nghỉ phép một ngày để bù trừ.

Sau khi bàn thảo, chúng tôi quyết định phải chọn những vụ việc nào để trình bày, phải tóm gọn những ý kiến gì, và nhứt là phải chứng minh bằng những số thống kê, có đồ biểu phân minh, do họa sĩ Như của sở phải thức khuya vẽ cho xong, theo đúng cung cách của một cuộc thuyết trình rất khoa học. Anh Đoàn Thanh Liêm, người nói được lưu loát Anh ngữ lãnh trách nhiệm thuyết trình. Tôi yêu cầu anh Quận Trưởng chỉ đặt hai ghế ngồi mà thôi, một cho Phó Tổng Thống Hoa Kỳ và một cho Thủ Tướng Việt Nam. Ngoài ra Đại Sứ Mỹ cũng như toàn thể khách quí đều đứng hết. Một bàn duy nhứt đặt những trái dừa xiêm vạt đít sẵn nhưng chưa khui, có người đứng hầu để khui liền nếu vị khách nào muốn giải lao.

Anh Đoàn Thanh Liêm giới thiệu mọi người trong ban quản lý, mặt còn non vắt ra sữa, ông Humphrey đi từ ngạc nhiên nầy đến ngạc nhiên khác, kể cả việc cầm nguyên trái dừa dùng ống hút nước giải lao, miệng cười niềm nở.

Cuộc viếng thăm kết thúc sau khi đi xem một vài đường hẻm và nhà tôn mới lợp. Trước khi rời Việt Nam, tại sân bay Tân Sơn Nhứt ông Phó Tổng Thống Hoa Kỳ Hubert Humphrey tuyên bố với báo chí là những gì ông chứng kiến và hiểu được ở quận 8 Saigon là "Cốt lõi của một cuộc cách mạng" (nguyên văn: "C'est l'essence même d'une révolution" (*Journal d' Extrême-Orient* Saigon). Báo chí trong và ngoài nước khởi sự loan tin và nói tốt về một Chương tình phát triển cộng đồng do giới trẻ Việt Nam thực hiện.

CHƯƠNG XII

THAM GIA
NỘI CÁC NGUYỄN CAO KỲ

Hai ngày sau cuộc viếng thăm của Phó Tổng Thống
Mỹ, Tướng Kỳ điện thoại mời tôi đến gặp ông.

– Thế nào, toa đã suy nghĩ chín chắn chưa. Còn suy nghĩ
cái mẹ gì nữa? Những ông trí thức của tụi toa thường hay
nói: "Quốc gia hưng vong thất phu hữu trách" kia mà. Toa
không phải là bọn thất phu chẳng lẽ toa vô trách nhiệm
sao? Chẳng lẽ toa không muốn bảo vệ cho sự thành công
của chương trình phát triển cộng đồng của toa sao?

– Cái đó còn tùy, nhận trách nhiệm để làm cái gì và
với những ai? Chắc toa cũng đoán được moa đã nghĩ gì
rồi. Thôi thì moa nhận tham gia nhập cuộc.

Sở dĩ tôi bắt đầu gọi ông Thủ Tướng bằng toa là vì ngạc
nhiên thấy ông tự nhiên xưng "toa, moa" với tôi. Thông
thường đối với người Pháp "tutoyer" (gọi nhau mầy tao) là
tỏ ý muốn thân thiện. Đối với phái nữ mình khởi sự
"tutoyer" là một cách xin phép làm thân, nếu người ta

không vừa ý thì trả lời ngay bằng cách gọi mình bằng "Ông" trở lại (vouvoyer). Mình phải hiểu ngay rằng cửa tình đó đã đóng, hay ít ra là chưa mở liền. Bắt đầu từ đó ông Kỳ và tôi "à toi à moi" xưng toa toa, moa moa với nhau một cách thân thiện. Lần đầu tiên tôi bàn chuyện quốc gia với ông, tôi hỏi:

– Vấn đề gì làm toa đau đầu nhứt trong mấy tháng qua?

– Kinh tế. Tôn giáo, nói thẳng ra là Phật Giáo. Mấy ông thầy không chịu ngồi yên tu mà cứ yêu sách mãi. Toàn những yêu sách độc không hè.

– Vậy toa giải quyết như thế nào?

– Thì dang đầu dang cổ ra mà năn nỉ. Tìm cách kéo dài thời gian. Chả còn phải biết tính sao, chả còn làm ăn cái gì được hết. Bên ngoài người ta đồn đãi chính phủ sẽ đổ trong vài tháng nữa. Toa có dám nhào vô không?

– Đối với tôi, nhào vô hay không, đâu phải đổ hay còn. Người lính đi đánh giặc đâu có nói trận nầy có thể thua, hay ăn, vậy mình đánh hay không đánh? Sự thật Phật Giáo đòi hỏi gì? Anh có biết rõ và đoán chắc được không?

– Mấy ổng muốn ban hành qui chế tôn giáo theo ý mấy ổng, và áp lực dòi chia ghế trong Nội các nhiều hơn, thanh trừng Cần lao và chế độ cũ.

– Moa nghĩ vấn đề tôn giáo chỉ là cái cớ bề ngoài thôi, sự thật là vấn đề chính trị, đó là chưa kể moa còn nghĩ có thế lực bên ngoài đốc xúi nữa là khác. Toa nói kinh tế làm toa đau đầu mà chính xác là vấn đề gì làm cho toa đau đầu chứ?

– Thú thật, moa đâu có biết gì về kinh tế. Thị trường giá cả lên xuống, hàng hóa khan hiếm bất thường, giải quyết như thế nào moa có biết đâu. Mọi chuyện moa giao cho ông Tổng Ủy Viên Kinh Tế lo. Mà hình như ông ta lo không xong. Ngày nào báo chí cũng kêu ầm lên: Đầu cơ tích trữ, vật giá leo thang. Moa đề nghị toa lãnh bộ kinh tế cho moa đi.

– Nhìn tổng quát mà nói, moa thấy có hai cách: Trong thời buổi chiến tranh, một là áp đặt chế độ phân phối và tiếp tế, hai là chính phủ phải trực tiếp can thiệp vào thị trường, bằng nhiều cách, chớ không thể để cho tự do mua bán như thời bình được. Chỉ cần gian thương tích trữ để nâng giá, hay kẻ thù gieo một tin đồn thất thiệt, là đủ để làm xáo trộn thị trường. Nhưng moa sẽ không bao giờ nhận ghế Tổng Ủy Viên Kinh Tế. Bởi vì moa mới bước chân vào chính trường mà ngồi trên cái ghế có vàng, dù moa không lấy vàng, người ta cũng đồn là đít của moa có dính vàng.

– Vậy toa muốn nhận bộ nào?

– Thì bộ Thanh Niên như ngày đầu toa đề nghị với moa. Toa muốn thay người ở Bộ Kinh Tế thôi hay còn bộ nào toa muốn thay nữa?

– Thay tất, nếu cần, trừ Bộ Quốc Phòng. Moa đã nói với toa rồi, mình phải tìm một "équipe" (đội ngũ) đồng ý chí, dám hy sinh.

– Toa cho moa vài ngày để thăm hỏi bạn bè.

Trong thời gian đó Tướng Kỳ và tôi liên lạc thường xuyên qua điện thoại. Tôi tìm bạn tâm giao, rủ rê tham gia nội các, đa số từ chối, K.S. Lâm Ngọc Diệp, Phó Tổng Giám Đốc Air Việt Nam, không muốn làm chính trị vì bà vợ không đồng ý. K.S. Nguyễn Văn Đạt, Giám Đốc nha Thủy vận, nói thẳng là không dám. K.S. Lưu Văn Lê, Giám Đốc nha Hợp tác xã, không biết làm chính trị, không biết chỉ huy. B.S. Đỗ Cao Huệ, Chánh sở Mục Súc không dám. K.S. Nguyễn Văn An, Phó Giám Đốc Nông Vụ không dám. Những người nói không dám, tình thật hình như họ không tin là Nội các có thể tồn tại hơn vài tháng chiếu theo những gì đã xảy ra. Trần Ngọc Oành cựu Tổng Trưởng công chánh có ý muốn nhập cuộc một lần nữa, nhưng vì tôi nhận thấy anh bạn nầy, tôi quen biết lâu ngày từ khi ở Paris, thích chức vụ hơn là tận tụy hy sinh nên tôi không giới thiệu, T.S. Nguyễn Văn Hảo, Tổng Giám Đốc Nông Tín Cuộc và Hợp Tác Xã, càng ưa thích trình diễn hơn. Cuối cùng tôi để nghị với Tướng Kỳ hai người. Đó là Trương Văn Thuấn giữ bộ Giao Thông. Một sai lầm của tôi. Âu Trường Thanh giữ bộ Kinh Tế, còn tôi giữ bộ Thanh Niên. Đồng thời tôi cũng góp ý: Nên thành lập một Tổng Cục Tiếp Tế để nếu cần mình sẽ can thiệp vào thị trường bằng cách nhập cảng, dự trữ, tung hàng ra, hoặc thu mua để can thiệp trực tiếp vào thị trường. Trung Tá Không quân Trần Đỗ Cung, người của ông Kỳ, phụ trách Tổng Cục nầy.

Sáng hôm sau ông Kỳ mời tôi lên phủ Thủ Tướng có chuyện gấp. Tôi phân vân tự hỏi chuyện gì đây? Chắc là có trở ngại. Đúng như tôi dự đoán. Vừa bắt tay ngồi vào ghế, Tướng Kỳ đẩy về phía tôi một chồng hồ sơ dầy cộm bọc trong bìa cứng màu xanh lợt, bề dầy độ hơn một tất tây và nói:

– Âu Trường Thanh là cộng sản mà toa giới thiệu nó vào Nội các chiến tranh của mình? Hồ sơ đây, xem đi rồi nói chuyện tiếp.

– Moa chơi với Âu Trường Thanh khá lâu, sinh hoạt với nhau thường, moa có thể biết được tư tưởng của anh ta. Dĩ nhiên moa không thể đoan chắc 100% bởi vì "Sông sâu còn có kẻ dò, lòng người nham hiểm ai đo cho cùng". Đành rằng khi du học bên Tây anh Thanh có vẻ học đòi thiên tả theo "mốt" của sinh viên Pháp thời đó, tham dự trại hè hòa bình kiểu như bà L.S. Nguyễn Thị Vui, thích nói chuyện về học thuyết bất bạo động của Mahatma Gandhi, nhưng moa không nghĩ anh ta là Cộng sản. Moa không cần đọc tập hồ sơ nầy. Xin toa nghe moa nói hết ý kiến của moa rồi toa tự ý quyết định. Moa không ép và cũng không đặt điều kiện bởi vì Âu Trường Thanh cũng không phải phe nhóm gì với moa cả.

Hiện tại mình cần một người có khả năng điều khiển bộ Kinh tế và ổn định cho bằng được thị trường đang xáo trộn làm dân chúng hoang mang phải không? Nếu như vậy thì cho dù Âu Trường thanh là một đảng viên Cộng sản, bây giờ mình giả sử như nó là Hồ Chí Minh đích danh đi để cho dễ nói chuyện. Trong giai đoạn nầy, trong điều kiện hiện tại mà Hồ Chí Minh giúp mình ổn định được tình hình kinh tế cho dân mình nhờ, cho nội các đứng vững thì cám ơn. Nếu nó ló cái đuôi Cộng sản thì mình còng đầu tức khắc. Mình nắm cán mà sợ gì? Tùy toa quyết định. Nếu đứng chỗ của toa thì moa sẽ mời nó hợp tác. Nhưng xin lập lại một lần nữa, hoàn toàn do chính toa quyết định nhé. Moa không thuyết phục toa nhận hay không nhận nó đấy. Ông Kỳ lộ vẽ suy nghĩ, ngồi im, chấp mấy ngón tay trước ngực, dựa lưng vào ghế bành bật tới bật lui độ hơn 30 giây ông nói:

– Mời nó lên đây đi. Tôi bước tới cạnh bàn của ông lấy điện thoại gọi Âu Trường Thanh.

– Thanh đấy hả? Thiếu Tướng Chủ Tịch mời toa lên dinh ở số 2 đường Thống Nhứt ngay bây giờ. Bên kia đầu giây tiếng anh Thanh nói:

– Toa đừng có cà rỡn. Ai thèm mời moa mà gọi. Moa không tin chuyện "phong thần" của toa đâu, chừng nào có xe của ông Thiếu Tướng xuống rước thì moa mới đi.

Tôi hơi bực mình, nhưng suy đi nghĩ lại, muốn cho được việc thì chuyện nầy là chuyện nhỏ. Bỏ điện thoại xuống tôi nói với Tướng Kỳ: Thằng Thanh nó không tin, nó nói phải có xe của toa xuống SICOVINA rước, nó mới tin. Tướng Kỳ nổi nóng ngay:

– Đ.M, bộ nó bố của moa sao mà đòi phải có xe của Thủ Tướng rước?

– Toa nể hà làm gì chuyện đó đến nỗi giận. Đồng ý là phi lý và vô lễ, nhưng toa có nhớ ngày xưa Lưu Bị mời Khổng Minh như thế nào không? Thằng Thanh chưa phải là Khổng Minh nhưng mình chỉ cần nó ngồi đó dẹp yên trận giặc kinh tế thì mình mới có thì giờ và cơ hội làm việc khác được. Không biết Ông Kỳ nghe thuận tai hay vì nể mặt tôi mà ông nhận chuông. Thiếu Tá Liệu chạy vào.

– Liệu, anh xuống SICOVINA rước ông Âu Trường Thanh lên đây tức khắc.

Chưa đầy 20 phút sau có tiếng gõ cửa, Thiếu tá Liệu đưa Âu Trường Thanh vào. Anh ta vừa khúm núm, vừa ngỡ ngàng, vừa mắc cỡ, tay mặt nắm cổ áo, tay trái chỉ đôi dép cao su, miệng xin lỗi tía lia. Xin lỗi Thiếu Tướng tôi có xin ông Thiếu tá cho phép tôi về nhà thay đổ nhưng ông không cho vì lệnh buộc phải đi tức khắc nên tôi không có cà vạt, không mang giày cho đủ lễ.

Tôi bật cười còn Tướng Kỳ tỉnh queo mời Âu Trường Thanh qua sa-lông ngồi nói chuyện cho thoải mái. Trà nước vừa đặt xuống bàn xong, Tướng Kỳ vào đề ngay:

– Anh Triều có giới thiệu với tôi anh đã từng làm Tổng Trưởng Kinh Tế trong Nội các Nguyễn Ngọc Thơ rồi phải không?

– Dạ đúng.

– Anh nghĩ lần nầy anh có khả năng ổn định thị trường kinh tế đang làm dân chúng hoang mang không?

– Dạ có thể được với điều kiện.

– Điều kiện gì?

– Thứ nhứt Thiếu Tướng phải tin tôi và không nghe bất cứ ai cố vấn, nửa chừng buộc tôi phải sửa đổi biện pháp.

– Đồng ý.

– Thứ hai, có thể có những sắc lệnh tôi trình ký liên quan đến việc ổn định thị trường xin Thiếu Tướng đừng nghe người khác mà từ chối.

– Được.

– Thứ ba, thứ tư, thứ năm...vân vân...và vân vân.

Âu Trường Thanh tiếp tục đặt một hơi, đúng 13 điều kiện. Mỗi lần có điều kiện gì thuộc lãnh vực chuyên môn ông Kỳ lộ mắt nhìn tôi có vẻ muốn hỏi ý kiến, tôi khẽ gật đầu, ông Kỳ trả lời chấp nhận. Âu Trường Thanh tới phủ Thủ Tướng lúc 11 giờ 20, anh đặt điều kiện và giải thích rành mạch xong xuôi, tôi nhìn đồng hồ gần 1 giờ trưa. Thiếu Tướng Kỳ hỏi:

– Hết điều kiện chưa?

– Dạ hết.

– Bây giờ đến lượt tôi đặt điều kiện: Anh phải giải quyết vấn đề kinh tế một cách ổn thỏa, đem lại sự hài lòng và niềm tin cho dân chúng. Tôi đã chấp nhận tất cả những yêu cầu của anh mà nếu anh không thành công, trái lại gây thêm tai tiếng cho chính phủ thì chừng đó tôi sẽ hỏi tội anh, có chấp nhận không?

– Dạ chấp nhận.

Xong cuộc tiếp xúc, Tướng Kỳ mời tôi ở lại dùng cơm để bàn việc tiếp. Tướng Kỳ là người Bắc mà thích ăn mắm thái Châu Đốc. Tôi thường dùng những bữa cơm rất giản dị với ông tại phủ Thủ Tướng, gần như bữa nào cũng có mắm thái Châu Đốc, món ăn rất hợp khẩu vị của tôi. Trong khi đó thì tùy viên và thuộc hạ của ông rượu chè, cao lương mỹ vị bên ngoài dĩ nhiên là do kinh phí nhà nước đài thọ.

Nội các chiến tranh của Thiếu Tướng Nguyễn Cao Kỳ, cải tổ lần thứ nhứt và trình diện ngày 21 tháng 2 năm 1966. Cái khó đầu tiên của tôi là tìm một ông Tổng Giám Đốc Thanh Niên có uy tín đối với các bạn trẻ, có lý tưởng và năng nổ hăng say. Đỗ Ngọc Yến và Hồ Ngọc Nhuận giới thiệu với tôi anh Đỗ Quý Toàn. Tôi hết lời nài nỉ, thuyết phục nhưng anh Toàn nhứt quyết từ chối. Tôi đành phải ép buộc Hồ Ngọc Nhuận giao chức quận trưởng lại cho anh Mai Như Mạnh và anh về lãnh Tổng Giám Đốc Thanh Niên. Anh Nhuận một mực từ chối, tôi cố sức thuyết phục đến khuya, cuối cùng tôi phải dùng lời ép buộc: Nếu anh còn xem tôi là bạn, nếu anh còn nghe lời tôi thì ngày mai đến bộ Thanh Niên đúng 8 giờ để nhận bàn giao. Văn phòng Tổng Trưởng của tôi có hai anh bạn trẻ là Đỗ Ngọc Yến và Trần Văn Ngô giữ chức Công Cán Ủy Viên. Về sau, Trần Văn Ngô làm Giám Đốc Tác Động Tâm Lý.

CON ĐƯỜNG THỰC HIỆN LÝ TƯỞNG

Ngồi vào ghế Ủy Viên tôi liền ra lệnh tìm cách du di một vài khoản nhỏ ngân sách của bộ Thanh Niên để hỗ trợ thêm cho Chương trình quận 8. Từ đó anh em có điều kiện tối thiểu để kết nạp thêm nhiều bạn trẻ tình nguyện tham gia. Một vài em đang bỏ học chơi bời lêu lổng, nay vì ham vui nhập cuộc mà thay đổi tính tình và nếp sống. Cha mẹ các em đến cám ơn những người phụ trách chương trình. Anh em chúng tôi tạo cho các bạn trẻ một nếp sống có kỷ luật, hòa nhã tử tế với bà con trong quận. Tiếng tốt đồn xa, nhiều bạn trẻ khác lần hồi gia nhập.

Một hành động mà anh em xem như bình thường nhưng có đầy ý nghĩa là mỗi sáng tất cả phải chào quốc kỳ rồi mới tản hàng làm việc. Điều đó chứng minh sự trung thành với quốc gia, sự bày tỏ lập trường, sự xác định chính nghĩa. Thói quen nầy không phải tôi bày ra mà không biết vị nào trong "Tứ Đại Gan Lì" đề ra thật đáng khen đáng kính. Đầu óc tôi lúc nào cũng chủ tâm lôi cuốn giới trẻ, gây cho họ có ý thức trách nhiệm, tham gia xây dựng xã hội tốt đẹp hơn và do đó sẽ làm mất đi cái môi trường thuận lợi để cộng sản tuyên truyền mị dân là họ sẽ san bằng cái hố nghèo giàu, chống bất công xã hội.

Các ông bạn của tôi thường tổ chức những buổi họp với đồng bào trong khu phố, vào buổi chiều khi họ rỗi việc để bàn thảo với nhau mọi vấn đề liên quan đến cộng đồng dân cư trong khu phố. Có những buổi tối mà tôi không bị ràng buộc bởi hội hè hay tiếp tân thì tôi cũng tham dự rất nhiều lần để góp ý. Vì vậy mà mọi việc đều có thể giải quyết một cách ổn thỏa với sự đồng ý và tham gia của tất cả. Những người vắng mặt thì nhờ sự giải thích của bà con láng giềng hiện diện trong những phiên họp đó. *Vấn đề quan trọng nhứt là làm sao thuyết phục được quần chúng chấp nhận hợp tác tham gia, làm sao lôi cuốn được họ vào những công tác, dù nhỏ dù lớn, trong phường khóm, mà chúng tôi thường gọi là "phát triển cộng đồng". Chỉ có cách hòa mình với họ để lấy cảm tình rồi tạo niềm tin. Một khi dân chúng chấp nhận mình* là người của họ thì việc gì họ cũng có thể giúp mình thực hiện đến nơi đến chốn, và khó khhăn gì họ cũng có thể hy sinh chấp nhận.

Lần hồi nhiều bạn trẻ gia nhập đoàn công tác, phần tôi ngoài việc biệt phái nhân viên của bộ thanh niên hoạt động dưới sự điều khiển của ban quản lý chương trình, tôi còn yêu cầu bộ giáo dục thuyên chuyển một số giáo sư trung học về quận 8, để nghị bộ quốc phòng biệt phái cho tôi một vài sĩ quan trẻ có tâm quyết. Các giáo sư và sĩ quan nẩy đều là bạn bè cùng tâm cùng ý với ban quản lý chương trình.

Tôi còn nhớ một bác sĩ quân y trực thuộc một tiểu đoàn Thủy quân lục chiến đang hành quân tại vùng Bà Rịa – Vũng Tàu. Tôi can thiệp và nài nỉ Trung Tướng Nguyễn Hữu Có Tổng Trưởng Quốc Phòng, xin xỏ Trung Tướng Lê Nguyên Khang tư lệnh Thủy quân lục chiến để cho anh được biệt phái về bộ thanh niên, kết quả anh ta nhận lệnh phải về trình diện bộ thanh niên. Anh bác sĩ nẩy là bạn của Hồ Văn Minh, chính anh Minh giới thiệu để tôi xin biệt phái anh về làm việc cho Chương trình phát triển quận 8. Trưa hôm đó anh trình diện tôi khoảng 11 giờ 30 đi cùng với Hồ Văn Minh. Chúng tôi chuyện trò vui vẻ, hứa hẹn đủ điều, lạc quan hy vọng sẽ góp phần xây dựng cho xã hội tốt đẹp hơn. Tôi nói quận 8 sẽ là chiến trường mới của anh đấy. Tôi đề nghị anh ở lại Sài gòn ngay hôm nay và nhận việc liền, ngày mai anh cùng với tôi xuống gặp anh em tại quận 8. Anh khẳng khái xin:

– Ông Bộ Trưởng cho phép tôi về đơn vị từ giả cấp chỉ huy của tôi. Dù sao mình cũng phải giữ cho đúng lễ, tôi không muốn người ta cho rằng tôi ỷ thế hay giỏi tài chạy chọt. Tôi hứa ngày hôm sau tôi sẽ trở lại trình diện và nhận việc.

– Thôi cũng được, làm người anh biết có trước có sau như vậy là tốt.

Đêm hôm đó đơn vị của anh phải hành quân. Và...anh bác sĩ trẻ tuổi đầy nhiệt huyết, mới gặp tôi hôm qua đã tử trận! Phải chăng là số kiếp con người do Thượng Đế đã an bài. Anh Minh báo tin nầy làm tôi nghĩ ngợi triền miên, khiến tôi buồn không phải vì người xa lạ mà tôi mới gặp lần đầu tiên. Tôi buồn vì nghĩ tới phận mình, tới đời người, tới sự vô nghĩa và phi lý của duyên kiếp. Cuộc đời ngắn ngủi hay lâu dài, thành công hay thất bại rồi cũng phải xuôi tay vĩnh viễn biến mất.

Trở về với thực tế của việc làm, hai công tác khó khăn nhứt, mới nhìn vào hình như không có phương cách giải quyết nổi đó là chỉnh trang nhà cửa như là những ổ chuột chen chúc len lỏi tạm bợ. Nhưng khổ nỗi là không ai muốn rời khỏi chỗ ở của mình. Đa số tự hỏi chỉnh trang rồi mình sẽ còn trở lại hay tìm được một chỗ ở khác không? Diện tích nhà của họ hiện tại lớn nhỏ như thế nào? Làm sao thuyết phục được mọi người chấp nhận rời bỏ nhà đi ra che chòi tạm trú chờ xây lại phố nhỏ khang trang hơn và những con đường đi không còn lầy lội nữa. Công tác gay go thứ hai là làm sao cổ động mọi người tham gia kẻ xe, người gánh, tay bưng, tay xách đất do xáng xúc thổi từ sông lên để san bằng những ao vũng làm thành nền nhà. Tất cả mọi thứ công tác, mọi sự suy bì ngờ vực đều được giải quyết bằng sự cảm thông, bằng sự đồng thuận trong các phiên họp, bằng sự hy sinh quyền lợi nhỏ nhoi, suy bì phi lý, tóm lại tình thương và sự tin tưởng lẫn nhau có thể san bằng mọi thứ quyền lợi.

Chúng tôi khởi sự bằng những công tác đơn giản là đẩy xe 3 bánh hốt "xà bần" (gạch đá vụn), đất cát, do người ta xây nhà của lại dư thừa không biết đổ đâu nên đem đổ đại ngoài đường. Chúng tôi xe nó về để lấp những đường hẻm lầy lội. Vấn đề tiên quyết để thành công là phải tạo cho bằng được cảm tình của đồng bào. Rồi sau đó mới có thể lôi cuốn họ tham gia cải biến cuộc sống cá nhân. Về sau khi chúng tôi đặt được cơ bản khá vững chắc rồi thì để nghị với Bộ Giáo Dục cho phép thành lập một trường trung học cộng đồng quận 8. Việc thành lập và và bổ nhiệm giáo sư, nếu người không phải là trong cuộc thì tưởng chừng như nan giải, nhưng sự thật rất dễ đối với tôi bởi lẽ vị Tổng Trưởng Quốc Gia Giáo Dục là anh Nguyễn Văn Trường do chính tôi nài nỉ anh mới chịu để tôi giới thiệu anh tham gia nội các cùng với tôi. Ngoài ra việc can thiệp với bộ Quốc Phòng cho những quân nhân được biệt phái cũng là việc khó, nhưng tôi phải thú nhận là lúc nào tôi cũng nhờ có sự thông cảm và giúp đỡ tận tình của Tướng Kỳ nên tôi vượt được mọi khó khăn. Chương trình quận 8 thành công, lan rộng sang quận 6 và quận 7 chưa hoàn tất như chúng tôi mong muốn. Dù sao tinh thần và phương cách đã được khởi xướng, biết đâu nó là một sự gợi ý cho thế hệ đàn em đàn cháu sau nầy sẽ thực hiện tốt đẹp hơn nhiều.

Một kỷ niệm khôi hài, xẩy ra rất bất ngờ đối với tôi là có một ngày tôi tham gia đẩy xe hốt xà bần, lấp sình lầy trong hẻm, tôi không nhớ rõ chuyện gì đã làm tôi bất bình nên văng tục, đã vậy còn cười đùa rộn rã. Cũng lúc đó có một đoàn Hướng đạo Phật tử do Thượng Tọa Thích Pháp Siêu lãnh đạo. Lời văng tục và sự đùa giỡn của tôi làm chướng tai vị tu sĩ nên ngài bèn hỏi anh Châu, trưởng toán Hướng đạo Phật Tử: "Thằng nào mà lớn lối dữ vậy?" Anh Châu trả lời: Ông Tổng Trưởng Thanh Niên đấy. Thượng Tọa Pháp Siêu rất ngạc nhiên tìm tôi nói:

– Xin lỗi ngài tôi không biết ngài là ai nên mới hỏi "thằng nào lớn lối vậy"? Tôi không ngờ một ông Tổng Trưởng như ngài mà đi hốt xà bần với anh em.

– Chính tôi phải xin lỗi Thượng Tọa mới phải vì những lời lẽ bất nhã vừa qua. Xin Thượng Tọa đừng chấp vì tuổi trẻ với nhau chúng tôi ăn nói hơi bừa bãi. Tôi thật tình rất xấu hổ, xin Thượng Tọa tha thứ.

– Nếu ngài Tổng Trưởng không chê thì tôi kính mời ngài ghé qua chùa dùng chén trà để tôi hân hạnh được tiếp kiến.

Dĩ nhiên tôi vui lòng chấp nhận nhưng vẫn còn xấu hổ ngại ngùng. Thì ra vị tu sĩ nầy là trụ trì một chùa tọa lạc bên đường Trần Quốc Toản gần cầu đúc nhỏ dẫn ra xa cảng Phú Lâm, tên chùa là "An Lạc", nếu tôi nhớ không lầm, tại khu An Dưỡng Địa. Về tới chùa, thượng tọa và tôi bàn bạc về bác ái và từ bi, về tuổi trẻ về hiện tình đất nước, sau nhiều tuần trà vị Thượng Tọa tặng cho tôi một quyển kinh Phật do ngài phiên dịch hay tự tay ngài biên soạn gì đó để làm kỷ niệm cho cuộc gặp gỡ.

Một kỷ niệm khác trong những lần công tác ở quận 8 làm tôi khó quên. Dĩ nhiên ban ngày tôi phải ngồi ở văn phòng Tổng Trưởng. Chỉ có đêm tôi mới tham gia sinh hoạt, với mục đích khuyến khích bạn bè và dân chúng. Anh em công nhân ở Lò heo Chánh Hưng nghe nói ông "quan trẻ" nầy chịu chơi lắm nên nhắn hỏi tôi có dám xuống uống rượu với họ một lần không? Hay là chê họ không xứng ngồi cùng bàn? Tôi nhắn lại sẽ xuống ngay. Đêm đó họ đãi tôi óc heo chưng, nhậu toàn rượu đế. Chìu lòng anh em và cũng muốn chứng tỏ mình "chịu chơi" thật, nên tôi phải cạn ly với từng người để tỏ tình thân hữu, dù là ly nhỏ nhưng nhiều người cũng đủ làm cho tôi say hết biết mình là ai! Tài xế vệ sĩ đưa về, tôi chỉ nhớ mang máng hai ông kè tôi tới phòng ngủ, bà xã nói lải nhải những gì tôi cũng chẳng biết.

Một đêm khác, tôi cho xáng vét sông thổi đất lấp hố làm nền nhà để chỉnh trang khu phố. Tôi cùng với anh em và đồng bào, kẻ gánh, người bưng, người khác khuân vác, còn tôi thì dùng xe "bù-ệt" (cút-kít) cộ đất. Bổng nhiên có một thanh niên lực lưỡng đi ngang chận tôi lại vừa cười vừa nói giả bộ trách móc:

– Đ...M... Cảnh sát dí súng lục vào sườn biểu tôi làm, chưa chắc tôi chịu làm, còn ông biểu tôi khiêng đất chết mẹ mà ngày mai tôi còn phải thức dậy 4 giờ sáng đi đạp xích lô nữa nè ông ơi. Tôi bèn trả lời:

– Ê nhìn kỹ mặt tôi đi ông nội, đáng lẽ giờ nầy tôi ôm vợ ngủ ngon trong phòng lạnh, tội gì phải đi xe đất cũng "chết mẹ" để làm nền xây nhà, xây phố cho ai ở đây? Cho cha tôi hay cho cái thằng khỉ đột đứng trước mặt tôi ở?

– Nói chơi mà ông thầy, đừng giận nghe, ngày mai tụi mình xe nữa nhé.

– Còn khuya, "bỏ đi tám".

Nói xong cả hai chúng tôi cười ha hả và tiếp tục làm cho đến 12 giờ đêm xáng ngừng thổi theo giờ của ban quản lý ấn định. Một vài sự kiện xảy ra đối với tôi còn biết bao nhiêu việc khác mà nhiều anh em trong chương trình gặp phải. Những sự kiện đó chứng tỏ lòng dân rất dễ thu phục, chỉ cần làm cho họ thấy mình thật lòng lo cho họ thì họ sẽ chết sống nghe theo mình.

VIỆT CỘNG PHÁ RỐI

Chương trình bắt đầu ghi nhận sự thành công trong nhiều lãnh vực thì bỗng nhiên có truyền đơn của Việt Cộng rải trong quận kêu gọi đồng bào cảnh giác đối với bọn "con buôn" của "chương trình phát triển quận 8" đang gạt đồng bào lấy đất cất nhà cho Mỹ mướn. Bằng cớ là người Mỹ tới lui thường xuyên để xem nhà xem đất. Sự thật là ký giả ngoại quốc có tới lui thăm viếng quận rất thường sau lời tuyên bố của Phó Tổng Thống Hoa Kỳ Hubert Humprey cho rằng nơi đó là cốt lõi của một cuộc cách mạng mới. Những tờ truyền đơn của Việt cộng làm chúng tôi đau đầu không ít. Bởi vì Cảnh sát tuần tiểu không thuộc quyền chúng tôi điều khiển. Vả lại hành động lén lút lẻ tẻ nầy khó kiểm soát nhưng dễ loan truyền nhanh chóng trong dân.

Túng thế tôi đành mời ông Philippe Habib, cố vấn chính trị tòa Đại sứ Hoa Kỳ, đến văn phòng tôi và yêu cầu ông ra lệnh cấm ký giả Mỹ tới quận 8 thường xuyên. Ông Habib phản đối kịch liệt. Thứ nhứt, tự do báo chí là điều ông bị bắt buộc phải tôn trọng, Thứ hai tiền của Quốc Hội Hoa Kỳ chi ra thì phải có báo cáo hoặc phải chứng minh bằng kết quả cụ thể. Kết quả nhỏ nhoi là quận 8 của mấy ông mà nếu các ông không cho phép ký giả của chúng tôi đến quay phim chụp ảnh thì chúng tôi lấy gì để chứng minh cho chính phủ và Quốc Hội của chúng tôi đây?

Tôi phản bác là quí vị muốn thấy tôi thành công hay thất bại? Tôi lập đi lập lại nhiều lần cho ông Habib biết là dân chúng khởi sự tự hỏi chúng tôi chỉnh trang nhà cửa để cho họ ở hay cho Mỹ mướn? Cuối cùng ông Habib hứa sẽ tìm mọi cách để ngăn ngừa ký giả đến quận 8 nhưng ông không thể bảo đảm ông sẽ thành công.

Thực tế ông cố vấn chính trị tòa Đại Sứ Mỹ hiểu được vấn đề, và kể từ đó không một người Mỹ nào đến thăm chương trình quận 8 của chúng tôi. Công tác phản tuyên truyền bắt đầu, chúng tôi giải thích với đồng bào rằng truyền đơn của Việt Cộng là láo khoét, chúng tôi đã cấm không cho người Mỹ héo hánh đến đây. Sự thật nầy đồng bào thấy rõ, đã vậy họ còn tưởng chúng tôi có uy quyền đến độ cấm được người Mỹ đến quận nầy, nên họ càng tin tưởng, càng hợp tác xây dựng.

Việc của tôi với tư cách Tổng Trưởng là yểm trợ, can thiệp, bao che, tìm mọi cách cung cấp đầy đủ phương tiện để anh em hoạt động. Can thiệp xin biệt phái người từ Bộ Quốc Phòng, mượn phương tiện của Bộ Công Chánh, của USOM. Tôi ước mơ thành lập được những "Kiboutz" theo kiểu của Do Thái, từ đô thành lan rộng về các tỉnh, "tay súng tay cày" để giữ nước và dựng nước. Thú thật tôi bị ảnh hưởng rất nặng khi đọc quyển sách "Tour d'Erza" tả điều kiện Do Thái lập quốc trong bối cảnh hãi hùng bị các quốc gia Á Rập bao vây muốn tiêu diệt. Vì vậy tôi đã chủ trương sẽ gởi một số anh em của quận 8 đi Do Thái và Yougoslavie để học hỏi kinh nghiệm.

Bác sĩ Minh là sĩ quan Quân y, Hồ Ngọc Nhuận là sĩ quan Bộ binh và một số anh em khác đang cộng tác với chương trình, tôi phải "lộn nài bẻ ống" để xin biệt phái cho bằng được, riêng bộ Thanh niên cung cấp người theo nhu cầu của chương trình. Can thiệp với bộ Giáo dục để xin giáo sư, do anh em trong chương trình chọn những người quen biết có thiện chí, có lý tưởng và tinh thần, phù hợp với chúng tôi. Mượn xáng xúc của bộ Công chánh và của USOM, thổi đất lấp vũng lầy sang bằng làm nền nhà. Tóm lại công tác tại chỗ là do "Tứ Đại Gan Lì" chỉ huy điều hành, tuyển mộ thêm đồng bạn, mời rủ thêm người thiện nguyện, tổ chức phát triển rộng hơn làm cho vết dầu lan sang quận 6 rồi quận 7. Kết quả chương trình thành công mỹ mãn. Những khu nhà ổ chuột nay trở thành nhà phố khang trang. Đồng bào hài lòng Cộng sản "hổng chân" mất đất để thi thố tài năng tuyên truyền láo khoét của bọn chúng.

Giữa thời gian đó xẩy ra một sự kiện vô cùng nguy hiểm, rất may mắn và cũng rất có ý nghĩa. Chương trình có một máy kéo do em Phương lái hằng ngày ủi đất sang bằng, phân lô xây phố. Buổi sáng đó như thường lệ, Phương ngồi vào ghế tài xế, đút chìa khóa mở máy, tay vừa cầm cây cần sang số bỗng nhiên anh ta thấy có một sợi dây kẽm cột từ cây cần số dẫn vô trong máy xe. Phương bước xuống dở nắp đậy máy xe xem tại sao có sợi giây kỳ lạ nầy. Thì ra sợi dây kẽm đó cột kỹ vào nút chốt của một trái lựu đạn do cộng sản gài trong đêm.

Sự kiện nầy làm mọi người tá hỏa, lo lắng và sợ hãi. Riêng tôi mừng rỡ khi biết được là may mắn nên tai qua nạn khỏi. Nhưng mặt khác tôi hài lòng vì đó là dấu hiệu chương trình thành công mỹ mãn nên Việt Cộng mới dùng đến phương tiện khủng bố. Dĩ nhiên từ đó chúng tôi cảnh giác cao độ và loan truyền cho đồng bào để họ hợp tác với chúng tôi canh chừng vì chương trình chính là quyền lợi của đồng bào.

Tôi điện thoại cho ông Philippe Habib, cố vấn chính trị tòa Đại Sứ Hoa Kỳ báo rằng từ nay trở đi ông có thể thông báo cho ký giả Mỹ tha hồ đến kiểm chứng sự thành công của chương trình. Thực tế đó chứng tỏ Việt Cộng không còn tuyên truyền dối gạt hay hù dọa chúng tôi được nữa nên chúng nó mới bước sang giai đoạn khủng bố.

Tôi không thể nhớ những con số để chứng minh sự thành công về mặt chỉnh trang khu phố, về số gia đình của dân chúng được hưởng. Tôi cũng không nhớ bao nhiêu con đường lầy lội đã được sửa sang và biết bao nhiêu công trình lớn nhỏ khác do cộng đồng dân chúng trong các quận thực hiện. Nhưng điều quan trọng là đã có một cái gì đó, khác với Cộng sản, đã bắt đầu và thành công một phần, tuy nhỏ, nhưng tinh thần, phương cách và khuôn mẫu hảy còn đó để chờ triển khai một cách hoàn chỉnh và tốt đẹp hơn..

Người Mỹ có quay một cuốn phim tài liệu về Chương trình phát triển quận 8. Báo chí trong và ngoài nước đặc biệt báo Mỹ và Pháp ca ngợi. Ký giả Vanuxem, cựu thiếu tướng người Pháp đã viếng thăm quận 8, có tiếp xúc với tôi nhiều lần và viết một quyển sách tựa đề "L'espoir à Saigon" nhà xuất bản La Table Ronde, 40 rue du Bac, Paris 7, 1967, trong đó ông nói về tuổi trẻ Việt Nam và Chương trình phát triển quận 8 từ trang 127 đến trang 133. (Xin xem phụ bản do Giáo Sư Nguyễn Thanh Liêm phiên dịch. Thành thật cám ơn Giáo sư Liêm đã nhiệt tình giúp đỡ).

"L'espoir à Saigon"

"Thực ra vấn đề chính của xứ nầy là vấn đề thanh thiếu niên. Ở nông thôn hình như những "Ấp Tân Sinh" có thể đem lại giải pháp tốt. Nhưng ở thành thị, đặc biệt nói về sinh viên học sinh, họ là thành phần hăng say nhưng bất kham, phấn chấn dũng cảm nhưng không kiên

định, tích cực ủng hộ chế độ cộng hòa, theo chủ nghĩa Quốc Gia nhưng sẵn sàng chống quân phiệt. Họ đặt đủ mọi thứ vấn đề và chủ trương phải hành động để thực hiện ý kiến của mình.

Vị Tổng Trưởng trẻ nhứt là Tổng Trưởng Thanh Niên, 32 tuổi. Trẻ đối với thế hệ già, nhưng già so với thế hệ trẻ. Ở cái tuổi mà con người có thể tự cho mình là già hay trẻ tùy ý. Thanh lịch, phong nhã, ông ta nói tiếng Pháp với một giọng rõ ràng, không đứt đoạn giọng lên xuống lấy hơi lỗ mũi như nhiều người Việt Nam khác. Ông thấm nhuần văn hóa và nếp sống của người Pháp. Ông là một Kỷ Sư Canh Nông không được chuẩn bị cho một sự nghiệp chính trị, điều mà ông không hề nghĩ đến. Trong một cuộc tiếp xúc, ông chống đối lý luận và chủ trương của Thủ Tướng bằng những lời phê phán gay gắt. Thủ Tướng ngạc nhiên bèn yêu cầu ông trình bày quan điểm, ông ta chấp nhận. Nhưng khi Thủ Tướng mời ông tham gia nội các thì ông từ chối dứt khoát.

Chỉ về sau, nhân dịp cải tổ Nội các thì ông mới nhận tham gia mà thôi. Bộ của ông có tất cả những quyền hạn liên quan đến thanh niên, kể cả thể thao, điều mà ông mê say. Nhưng ông chỉ chú trọng có một điểm đặc biệt, và quan trọng, nếu thành công thì sẽ cho phép ông áp dụng một cách tổng quát và phổ biến những phương pháp mà ông tin sẽ đem lại hiệu năng và hợp với tình thế.

Thanh niên Việt Nam lúc bấy giờ, cũng giống như thanh niên của nhiều xứ khác, phản ứng một cách hung hăng, có tính khiêu khích đối với thế hệ đàn anh đang lãnh đạo họ. Vì vậy sự va chạm càng nặng khi hai thế hệ không có được sự cảm thông. Thế hệ đàn anh kiên định trong phong cách suy nghĩ theo hệ thống lô-gíc với thói quen đã từng bị người

Pháp ảnh hưởng. Cuộc "cách mạng Cộng sản" buộc người Pháp phải ra đi và sau đó lại có một nhu cầu là cần phải tìm ra một cung cách suy nghĩ khác lạ hơn với hiện tại, làm cho cả thế hệ thanh niên bị mất thăng bằng. Và ngày nay giới trẻ đó đang tìm một hướng đi.

Sau khi chế độ Ngô Đình Diệm bị lật đổ, sinh viên học sinh tin rằng mình cũng có góp phần trong đó, họ ủng hộ bên nầy hay bên kia với một sức sống mãnh liệt. Nhưng họ hành động trong sự rối loạn chưa từng thấy. Mỗi người muốn phục vụ đất nước theo kiểu cách của mình, họ chỉ trích tất cả những gì đã được hình thành và họ muốn sáng tạo một thứ gì độc đáo khác. Do đó kết quả cho thấy một sự không thích nghi với thời thế và sự vô hiệu năng về mọi mặt rất đáng ngại. Sự phân hóa xã hội Việt Nam trong mọi lãnh vực, kinh tế, chính trị, xã hội, ngày càng nhanh chống đến mức đáng sợ. Thanh niên lạc lõi, người đứng tuổi dè dặt, tự chế. Nhiều phe nhóm được thành lập phục vụ cho nhiều mục đích linh tinh nhưng lần hồi họ tự ý đi vào con đường chính trị. Một số không ít vì ngây ngô bị đảng phái hay chính trị gia mua chuộc.

Người ta nghĩ có thể hướng dẫn sự bồng bột của tuổi trẻ vào con đường phục vụ xã hội, nhưng rồi người Mỹ xen vào với những đồng đô-la của họ. Điều đáng lẽ phải tránh. Kết quả người ta thấy sự hư nát ngày càng lan rộng. Và trong lúc đó có một nhóm thử đề ra một ý nghĩ mới, hy sinh quên mình, chấp nhận gian khổ, tận tụy, kiên trì với ý đồ xây dựng lại quê hương ngay trong bối cảnh hỗn độn đó. Khởi đầu là một công trình nhỏ bé, không bề thế, không phương tiện. Đó là một khởi điểm.

Vị Tổng Trưởng thanh niên trẻ tuổi nầy ý thức được là ông không thể dùng quyền để chế ngự hay hướng dẫn thế hệ thanh niên trong xứ được. Ông ta nghĩ chỉ còn cách đứng bên cạnh họ, tự hòa mình chung sống với họ, thúc đẩy họ, biến họ thành những phần tử "cách mạng" tự tin rằng mình là hữu ích trong công cuộc xây dựng lại quốc gia. Và ông thực hiện điều đó. Ông tiếp xúc với thanh niên, ông gặp gở và bàn thảo với hơn 30 hội đoàn thanh niên và nhiều nhóm khác có mục đích riêng rẻ của họ. Ông sống với họ, hòa mình tự coi mình là người của họ. Ông mất rất nhiều ngày giờ. Nhưng cho tới nay ông tin rằng sự hiện diện và sự tham gia tích cực của ông đã đánh tan được sự nghi ngờ và thái độ lửng lờ của họ. Ông còn tin vững chắc là đã được giới trẻ chấp nhận ông, không phải như người thầy, người quản trị, mà là người đàn anh có lời chỉ dẫn và quyền điều khiển của ông được tiếp nhận không mảy may ngờ vực.

Ông muốn tạo cho nhóm trẻ nầy một môi trường thử nghiệm to lớn bằng sự ước mơ của ông. Muốn thực hiện điều đó ông phải đụng chạm với các đồng nghiệp của ông trong Nội các, những vị đồng nghiệp đó bảo vệ quyền hạn chính đáng của họ, và còn nhiều cơ quan công quyền khác không chịu nhún nhường để cho giới trẻ rộng đường thi thố tài năng. Ông Tổng Trưởng đẩy họ phải tránh đường và buộc họ phục tùng. Ông ta cử một giáo sư trẻ tuổi làm quận trưởng của một quận Saigon. Và tất cả nhóm trẻ tham gia.

Quận nầy là một quận nghèo nàn nhơ nhớp nhứt, gần thành phố Chợ Lớn nơi người Hoa kiều buôn bán tấp nập, nhưng đa số người Việt Nam ở đó đều là bần khốn. Sau nhiều sự do dự và ngỡ ngàng, dân chúng thấy được những sáng kiến táo bạo của nhóm người thiện nguyện trẻ tuổi nầy, họ hoạt động không khác gì những "giáo sĩ truyền giáo" nên lần hồi chiếm được cảm tình và sự chấp thuận tham gia của quần chúng. Họ thực hiện đủ mọi thứ công tác, giúp đỡ tất cả những người cần có sự giúp đỡ. Họ giúp sửa sang nhà cửa, đặt để những cơ quan từ thiện, khám bệnh và phát thuốc miễn phí, tổ chức hội họp, khuyến dụ quần chúng tham gia. Đa số chấp nhận vì cảm tình hoặc vì tò mò muốn tìm hiểu. Người ta thảo luận về mọi vấn đề liên quan đến đời sống cộng đồng trong quận, đến tổ chức hành chánh và quản trị, người ta cũng tìm hiểu về chính trị, gây ý thức về nhiệm vụ của người công dân và cổ võ sự đoàn kết trong cộng đồng.

Trong cái thế giới bị đồng tiền làm hư đốn vì con người chỉ biết chạy theo tiền mà thôi, nhóm người trẻ thiện nguyện đó hành động bất vụ lợi, trong sự nghèo khó, với lòng hy sinh tận tụy phục vụ cho lợi ích công cộng làm cho quần chúng tin tưởng nghe theo và họ đã thành công rực rỡ. Dĩ nhiên, thông thường những hoạt động như vậy phải được phô trương quảng cáo, nhưng ở đây mọi sự tuyên truyền phổ biến đều bị cấm chỉ, và mọi sự trợ giúp tiền bạc đều được từ chối. Điều khó khăn nhứt là làm sao ngăn cấm báo chí Mỹ luôn luôn tìm kiếm mọi điều kiện khả dĩ có thể đem lại một giải pháp nào tốt đẹp cho Việt Nam mà họ đang chia xẻ trách nhiệm bảo vệ và phát triển. Cho nên vấn đề là làm sao thuyết phục họ chấp nhận không để cho những máy ảnh và máy quay phim của họ gây nghi ngờ hoang mang có tính phản tác dụng đối với quần chúng. Cuộc thử thách của họ vô cùng khó khăn nhọc nhằn, nó đòi hỏi sự vô tư cao độ, sự chấp nhận một nếp sống đạm bạc gần như khổ hạnh. Nhưng cuối cùng họ đã thành công.

Thêm một quận khác của Saigon được giao cho nhóm

trẻ nầy mở rộng, họ hoạt động theo những căn bản đã được ấn định. Và có cả một chương trình để áp dụng cho toàn quốc.

Sau khi thu thập đầy đủ kinh nghiêm và xác nhận sự thành công của hệ thống tổ chức và hoạt động, phải chăng đã đến lúc phải đặt cho hệ thống tổ chức nầy một định chế, bởi vì nếu không những sáng kiến là nguồn gốc của hành động sẽ bị đứng sững đó không phát triển thêm được.

Dứt khoát phải có một lý thuyết gia.

– Phải chăng ông là người lý thuyết gia đó? Tôi hỏi vị Tổng Trưởng.

– Mỉm cười. Hệ thống công tác tự nó có phải là một sự giải đáp đầy tính người, đầy nhân ái và nhạy cảm, thực tế hơn nhiều so với những gì mà việt cộng khoe khoang và đề nghị cống hiến cho đồng bào tôi không?

– Chắc chắn rồi. Như vậy những thứ đạo đức mà Việt Cộng tự trang hoàng cho họ, một cách giả dối, nào là sự tận tụy với dân, lòng tin mãnh liệt đối với một lý thuyết cộng sản hoàn chỉnh, kỷ luật sắt thép của người cán bộ phục vụ nhân dân và xây dựng đất nước, sẽ là những luận cứ chứng minh cho việc làm của ông và của giới trẻ của ông là đúng phải không?

– Dĩ nhiên, Nhưng mà chúng tôi chỉ mới bắt đầu. Chỉ có một hột giống mới nảy mầm. Ông chờ xem.

Tôi nhìn vị Tổng Trưởng nầy, không có vẽ Tổng Trưởng chút nào, ăn vận một cách tao nhã lịch sự, nói năng như một vị "Tông Đồ" truyền giáo, làm sao không tin lời nói của ông? Làm sao không tin cậy hành động của ông? Tuổi trẻ luôn luôn suy nghĩ hợp lý. Dù những gì có thể xảy ra trong tương lai, tôi thấy tuổi trẻ Việt Nam đang tìm đường di động"...

TƯỚNG THIỆU CẢN ĐƯỜNG
PHÁT TRIỂN QUẬN TÁM

Kết quả của chương trình cho phép chúng tôi lan sang quận 6 Đô thành, hoạt động thành công, và khởi sự tràn sang quận 7. Nhưng điều đáng tiếc là sau khi tôi từ chức Tổng Trưởng Thanh Niên, sự bất hòa và kình chống giữa hai vị Tổng Thống Thiệu và Phó Tổng Thống Kỳ gây khó khăn cho việc quản lý và hoạt động của nhóm chủ trương quận 8. Tổng Thống Thiệu ra lệnh phải đặt Chương trình phát triển quận 8 trực thuộc phủ Tổng Thống, thay vì trước kia thuộc quyền quản trị của phủ Thủ Tướng Nguyễn Cao Kỳ. Vị Thủ Tướng nầy dành mọi sự dễ dàng và thông cảm với nhóm trẻ, nên phong cách sinh hoạt thoải mái đạt được nhiều hiệu năng. Mọi danh dự và tiếng tốt đối với Mỹ và báo chí trong ngoài nước đều hướng về Nguyễn Cao Kỳ, vì vậy nên ông Thiệu muốn lợi dụng cái danh dự đó và cũng có nhiều người của ông muốn gánh vác một việc mà họ tưởng có thể dùng quyền để điều khiển chỉ huy dễ dàng. Thực ra nếu ông Thiệu nghĩ đến quyền lợi của dân chúng thì ông phải ra lệnh cho chính quyền của ông hỗ trợ triệt để vì ông đã từng thấy và xác nhận, khi ông cùng với tôi đến viếng một nơi ven biên của quận 8 với tư cách là Chủ Tịch Ủy Ban Lãnh Đạo Quốc Gia. Ông đã từng chứng kiến nhóm trẻ nầy có tinh thần và có lý tưởng, sinh hoạt nhịp nhàng với nhau thì cho dù trực thuộc cơ quan nào của chính phủ cũng do ông lãnh đạo mà thôi. Tinh thần nhỏ nhen đó thể hiện trong rất nhiều sự việc sau nầy trong hai nhiệm kỳ tổng thống của ông Thiệu làm cho ông bỏ lỡ cơ hội trở thành người hùng của đất nước.

Nhớ lại thời gian, chúng tôi hăng say hoạt động, hy vọng góp phần nhỏ mọn nào đó của một công dân trong công cuộc xây dựng đất nước, nhưng tiếc thay chí nguyện không thành! Tôi tin rằng mình khơi động được lòng yêu nước, chí hy sinh của tuổi trẻ để cùng nhau làm một cái gì đó có lợi ích cho dân tộc. Chương trình phát triển quận 8 có thành công phần nào, chúng tôi đã tập hợp được những tấm lòng yêu nước, những khả năng đáng kể. Và trong bối cảnh bấy giờ, với những phương tiện ít ỏi, với môi trường quá khắc nghiệt, sình lầy, bệnh tật. Chúng tôi đã biến những, vũng lầy thành sân chơi, thành nơi xây cất nhà ở, trường học, chẩn y viện. Chúng tôi tổ chức hành chánh, giáo dục, xã hội, y tế công cộng đi đến tận người dân. Ở Quận Tám, trong thời gian ngắn ngủi ấy, chánh quyền là ban quản lý Quận 8 thật lòng vì dân, cùng với dân cải thiện đời sống cho dân.

Tôi rất hãnh diện về những người bạn trẻ của tôi lúc bấy giờ. Chúng tôi có bất đồng, có cãi vã, nhưng tất cả vì đại cuộc mà xem sự bất đồng chỉ là thử thách. Chúng tôi suy nghĩ, tìm tòi, sáng tạo. Nhờ vậy mà Chương Trình đạt được những thành quả "vĩ đại". Vĩ đại so với vốn đầu tư. Vĩ đại vì những tâm hồn trẻ cùng nhau hợp sức với người dân địa phương cải tạo môi trường sống của họ, và đã đem lại cho quận 8 một bộ mặt mới. Vĩ đại vì nó là một mô hình cải tạo đời sống của người dân một cách thiết thực và hữu hiệu. Thật sự chúng tôi thành công vượt trên mức chúng tôi chờ đợi. Thành quả không thuộc của bất cứ ai mà là của tất cả và của dân chúng địa phương. Chương trình là một mô hình có thể áp dụng cho những quận khác và biết đâu cho cả xứ.

Bác Sĩ Hồ Văn Minh được Phủ Tổng Thống thông báo tự hậu phải trực tiếp chịu sự điều khiển của người do Phủ Tổng Thống chỉ định. Tôi vô cùng đắn đo, một phần tiếc rẻ cho sự thành công trước mắt, một phần lo ngại người trực tiếp điều hành do phủ Tổng Thống chỉ định không am hiểu sự việc lại cũng không có tinh thần hòa mình với quần chúng, coi quần chúng là nhóm người để mình sai khiến, theo cung cách quan liêu, như vậy chắc chắn sẽ hư việc. Trước sự hẹp hòi nhỏ mọn đó đáng lý ra chúng tôi nên kiên trì tháo gỡ mọi sự thử thách cho đến cùng, để phục vụ số đông dân chúng đã tin tưởng chúng tôi và đang cần sự giúp đỡ của ban quản lý chương trình. Tiếc thay vì nghi ngờ số người có quyền mà thiếu hiểu biết sẽ cản trở những hoạt động của chúng tôi trong tương lai nên đành bàn giao lại tất cả cho tòa Đô chính.

Tôi đề nghị anh em tổ chức một lễ bàn giao cho đô thành và tôi quyết định mời Phó Tổng Thống Nguyễn Cao Kỳ chủ tọa. Trong buổi lễ bàn giao đó Hồ Ngọc Nhuận thay mặt anh em, kể công ơn của cựu Thủ Tướng Nguyễn Cao Kỳ và xác nhận sự thành công của giới trẻ một khi người ta biết vận dụng và giao phó trách nhiệm cho họ. Lễ bàn giao kết thúc, tôi đặt sẵn một bữa tiệc tại nhà hàng "Trường Can" đường Mạc Đĩnh Chi, chúng tôi mời Phó Tổng Thống Nguyên Cao Kỳ dùng bữa cơm thân mật cùng với những anh em đã từng chia xẻ gian lao, cùng nhau phục vụ một lý tưởng, thực hiện một chủ trương để cảm ơn ông đã dành cho giới trẻ chúng tôi sự thông cảm và ủng hộ nhiệt tình. Cho đến ngày nay, mỗi năm những người anh em đã từng tham gia chương trình nầy, trong cũng như ngoài nước, còn liên lạc, còn họp mặt, còn gởi điện thư nhắc nhở kỷ niệm đáng hãnh diện không thể quên.

CHƯƠNG XIII

LÃNH ĐẠO BỘ THANH NIÊN

Hai ngày sau khi nhậm chức tôi phải cãi nhau với Tổng Trưởng Giáo Dục đến nỗi phải cần sự can thiệp của Thủ Tướng mới giải quyết được. Nguyên nhân vấn đề là việc tổ chức Giải thể thao liên viện do B.S. Trần Ngọc Ninh, Tổng Trưởng Giáo Dục chủ xướng, quy tụ thanh niên các viện Đại Học Sài gòn, Đà Lạt, Huế và Vạn Hạnh.

Bộ tổ chức không chu đáo đã vậy, ông đổng lý văn phòng của bộ còn ra thông cáo phổ biến trên đài phát thanh vu cáo giáo sư và sinh viên bị Cộng sản xúi dục phản đối. Do đó giáo sư và sinh viên làm reo, không chịu diễn hành trước Ủy Ban Lãnh Đạo Quốc Gia và Hành Pháp Trung Ương và không chịu thi đấu. Dĩ nhiên phần thi đấu thể thao thuộc nhiệm vụ của bộ Thanh niên.

Hai vị giám đốc Thanh niên và Thể thao của tôi là Nguyễn Hữu An và Nguyễn Thành Nhơn tiếp xúc với giáo sư và sinh viên tại sân vận động Cộng Hòa, hai anh

khuyên tôi không nên xen vào việc nầy bởi lẽ câu chuyện
trở thành gay cấn đến mức độ mà bộ Giáo dục không thể
giải quyết được. Phần tôi mới tham gia Nội các, không có
trách nhiệm gì trong việc tổ chức của bộ giáo dục trước
đó. Vì vậy cứ để cho Bộ Giáo Dục tiếp tục công tác của
họ, chúng tôi chỉ cung cấp trọng tài để chủ trì những cuộc
thi đấu mà thôi.

Tôi muốn đến hiện trường tiếp xúc với giáo sư và
sinh viên nhưng hai vị giám đốc của tôi hết lời ngăn
cản. Ý tôi đã quyết. Ngạn ngữ Pháp có câu: "Il faut
saisir le taureau par les cornes" (tạm dịch: Muốn vật
bò mộng phải trực diện nắm hai sừng) . Tôi điện thoại
yêu cầu ông Tổng Trưởng Giáo dục cùng đi với tôi đến
tiếp xúc với sinh viên để dàn xếp sự việc. Ông Tổng
Trưởng Trần Ngọc Ninh cương quyết từ chối. Tôi đành
về nhà thay quần Jean mặc sơ mi ngắn tay, mang dép
lẹp xẹp, với ý nghĩ ngây thơ, ngờ ngẩn rằng làm cho
mình có vẻ bình dân giản dị để có thể dễ nói chuyện
và thuyết phục anh em hơn. Tôi cho triệu tập giáo sư
và sinh viên tại phòng họp để tôi tiếp xúc tìm hiểu sự
việc và giải quyết vấn đề nếu thật sự có điều gì thiếu
sót làm sinh viên bất mãn.

Hơn 100 sinh viên và giáo sư ngồi trước mặt, tôi dịu
giọng hỏi anh em: Việc gì đã xảy ra? Vì tôi mới nhận chức
có hai ngày nên không biết rõ. Một số sinh viên hằn học
chỉ trích chính quyền vô trách nhiệm, một số khác chỉ
trích cá nhân tôi, tại sao làm Tổng Trưởng mà không có
nhân viên phúc trình cho dù mới nhận chức. Họ cho là
tôi coi thường sinh viên và giáo sư nên không cần biết
việc quan trọng đã xảy ra. Tưởng cũng nên nhắc lại rằng
trong khoảng thời gian xáo trộn đó sinh viên Đại Học Huế

gây ồn ào và có thái độ chống chính phủ gay gắt nhứt, thông qua tờ báo "Lập Trường" và những lời tuyên bố hung hăng nảy lửa của vài vị giáo sư.

Tôi đích danh yêu cầu một giáo sư đại học Huế là anh Nguyễn Hữu Trí vui lòng cho tôi biết tự sự như thế nào. Thì ra, tôi biết được là bộ mời họ về đây, cho ở tại sân vận động Cộng Hòa, không đủ nước tắm, không có mùng ngủ, muỗi cắn sần mình, thái độ "đem con bỏ chợ" như thế nầy là khinh thường giáo sư và sinh viên. Vì vậy họ phản đối làm reo, không chịu diễn hành, không thi đấu. Đổng Lý văn phòng bộ Giáo dục còn ra thông cáo phổ biến trên đài phát thanh đổ lỗi cho sinh viên, chê họ có thái độ trẻ con, tố cáo trong số người của sinh viên có phần tử Cộng sản phá rối. Anh Trí nói:

– "Nếu bộ Giáo dục không ra thông cáo xin lỗi, chúng tôi sẽ biểu tình phản đối và sau đó bỏ cuộc trở về trường đại học". Tôi có lời vuốt ve và tỏ ý thông cảm, tôi tuyên bố một cách khẳng định:

– Thứ nhứt cho tôi xem lại chỗ ăn chỗ ở của quí vị và cho tôi thì giờ để xem nội dung bản thông cáo của ông Đổng lý văn phòng bộ Giáo Quốc Gia Dục nói gì.

– Thứ hai tôi sẽ điều chỉnh mọi sự việc một cách hợp tình hợp lý nếu quả thật có sai trái như quí vị đã trình bày.

– Thứ ba ông Đổng Lý phải ra thông cáo xin lỗi, nếu thông cáo trước đó có ý mạ lị quí vị giáo sư và sinh viên.

– Thứ tư nếu quí vị có lý mà tôi không bênh vực được lẽ phải thì tôi sẽ từ chức ngay trong ngày mai và xuống đường cùng đi biểu tình với quí vị.

– Thứ năm, sau khi giải quyết xong, quí vị phải chấp nhận đi diễn hành và thi đấu.

– Thứ sáu nếu quí vị tiếp tục có hành vi phản đối, hay xuống đường biểu tình thì đích thân tôi sẽ chỉ huy Cảnh sát dẹp loạn.

Những gì tôi mới phát biểu nếu quí vị đồng ý thì xem như lời hứa hẹn đôi bên, tôi xin tạm thời ngưng cuộc họp hôm nay tại đây. Đại đa số vỗ tay đồng ý, một số anh khác còn ấm ức bất bình, đá ghế bỏ ra.

Tôi xem qua chỗ ăn chỗ ngủ đúng như lời của giáo sư Trí tường thuật. Ra về tôi đi thẳng đến Bộ Giáo Dục, gặp đồng liêu của tôi là Trần Ngọc Ninh. Tôi trình bày mọi việc và xác nhận có sự sai sót của bộ Giáo dục. Anh Ninh gọi Đổng lý văn phòng của anh vào hỏi rõ diễn biến tình hình như thế nào? Vị Đổng lý nầy một mực tỏ vẻ ngoan cố, tố cáo sinh viên muốn phá rối. Tổng Trưởng Trần Ngọc Ninh bênh vực ông Đổng lý của mình. Ông Ninh và tôi cãi nhau rất lịch sự nhưng khá gay cấn và quyết liệt. Không ai chịu thay đổi lập trường. Cuối cùng tôi mượn đường giây trực tiếp giữa thành viên Nội các và Thủ Tướng, trình bày trước mặt ông Ninh về những sự việc đã xẩy ra mà tôi được chứng kiến tận mắt và đề nghị Thủ Tướng ra lệnh cho ông Đổng lý phải ra thông cáo xin lỗi sinh viên, đồng thời tôi cũng yêu cầu Thủ Tướng ra lệnh cho Tổng Cục Tiếp Vận của Quân đội kéo vào sân Cộng hòa mấy bồn nước cho sinh viên và giáo sư dùng, cho họ mượn ghế bố, mùng mền đẩy đủ. Nếu lời tôi yêu cầu không được thỏa mãn, tôi sẽ đệ đơn từ chức liền sáng ngày mai. Tướng Kỳ tức giận nạt dội:

– Đưa moa nói chuyện với anh Ninh.

Tôi không biết hai người nói gì với nhau, đến khi ông Ninh đưa ống nghe lại cho tôi thì Tướng Kỳ cho biết:

– Moa đã ra lệnh cho anh Ninh phải ra thông cáo xin

lỗi sinh viên và cất chức thằng Đổng lý đó liền. Nếu không moa sẽ nhốt nó ngay. Chiều nay sau 6 giờ toa lên đây chúng mình đi thăm bọn sinh viên vuốt ve chúng nó một chút. Câu chuyện kết thúc tốt đẹp, nếu không, tôi đã từ chức và làm tổng trưởng được ba ngày!

BỊ XÀI XỂ VÌ ÂU TRƯỜNG THANH

Bước đầu của ông Tổng Trưởng Kinh Tế Âu Trường Thanh, gặp sự chống đối và phê bình của nhiều tướng lãnh bởi vì ông Thanh cho phổ biến trên đài phát thanh một bản "Hiệu Triệu" đồng bào về lề lối sinh hoạt kinh tế. Sau đó Tướng Kỳ mời tôi lên phủ, ông "giũa" tôi một trận thê thảm về hai chữ "Hiệu Triệu". Ông nói hai chữ đó chỉ dành cho Tổng Thống hay Thủ Tướng mà thôi. Ông Âu Trường Thanh là ai mà dám dùng hai chữ đó làm cho nhiều Tướng Lãnh thắc mắc khó chịu? Tôi công nhận ông Thanh có phần sai trái vì không khéo dùng từ ngữ, nhưng cũng biện hộ cho anh ta về nội dung hữu lý của lời hiệu triệu.

Mặc dù bực tức vì thành kiến đối với Âu Trường Thanh do hồ sơ của Cảnh sát và chắc cũng vì mấy Tướng Lãnh thân cận với ông Kỳ, đặc biệt là Nguyễn Ngọc Loan, tâu vô bàn ra nên ông càng bực tức hơn.

SINH HOẠT TRONG BỘ

Lãnh vực thanh niên cũng như chính trị có rất nhiều tổ chức và hội đoàn. Mỗi trưa thứ hai đầu tuần, tôi luân phiên mời hết ban lãnh đạo của một hội đoàn dùng cơm với tôi để khuyến dụ họ tham gia công tác phát triển cộng đồng quận 8. Hoặc yêu cầu họ tự đề ra bất cứ một công tác nào có lợi ích cho quốc gia, xã hội, tôi sẽ ủng hộ nhiệt tình và giúp đỡ phương tiện cho họ thực hiện.

Mặc khác, tôi biết được ngân sách của Tổng Nha Kiến Thiết năm vừa qua còn dư 192 triệu đồng. Tôi lập tức trình Thủ Tướng xin chuyển khoản tiền nầy cho Bộ Thanh niên để tôi dùng xây những "Nhà Thanh Niên" làm trung tâm sinh hoạt cho tuổi trẻ tại Sài gòn và một số tỉnh lớn. Nghĩ như vậy là vì tôi muốn cho thanh thiếu niên có nơi tập họp và sinh hoạt lành mạnh. Từ đó mình mới có cơ hội hướng dẫn họ vào con đường phục vụ đất nước, và quan trọng hơn tất cả là không để cho họ bị ảnh hưởng của sự tuyên truyền Cộng sản. Đề nghị của tôi được chấp thuận dễ dàng. Khởi sự là xây Nhà thanh niên ở đường Duy Tân Saigon, xây Trung tâm sinh hoạt thanh niên, sửa hồ tắm, sửa sân vận động tại một số tỉnh lớn như Mỹ tho và Tây Ninh v.v.. Trong hoạt động hằng ngày, tôi thường gặp rất nhiều sự bất ngờ, vui có, bực mình có, khó khăn có, an ủi có, hãnh diện có, ngã lòng có.

Cái khó đầu tiên là tôi phải tạo cho bằng được sự nhiệt tình ủng hộ và hăng say làm việc của nhân viên thuộc quyền. Chỉ có điều kiện đó tôi mới hy vọng đạt kết quả trong mọi hoạt động. Tôi chỉ thị cho văn phòng đạt lời mời của tôi đối với toàn thể anh chị em nhân viên trong bộ, không ai được phép vắng mặt, tất cả phải dự buổi tiếp tân đầu do tôi khoản đãi sau hai tuần nhậm chức.

Trong buổi tiếp tân, các vị Chủ Sự, Chánh Sở, Giám Đốc, Thanh Tra, ai cũng muốn tìm cách chuyện trò với tôi để tìm hiểu và gây cảm tình, nhưng sau khi bắt tay nói chuyện qua loa xã giao vài tiếng, tôi tìm mấy anh tài xế, lao công và nhân viên nội dịch, cập cổ từng người ra vẻ như thân mật từ lâu, hỏi chuyện vui buồn của họ trong bộ. Bộ có đông nhân viên do Tổng Nha Thanh Niên và Bộ Công Dân Vụ của Đệ Nhứt Cộng Hòa để lại. Có anh thì rụt rè e ngại không dám nói gì, có anh thì vui mừng hãnh diện được nói chuyện với Tổng Trưởng nên huyên thiên nói không ngớt, có anh thì dè dặt ú a ú ở không chịu trả lời thẳng. Những anh nầy chắc chắn có vấn đề nhưng không dám tiết lộ. Tôi cố tình gạn hỏi cho bằng được với lời cam kết tôi sẽ không tiết lộ với bất cứ ai và bảo đảm an toàn cho những đương sự nào chịu thố lộ tâm tình với tôi.

Cuối cùng tôi biết được một vấn đề mà tôi cho là khá quan trọng đối với đời sống của một công chức cấp nhỏ. Đôi khi họ gặp cảnh túng thiếu phải vay mượn. Đó là vấn đề của ông Phát ngân viên bộ lấy tiền ở đâu không biết, cho nhân viên vay lấy lời "cắt cổ". Mỗi tháng ông tự động trừ lương, nhưng cái khổ của con nợ là tháng nào vợ đau con yếu xin khất lại để tháng sau trừ tiền cũng không được. Buổi tiếp tân chấm dứt trong hân hoan của mọi người.

Sáng hôm sau vừa đến bộ tôi gọi Bí thư và Chánh văn phòng vào, tự tôi độc lệnh cất chức một loạt sáu người, khởi sự từ phát ngân viên và một số chủ sự, chánh sự vụ có liên hệ. Đồng thời tôi cử liền sáu nhân viên khác thay thế, buộc phải bàn giao trong ngày. Mặt khác tôi ký liền một quyết định thành lập một Ngân quỹ tương trợ ba trăm ngàn đồng, đặc biệt dành để cho nhân viên vay mượn khi cần thiết. Tôi cũng đọc cho Bí thư viết luôn điều kiện vay trả. Trong đó nói rõ chỉ cho vay trong thời hạn tối đa ba tháng phải trả, người nào không trả đúng hạn sẽ vĩnh viễn không được phép vay nữa. Ủy ban duyệt xét và kiểm soát hồ sơ gồm Chánh Văn Phòng, các Giám Đốc Hành chánh, Thanh Niên, Thể Thao và một đại diện nhân viên. Tôi còn chỉ thị cho Chánh Văn Phòng không được phép đưa lệnh cất chức nầy và quyết định lập quỹ cho nha Hành chánh và Tài chánh để phổ biến mà chính Văn phòng Tổng Trưởng đánh máy và phổ biến luôn. Sở dĩ tôi làm cho ra vẻ bí mật và quan trọng như vậy là vì muốn tạo sự ngạc nhiên sửng sốt để cho có tiếng vang là ông tân Tổng Trưởng chiếu cố đến nhân viên và làm việc ngang ngược bất chấp thể lệ hành chánh. Tôi hy vọng điều đó gây được sự thương kính của nhân viên trong bộ, bù lại những thắc mắc và ngạc nhiên của họ về tuổi tác và giáng dấp còn non trẻ của "xếp" mới.

Vài tuần lễ sau tôi được biết có Câu lạc bộ phục vụ nước uống và cơm trưa cho nhân viên, được hưởng trợ cấp ít nhiều của nhà nước. Một buổi trưa, bất chợt tôi buộc toàn bộ nhân viên văn phòng từ bí thư, chánh văn phòng, tham chánh văn phòng, thư ký đánh máy cùng với tôi đến câu lạc bộ dùng cơm trưa. Vừa bước vào tất cả ngạc nhiên, nhiều người đứng dậy chào, chủ câu lạc bộ săn đón, người dọn bàn lau chùi, đổi ly đổi chén, ông chủ gọi bếp phải chiên thêm trứng có tôm khô và cà chua. Tôi vội vã yêu cầu dọn những phần ăn giống y hệt như tôi đang nhìn thấy trên những bàn lân cận. Ngày hôm sau tôi lại tái diễn cái màn kịch hôm trước. Người của câu lạc bộ thắc mắc, nhân viên bàn tán xôn xao, vừa ngạc nhiên vừa đánh nhiều dấu hỏi. Trưa ngày thứ ba liên tiếp, tôi lại tái diễn hài kịch của mấy hôm trước. Sau đó tôi lấy ý kiến của nhân viên văn phòng, ý kiến của hai ông Tổng Giám Đốc Thanh Niên và Giám Đốc Hành chánh. Tất cả đều xác nhận bữa cơm tồi tệ so với giá tiền nhân viên phải trả và trợ cấp của chính phủ. Tôi quyết định hủy bỏ hợp đồng và gọi một nhà thầu khác thay thế, không cần phải đấu thầu lại, chờ lâu lắc rồi cũng đút lót, gian dối nữa thôi. Trong hợp đồng với nhà thầu mới phải ghi "phục vụ tương xứng với số tiền trong điều kiện có thể chấp nhận được". Lại một việc làm ngang ngược trái phép của tôi nữa. Điều nầy khiến nhà thầu cũ gởi đơn kiện thưa lên đến Thủ Tướng. Ông Kỳ điện thoại trách hỏi tại sao tôi phá luật lệ? Sau khi tôi trình bày cặn kẻ sự việc xẩy ra ông thông cảm cười nói "đáng kiếp tụi nó". Đương nhiên tôi ra lệnh cho bí thư giả vờ úp mở, tung tin cho nhân viên biết rằng Tổng Trưởng bị Thủ Tướng khiển trách về vụ bênh vực quyền lợi của nhân viên mà đã hủy bỏ hợp đồng câu lạc bộ trái phép.

Mặt khác tôi đã gởi danh sách của gần 20 nam huấn luyện viên Thanh niên thể dục thể thao sang bộ Quốc Phòng để xin biệt phái họ về nhiệm sở cũ với lý do chuyên môn và tối cần thiết, cũng giống như các giáo sư của bộ Quốc Gia Giáo Dục và các kỹ sư của các ngành nghề khác, bởi vì các Huấn luyện viên của tôi cũng dạy thể dục thể thao cho các trường trung học cùng một danh hiệu với các giáo sư. Tôi vừa nài nỉ Trung Tướng Nguyễn Hữu Có, Tổng Trưởng Quốc Phòng, vừa phân trần khiếu nại với Thủ Tướng, cuối cùng tất cả nhân viên của tôi xin biệt phái đều được trở về nhiệm sở.

Chiến dịch "mị dân" để lấy cảm tình không còn cơ hội nào khác để lợi dụng và thực hiện được nữa, tôi bèn nghĩ ra chuyện "hốt hồn" thuộc cấp. Có một ngày, khoảng 10 giờ sáng tự nhiên tôi bước ra gọi bí thư và chánh văn phòng cùng đi với tôi vào phòng của một cô thư ký tôi hỏi:

– Cô đang làm việc gì đó?

– Dạ em, em... em tính, vừa nói cô vừa soạn xấp hồ sơ...

– Chủ sự của cô là ai?

– Dạ ông... cô nói tên ông chủ sự nào đó tôi không nhớ.

– Tôi hỏi ông chủ sự đó: Ông giao nhiệm vụ gì cho cô thư ký của ông? Ông ta ú a ú ở. Tôi hỏi tiếp: vậy Chánh sở của ông là ai?

– Tôi lập lại những câu hỏi tương tự với ông Chánh sở mà tôi cũng không còn nhớ tên. Và cuối cùng lên đến Giám Đốc Thể Dục Thể Thao là ông Nguyễn Thành Nhơn, sau nầy lấy biệt hiệu "con kiếng càng", hiện đang cư ngụ tại Houston, Texas.

Tôi mời anh Nguyễn Thành Nhơn vào văn phòng "giảng" cho anh ta một bài nên thân, và kết luận bằng câu tôi thường hay mỉa mai để khiển trách các cộng sự viên của tôi là: "Tôi giao trách nhiệm cho anh, rồi anh giao cho chánh sở, chánh sở giao cho chủ sự, chủ sự giao cho thư ký, rồi thư ký hoặc để ỳ đó, hoặc kêu anh xích lô giao cho họ là xong việc! Có phải thế không? Trả lời đi?

Kể từ đó chẳng những tôi chiếm được cảm tình của nhân viên mà còn tạo được sự kính sợ vì họ lo có thể bị thanh tra bất thần. Tiếng đồn, còn có dặm thêm mắm muối, từ Bộ loan về các Ty thanh niên ở tỉnh, nhứt là số Trưởng Ty mới được biệt phái về Bộ do sự tích cực can thiệp của tôi đối với bộ Quốc Phòng. Guồng máy nhân sự của tôi bắt đầu chạy hăng say với ít nhiều hứng thú.

Mỗi thứ hai tôi họp toàn bộ cấp chỉ huy để trình bày, thảo luận và quyết định những việc làm trong tuần. Giám Đốc Kế Hoạch là Dược Sĩ Hoàng Ngọc Tuệ, hiện định cư tại Orange County, con người năng nổ thích hoạt động thanh niên, có rất nhiều sáng kiến, quá nhiều sáng kiến, đến độ các đồng nghiệp xỉ vả ông tại sao tuần nào cũng bày vẽ ra thêm nhiều việc để cho tôi quyết định thực hiện làm anh em phải "đầu tắt mặt tối", có khi còn bị rầy vì bê trễ. Phải công nhận mười kế hoạch ông Tuệ trình bày ít ra cũng có một hai cái tốt phải làm. Cho nên gần như tuần nào cũng có việc mới. Vì thế ông bị xỉ vả là phải.

Mỗi trưa thứ bảy tôi quyết định tổ chức một bữa cơm do cộng sự viên từ cấp chủ sự trở lên thay phiên nhau đài thọ. Tại bữa cơm trưa đó tôi hứa với anh em chỉ nghe các lời chỉ trích phê bình, mỉa mai cay đắng của anh em mà tôi không có quyền trả lời, không có quyền hờn giận. Tôi sẽ sửa sai nếu thấy hợp lý. Trong phiên họp ngày thứ hai đầu tuần sau, tôi giải bày thuyết phục anh em về những lời chỉ trích không đúng. Tinh thần cởi mở đó tạo sự tin tưởng và vui vẻ thoải mái cần thiết cho việc làm hằng ngày. Ai cũng chờ ngày trưa thứ bảy để ăn nhậu và bày tỏ sự ấm ức một cách thân mật nếu có.

Cái khó thứ hai về đối ngoại, là tôi không cho phép cố vấn Mỹ đặt văn phòng của ông ta trong Bộ. Thứ nhứt tôi muốn cho thuộc cấp của tôi thấy sự hoạt động của mình hoàn toàn độc lập đối với cơ quan viện trợ, dù họ rất chí tình và tích cực. Vị cố vấn Mỹ mà tôi không còn nhớ tên thường hay khiếu nại rằng ông ta luôn luôn thỏa mãn mọi yêu cầu của tôi mà tại sao ông chỉ xin một căn phòng làm việc tại Bộ tôi lại không cho? Và tại sao các Bộ khác chấp nhận có văn phòng cố vấn Mỹ bên cạnh? Tôi trả lời một cách ỡm ờ rằng Tòa Đại Sứ các ông đâu có thiếu văn phòng để làm việc, cần chi phải ngồi gần tôi, mỗi khi cần liên lạc thì có điện thoại, cần gặp tôi thì ông đến bất cứ lúc nào. Dằng co cả tháng trời ông cố vấn đành phải chấp nhận quyết định của tôi.

Có một lần tôi mượn chiếc xáng đào kinh của USOM để thổi đất làm nền nhà cho khu chỉnh trang ở quận 8. Ông Giám Đốc Man hứa với tôi ngày đó tháng đó sẽ có, nhưng thực tế lại không, mà ông Man cũng chẳng thèm báo cho tôi biết. Tôi điện thoại lần thứ hai, lại một lời hứa suông. Tôi bèn than phiền với ông cố vấn chính trị tòa Đại Sứ và thẳng thừng chê người Mỹ không coi trọng lời nói là danh dự. Ít hôm sau trong một cuộc tiếp tân tại tư dinh của vị Khâm Sứ Tòa Thánh Vatican ở đường Hai Bà Trưng, ông Philippe Habib, gọi ông Man, Giám đốc USOM, đến trước mặt tôi nặng lời khiển trách và kết luận rằng: "Je n'aime pas les menteurs" (tạm dịch : Tôi không ưa những người nói dối). Một tuần sau cơ quan USOM thay đổi Giám Đốc khác.

VIỆT NAM VÔ ĐỊCH GIẢI MERDEKA

Chương trình phát triển cộng đồng quận 8 là đầu giây mối nhợ buộc tôi vào Nội các chiến tranh của Thiếu Tướng Nguyễn Cao Kỳ, sự thành công ở quận 8 làm sáng danh bộ Thanh Niên một phần. Nhưng ngoài ra chức vô địch giải túc cầu MERDEKA của đội bóng tròn Việt Nam cũng góp phần tạo tiếng tốt cho bộ Thanh Niên không ít.

Tôi yêu cầu đội tuyển Việt Nam trước khi lên đường sang Mã Lai tranh giải phải vào gặp tôi. Ngày đó Đại Tá Xội, Tổng Cục Trưởng cục Quân vận, Chủ Tịch tổng hội Túc cầu Việt Nam dẫn đầu hội tuyển vào Bộ. Tôi niềm nở tiếp xúc, bắt tay từng người và nói mấy lời khuyến dụ như sau: Các anh là những ông Đặc Sứ của Việt Nam Cộng Hòa, không phải 11 anh mà là tất cả các anh ở đây. Một ông Đại Sứ Việt Nam ở Thái Lan, ở Pháp, ở Mỹ... ca ngợi Việt Nam mình chưa chắc có ai biết, chưa chắc có báo chí nào khen ngợi. Còn các anh nếu thắng được một trận thì báo chí khắp thế giới sẽ nói đến Việt Nam. Nếu vào được tứ kết, bán kết hay chung kết thì tiếng tăm Việt Nam còn vang dội hơn nữa. Vậy tôi đặt hết tin tưởng vào các anh. Nếu đội tuyển của mình vào được tứ kết thì tôi sẽ bay qua Malaysia xem trận đá của các anh.

Mỗi trận thắng của đội tuyển mình tôi đều gởi điện chúc mừng, đến trận tứ kết tôi nhận hai lần điện tín yêu cầu qua xem, nhưng tôi trả lời vì bận công vụ nên không qua được và hết lời khen ngợi khuyến khích. Đến trận bán kết lại nhiều công điện qua lại và lời khen nhiệt tình, ngoài ra tôi còn nhờ phủ Thủ Tướng đánh điện chúc mừng và khen ngợi. Tôi hứa trận chung kết sẽ qua xem đội tuyển của mình tranh tài. Tới ngày đó tôi cũng viện lẽ bận công vụ nhưng hứa sẽ thưởng Chương Mỹ Bội Tinh cho mọi người. Kết quả đội Tuyển Việt Nam đoạt chức vô địch giải MERDEKA ở Đông Nam Á.

Tôi đích thân ra tận sân bay đón hội tuyển và huấn luyện viên người Đức Weyand, nhân danh Thủ Tướng tôi hứa ngay tại chỗ sẽ thưởng Chương mỹ bội tinh cho mỗi người. Báo chí trong và ngoài nước vang dội ca ngợi đội tuyển Việt Nam. Quân cảnh dẫn đầu đoàn xe chở đội banh của mình diễn hành khắp đường phố Sài gòn Chợ Lớn với sự hoan hô của quần chúng. Chiều hôm đó Trung Tướng Nguyễn Hữu Có và tôi mở tiệc khoản đãi toàn bộ giới thể thao để vinh danh đội tuyển Việt Nam Cộng Hòa.

Ngày hôm sau tôi tổ chức gắn huy chương cho các cầu thủ và huấn luyện viên tại Dinh Gia Long có mặt Ủy Ban Lãnh Đạo Quốc Gia và Hành Pháp Trung Ương. Nhưng xẩy ra một việc khá buồn cười là tôi được báo cáo rằng nhà dìu dắt là Đại Tá Xội, Chủ Tịch Tổng cuộc túc cầu lợi dụng cơ hội buôn lậu đồng hồ mua từ Mã Lai về. Tôi quyết định không ban thưởng huân chương cho ông Xội. Nhưng Xội là bạn của Đại Tá Hiền nên ông Đổng lý của tôi cứ nài nỉ xin tha cho ông Xội bởi vì làm như vậy sẽ mất mặt ông Đại Tá Cục Trưởng Quân Vận, bạn của ông. Tôi nhứt định không. Mãi đến khi Trung Tướng Lãnh Đạo Quốc Gia, Thiếu Tướng Chủ Tịch Ủy Ban Hành Pháp và tôi gắn huy chương cho gần hết mọi người, Đại Tá Hiền vẫn còn đeo theo tôi to nhỏ xin cho ông Xội. Tôi bực mình trả lời:

– Dù tôi có bằng lòng đi nữa, bây giờ cũng không có mề đay để mà gắn cho ông ta.

– Đại Tá Hiền bèn thò tay vào túi lấy ra một hợp đựng sẵn huy chương. Tôi phì cười vì thấy mấy tên già thật lì lợm và quỷ quyệt, Vừa buồn cười vừa tội nghiệp, tôi gọi Đại Tá Xội đứng nghiêm và nói với Trung Tướng Thiệu tôi quên giới thiệu nhà dìu dắt là Đại Tá Xội. Tướng Thiệu ghim xong huy chương vào áo, ông Xội hú hồn, vừa mừng vừa oán hận tôi. Buồn cười hơn nữa là khi tôi nhập ngũ phục vụ ở Tổng cục tiếp vận, Thiếu Tướng Đồng Văn Khuyên chào trả khi tôi chào ông còn Đại Tá Xội không thèm chào trả dù ông không dám nói động đến tôi.

Kỷ niệm tốt đẹp nầy còn có một nhân chứng sống là cầu thủ Ngôn, thành viên của đội tuyển Việt Nam Cộng Hòa năm 1966, hiện định cư tại Orange County.

MỘT KẺ TRỐN LÍNH TRỞ THÀNH DÂN BIỂU

Tôi đang tìm một quân nhân giữ chức Đổng Lý Văn phòng vì xét rằng hoạt động chính trị trong thời chiến tranh tôi phải chung đụng hằng ngày với quân nhân từ cấp lãnh đạo quốc gia đến Tướng Tư Lệnh Vùng và Tỉnh

Trưởng, Thị Trưởng. Trong điều kiện đó nên có một quân nhân cao cấp bên cạnh thì sẽ dễ làm việc hơn. Cho nên ông bạn thân với tôi là Linh mục Nguyễn Quang Lãm giới thiệu với tôi Đại Tá Lê Quang Hiền, tôi nhận anh Hiền vào chức vụ Đổng Lý thay vì nhận một vị Đại Tá khác do chính phụ thân tôi giới thiệu. Vài ngày sau anh Hiền lại khẩn thiết yêu cầu tôi nhận một người cháu của anh là Lý Quí Chung, biết viết báo, xin vào làm việc trong bộ. Tôi tin Đại Tá Hiền nên không kiểm chứng liên hệ gia đình giữa anh và Lý Quí Chung như thế nào. Về sau tôi mới biết Chung và Hiền không có bà con gì với nhau cả. Phụ thân của Chung là ông Lý Quí Phát, cựu Quận Trưởng, có thời làm việc với Đại Tá Hiền khi anh còn giữ chức Tỉnh Trưởng.

Tôi biết Lý Quí Chung có viết một quyển hồi ký "Không Tên". Rất nhiều người than phiền với tôi là sai sự thật nhiều quá. Tôi có quyển sách trong tay nhưng chỉ có giờ đọc sơ vài chục trang đầu mà đã thấy sai nhiều chỗ. Về quyển sách nầy tôi sẽ có lời bình luận sau vì không liên quan đến nội dung những trang hồi ký nầy.

Đại Tá Hiền dẫn Lý Quí Chung vào bộ trình diện tôi, tiếp chuyện với anh tôi thấy con người trẻ trung lanh lợi, có thời là ký giả thể thao, anh tự xưng đệ tử của ký giả thể thao nổi danh là Huyền Vũ. Tuổi trẻ, tinh thần hăng say của anh rất hợp ý tôi. Vả lại toàn bộ cộng sự viên của tôi đều cùng trang lứa với tôi, ngoại trừ hai ông Đổng Lý và Chánh Văn Phòng. Tôi nhận ngay anh Lý Quí Chung vào làm việc tại văn phòng, phụ trách báo chí. Không lâu sau đó tôi sửa đổi tổ chức của bộ, cử anh làm Giám Đốc Tác Động Tâm Lý. Anh ngồi ghế Giám Đốc chưa kịp biết mình phải làm gì thì một buổi sáng khoảng 10 giờ tôi đang làm việc, đột nhiên thấy Đại Tá Hiền xuất hiện, mặt lộ vẻ sợ hãi, nói năng lúng túng.

– Trình anh có Quân cảnh đến bắt Lý Quí Chung.

– Về tội gì?

– Trình anh vì tội trốn quân dịch.

Tôi phát cáu liền hỏi: Vậy tại sao nó là cháu anh, trốn lính, mà anh còn dám giới thiệu nó với tôi? Đại Tá Hiền đứng chết trơ không trả lời được. Tôi vô cùng bực tức một phần vì Đại Tá Hiền đã dối gạt tôi. Một phần vì cảm thấy nhục vì một ông Giám Đốc của mình bị Quân cảnh câu lưu tại bộ về cái tội trốn quân dịch. Thật xấu hổ quá, tôi nặng lời xỉ vả Đại Tá Lê Quang Hiền một hồi lâu. Trong khi đầu tôi suy nghĩ phải làm sao tìm một lối thoát để bảo toàn danh dự cho mọi người. Thôi thì một liều, ba bảy cũng liều. Tôi đành chọn kế sách vừa ăn cướp vừa la làng, hay cả vú lấp miệng em cũng nên. Tôi ỷ thế nằm vạ, la làng. Tôi bèn ra lệnh cho Đại Tá Hiền gọi Quân cảnh vào phòng tôi hỏi việc.

– Ba anh Quân cảnh chào kính xong đứng nghiêm phăng phắc.

– Ai sai bảo các anh đến bắt nhân viên của tôi tại Bộ?

– Bẩm ngài, Trung Tướng Tổng Trưởng của tụi em.

– Các anh chờ tôi chút. Tôi ra lệnh cho bí thư gọi điện thoại để tôi nói chuyện với Tổng Trưởng Quốc Phòng. Bí thư trình tôi:

– Thưa ông, bên kia đầu dây trả lời Tổng Trưởng Quốc Phòng không có tại văn phòng.

– Gọi cho tôi nói chuyện với ông Đổng Lý.

– Thưa ông, họ trả lời, Đổng Lý cũng vắng mặt.

– Cho tôi nói chuyện với bất cứ ai bên đó. Một thằng lính canh cửa bộ Quốc phòng cũng được. Bên kia đầu giây có người trả lời.

– Thưa anh tôi là Võ Long Triều, Tổng Trưởng Thanh Niên và Thể Thao đây, tôi xin nói chuyện với bất cứ vị đại diện nào của Bộ Quốc Phòng, chẳng lẽ bộ đi ra ngoài hết không còn một người lính nào ở lại giữ bộ sao? Cho tôi nói chuyện với anh lính gác cổng cũng được.

– Xin ông Tổng Trưởng chờ chút. Hồi lâu sau, bên kia đầu giây có người lên tiếng.

– Thưa ông Tổng Trưởng tôi là Trung Tá Vinh, Đổng Lý Bộ Quốc Phòng đây.

— Xin ông Đổng lý vui lòng hỏi giùm anh Trung Tướng Có: Bộ ảnh muốn làm nhục tôi chơi hay sao mà sai Quân cảnh qua đây bắt nhân viên của tôi trong giờ làm việc tại Bộ? Tại sao không chờ nó ra ngoài hay về nhà rồi tới bắt? Tôi không bao che cho người phạm pháp nhưng tôi không chấp nhận quí vị coi thường, thậm chí khinh khi tôi. Nếu vậy thì anh Có và tôi sẽ lên gặp Thủ Tướng ngay bay giờ để giải quyết việc nầy. Xin ông Đổng lý cho tôi nói chuyện trực tiếp với anh Có.

– Xin ông Tổng Trưởng đừng vội nóng nảy, tụi mình cũng người trẻ tuổi với nhau mà.

Không biết tại sao câu nói nầy in sâu trong đầu tôi liền và có lẽ vì lời nói đó hay vì cách giải quyết êm đẹp của ông Đổng lý Nguyễn Đình Vinh mà sau nầy chúng tôi quen biết và kết thân với nhau. Ông Đổng lý Vinh nói tiếp: Nếu ông Tổng Trưởng xác nhận không bao che cho người phạm pháp thì nên để cho Quân cảnh của chúng tôi thi hành nhiệm vụ.

– Vấn đề tôi muốn nói với ông Đổng Lý là tôi không

chấp nhận anh Trung Tướng Có hạ nhục tội. Chứ không phải vấn đề trốn lính của Lý Quí Chung. Bản thân tôi không chấp nhận trốn lính nên tôi mới từ Pháp về trong tuổi quân dịch thì chẳng lẽ bây giờ tôi bao che cho những người trốn lính sao?

– Ông Tổng Trưởng nói khó nghe quá. Hễ phạm pháp thì bị câu lưu, dù ở bất cứ nơi nào, bất cứ ngày giờ nào, do cơ quan chính quyền quyết định chứ đâu phải do người ngoài chỉ dẫn.

Đại Tá Vinh hiểu sự việc theo đúng lý lẽ, còn tôi thì bị chạm tự ái và vì bực tức cả hai tên Hiền và Chung đã dối gạt tôi, nên tôi nổi khùng to tiếng quay sang ra lệnh:

– Anh Hiền, ra lệnh cho đội Cảnh sát của Bộ tước khí giới, bắt nhốt ba thằng Quân cảnh nầy cho tôi, chờ tôi và Trung Tướng Có gặp Thủ Tướng để ông ấy giải quyết. Hình như ông Đổng Lý Vinh nghe rõ tiếng của tôi qua đường dây điện thoại chưa cắt. Trung Tá Nguyễn Đình Vinh cảm thấy lớn chuyện nên ông nhẹ giọng nói:

– Xin ông Tổng Trưởng cho phép tôi nói chuyện với một Quân cảnh của tôi. Tôi đưa ống nghe cho Quân cảnh. Liền sau đó anh ta nói:

– Thưa ngài Tổng Trưởng, chúng tôi được lệnh trở về Bộ Quốc Phòng.

Ba anh Quân cảnh nghiêm chào, quay đi. Tôi còn nặng lời khiển trách Đại Tá Hiền rất lâu về việc làm vô trách nhiệm của một ông Đại Tá già dặn tuổi đời mà chẳng lẽ ông không biết việc trốn lính là quan trọng sao? Hay là ông đã nhận lợi lộc gì đây? Sau cơn bão tôi tạo ra vì bực tức, mọi việc rồi cũng yên.

Ngày thứ tư trong tuần lễ đó, sau khi họp xong Nội các, tôi kéo Trung Tướng Có vào Văn Phòng Thủ Tướng, tôi đặt thẳng vấn đề. Nếu Trung Tướng không cố tình làm nhục tôi thì xin cấp cho Lý Quí Chung một giấy hoãn dịch chờ đến khóa sau nếu anh ta không trình diện thì cứ tự nhiên bắt nhưng với điều kiện là bên ngoài bộ của tôi. Nhờ sự giảng hòa của Thiếu Tướng Kỳ, Trung Tướng Nguyễn Hữu Có chấp nhận. Vì vậy mà Lý Quí Chung có được giấy chứng chỉ tình trạng hợp lệ quân dịch.

Những gì tôi viết về Lý Quí Chung trong thời gian anh cộng sự với tôi đều đúng thật. Các chứng nhân, đồng lứa tuổi với anh cũng có thời làm việc với tôi ở bộ Thanh Niên còn sống để xác nhận. Có vị định cư tại Mỹ như nhà văn nhà báo Đỗ Tiến Đức ở Los Angeles, Dược Sĩ Hoàng Ngọc Tuệ, Đại Tá Nguyễn Đình Vinh ở Orange County, cựu Đổng Lý Bộ Quốc Phòng, người đã thừa lệnh ông Tổng Trưởng, Trung Tướng Nguyễn Hữu Có, sai Quân cảnh đến bắt Lý Quí Chung tại Bộ Thanh Niên về tội trốn quân dịch. Chỉ tiếc một điều là anh ta đã qua đời, không còn phản bác hay đối chứng được những gì tôi viết về anh. Nhưng nếu thế giới bên kia có thể cho phép anh nhìn về được bên nẩy thì anh cũng phải nhận đúng những gì tôi tường thuật và nhận xét về anh. Thứ nhứt bởi vì tôi đã hứa ở đầu trang hồi ký nầy chỉ phơi bày sự thật, thứ hai là đa số nhân chứng vẫn còn sống tôi không thể viết sai, thứ ba vì lương tri con người và nghề nghiệp ký giả buộc tôi phải viết toàn sự thật.

Trước kia tôi cả quyết đời người do chính mình tạo lập, bây giờ tôi tin con người có số mạng do thiên định. Chuyện của Lý Quí chung là một điển hình trong rất nhiều chuyện làm thay đổi cái nhân sinh quan của tôi. Do lời giới thiệu của cha Lãm tôi nhận Đại Tá Lê Quang Hiền làm Đổng Lý trong khi phụ thân tôi giới thiệu một vị Đại Tá khác, rồi ông Hiền lại xin cho Lý Quí Chung vào làm việc ở bộ Thanh Niên. Mặt khác vì kiêu căng tự ái nên tôi mới có thái độ ngang ngược can thiệp cho anh ta như vậy. Nếu gặp một vị Tổng Trưởng khác chưa chắc đã liều lĩnh quyết định bắt giam Quân cảnh đang hành sự, biết đâu sẽ chuốc lấy nhiều phiền phức cho chính mình. Và nếu Thủ Tướng và Tổng Trưởng Quốc Phòng cứ thẳng thừng sử dụng công lý thì Lý Quí Chung chỉ trở thành một sĩ quan như mọi người tầm thường khác, không có cơ hội để nổi danh rồi tráo trở đầu hàng ca ngợi Cộng sản. Phải chăng là con người có số?

Nhiều lần Trung Tướng Có gặp tôi ông cứ nhắc mãi việc tôi đòi bắt Quân cảnh của ông trong khi họ thi hành nhiệm vụ và cũng nhờ Thiếu Tướng Kỳ can thiệp nên ông mới bỏ qua. Ông lộ vẻ bất bình nên tôi tiên đoán ông chờ cơ hội để trả đũa bằng cách "hành" tên Lý Quí Chung nầy "một trận nên thân" khi anh ta phải nhập ngũ khóa sau. Tôi không muốn thái độ cứng rắn của tôi ảnh hưởng xấu cho một nhân viên của mình.

Tôi lợi dụng bầu cử Quốc Hội Lập Hiến là điều chắc chắn phải thực hiện trong khi Chương trình phát tiển quận 8 thành công đáng kể, mình có thể đưa một người ra ứng cử tại đó chắc chắn sẽ đắc cử. Tôi bèn thông báo cho Lý Quí Chung chuẩn bị tư tưởng để ra ứng cử tại đó và cũng nói sự thật cho anh biết, nếu thất bại anh có thể bị Trung Tướng Có "đì" tới mức vì tội trốn lính và vì tôi can thiệp thô bạo mạo phạm đến quyền uy của ông ta.

Đã bước chân vào chính trường, tôi nghĩ phải tạo một thế chính trị, một nhóm thân hữu đồng lập trường chí hướng. Tôi quen biết khá nhiều giới trí thức chuyên viên trong thượng tầng xã hội. Còn những người hoạt động chính trị có ảnh hưởng trực tiếp trên chính trường đặc biệt là Dân Biểu Quốc Hội tôi chưa có cơ hội nghĩ đến. Bây giờ và trong hoàn cảnh hiện tại chắc phải nghĩ cách đưa người vào Quốc Hội Lập Hiến. Cho nên tôi quyết định ủng hộ một số giáo sư trẻ tuổi ra ứng cử dân biểu và cùng lúc sẽ giúp cho Lý Quí Chung thoát cảnh bị Nguyễn Hữu Có hành khi anh nầy phải nhập ngũ.

HAI LẦN CHỐNG LỆNH THỦ TƯỚNG

Vừa nhậm chức được vài tuần lễ, Chủ Tịch Ủy Ban Hành Pháp Trung Ương tuyên bố: Nội các chiến tranh là "Chính Phủ Của Người Nghèo". Qua những lần tiếp xúc và nhận xét về con người Thiếu Tướng Nguyễn Cao Kỳ, trong thời điểm đó, tôi thật tình nghĩ đó không phải là lời tuyên bố suông có tính cách mỵ dân, lấy lòng quần chúng hay tự đề cao. Tôi tin ông thật lòng muốn thay đổi bộ mặt xã hội của miền Nam Việt Nam. Làm được hay không còn tùy khả năng của ông, hoàn cảnh chính trị, điều kiện và những biến chuyển thực tế mà ông sẽ phải đương đầu trong nghịch cảnh của chiến tranh.

Ông muốn trong sạch hóa guồng máy hành chánh và quân sự nên chính ông thành lập đoàn "Thanh Niên Trừ Gian" trực thuộc phủ Thủ Tướng, có nhiệm vụ điều tra xét hỏi và truy tố những kẻ gian để cho pháp luật xét xử. Đặc biệt tại miền Nam trong thời gian chiến tranh, kinh tế không ổn định, giá cả lên xuống bất thường do bọn gian thương đầu cơ tích trữ. Sự ra đời của đoàn Thanh niên Trừ gian lúc ban đầu có làm chùn bước bọn gian thương, gây sợ hãi cho công chức, quân nhân có tì vết phạm sai lầm, có gây ít nhiều phấn khởi trong quần chúng, nhưng cũng có những dấu hỏi "Thanh Niên Trừ Gian" sẽ trừ được ai? Trừ được bao nhiêu người?

Vấn đề tham nhũng xẩy ra khắp nơi trên thế giới, chính quyền nào cũng có những con sâu làm rầu nồi canh, những viên chức lợi dụng quyền hành ăn cắp của công, bóc lột dân chúng hay có những gian thương đầu cơ tích trữ. Ngay tại Nhật Bản cũng có một ông thủ tướng nhận tiền đút lót của một đại công ty. Tại Thái Lan, Đài Loan...cũng có tham nhũng. Ở những nước dân chủ, cho dù tự do có giới hạn đi nữa thì còn có sự phân quyền rõ rệt "Hành Pháp, Lập Pháp và Tư Pháp", do đó luật pháp vẫn có quyền truy tố, xét xử, bài trừ bọn tham nhũng ỷ thế hiếp dân.

Không giống như độc tài Cộng sản Hà Nội, Bộ chính trị "nhứt trí" bao che từ trên xuống dưới để xới bớt công quỹ hối mại quyền thế, bóc lột nhân dân, trái ngược với chủ trương và lý tưởng Cộng sản khi họ còn là đảng viên "bần cố nông" hoạt động để cướp chính quyền. Nhưng một khi có chính quyền trong tay rồi thì sự nghèo đói ham muốn của thằng bần cố nông trỗi dậy, trong lúc độc quyền độc đảng cho phép tự do hành động, thì còn ngần ngại chi mà không bốc hốt của dân hay công quỹ? Tình trạng tham nhũng của chính quyền Hà Nội phổ biến quá đáng, đến nỗi thế giới cũng phải ngạc nhiên! Hòa Lan đề nghị viện trợ tiền để điều tra những việc lạm quyền đòi hối lộ, nhưng Hà Nội không bằng lòng cho phổ biến kết quả. Tình trạng tham nhũng của chính quyền Hà Nội tồi tệ đến mức độ Nhật Bản phải cúp viện trợ và Hà Nội phải nài nỉ van xin cho được tái viện.

Nói về đoàn Thanh Niên Trừ Gian, họ cũng khui được một vài ổ gian thương, cũng chỉ điểm một vài trường hợp lạm quyền. Báo chí có phổ biến và ca ngợi những hoạt động ban đầu. Nhưng vì sự tuyển chọn đoàn viên quá bừa bãi, nhiều thanh niên xâm nhập với ý đồ không tốt, đoàn Trừ gian lần hồi tự biến mình thành kẻ gian. Dư luận chỉ trích, nạn nhân uất ức khiếu nại. Đó là chưa kể có bàn tay phá hoại của bọn Cộng sản. Bằng cớ là sau ngày 30 tháng 4 năm 1975 tên Phi, một trong nhóm lãnh đạo Thanh niên Trừ gian trở thành cán bộ Cộng sản.

Tôi cho nhân viên Bộ Thanh niên điều tra dọ hỏi, tôi lắng nghe nhiều sự than phiền. Cuối cùng tôi quyết định giải tán đoàn "Thanh Niên Trừ Gian". Việc đầu tiên là tôi trình Thủ Tướng ra quyết định giao đoàn Thanh niên Trừ gian thuộc quyền quản trị của Bộ Thanh Niên. Tướng Kỳ chấp thuận ngay vì đó là điều hợp lý. Một thời gian ngắn tôi lại trình cho Thủ Tướng biết là trong nội bộ đoàn Thanh niên Trừ gian có nhiều kẻ gian. Ông Kỳ ngạc nhiên nói:

– Thì toa chấn chỉnh và hướng dẫn cho tụi nó hoạt động.

– Từ khi anh mới thành lập đoàn Trừ gian nẩy, những người thanh niên đó luôn liên lạc với Thủ Tướng và hoạt động theo chỉ thị trực tiếp của Thủ Tướng, bây giờ làm sao tôi chấn chỉnh nhóm người lúc nào cũng ỷ lại vào Thủ Tướng? Dư luận bên ngoài có nhiều ác cảm với Thanh niên Trừ gian bởi vì chính họ bao che cho những gian thương biết đút lót tiền.

– Có thật vậy không?

– Thật vậy, tôi đã phái người điều tra dọ hỏi. Anh thử kiểm điểm lại xem đoàn Trừ gian có truy tố được một quân nhân công chức nào phạm pháp đáng kể không? Một vài tờ biên bản gian thương phá giá trong lúc chính họ bao che cho nhiều kẻ gian khác quan trọng hơn. Vì vậy giải tán và cấm Thanh niên Trừ gian hoạt động là điều cần thiết để giữ uy tín cho chính quyền.

Ban chấp hành đoàn bắt được tin sẽ bị giải tán, họ nài xin Thủ Tướng can thiệp. Tướng Kỳ yêu cầu tôi bỏ ý định giải tán đoàn. Nhiều lần ông chỉ thị ban chấp hành đoàn phải gặp tôi để giải thích và thuyết phục. Nhưng tôi vẫn một mực không tin tưởng và cuối cùng, cãi lệnh Thủ Tướng tôi ra quyết định giải tán đoàn "Thanh Niên Trừ Gian" và cấm hoạt động.

Một lần khác Thiếu Tướng Kỳ đi viếng trường Chu Văn An, nơi ông học lúc thiếu thời khi còn ở Hà Nội. Trường Chu Văn An được gọi là trường Bưởi tên thật của nó là "Lycée du Protectorat" nhưng vì nó tọa lạc tại làng Bưởi nên người ta thường gọi là trường Bưởi, khi di tản vào Nam vẫn giữ tên Chu Văn An. Tướng Kỳ viếng lại trường cũ, cảm xúc vì những kỷ niệm xa xưa, nổi hứng cam kết sẽ tìm đất rộng cấp cho nhà trường mở mang. Nhưng Sài gòn đâu dễ tìm đất trống. Túng thế ông nghĩ đến cơ sở Bộ Thanh Niên mà ông đã từng làm Bộ Trưởng trước tôi nên ông biết đất rộng mênh mông, tường cao bao phủ chung quanh, lớn bằng hai cơ sở trường dòng thánh La-San hay trường Hưng Đạo. Tướng Kỳ đề nghị tôi hoán đổi cơ sở bộ Thanh Niên với trường Chu Văn An.

Tôi phản kháng không đồng ý vì lấy cơ sở của một bộ cấp cho một trường là việc quá đáng không thể chấp nhận được. Vả lại cấp cho trường nầy cơ sở tốt hơn nếu trường khác cũng xin thì lấy gì mà cấp? Tại sao phải ưu tiên cho trường nầy vì cảm tình của Thủ Tướng mà không ưu tiên cho trường khác? Thủ Tướng phải hành động công bằng và khách quan. Ngoài ra nâng cấp hay phát triển một cơ sở giáo dục của nhà nước phải do bộ Giáo Dục xét đoán và đề nghị. Dù sao tôi cũng không đồng ý giao cơ sở của một bộ cho một trường vì lý do giúp cho họ mở rộng.

Tướng Kỳ không muốn tranh cãi với tôi vì ông hành động theo cảm tình và hứng thú, điều đó có thể gây bất hòa vô ích nên ông đành bỏ qua, nhưng ông giao việc đó cho Văn Phòng Đổng Lý Phủ Thủ Tướng giải quyết. Đại Tá Dương Hồng Tuân nhiều lần thúc hối tôi, nhưng tôi cũng không chấp nhận. Ông Tuân tỏ vẻ khó chịu nói:

– Ông là Bộ Trưởng mà Thủ Tướng ra lệnh ông không thi hành thì còn ra thể thống gì nữa? Tôi trả lời:

– Yêu cầu Đại Tá trình với Thủ Tướng, nếu cần xin cử người khác thay tôi để giao cơ sở nầy cho Trường Chu Văn An. Riêng tôi, tôi không đồng ý.

Không biết Đại Tá Tuân trình lại Thủ Tướng như thế nào mà sau đó tôi không hề bị nài ép nữa.

CHƯƠNG XIV

VỀ MỘT SỐ BẠN ĐỒNG HÀNH

Tôi đã trả nợ quốc gia bằng mười một năm tù Cộng sản, đau khổ thật, nhưng không ân hận! Bởi vì tôi cũng đã từng chia sẻ quyền điều khiển con tàu quốc gia thì khi nước mất tàu chìm, tôi cùng với một số đồng đội đồng hành gánh chịu gian nan là phải lẽ.

Điều tôi tự an ủi mình là ít ra tôi đã hết lòng hết sức làm những gì lương tri và trí tuệ mình chỉ dẫn. Đã sống một cuộc sống theo luân lý và giáo dục gia đình nung đúc. Ít ra tôi không thuộc hạng người thờ ơ hưởng thụ, bất biết chuyện quốc gia dân tộc, chết sống mặt bây. Chuyện đã qua tôi không trách người, trách mình. Có ai sửa đổi được cơ trời vận nước đi ngược được giòng thời gian? Trang đầu tập hồi ký có đoạn tôi viết: "Ngày nay viết lại chuyện dài của cuộc đời như kể chuyện xưa cho bạn bè nghe không cho đó là quan trọng bởi vì chẳng qua là diễn biến bình thường của một đời người trong xã hội mà thôi".

Nhưng khi nhắc đến những bạn đồng hành, lòng tôi

ray rứt. Nhiều tên tuổi tôi thương nhớ, kính phục, nhưng cũng có vài bạn làm tôi, buồn phiền, thất vọng.

Luật Sư Bùi Chánh Thời, vừa là cố vấn luật pháp vừa là cố vấn chính trị, luôn cả cố vấn về tình cảm. Anh và tôi sát cánh với nhau cho đến sau ngày 30 tháng 4 năm 1975, và mãi cho đến ngày tôi trở lại tù lần thứ hai. Chúng tôi buồn vì tình hình đất nước, chán tình đời. Bùi Chánh Thời và tôi cùng với cựu Nghị Viên Dương Văn Long uống rượu gần như mỗi ngày, nửa say nửa tỉnh.

Nhớ lại thời xưa giữa anh và tôi xẩy ra một chuyện khôi hài, nhắc lại hai đứa cười thấm thía tình nghĩa bạn bè. Lần đó tôi yêu cầu anh lập hồ sơ, kiện chính phủ về một vụ bất hợp lý gì đó tôi không còn nhớ rõ. Anh trả lời luật lệ không có điều khoản nào cho phép vịn vào đó mà kiện. Anh Thời nói:

– Tôi biết ông là người có ăn học, có bằng cấp, nhưng làm sao ông biết luật bằng tôi.

Tôi khẳng định điều tôi yêu cầu là hợp lý, bổn phận anh ta là tìm cho ra phương cách và luật lệ để mà thực hiện. Cãi nhau chí chóe, Anh Thời giận bỏ đi còn nói với thêm một câu:

– "Ông cả vú lấp miệng em". Về nhà anh ta tức giận bỏ ăn bỏ ngủ ra công soát lại từng điều khoản của bộ sách luật với mục đích sẽ trở lại xỉ vả tôi một trận nên thân, cho tôi bỏ cái tính cãi chầy cãi cối. Không ngờ khoảng 4 giờ sáng chuông điện thoại nhà tôi reo, bắt ống, tôi nghe tiếng của Bùi Chánh Thời bên kia đầu giây cười ha hả nói:

– Tôi kiếm được rồi.

– Kiếm được cái gì?

– Tôi đọc ông nghe nầy. Anh Thời đọc cho tôi nghe nguyên văn bằng tiếng Pháp một điều khoản luật có thể dựa vào đó mà lập hồ sơ đưa ra tòa. Anh nói tiếp: Tôi tha tội cho ông đó. Nếu không có điều luật nầy ông sẽ biết tay tôi.

Anh Thời hiện định cư ở Úc Châu, nếu có đọc chuyện nầy chắc anh cũng mỉm cười nhớ người bạn xưa. Có lẽ nhớ nhiều nhứt là mấy câu thể chính tay anh thảo, lời thề của chín anh em chết sống có nhau. Tôi đốt hồ sơ không hết nên còn sót lại, cũng như một bài viết khác nặng ký hơn, do Lý Chánh Trung thảo tựa đề "lực lượng tả khuynh không Cộng sản" Việt Cộng xét nhà bắt gặp, hạch hỏi tôi nhiều ngày, tôi chối quanh co vì không muốn lôi đầu mấy thằng bạn đã đầu hàng chạy theo địch vào tù. Nghĩ rằng điều đó cũng vô ích thôi. Trời sập rồi, ân oán làm chi nữa. Tôi đổ hết cho Nguyễn Hữu Chung, có giỏi theo nó qua Canada mà bắt.

Giáo Sư Nguyễn Văn Trường, hiện định cư tại Houston, Texas, nhà mô phạm đáng kính, nhưng khi anh cùng với tôi từ chức Tổng Trưởng, Tướng Kỳ thuyết phục anh nên rút đơn lại không được, anh Trường giải bày, lý luận không thông, chỉ cười nói gọn cảm nghĩ của anh là phải từ chức, thế thôi. Tướng Kỳ cười to hơn và nói: Anh là nhà mô phạm nổi tiếng, thế mà câu trả lời của anh không mô phạm tí nào cả. Tính anh Trường ôn hòa với mọi người, hết tình với anh em, suy nghĩ chín chắn, ý kiến sáng suốt, tuy ít phát biểu nhưng tôi thường xuyên tham khảo ý anh về rất nhiều việc. Tôi nói: Anh là lương tri của tôi. Những câu nói đó làm anh Trường kịch liệt phản đối, càng phản đối tôi càng thấy thích thú, nửa đùa giỡn nửa hiểu thật như vậy. Khi nội các chiến tranh cải tổ lần thứ hai, theo yêu cầu của Tướng Kỳ tôi mời anh Trường tham gia với tư cách là Tổng Trưởng Giáo dục, anh bác bỏ đề nghị của tôi liền, tôi phải nài nỉ anh, mời lên xe cùng đi với tôi ra bến Bạch Đằng Saigon hứng gió để bàn thảo tiếp. Anh không dám ngồi trên xe của tôi sợ mang tiếng ồn ỉ chạy chọt. Anh buộc tôi phải lên chiếc xe Dauphine cũ kỷ của anh và cùng đi. Chúng tôi trao đổi qua lại mãi đến gần hai giờ khuya anh mới chấp nhận, sau khi tôi làm trận làm thượng, hờn giận nhiều lần.

Cố Dân Biểu, Kỹ Sư Nguyễn Hữu Chung, con người khôn ngoan nhanh trí, trực tính kiểu miền Nam, hơi ngang bướng, thường dùng lời mai mỉa để pha trò, nhưng trung thành với bạn và hành sử với đầy tình cảm. Tôi không quên thời tôi còn mang quân phục của một Thiếu Úy bị đẩy lên Ban mê thuột, anh Chung đến nhà nói: Anh đi xa, Trường Anh văn London School của anh nếu cần người tới lui chăm sóc, mỗi ngày tôi có thể ghé qua phụ giúp. Tôi trả lời mọi việc tôi đều thu xếp gọn gàng rồi, nhưng ơn anh và mối cảm tình nồng hậu đó tôi vẫn ghi nhớ cho đến bây giờ. Khi tôi định cư bên Pháp anh có qua thăm và lần cuối cùng chúng tôi gặp nhau là ngày chúng tôi dự đám tang của Đại Tướng Dương Văn Minh.

Giáo Sư Dương Văn Long, cựu Nghị Viên Hội Đồng Đô Thành, người đứng trung gian liên lạc giữa tôi và nhóm nghị viên hội đồng tỉnh hoạt động trong chiều hướng phản đối mọi sự lạm quyền, giới hạn dân chủ, hiếp đáp lương dân. Khi tôi làm báo *Đại Dân Tộc* anh Long đứng tên quản lý. Có lần Tổng Thống Nguyễn Văn Thiệu kiện tờ báo vì tội mạ lị cá nhân khi tờ báo *Đại Dân Tộc* của tôi cùng với các báo *Sống Thần, Điện Tín...* đăng "bản cáo trạng số một" trích dịch của báo chí Mỹ tố ông Thiệu dính líu với đàn em buôn lậu ma túy. Cũng nên mở dấu ngoặc lưu ý rằng: Chế độ Việt Nam Cộng Hòa, tôn trọng dân chủ, dù không đầy đủ nhưng gấp trăm ngàn lần hơn Cộng sản ngày nay. Luật sư Bùi Chánh Thời và Nguyễn Thị Tám bênh vực cho các bị can đặt câu hỏi: Nếu nhận tội, thì tòa án có thể xử phạt sáu tháng tù ở, nếu không nhận tội thì luật sư có thể nại lý do "hà tì thủ tục" (vice de forme) rồi xin đình hoãn dài dài.

Tôi hỏi Dương Văn Long có dám ngồi tù sáu tháng không? Anh trả lời: Ông quyết định sao thì tôi đồng ý vậy. Tôi yêu cầu Luật Sư biện hộ rằng bị can «nhận tội ». Đêm hôm trước ngày tòa xử. Dương Văn Long và tôi tâm sự nhau rất nhiều, đại ý anh sẵn lòng chấp nhận mọi gian nan, tù đày, để góp phần bảo vệ cho tự do báo chí. Phần tôi sắp xếp mọi việc cần thiết, vật chất, tài chánh cho gia đình anh để anh yên chí thực hiện điều mà anh và cả nhóm bạn bè chủ trương.

Ngày hôm sau tôi có viết một bài xã luận đăng trên báo *Đại Dân Tộc* về Dương Văn Long. Chiều hôm đó phụ thân tôi đang xem báo tự nhiên ông khóc. Tôi hốt hoảng hỏi có việc gì mà cha phải khóc? Ông trả lời: Tao đang đọc bài của mầy viết về ông Long.

Những lời tâm sự giữa tôi và anh Long buổi chiều hôm đó hãy còn ghi khắc sâu trong lòng tôi mãi đến bây giờ.

Nói tới Dương Văn Long tôi không quên nghĩ về Giáo Sư Phan Công Minh, cựu Hiệu Trưởng trường sư phạm Vĩnh Long, con người khiêm tốn nhứt trong nhóm anh em. Tôi nhờ anh cần cù thực hiện những công tác in ấn với cái máy in "Ronéo" cũ kỹ. Anh rị mọ xếp từng bao thơ, công việc mà các bạn đồng nghiệp của anh, giáo sư cùng trang lứa với anh thường trốn tránh. Và còn bao nhiêu người bạn trẻ khác đã từng chung vai chung sức với mục đích góp phần xây dựng một xã hội tốt đẹp cho miền Nam mà tôi không thể nào kể hết trong những trang hồi ký nầy.

Đó là một số bạn bè can cường, cùng với tôi không rời bỏ chiến tuyến, bảo vệ lý tưởng tự do dân chủ nhân quyền. Dù có khi tham gia chính quyền hay đối lập nhưng một mực chống ý thức hệ cộng sản. Không vì tham sống, ham lợi mà phản bội lý tưởng, phản bạn đồng hành, hay phải lừa dối chính mình chạy theo cộng sản.

Trong số những người đó có một vài anh mà chính tôi – có thể nói được – là kẻ đã tạo dựng nên tên tuổi và sự nghiệp cho họ, tôi cảm thấy ray rứt, buồn bực, khó nghĩ bởi vì nếu nói lên hết sự thật e rằng người đời tưởng mình cố chấp, thiếu khoan dung, thậm chí hằn học vì bị đàn em phản bội. Những người bạn đã từng xưng là đồng chí đồng hành với anh em, nay họ đã chối bỏ con đường chính đạo để chạy theo tà gian cộng sản. Nhưng nếu tôi không nói rõ sự thật thì tôi lỗi hẹn với độc giả, vi phạm lời hứa qua những dòng chữ ngay trang đầu của quyển hồi ký nầy là "trình bày sự thật, ngay tình, không tô son, không che dấu.' Và nếu không nói rõ sự thật có thể gây hiểu lầm về nhiều vấn đề chính trị mà đa số người ngoài cuộc, muốn biết cho rõ. Dù sao thì những vấn đề liên quan tới đời sống của cá nhân tôi đều có thể đưa vào những trang hồi ký của Võ Long Triều, độc giả sẽ tùy nghi phê phán.

Thời gian **Lý Quí Chung** làm việc tại Bộ Thanh Niên rất ngắn không có gì đáng nói. Anh ấy nhờ có được chứng chỉ hợp lệ tình trạng quân dịch nên có quyền nộp đơn ứng cử dân biểu quốc hội lập hiến. Dĩ nhiên anh là một thanh niên nghèo, gia đình không khá giả mặc dù là con của một cựu Quận Trưởng. Lấy vợ nghèo hơn nên gia đình không chấp nhận, anh phải ở trọ nhà người khác. Tôi có đến tận nơi tham viếng. Nếu tự anh muốn ứng cử thì chắc cũng không có tiền để đóng tiền ký quĩ đừng nói chi đến phí tổn vận động. Thời gian đó tôi quyết định ủng hộ một số bạn trẻ ra ứng cử Quốc Hội Lập Hiến trong đó có Lý Quí Chung mục đích tránh cho anh khỏi bị Tướng Có « đì » vì trốn lính mà ông không bắt được như đã nói trên.

Tôi cho phép anh Chung được hưởng thành quả của công tác phát triển quận 8 mà đồng bào nhiệt liệt hoan nghênh, họ sẽ dồn phiếu cho ứng cử viên nào mà cán bộ chương trình vận động. Thay vì đúng lý cái quyền được hưởng đó phải thuộc về một trong "Tứ Đại Gan Lì" là Mai Như Mạnh, Đoàn Thanh Liêm, Hồ Ngọc Nhuận và Hồ Văn Minh. Đã vậy tôi còn cho một nhân viên của bộ tôi, có ít nhiều giao dịch và uy tín tại chỗ là Huấn Luyện Viên Thanh Niên Huỳnh Kim Hoa đứng cùng liên danh để tăng thêm phần thắng cho anh.

Tôi may mắn có được lợi tức của trường Anh văn London School đủ để giúp cho một số bạn bè: Lý Quí Chung quận 8, Trần Văn Tuất, Mỹ Tho, Bành Ngọc Quí, Gò Công, Lâm Phi Điểu, Vĩnh Long, hiệu trưởng trường Sư phạm, Nguyễn Văn Lễ, Giáo sư, con nhà khá giả ở Rạch giá, Nguyễn Hữu Chung, Sài gòn, Kỹ Sư lâm vụ, em chú bác của ông bí thư tôi. Đối với Lễ và Nguyễn Hữu Chung, tôi không giúp đỡ tài chánh mà chỉ ủng hộ tinh thần và nhờ bạn bè vận động yểm trợ họ mà thôi. Kỳ dư đối với những bạn khác, tôi giúp phương tiện tài chánh, kẻ ít người nhiều tùy theo hoàn cảnh và nhu cầu hoạt động của họ. Tất cả là giáo sư trung học nên may mắn nhờ cha mẹ học sinh của họ tham gia vận động nên không tốn kém nhiều. Ông Tuất, người nông dân đứng tuổi có uy tín, có thêm một giáo sư trẻ của trường trung học Nguyễn Đình Chiểu là Trần Bá Phẩm đứng sau danh sách để nâng sự may mắn thành công của ông Tuất lên cao. Điều làm tôi phiền lòng bất mãn về Lý Quí Chung ngay từ những ngày đầu anh tập tễnh bước chân vào chính trường là sau khi anh đắc cử Dân Biểu tại quận 8, do toàn thể cán bộ chương trình hết lòng vận động cho anh, vậy mà sau khi trở thành Dân Biểu anh không có một lời cám ơn với bất cứ ai trong quận. Bác Sĩ Minh, quản lý chương trình, cảm thấy bất bình, trách nhẹ Lý Quí Chung tại sao không có một lời cám ơn những cán bộ quận đã hết tình giúp đỡ anh. Câu trả lời của Lý Quí Chung làm mọi người sửng sốt: "Tụi toa vận động cho moa là do lệnh của ông Triều chớ đâu có ăn thua gì tới moa đâu!" Câu nói đó làm Bác Sĩ Minh càng bất bình hơn nữa, anh xin gặp tôi để phân trần. Tôi nổi cơn giận dữ, gọi Lý Quí Chung vào văn phòng trách mắng tơi bời dù anh đã là Dân Biểu nhưng không dám có một lời biện hộ.

Dương Văn Ba, giáo sư trường Trung Học Nguyễn Đình Chiểu, người Việt gốc Triều Châu mà tôi chỉ biết được khi ở tù chung năm 1983 với một người Tiều Châu có họ hàng với anh ta. Do lời giới thiệu của anh Lý Chánh Trung tôi cử Dương Văn Ba làm Đặc Ủy Viên thanh niên vùng IV chiến thuật, thay thế cho anh Lâm Phi Điểu, ứng cử Dân Biểu ở Vĩnh Long.

Với tư cách là nhân viên của bộ, tôi yêu cầu anh Ba ghé qua các tỉnh miền Tây, nơi có những ứng cử viên do tôi ủng hộ, đưa thêm tiền cho mỗi người dùng làm vận động phí. Dương văn Ba đam mê cờ bạc mà tôi không biết, anh ta đã thua hết số tiền tôi gởi cho anh em. Mãi đến khi Bành Ngọc Quí và Lâm Phi Điểu kêu vang là đã "cạn dầu" từ lâu và trách tôi đem con bỏ chợ. Tôi hỏi ra mới biết là Dương Văn Ba đã dở trò ma giáo. Anh ta liền viết cho tôi một thơ từ chức và nói rằng: "Em là thằng đốn mạt nhứt đời, không còn mặt mũi nào gặp anh nữa, từ nay em sẽ trở về vị trí của một ông giáo làng".

Tôi gọi Chánh Văn Phòng của tôi, bảo ông ta đi tìm Dương Văn Ba nói với anh ấy rằng: "Bạn bè chỉ cần nhau trong lúc gian nan, cô đơn, nhục nhằn, chớ nếu như mọi chuyện suông sẻ tốt đẹp hết thì có ai cần ai đâu". Ông hãy bảo Dương Văn Ba lập tức đến gặp tôi. Ngay chiều hôm đó Ba đến tư gia của tôi. Dĩ nhiên tôi giảng cho anh một bài luân lý nên thân và vạch trần tai hại to lớn nếu tại vì anh phạm sai lầm mà các anh em khác thất cử thì nguy hại vô cùng. Trách mắng xong tôi đưa cho anh số tiền khác để yểm trợ cho anh em. Tôi còn căn dặn anh phải nói dối để gỡ danh dự cho chính mình bằng cách nói rằng: "Tao bận việc ở Saigon nên xuống văn phòng miền Tây trễ, tụi bây làm gì phải mét với ảnh để cho ảnh lo âu rồi lại "giũa" tao một trận thê thảm, tiền của ảnh gởi đây, tao có cắt xén đồng nào đâu mà tụi bây vội vàng la hoảng như vậy ?"

Lý Quí Chung vào được Quốc Hội anh hoạt động khá lanh lợi, ăn nói hoạt bát, làm được nhiều việc, cùng với nhóm Dân Biểu trẻ cảnh cáo hoặc ngăn chận được vài sự lạm quyền quá đáng của cảnh sát hay quân nhân, qua lời phát biểu tại Quốc Hội hay tuyên bố với báo chí. Chung là một con người năng nổ, học ít nhưng tài năng trên mức trung bình, lúc nào anh cũng nghĩ phải kết bè lập đảng. Anh thường đốc thúc tôi phải buộc anh em "ăn thề uống máu với nhau". Phụ thân tôi có lần nghe được, hết lời can gián. Ông sợ lỡ thề vào giờ linh thiêng có thể mất mạng. Tôi chẳng tin thề thốt có ý nghĩa gì cả, vấn đề quan trọng là lòng thành và sự trung tín với nhau do bản chất của con người, xảo trá hay ngay thật mà thôi. Bao nhiêu sự thề thốt xong rồi cũng có biết bao nhiêu người phản bội hay bán đứng anh em.

Hai người mạnh miệng nài nỉ kết thân là Lý Quí Chung và Dương Văn Ba lại là hai người phản bội trước tiên. Kết quả cũng có 9 vị mà tôi không muốn kể tên, một vị hiện định cư tại Orange County. Ăn thề uống máu với nhau mà chẳng làm nên trò trống gì.

Thời gian Lý Quí Chung còn chưa "đủ lông đủ cánh" thì lúc nào anh cũng tôn trọng tinh thần đồng đội và giữ kỷ luật của tập thể nhỏ bé mà chúng tôi mới tạo dựng. Nhưng đối với con người thiếu đạo đức như tôi đã có cơ hội nhận xét về anh qua câu trả lời vô ơn bạc nghĩa của anh đối với Bác Sĩ Hồ Văn Minh, thì dù cho anh có thực hiện nhiều công tác đáng khen và liều lĩnh, tôi cũng không chỉ định anh đứng đầu Khối dân biểu trẻ như anh đã từng khoe khoang trong "Hồi ký không tên" của anh.

Trái lại tôi giao trọng trách nầy cho Dân Biểu Lâm Phi Điểu, con người chín chắn, hiền từ, biết hy sinh vì bạn bè nhứt là vì đại cuộc. Anh Điểu lại có tài khéo léo, giải tỏa mọi bất đồng, hàn gắn mọi rạn nứt giữa anh em và bao che mọi sai lầm của người khác. Tôi còn nhớ có một lần các anh phải thảo luận và biểu quyết một điều khoản nào đó của Hiến Pháp mà Lý Quí Chung và Bành Ngọc Quí vì quá nông nổi phát biểu sai lầm làm tôi bất bình. Sau đó, một mình Lâm Phi Điểu tới nhà giải thích và chịu mọi sự trách móc. Cuối cùng tôi nói thôi bỏ qua đi, anh về bảo với anh em tôi đã quên việc đó rồi và mời họ tới đây bàn chuyện. Anh Điều liền nói: "Tụi nó ngồi trong xe chờ ngoài cửa không dám vô, nhờ tôi đỡ đòn thế, khi nào thuận tiện thì mới vào gặp anh, bằng không thì chuồn luôn chờ khi khác".

Lý Quí Chung là người mà tiếng đời thường gọi là "theo voi hít bã mía". Chỗ nào có lợi lộc là anh hết lòng phò tá. Cho nên mới đọc sơ vài trang "Hồi ký không tên" của anh là tôi đã ngửi thấy mùi nịnh hót Cộng sản, bóp méo sự thật để chứng minh cái lý tưởng ba xu, có lẽ của Trần Bạch Đằng mớm cho anh cũng như Cộng sản bóp méo hay sửa đổi lịch sử để biện minh cho cái gọi là "cách mạng" hay tuyên truyền láo khoét để bôi bác.

Sự thật anh Lý Quí Chung chưa bao giờ thấy được phòng họp của Nội các chiến tranh ra sao mà dám khẳng định một cách láo khoét rằng "Trung tá Nguyễn Ngọc Loan tự coi mình là nhân vật thứ hai trong chính quyền của Kỳ. Các phiên họp Nội các có sự hiện diện của Trung Tá Loan với khẩu súng "Ru–Lô" mang kè kè bên hông"! Một Tổng Giám Đốc Cảnh sát làm sao có quyền ngồi họp trong Nội các ngoại trừ có lệnh cho phép trình bày một sự việc gì quan trọng có tầm mức quốc gia. Bịa đặt khôi hài như vậy mà Lý Quí chung dám viết để bôi bác chế độ thật là hết ý. (Hồi Ký Lý Quí Chung, trang 96). Những sự bịa đặt có tính bôi bác đó với ý đồ nịnh hót chế độ Cộng sản không làm tôi ngạc nhiên. Lý tưởng của Lý Quí Chung là tiền bạc, địa vị... Trong cuộc bầu cử Quốc Hội Lập Pháp cuối cùng năm 1970, Lý Quí Chung công khai tuyên bố: 'Nếu Nguyễn Văn Thiệu đắc cử Tổng Thống, anh ta sẽ từ chức Dân Biểu nếu anh cũng đắc cử.'

Sau đó Nguyễn Văn Thiệu đắc cử và Chung cũng được dân bầu. Báo chí hối thúc Lý Quí Chung không ngừng: "Chừng nào ông từ chức?" Anh ta bí lối không biết phải trả lời ra sao cứ hẹn như hẹn nợ. Gặp tôi trong Quốc Hội anh hỏi:

– "Đại ca, bây giờ phải làm sao ?"

– Có gì khó đâu. Thì cậu trả lời: Chức vụ nầy của dân bầu, tôi không biết những ai bầu cho tôi, thì bây giờ trả chức nầy cho ai đây? Vậy tôi không tham gia sinh hoạt Quốc hội, không ăn lương của Quốc Hội để phản đối lề lối cai trị của Tổng Thống Nguyễn Văn Thiệu. Anh liền cho phổ biến ngay những lời tuyên bố trên đây. Ấy vậy mà anh ta vẫn lãnh lương đều đều của Quốc hội và có nhiều tháng còn mượn lương trước nữa, nhiều Dân Biểu đồng viện của anh hãy còn nhớ điều đó.

Vào những năm gần mất nước, có một ngày Lý Quí Chung xin gặp tôi. Anh yêu cầu tôi chơi một phần hụi ba trăm ngàn đồng, một số tiền khá lớn thời đó. Tôi trả lời: Từ nhỏ đến lớn tôi chưa từng biết hụi nghĩa là gì và chưa từng chơi hụi với ai, bây giờ cũng không muốn dính vào những gì mình không biết. Anh nài nỉ mãi không được mới thú thật là anh muốn mượn tên tôi để rủ rê những người bạn của tôi như Trương Thái Tôn, Nguyễn Chánh Lý, là Tổng Giám Đốc Mékong và Kỹ Thương ngân hàng, các người tên tuổi khác như La Thành Nghệ vân vân... có tên tôi thì người ta mới mạnh dạn tham gia. Anh khẳng định muốn mượn vốn làm ăn.

Tôi chấp thuận và vươn cổ ra đóng tiền, cho đến gần cuối mới hay rằng Lý Quí Chung đã "giựt hụi"! Tôi điện thoại cho Chung không biết bao nhiêu lần, anh không trả lời, nhắn bao nhiêu người cũng vô tăm tích. Vừa xấu hổ với bạn bè vì họ đã tin rằng Chung là đàn em của tôi nên mới nể tình dính vô vụ hụi nầy, Chị Trương Thái Tôn nói với tôi như vậy. Tôi bực mình biết chắc chắn anh đã dùng tên tôi để thuyết phục người khác. Tôi ra lệnh cho văn phòng của tôi kiện Lý Quí Chung ra tòa về tội lường gạt. Khi anh thấy nguy hiểm vì có thể bị kết án tù vì tội lường gạt số tiền lớn, anh bèn cậy nhờ Hồ Ngọc Nhuận đến văn phòng tôi.

Hồ Ngọc Nhuận là phụ tá đắc lực, là người cộng sự gần gũi tôi nhứt, được tôi tin cậy cất nhắc lên chức Quận Trưởng quận 8 rồi Tổng Giám Đốc Thanh Niên, và giúp đỡ anh nhiều. Tôi còn nhớ có lần anh nói cần tiền mua đất cất nhà mà còn thiếu hai trăm ngàn đồng. Anh mượn tôi, nhưng tháng đó ngân khoản trong băng của bà xã chỉ còn có một trăm chín mươi hai ngàn. Tôi phải đi vay của bạn bè hai chục ngàn bỏ vào để bà xã có thể ký ngân phiếu cho anh ta. Khi tôi yêu cầu bà xã ký cho Nhuận mượn tiền, bà cự tuyệt bảo rằng nếu rủi ro con mình bệnh hoạn đau yếu thì sao? Tôi phải uốn ba tấc lưỡi thuyết phục bà mới chịu ký. Số tiền đó cũng không bao giờ được hoàn lại.

Dù Nhuận đã từng là cộng sự viên đắc lực và thân tình, nhưng tôi đã cấm cửa anh ta không cho phép tới lui tiếp xúc với tôi từ năm 1972 vì hai lý do: Nghe lời dụ dỗ của Cộng sản tại Paris và đưa một bài báo của cộng sản viết, vào nhựt báo *Đại Dân Tộc* do tôi làm chủ nhiệm. Tôi sẽ viết về những sự kiện nầy trên các trang kế tiếp về anh ta. Nhuận xông vào văn phòng tôi mà không hẹn trước vì anh biết chắc tôi không tiếp. Thấy anh tôi vội hỏi:

– "Mầy còn đến đây làm gì nữa"?

– Tôi đến lạy ông.

– Việc gì phải lạy? Về đi, tao không rổi rảnh và cũng không còn gì để nói với mẩy nữa.

– Tôi lạy ông xin đừng bỏ tù thằng Chung, vì ai cũng biết thằng Chung đã một thời là "em út" của ông, cả xứ đều biết, ông bỏ tù nó cũng bằng ông bỏ tù chính ông, người ta sẽ cười chê.

– Tao bảo mẩy đi về. Cô Nga, gọi chú bảy vệ sĩ mời ông Dân Biểu đi ra, tôi không có thì giờ tiếp những người không có hẹn trước. Nhuận đứng dậy ra về.

Hôm đó là lần đầu tiên tôi gọi Nhuận bằng "mẩy", từ xưa đến nay tôi không hề gọi Hồ Ngọc Nhuận là "mẩy xưng tao", cũng không xưng hô với nhau là "toa moa", không gọi là "em" mặc dù lúc nào anh ta cũng tự xem mình như em út ruột thịt, nhưng tôi vẫn một mực gọi là "ông" dù là cộng sự viên thuộc cấp. Ngược lại Nhuận cũng không khi nào gọi tôi bằng tiếng khác hơn là "ông".

Sau khi Hồ Ngọc nhuận ra khỏi văn phòng, suy đi nghĩ lại tôi thấy lời nói của anh ta không phải là vô lý, nên tôi bèn gọi ông Đặng Đình Hải, Chánh Văn Phòng, trước khi ông nầy trở thành ký giả nhựt báo *Đại Dân Tộc* và sau là Nghị Viên Hội Đồng Tỉnh Bến tre, chỉ thị ông đến văn phòng luật sư yêu cầu bãi nại.

Lý Quí Chung cũng hăng say đứng vào hàng ngũ ban lãnh đạo của Phong Trào Phục Hưng Miền Nam. Phục hưng miền Nam có nghĩa là cả miền Nam không cộng sản từ sông Bến Hải, chở không phải tiếng đồn hay dư luận cố tình bóp méo là miền Tây lục tỉnh. Tôi đỡ đầu phong trào, xin cho họ có giấy phép hoạt động, nhưng tôi không hề có tên trong danh sách đảng viên mà chỉ đứng bên ngoài góp ý, cố vấn, tiếp tay với ban lãnh đạo khi cần.

Cũng may cho tôi là khi vào tù tôi bị Cộng sản tra hỏi về đảng Phục Hưng ở Hải ngoại mà bọn Cộng sản cho rằng thoái thân của Phục Hưng Miền Nam, đang tiếp tục chống phá "cách mạng". Tôi thách thức họ tìm trong hồ sơ bộ Nội vụ và cảnh sát mà họ khoe khoang là còn đầy đủ, xem có tên tôi trong đảng phái nào không?

Trong phong trào Phục Hưng Miền Nam Lý Quí Chung hoạt động khá hăng hái, góp phần thảo bản tuyên ngôn, lập trường mà chính anh luôn nhấn mạnh là phải minh định lập trường chống cộng sản. Khác với những gì anh gian dối đánh bóng cho tinh thần thiên tả, yêu nước, ủng hộ cái gọi là "cách mạng" của anh trong quyển "Hồi Ký Không Tên". Tôi nhớ có lần anh thố lộ với tôi rằng:

"Thằng Hồ Ngọc Nhuận được Cộng sản móc nối, nó sẽ là cây dù che cho anh em mình sau nầy".

Có lẽ vì Hồ Ngọc Nhuận thú nhận với Lý Quí Chung nên Chung mới biết được cái "tẩy" của Nhuận là có móc nối với tên Cộng sản cao cấp Trần Bạch Đằng. Sự thật Cộng sản thừa biết giá trị tinh thần và khả năng trí tuệ của Lý Quí Chung nên họ có cho anh ta một chút xơ múi gì đâu, ngoài cái quán ăn ở Câu lạc bộ đường Duy Tân cũ.

Phần tôi, dù được biết các anh ấy bắt liên lạc lại với địch, nhưng tôi đã một lần hứa "thằng người của tôi không khi nào ra tay giết em út" (xem những trang kế tiếp nói về Hồ Ngọc Nhuận), nên tôi lặng thinh khi nghe Chung khoe như vậy. Vả lại chắc chắn Tổng Nha Cảnh sát đã biết việc nầy vì văn phòng của Hồ Ngọc Nhuận ở đường Lê Lai có đầy Cảnh sát chìm, nổi trong khu vực. Một đàn em trong văn phòng của Hồ Ngọc Nhuận là nhân viên tình báo hiện định cư tại Orange County.

Nói về **Dương Văn Ba** thì cũng đáng buồn không ít. Sau khi tôi từ chức Tổng Trưởng Thanh Niên, chấp nhận đi lính thay vì đi làm Đại Sứ ở Luân Đôn như Tướng Kỳ đề nghị để lấy lòng và xoa dịu những bạn bè của tôi trong chính trường có thể bất mãn vì sự từ chức của tôi kéo theo sáu vị Tổng Trưởng khác, Dương Văn Ba là Đặc ủy viên thanh niên cũng trở về dạy học. Đến khi bầu cử Quốc Hội Lập Pháp tôi biểu anh ta ra ứng cử ở Bạc Liêu, anh dạ mà sự thật anh không dám nạp đơn ứng cử, còn hai ngày trước thời hạn cuối cùng phải nộp đơn, tôi hỏi:

– Ba, cậu có nộp đơn ứng cử chưa?

– Dạ chưa.

– Tại sao cậu đã nói bằng lòng trước mặt tôi mà không nộp đơn?

– Tôi sợ không đủ uy tín ở đó để đắc cử.

– Cậu có còn nghe lời tôi nữa không? Hay là tôi hết chức, cậu coi thường và lời hứa của cậu không có giá trị và danh dự trong đó?

– Dạ tôi còn nghe lời anh.

–Vậy thì về Bạc Liêu liền, nộp đơn ứng cử Dân Biểu.

Trong kỳ bầu Quốc Hội nầy tôi đề nghị thêm Ngô Công Đức ứng cử ở Vĩnh Bình quê của anh. Hồ Ngọc Nhuận, Hồ Văn Minh ra ở quận 8. Sau khi có kết quả tôi đã vào trường Bộ Binh Thủ Đức. Lúc nửa đêm Trung Tá Huệ, trưởng Khối huấn luyện trường Bộ Binh Thủ Đức là anh rể của Dương Văn Ba đến tìm tôi ở đại đội 3, chở về nhà ông cho Dương Văn Ba và Ngô Công Đức gặp. Lời nói đầu tiên của Ba là: "Sau khi nghe kết quả đắc cử hình ảnh người đầu tiên hiện trong đầu tôi là anh, từ nay trở đi Võ Long Triều biểu gì tôi cũng nghe theo không suy nghĩ." Sự viếng thăm đột ngột trong hoàn cảnh khó khăn đặc biệt nầy chứng tỏ lòng thành trong chốc lát của Dương Văn Ba.

Còn sau nầy nhiều chuyện khác tùy theo lợi lộc. Sau khi vào Quốc Hội, ông Nguyễn Cao Thăng, Phụ Tá Tổng Thống Đặc Trách Liên Lạc Quốc Hội, bỏ tiền mua chuộc Dân Biểu để lập một khối "gia nô" và một số Dân Biểu vòng ngoài tùy cơ hội, trong số đó có Dương Văn Ba.

Hồ Ngọc Nhuận là người bản chất tốt, ôn hòa, khôn khéo, nên tôi đề nghị anh đóng vai trò phối hợp anh em, nói trắng ra là lãnh đạo nhóm dân biểu thân hữu của mình. Nhuận cho biết là Dương Văn Ba lấy tiền của Nguyễn Cao Thăng bỏ phiếu thuận cho những điều khoản nghịch lý, phi dân chủ, hại cho đại cuộc, lợi cho địa vị hay cá nhân Tổng Thống Thiệu. Anh em đề nghị khai trừ Dương Văn Ba. Tôi gọi Ba đến nhà và hỏi: Sự thật cậu có lấy tiền của Nguyễn Cao Thăng không? Anh chối quanh co, cuối cùng phải thú nhận là có. Tôi suy nghĩ, không nên loại bỏ một người hữu ích khi cần, nên tôi đề nghị:

– Nếu cậu hứa với tôi sẽ tuyệt đối tuân theo quyết định của anh em khi cần thiết thì tôi cho phép cậu lấy tiền của Nguyễn Cao Thăng, nhưng trước khi lấy cậu phải hỏi và được sự đồng ý của tôi, tùy theo tầm quan trọng của sự biểu quyết lần đó. Nếu tôi không đồng ý cậu phải bỏ phiếu theo khối của anh em mình, bằng không thì tôi sẽ để cho anh em khai trừ cậu vì lý do lén lút nhận tiền của Hành pháp. Nhục nhã đó sẽ làm hư cả đời cậu. Dương Văn Ba đồng ý và tiếp tục sinh hoạt trong điều kiện anh đã hứa với tôi cho đến ngày anh thất cử. Có một lần tôi đang ngồi làm việc, nghe điện thoại reo, đầu giây bên kia tiếng của Dương Văn Ba hổn hển:

– Anh ơi, tôi lỡ nói mấy thằng dân biểu "gia nô" ăn tiền của Nguyễn Cao Thăng, bây giờ tụi nó ào ào, kể cả ông Chủ Tịch, đòi tôi phải vạch mặt chỉ tên người nào chở tôi không có quyền vơ đũa cả nắm. Báo chí cũng đang vây quanh tôi, phiên họp đang tạm ngưng. Làm sao bây giờ?

– Tại sao cậu ăn nói bừa bãi, kém suy nghĩ như vậy. Bây giờ đã lỡ nói rồi, nhưng có điều chắc chắn là tụi nó ăn tiền thật, vậy thì khi trở vào họp cậu lựa thằng "gia nô" nào yếu ớt nhứt không dám đánh cậu vì bị hạ nhục, thì cứ chỉ đại một tên. Kết quả Dương Văn Ba chỉ đích danh ông Phạm Duy Tuệ, Tổng Thư Ký Quốc Hội, người ốm yếu hơn Dương Văn Ba nhiều.

Sau khi thất cử Dân Biểu, Ba không có việc làm, tôi buộc Ngô Công Đức phải nhận anh vào làm việc trong tờ báo *Tin Sáng*. Mặt khác tôi nài xin với Anh Trung Tướng Nguyễn Văn Vĩ, Tổng Trưởng Quốc Phòng, cho anh Ba được hoãn dịch hai lần. Anh tiếp tục làm báo kiếm tiền nuôi gia đình. Rồi nghề dạy nghề, Dương Văn Ba trở thành ký giả sáng giá trong tờ báo. Cho đến ngày tôi xuất bản nhựt báo *Đại Dân Tộc*, gọi Dương Văn Ba về cùng làm việc với nhóm anh em, Ba yêu cầu tôi phải trả lương cho anh mỗi tháng năm trăm ngàn đồng thì mới về, bằng không anh vẫn làm việc cho Báo *Điện Tín*, thối thân của tờ *Tin Sáng*. Số tiền Dương Văn Ba đòi phải trả lớn gấp năm lần hơn lương của một Tổng Thư Ký giỏi trong làng báo thời đó.

Hồ Ngọc Nhuận tức giận tột cùng, nói với Ba rằng: "Cậu dám bỏ lời thề, phản bội anh em, nhưng anh em sẽ không bao giờ phản bội cậu, bây giờ tôi hỏi cậu có bằng lòng về làm việc với anh em không? Hay là cậu chỉ biết đồng tiền mà bất kể tình bạn kết nghĩa"? Câu trả lời của Ba là không! Về sau, năm 1975, tôi nghe nói Dương Văn Ba cấu kết với cán bộ cộng sản Cà Mau khai thác gỗ lậu, bị kết án tử hình, đồng bọn của anh lo lót được giảm án xuống chung thân, rồi cuối cùng được trả tự do. Tôi cũng nghe nói khi ra tù Dương Văn Ba vẫn làm ăn gian dối, nợ chồng chất mướn nhà làm văn phòng, không tiền trả.

Nói về **Ngô Công Đức**, anh cũng thuộc nhóm người trẻ có liên hệ với tôi. Nhiều lần tôi bàn thảo với anh em, làm chính trị phải có vũ khí chính trị. Đó là báo chí. Ngô Công Đức nghe nói, khoe rằng anh đã một thời từng làm ký giả cho nhựt báo *Trắng Đen*. Dù biết rằng văn hóa của Ngô Công Đức rất kém, không có được văn bằng tú tài. Nhưng làm báo chỉ cần biết viết văn nghiêm chỉnh là đủ. Còn kiến thức chính trị văn hoá thì đã có tập thể anh em cùng chung góp sức, nên tôi giao cho anh một triệu năm trăm ngàn đồng, nói là để hùn với anh xuất bản tờ *Tin Sáng* nhưng thực tế tôi biết anh không có một triệu rưởi để hùn. Vấn đề đối với tôi không phải là thương mại mà là chính trị, nên tôi nhắm mắt để cho anh toàn quyền chi tiêu. Tôi chỉ đặt Hồ Ngọc Nhuận đứng tên Giám Đốc Chính trị của tờ báo mà thôi. Tờ báo lời nhiều, nhiều lắm, nhưng Ngô Công Đức không hề chia một cắc lời, thậm chí không trả vốn. Tôi có nhắc một lần nhưng Đức làm ngơ. Tôi cũng giả vờ không quan tâm vì mục đích xuất bản báo của tôi là để tạo một vũ khí chính trị phục vụ cho lập trường, lý tưởng chứ không phải để kiếm lời. Vả lại lợi tức của trại chăn nuôi, trường

Anh văn London School, trường mẫu giáo Claire Joie của bà Triều thừa thải cho việc chi tiêu trong gia đình. Một điều đáng nói về Ngô Công Đức là tính anh quá khích và xảo quyệt.

Khi Hồ Ngọc Nhuận ra ứng cử, thiếu tiền vận động, đến xin tôi. Tôi biểu anh nói với Ngô Công Đức là tôi yêu cầu nó đưa cho anh một trăm ngàn đồng. Đức không chịu đưa. Tôi gọi cả hai anh tới nhà giáp mặt, tôi trách nhẹ là Đức không trả vốn chia lời cho tôi trong khi tờ báo lời to, tại sao biểu đưa cho Nhuận có một trăm ngàn mà anh từ chối. Đức hứa trước mặt tôi về sẽ đưa ngay cho Nhuận. Kết cuộc không đưa mà chỉ đưa cho Nhuận chiếc xe La Dalat cũ kỹ để làm chân đi vận động mà thôi.

Một bài báo anh Ngô Công Đức viết trong mục Thiên Hạ Đồn Rằng của báo *Tin Sáng* về "cộng rau muống" ký tên Tư Trời Biển có nội dung giễu cợt người Bắc. Một số Dân Biểu đồng viện của anh phản ứng mạnh, ký giả báo khác cũng chỉ trích nặng nề. Tôi gọi Hồ Ngọc Nhuận về nhà trách anh tại sao ông là Giám Đốc Chính Trị mà để cho sự việc xẩy ra một cách ngu xuẩn như vậy. Nhuận tự bào chữa là vì tin cậy nhau, dù sao Đức cũng lầm lỡ rồi để nghị tôi bỏ qua. Ngày hôm sau Ngô Công Đức viết một bài khác không dám nói trắng trợn tác giả bài báo đó là tôi nhưng ngụ ý quanh co là mục Thiên Hạ Đồn Rằng và bút hiệu Tư Trời Biển là do tôi đặt ra. Lập tức dư luận cho rằng tôi là kẻ ném đá giấu tay, tôi là người kỳ thị Nam Bắc. Sự thật đa số bạn bè của tôi từ Paris kể cả ở Việt Nam là Bắc Kỳ. Bởi tính tôi cũng năng nổ sinh động như họ, nên dễ kết bạn với nhau là thường. Tôi không muốn đính chánh bài báo đó không phải tôi là tác giả, đồng thời chỉ đích thật tên tác giả của nó là ai, bởi vì tôi không muốn đổ tội cho một thằng đàn em đã làm sai mà không dám nhận. Hơn nữa tính tôi ngang ngược, bất chấp dư luận đã quen rồi, cộng thêm tinh thần "mã thượng" do giáo dục gia đình ảnh hưởng, nên tôi đành làm thinh để mặc cho dư luận muốn hiểu sao thì hiểu. Thực tế tôi không hề viết một bài nào trong mục thiên hạ đồn rằng với bút hiệu Tư Trời Biển. Đó là bút hiệu chung của Ngô Công Đức, Hồ Ngọc Nhuận hay bất cứ ai viết trong mục đó, trừ tôi, bởi vì thời đó tôi chưa biết viết báo. Nhưng tôi sẵn sàng chấp nhận búa rìu của dư luận cho tới ngày nay. Bởi vì tôi nghĩ sự hiểu lầm đó cũng chẳng hại gì đến danh giá và đời sống cá nhân, xã hội hay chính trị của tôi. Nhân sinh quan, lập trường chính trị của tôi rõ ràng cần chi phải đính chánh. Cái tính xảo quyệt của Ngô Công Đức có sẵn thời anh còn nhỏ, học ở Trường Saint Joseph, Mỹ Tho. Có một buổi "ra chơi", thầy giám thị (frère surveillant) để quên cái tu–huýt trên ghế, Đức cầm thổi quét một tiếng lớn, mọi người tưởng tới giờ ngưng chơi đi xếp hàng. Thầy giám thị tức giận điên người hỏi:

– Thằng nào thổi?

– Thưa thầy thằng nầy, Ngô Công Đức vừa nói vừa chỉ anh bạn đứng kế bên. Thầy giám thị liền xáng thằng nhỏ vô tội một bạt tai như trời giáng. Mặc cho sự đôi chối, cũng vô ích, chỉ tội cho thằng nhỏ bị đòn thế cho Ngô Công Đức thôi. Câu chuyện nầy chính Hồ Ngọc Nhuận bạn đồng lứa, học cùng trường với Đức tại Saint Joseph thuật cho tôi khi tôi trách mắng Hồ Ngọc Nhuận về vụ Đức viết bài ngu xuẩn mà không dám nhận.

Nhận định về bản chất của Ngô Công Đức tôi xa dần lần tránh anh ta một cách nhẹ nhàng, mọi việc giao dịch ít khi tôi trực tiếp mà chỉ qua trung gian của Hồ Ngọc Nhuận thôi. Cho đến ngày 30 tháng tư, tôi hoàn toàn cấm cửa Ngô Công Đức, nhưng có một lần khi tôi ra tù anh biết tôi cấm cửa anh nên tháp tùng với người anh rể là Trung Tá cựu Dân Biểu, một đồng viện tôi còn giữ cảm tình, đến nhà thăm tôi với chai rượu chát và hộp phó–mát (fromage) sản phẩm của Pháp quốc. Anh nhắc rằng: Biết tôi thích phó–mát hiệu Camembert nên cố tình đem đến uống với tôi một ly rượu mừng. Tôi từ chối thẳng thừng viện cớ là đau gan bác sĩ cấm rượu, cấm mỡ, cấm kem.

Hồ Ngọc Nhuận thuộc đàn em, có tài, có tình, khá lanh lợi, năng nổ nhưng tiếc thay thiếu sự hiểu biết sâu xa về chính trị. Ngày nay viết về anh ta tôi hối tiếc vì đã mất một người cộng sự viên đắc lực. Tôi buồn gần như mất một người em, một người bạn đồng hành. Tôi bực tức và tự trách tại sao không đủ cứng rắn để áp dụng một kỷ luật thép đối với những người đồng hành đồng chí đứng trong hàng ngũ của mình. Tại sao tôi không thẳng thừng vạch mặt chỉ tên khi thừa biết họ bị Trần Bạch Đằng móc nối. Thật ra điều nầy Tổng Nha Cảnh Sát và Tình Báo cũng biết. Tôi kể chuyện về Hồ Ngọc Nhuận sau đây với ít nhiều ray rứt trong lòng.

Trong lúc anh giữ chức Tổng Giám Đốc Thanh Niên của tôi, có lần Tướng Kỳ muốn cải tổ Nội các sâu rộng tôi có nhiệm vụ tìm một người thay thế Lâm Văn Trí, Tổng Trưởng Canh Nông mà không một đồng nghiệp nào của tôi chịu nhận. Tôi quyết định chính mình sẽ về nhận Bộ Canh Nông và giao Bộ Thanh Niên cho Hồ Ngọc

Nhuận. Tôi bèn gọi anh vào văn phòng thông báo quyết định của tôi. Anh từ chối quầy quậy, nói rằng chức vụ đó vượt khả năng của anh ta. Nội chuyện tiếp khách trong và ngoài nước thôi anh cũng không thể chu toàn, huống chi là họp hành Nội các, bàn chuyện quốc sự. Tôi cố thuyết phục và gần như chỉ thị ngày mai ông cùng với tôi đi trình diện Nội các mới với tư cách là Tổng Trưởng Thanh Niên.

Anh khẳng định sẽ đào ngũ và ngày mai chắc chắn tôi sẽ tìm anh không ra đâu. Tôi đành phải chịu thua và nhận lãnh sự trách mắng của Tướng Kỳ vì ông bị bắt buộc phải nói lại và Lâm Văn Trí lưu chức. Vì thế mà Lâm Văn Trí tỏ ý mỉa mai tôi: "Anh đuổi em không được mà anh"! Sự kiện nầy chứng minh Hồ Ngọc Nhuận không tham quyền, háo danh, chuộng lợi. Nhuận luôn luôn là tay mặt tay trái của tôi trong gần như mọi vấn đề, từ những hoạt động lớn nhỏ quan trọng cũng như không quan trọng. Có một lần phụ thân tôi lưu ý rằng: "Tao coi thằng Nhuận nầy không được à mầy, Thằng nầy có tướng con sâu rộm, là người phản phúc". Tôi không nghe mà còn phản bác lại ông, nói rằng Nhuận là người đã giúp tôi rất nhiều trong mọi hoạt động.

Năm 1973, cuộc đàm phán ở Paris còn đang tiếp tục, Quốc Hội Việt Nam tạm nghỉ, Dân Biểu công du nước ngoài, trong số đó có ba dân biểu cùng nhóm là Hồ Ngọc Nhuận, Ngô Công Đức và Dương Văn Ba, cùng đi một chuyến sang Mỹ, Pháp, Đức v.v... Tại Paris, Đinh Bá Thi tìm gặp họ. Theo lời Hồ Ngọc Nhuận thuật lại với tôi là Đinh Bá Thi hết lời khen ngợi nhóm của anh ta tiến bộ nhứt miền Nam, là những người yêu nước, là những người sáng suốt nhìn thấy tương lai của dân tộc, là những người ôn hòa không muốn thấy chiến tranh tiếp diễn, muốn tiết kiệm xương máu của đồng bào, vân vân và vân vân.

Sau những lời bợ đỡ đó Đinh Bá Thi đề nghị ba vị dân biểu nầy họp báo tại Khách sạn Lutétia, Đại Lộ Raspail quận VI Paris, và sau đó sẽ mở một cuộc họp báo khác tại Bỉ, trung tâm sinh hoạt của cộng đồng Âu Châu., và một trong ba vị sẽ đọc một bài diễn văn tại Lưỡng Viện Quốc Hội Hoa Kỳ để tuyên bố lập trường của nhóm trí thức và chính trị gia miền Nam. Ba anh bạn trẻ của tôi đồng ý, nhưng phải chờ một người là Hồ Ngọc Nhuận về Sài gòn thông báo sự việc và hỏi ý kiến tôi là người lãnh đạo nhóm. Thực tế, Dương Văn Ba cùng về với Nhuận còn Ngô Công Đức ở lại Paris chờ.

Một buổi tối vào 9 giờ đêm, có tiếng chuông kêu cửa nhà tôi ở số 28ter đường Mạc Đỉnh Chi, tôi ngạc nhiên thấy Hồ Ngọc Nhuận lù lù bước vào phòng khách. Tôi vội vàng hỏi:

– Ủa mấy ông đi tham quan nước ngoài mà sao về sớm vậy?

– Đâu có, tụi tôi về để hỏi ý kiến ông.

– Về vấn đề gì? Mấy ông đang đi du hí du thực mà có vấn đề à. Hồ Ngọc Nhuận nghiêm chỉnh trả lời:

– Có

– Vấn đề gì quan trọng đến nổi phải hỏi ý kiến tôi.

Tôi thành thật xác nhận rằng sinh hoạt nghị trường Quốc Hội thời đó còn rất mới mẻ đối với nhiều vị dân biểu, đặc biệt là Dương Văn Ba và Ngô Công Đức, Hồ Nhọc Nhuận, Lý Quí Chung, các anh ấy thường ghé qua nhà tôi ăn sáng khoảng 8 giờ mà không cần báo trước. Câu nói đầu môi chót lưỡi là: "Sáng nay vô Quốc Hội nói gì hả ông?" Những sự bàn bạc đó trở thành thói quen, trở thành lời cố vấn hay chỉ dẫn cho các bạn dân biểu của nhóm trong hội trường. Mỗi khi có chuyện gì quan trọng là các anh ấy đều hỏi ý kiến tôi.

Trong lúc Hồ Ngọc Nhuận trình bày chi tiết câu chuyện Paris giữa các anh ấy và Đinh Bá Thi thì có tiếng chuông ngoài cửa, vài phút sau Dương Văn Ba xuất hiện lúc 10 giờ 20, dáng điệu lo ngại, sợ hãi. Tôi nhớ rõ từng chi tiết bởi vì sự kiện ngày hôm đó in sâu vào đầu tôi và nó theo đuổi tôi mãi mỗi khi nghĩ đến quốc gia và cộng sản. Tôi hỏi anh Ba:

– Tại sao cậu đến khuya vậy? Gặp tôi để làm gì?

– Vì tôi hẹn với anh Nhuận tới đây, nhưng thấy Công an theo dõi nên tôi đậu xe ở xa, đường Phan Đình Phùng rồi mới vòng vo đi mãi tới đây nè.

– Sau khi Nhuận trình bày cặn kẽ những gì xảy ra ở Paris và kết luận: Tôi có hẹn phải gọi điện thoại cho thằng Đức ngày mai đúng 9 giời bên nầy, báo tin cho nó chuẩn bị rồi chúng tôi sẽ trở qua Paris họp báo. Bây giờ ông nghĩ sao?

– Mấy ông không biết gì về Cộng sản hết. Tôi cũng không biết! Nhưng ít ra tôi biết tụi nó qua sách vở, còn các ông thì không. Điều đó thấy rõ. Thứ nhứt các ông phải biết rằng vô sản không khi nào chấp nhận hợp tác, sống chung với hữu sản như chúng mình. Có chăng là giả dối lợi dụng. Thứ hai đối với Cộng sản, giòng họ chúng ta là cường hào ác bá. Cha của ông là Cai Tổng , ông già thằng Đức là Cai Tổng, ông già tôi là cựu Thiếu Tá phó tỉnh trưởng Nội an của tỉnh Bến tre. Việt cộng đã nhiều lần treo giá cái đầu của ông già tôi là 5 triệu đồng. Ba tôi chết hụt bốn năm lần do tụi nó phục kích.

Các ông có thấy chuyện tụi nó tâng bốc chúng mình là vô lý và giả dối với ý đồ lợi dụng không?

Tôi không đồng ý. Vả lại, chuyện họp báo ở Paris tưởng dễ sao? Tôi sống và học tại đó 10 năm, nói tiếng tây như gió, báo chí Paris cũng từng đề cập đến tên tôi, mà bây giờ biểu tôi tổ chức họp báo chưa chắc tôi làm được. Còn các ông phát ngôn bằng Pháp ngữ như 'chà và chớp' nói tiếng Lèo mà đòi họp báo cái gì? Tôi không đồng ý. Kêu thằng Đức về. Nhuận bảo đảm:

– Mọi việc từ họp báo đến đọc diễn văn trước Quốc Hội Hoa Kỳ đều do Đinh Bá Thi sắp xếp chi tiết, tụi nầy khỏi lo.

– Đấy, ông thấy không? Như vậy là các ông sẽ họp báo mướn đổi lấy tiếng tăm danh vọng phải không? Dẹp đi, tôi không đồng ý. Một sự lợi dụng trắng trợn như vậy mà các ông không thấy thì làm chính trị chính em cái gì? Nếu phải công khai và lớn tiếng tuyên bố lập trường của mình, bộ chúng ta không thể họp báo chí ngoại quốc tại Việt Nam hay sao? Thôi dẹp đi, đừng nói chuyện hoang đường với tôi nữa.

Hồ Ngọc Nhuận cố hết sức thuyết phục tôi và luôn luôn nhắc rằng ba anh ấy đã hứa với Đinh Bá Thi rằng sẽ thuyết phục được tôi dễ dàng. Nhuận và tôi bàn cãi qua lại nhiều, nhiều lắm, lâu, lâu lắm, còn Dương Văn Ba thì ngồi im lặng từ đầu đến cuối. Nhuận khăng khăng biện hộ cho cơ hội họp báo và phát biểu tại quốc hội Hoa Kỳ. Tôi thì chỉ còn lập đi lập lại một câu: Dẹp đi, tôi không đồng ý. Mãi đến 3 giờ thiếu 12 phút tôi nhìn đồng hồ và kết luận một cách bực tức: "Tụi bây ngày nay có đủ lông đủ cánh hết rồi, muốn tự mình bay thì cứ bay, nhưng tuyệt đối kể từ nay không đứa nào được phép bước chân vào nhà tao nữa. Tao cũng cho tụi bây biết rằng thằng người của tao không khi nào ra tay giết em út. Câu chuyện hôm nay tao giữ kín sẽ không hở môi. Về hết đi"! Những câu nói nầy của tôi vĩnh viễn không khi nào quên được.

Ba và Nhuận ra về, tôi ngồi thừ ra rất lâu. Đêm trần trọc không sao ngủ được. Buồn bã đến lả người vì thấy công trình mình xây dựng gần như đang sụp đổ, bạn bè, em út đứa nào cũng muốn rẽ đường sang ngang. Bực tức vì mình tự trói tay không thể làm cho ra lẽ, gây thành lớn chuyện, tố cáo để cho tụi nó đi tù chăng? Không thể được, các ông ấy là dân biểu bất khả xâm phạm vì không quả tan phạm pháp. Vã lại gây thành lớn chuyện thì người cuối cùng gánh chịu nhục nhã sẽ là chính mình. Thất bại về mọi mặt hiện ra trước mắt.

Sáng thật sớm từ trên lầu tôi xuống phòng khách ăn điểm tâm, chợt thấy Hồ Ngọc Nhuận ngồi sù sụ một đống ở đó không biết tự bao giờ.

– Ông còn tới nhà tôi làm chi nữa? Hôm qua tôi đã nói rõ lắm rồi. Về đi.

– Ông đuổi tôi phải không? Tôi biết lỗi rồi mới tới đây, bây giờ ông đuổi tôi là ông chịu trách nhiệm à.

– Tưởng ông nói sao chớ ông nói như vậy thì 9 giờ gọi điện thoại kêu thằng Đức về. Không có họp báo gì cả.

Ngồi vào bàn ăn, Nhuận mới cho tôi biết tối hôm qua Tổng Thống Thiệu đã tuyên bố trên đài phát thanh tố cáo thằng Đức là Cộng sản.

– Vậy là nó càng phải về ngay. Và trước khi về nó phải tuyên bố với báo chí bên đó là: Vì nó không phải là Cộng sản nên nó mới về Việt Nam.

Vài ngày sau Ngô Công Đức về đến Tân Sơn Nhứt, Cảnh sát công an của Tổng Thống Thiệu, ăn mặc thường phục, giàn chào, phản đối, chọi nước sơn đỏ vào người Ngô Công Đức. Nhờ có anh rể của Đức là Dân Biểu Nguyễn Văn Binh, Trưởng khối Quốc Gia trong Quốc Hội đến rước nên Đức về nhà an toàn. Khi mọi chuyện tạm thời lắng dịu, tôi khuyên Ngô Công Đức phải về tại đơn vị Vĩnh Bình của anh mở một cuộc họp báo và mời đông đảo ký giả ngoại quốc đến tham dự để xác định lập trường đối lập với Tổng Thống Thiệu nên ông mới bị chụp mũ vu vơ, đồng thời khẳng định anh không phải là Cộng sản nên mới trở về Việt Nam.

Tại Vĩnh Bình không có Cảnh sát công an giả dạng thường dân để phá phách anh. Sau khi thất cử Dân Biểu, Ngô Công Đức trốn ra nước ngoài qua ngã Campuchia và bị Cộng sản móc nối lại. Đến sau ngày 30 tháng 4 năm 1975, anh trở về. Thực tế Cộng sản cũng biết chân giá trị của anh nên không giành cho anh một chức vị gì ngoại trừ cho phép anh tái xuất bản tờ báo *Tin Sáng* một thời gian để kiếm tiền và để ổn định tình thế giùm cho Cộng sản.

Hồ Ngọc Nhuận nghe lời tôi ở lại Sài gòn, hủy bỏ việc họp báo ở Paris, tiếp tục hoạt động trong hàng ngũ anh em cho đến khi tôi xuất bản nhựt báo *Đại Dân Tộc* tôi chính thức để anh đứng tên là Tổng Thư Ký, thực tế anh là người tôi tín cẩn như phụ tá chủ nhiệm.

Trong thời gian qua, tôi yên chí là việc móc nối ở Paris đã coi như thực sự chấm dứt. Không ngờ tại Sài gòn Trần Bạch Đằng đã tìm cách liên lạc trở lại mà tôi không hay. Cái lỗi lầm thật đáng trách của Hồ Ngọc Nhuận là đã giấu diếm tôi điều đó. Tại sao lần trước khi Đinh Bá Thi liên lạc, anh quyết định từ Paris trở về Việt Nam hỏi ý kiến tôi? Tại sao lần nầy anh âm thầm lén lút móc nối Ngô

Công Đức, Lý Quí Chung và Đương Văn Ba. Bởi vì anh biết chắc là tôi lại ngăn cản nữa. Phải chăng khi con người ta có chút quyền hành, danh vọng, tiền tài rồi, thì người ta sẽ dễ hư hỏng.

Người ta phải lộn nài bẻ ống để vươn lên cho bằng, hoặc hơn, người đã từng dẫn dắt mình. Phải vượt ra khỏi tầm kiểm soát của tập thể không tiến bộ theo lời tuyên truyền của Cộng sản. Lỗi lầm đó của Hồ Ngọc Nhuận, chẳng những đối với tôi không mà thôi, lại còn đối với cả nhóm bạn bè, hay rộng hơn nữa là đối với quốc gia. Thông thường khi con người ta không có lý tưởng thì khó có lập trường vững chắc. Khi con người ta háo danh, ham quyền, chuộng lợi thì dễ bị dụ dỗ mua chuộc.

Thời gian tôi còn ở Paris có lần anh Hồ Ngọc Nhuận sang Pháp thăm gia đình anh ấy, sẵn dịp đến thăm tôi. Gặp được cơ hội, tôi sỉ vả anh rất nặng lời, đến nỗi anh than với bạn bè cũ rằng: Gặp mấy ông, mấy ông còn hỏi thăm gia đình sức khỏe, còn gặp ổng (Triều) ở Paris, ổng chửi tôi từ đầu hôm đến sáng sớm, suốt cả đêm. Tôi tin chắc khi Nhuận gặp lại tôi trong lòng ông ta đã thấy hối hận rồi, cần gì tôi phải nặng lời với anh ấy và nói rằng: Ông đã ngậm vào mồm cái thúi tha đó bây giờ nuốt vào không được mà nhả ra thì không dám và xấu hổ.

Ngày phi cơ Mỹ dội bom lầm tòa Đại Sứ Pháp ở Hà Nội gây thiệt mạng cho ông Đại Sứ Sussini. Ngày đó Hồ Ngọc Nhuận xin tôi để cho anh viết bài xã luận "Viết Cho Bà Sussini". Dĩ nhiên không những tôi đồng ý mà còn mừng vì mình rảnh tay được một ngày. Trước khi đưa báo lên khuôn tôi kiểm lại những bài có tính cách chính trị thì đi từ ngạc nhiên đến ngỡ ngàng, tôi đọc bài xã luận ký tên Hồ Ngọc Nhuận thấy có rất nhiều từ ngữ mà ký giả miền Nam mình thời đó chưa hề dùng đến. Lời văn hoàn toàn khác lạ không phải của Hồ Ngọc Nhuận, ý nghĩa không phải bất bình mà là tố cáo.

Tóm lại tôi hồ nghi bản văn nầy do người ngoài gài vô cho Nhuận. Tôi bèn nhớ lại chuyện Paris của Hồ Ngọc Nhuận, Ngô Công Đức và Dương Văn Ba. Bực bội trong lòng nhưng cũng lấy hết kiên nhẫn ngồi sửa lại từng câu từng chữ. Cố tình "lách" tránh để cho bản văn không bị liệt vào "phương hại đến an ninh quốc gia" hay mạ lỵ các đấng chỉ huy cao cấp. Nói sửa nhưng gần như viết lại toàn bộ bài xã luận. Hai giờ trưa tôi mới ăn cơm xong, định nằm nghỉ, thì điện thoại của anh quản lý cho biết báo bị tịch thu. Tôi hỏi:

– Tịch thu vì lý do gì?

– Bài xã luận của Hồ Ngọc Nhuận.

– Tôi đã sửa chữa lại hết rồi? Tịch thu vì câu nào? Chữ nào?

– Tịch thu vì toàn bộ bài xã luận. Tôi đâm nghi nên yêu cầu đưa về cho tôi xem liền một bản. Rõ ràng là nguyên văn bài xã luận của người khác viết, y như bài đầu tiên của Nhuận đưa ra.

Tôi lập tức ra lệnh cho Lê Xuyên triệu tập phiên họp toàn bộ nhân viên tòa soạn lúc 3 giờ, kể cả "xếp ti–pô" (trưởng ban sắp chữ), đặc biệt ông phụ tá Nhuận phải có mặt.

Đúng 3 giờ, tôi đến tòa soạn có đông đủ mặt nhân viên. Kể cả Hồ Ngọc Nhuận ngồi đó với ba chai la-ve hiệu 33 để trước mặt. Tôi hỏi Lê Xuyên tại sao có sự tráo bài của chính tay tôi sửa. Anh bảo rằng bài của tôi sửa xong đưa liền xuống cho thằng Út, xếp ti–pô sắp chữ. Tôi hỏi anh Út thì anh ta khai rõ ràng minh bạch:

– Tụi em đang sắp chữ được một phần ba bài, ông phụ tá Nhuận đột nhiên xuống bảo đưa cho ông ta coi lại bản văn em đưa cho ông theo lệnh. Ông bảo em chờ một chút rồi ông lại đưa một bản văn khác biểu em phải bỏ đoạn trước sắp lại hết. Em đâu có dám tráo đổi gì đâu.

Công việc quá rõ ràng, không ai hiểu ất giáp gì cả chỉ riêng có một mình Nhuận và tôi hiểu được mà thôi. Nhuận ngồi lặng thinh không có một lời biện hộ hay phát biểu. Tôi tuyên bố ngắn gọn, giọng cứng như thép:

– Kể từ nay không ai có quyền gì trong tờ báo nầy nữa. Không ai có quyền sửa lại một dấu chấm hay phết của chính tay tôi viết ra. Mọi người nghe rõ rồi chứ? Hoặc là tuân theo, hoặc là nghỉ việc. Nếu mọi người nghe rõ thì cuộc họp đến đây chấm dứt.

Ngày hôm sau tôi vào văn phòng thấy thơ từ chức của Hồ Ngọc Nhuận để sẵn trên bàn. Tôi cầm bút phê thuận không ngần ngại không bực tức và từ đó đường ai nấy đi.

Ngày nay viết lại sự thật về một số những bạn đồng hành thời trước, có đôi khi tôi dùng lời lẽ hằn học, nhưng nó diễn tả tâm tư thật của tôi trong thời điểm đó. Bây giờ ở thời điểm tuổi 74, quỹ thời gian đã vơi quá nhiều, tôi điểm lại những bài học của thời son trẻ, thấy rất thấm thía, nhưng tiếc thay không ai có thể đi ngược lại chuỗi thời gian.

Chương XV

Thủ Tướng Tín Nhiệm

Tôi quí trọng Thiếu Tướng Nguyễn Cao Kỳ, vì ông có nhã ý mời tôi tham gia Nội các của ông, trong khi tôi là người chống đối ông nhiều nhứt trong lần tiếp xúc đầu tiên. Chẳng những vậy mà ông còn tin cậy tôi hoàn toàn như một người bạn đồng hành, theo đuổi cùng một chí hướng. Ông đối xử với tôi có phần đặc biệt hơn những vị Tổng Trưởng khác, theo sự thố lộ của Đại Tá Phan Văn Minh, Chánh Văn Phòng Đặc Biệt và sau là Đổng lý của Tướng Kỳ. Nhiều vị Tổng Trưởng khác xin yết kiến đôi khi ông không tiếp, còn tôi thì muốn gặp ông bất cứ lúc nào cũng được. Ngoài ra khi ông gặp việc gì rắc rối, quan trọng ông thường gọi tôi lên phủ để chia sẻ sự bực bội của ông hay để hội ý về một việc gì mới xẩy ra hay sắp thực hiện. Ân tình đó tôi luôn ghi nhớ. Ngày nay ông và tôi đã rẽ ngã đôi đường, mỗi người một hướng đi, mỗi người một hoài bảo. Tôi vẫn giữ mối cảm tình đặc biệt đối với Tướng Kỳ, nhưng tôi không còn liên lạc với ông như trước kia nữa. Bởi vì ông và tôi không còn gì để nói với nhau trong bối cảnh và tình thế nầy.

Đêm hôm trước ngày ông bước chân lên máy bay về Việt Nam, ông có trao đổi ý kiến với tôi qua điện thoại, ông nói: "Moa về bên đó, có gì hay ho sẽ điện thoại cho toa". Nhưng sau khi ông tuyên bố những điều làm mất danh dự của chính ông, của đồng đội đồng hành và có hại cho đất nước khi ông cam lòng bợ đở bọn cộng sản gian ác. Tôi nói với người trong gia đình và bạn bè: Chắc ông Kỳ sẽ không điện thoại cho tôi đâu, mà nếu có, tôi cũng sẽ không trả lời.

Tình cảm của Tướng Kỳ dành cho tôi thời gian tôi tham gia Nội các thể hiện qua nhiều sự việc, đặc biệt là qua nhiều bữa cơm trưa tại phủ Thủ Tướng với mắm thái Châu Đốc, chỉ có hai người tâm sự với nhau về những khó khăn của ông trong việc đương đầu với thời cuộc, về những toan tính của ông trong tương lai ngắn dài.

Có một ngày, buổi chiều gần 6 giờ tan sở, đường giây điện thoại trắng trực tiếp nối liền với Thủ Tướng reo, tôi cầm ống nghe:

– Triều đó hả?

– Dạ, tôi nghe đây Thiếu Tướng.

– Lên đây có chuyện nầy hay lắm nầy.

Tôi vội vã lên phủ, vừa thấy tôi bước vào phòng, Tướng Kỳ vui vẻ nói:

– Nầy, mời cậu về nhà tớ khai trương hồ tắm và sân quần vợt. Chơi xong, ăn cơm rồi về. Tôi nhìn thấy còn rất nhiều hồ sơ dồn đống trên bàn nên tôi vội nói:

– Hồ sơ của toa cả chồng, xem cho hết đi rồi mình về.

– Ê, làm việc thì cũng phải nghĩ xả hơi chứ.

– Ngài Chủ Tịch của tôi ơi, tôi nghe nói ông Tổng

Thống Ngô Đình Diệm làm việc 13 giờ trong ngày, không biết có đúng không? Tụi mình làm việc theo giờ hành chánh thì làm sao đạt mục đích "đội đá vá trời" của ngài Chủ Tịch được?

Tôi từ chối không tham gia cuộc vui chiều hôm đó. Khi chúng tôi bước xuống nấc thang cuối cùng của bao lơn phủ Thủ Tướng ông Kỳ còn quay sang tôi nói:

– Cho phép toa nói lại một lần nữa, đi hay không? Lên trực thăng về với moa.

Tôi lại từ chối, không phải vì không muốn tham gia cuộc vui nầy mà vì muốn chứng minh tôi thuận lý với tôi khi nói không làm việc theo giờ hành chánh. Thời đó Tướng Kỳ di chuyển bằng trực thăng, từ trại Phi Long đến phủ Thủ Tướng. Những chuyện nhỏ nhặt chứng tỏ tình bạn giữa Tướng Kỳ và tôi thời đó khá đậm đà. Bây giờ nghĩ lại thấy buồn vì bất đồng chính kiến mà bạn bè phân chia.

Hình như mỗi con người khi trời giao phó cho họ một nhiệm vụ, nói nôm na là định mệnh đặt họ vào một chức vị hay một hoàn cảnh nào đó, thì Thượng Đế cũng ban cho họ một khả năng để chu toàn trách nhiệm trong giai đoạn. Tôi tin Tướng Kỳ là một con người như vậy. Tôi nhớ trước khi Tướng Kỳ viếng thăm nước Mỹ năm 1966, ông Philippe Habib, cố vấn chính trị tòa Đại Dứ Hoa Kỳ đến văn phòng tôi yêu cầu một việc, ông nói:

– Ông Thủ Tướng của ông sắp viếng thăm nước Mỹ, dĩ nhiên là ông ta sẽ tiếp xúc với rất nhiều ký giả tại câu lạc bộ báo chí. Ông thừa biết rằng báo chí Mỹ thường moi móc những chuyện ly kỳ, giựt gân về chiến tranh Việt Nam. Chúng tôi biết ông là bạn của Tướng Kỳ, chúng tôi cũng biết ông Kỳ coi trọng ý kiến của ông.

Việc nầy ngoài ông ra chắc không ai dám khuyên ông ấy đâu, nên chúng tôi muốn nhờ ông một việc. Tưởng cũng nên nhắc rằng người Mỹ luôn theo sát hoạt động của giới chính trị miền Nam, ai bạn với ai, ai đố kỵ chống đối ai họ biết rất rõ.

– Việc gì mà ông cố vấn phải rào đón nhiều vậy?

– Xin ông vui lòng nói với Thủ Tướng của ông, đừng dùng Anh ngữ để đối đáp với báo chí Mỹ khi họp báo ở câu lạc bộ báo chí, nếu lỡ lời hay nói sai đường lối, sai việc gì mình có thể đính chánh rằng người thông dịch nói sai hoặc hiểu sai. Báo chí Mỹ họ xoi bói, thêu dệt, đặt điều dữ lắm. Xin ông Thủ Tướng phải dè dặt.

– Tôi hiểu rõ điều đó. Đa số chính trị gia hay lãnh tụ các nước đều dùng tiếng bản xứ để diễn tả ý kiến của mình. Đó là chuyện thường tình. Ông cố vấn đừng ngại. Tôi tin ông Thủ Tướng của chúng tôi hiểu biết việc nầy. Dù sao thì tôi cũng sẽ gặp ông ấy để trình bày và góp ý.

Hai ngày sau cuộc viếng thăm nước Mỹ của Tướng Kỳ, Philippe Habib trở lại văn phòng tôi mà không xin hẹn trước. Ông phải ngồi chờ gần 15 phút. Thấy ông bước vào, tôi chưa kịp xin lỗi vì để ông phải chờ lâu. Ông ta đưa hai tay ngửa mặt lên trời nói:

– Nhờ trời ông ta vượt qua cuộc thi mà còn được chấm hạng ưu!

Tôi hơi nghi ngờ nhưng vẫn sửng sốt hỏi?

– Cuộc thi nào? Ai thi?

– Ông ác lắm, tôi đã nhờ ông khuyên bạn của ông là Tướng Kỳ đừng dùng Anh ngữ khi tiếp xúc với báo chí Mỹ mà ông ta đã sử dụng tiếng Anh suốt thời gian họp báo. May mắn cho chúng tôi, và cho ông ta nữa, là báo chí khen ông ấy đáo để. Nếu ông biết trong lúc ông ấy tiếp xúc với báo chí chúng tôi ngồi nghe như ngồi trên đống lửa thì ông sẽ hiểu rằng lúc đó tôi buồn tức ông đến mức nào? Chỉ một sự lỡ lời của ông Kỳ thôi thì chúng tôi phải giải thích như thế nào với dân chúng Hoa Kỳ và với quốc tế đây?

– Tôi nói thật với ông là tôi đã có nhắc nhở hai lần với Thiếu Tướng Kỳ và còn nhắc lại một lần nữa khi đưa ông ấy ra phi trường đi Mỹ. Nhưng ông thừa biết, Tướng Kỳ hành động theo ý riêng và theo sự bốc đồng của ông ta. Dù sao điều đó chứng tỏ ông Thủ Tướng của chúng tôi cũng có tài đối đáp phải không? Ông cố vấn Habib và tôi chia tay nhau trong sự vui mừng của đôi bên. Khi tôi báo lại việc nầy cho Tướng Kỳ nghe, ông nói đùa một câu: "Mấy anh có phục tôi không nào"?

Nhân vụ Tướng Kỳ "cương" trong khi tiếp xúc với ký giả Mỹ, tôi nghĩ đến một số người cho rằng vấn đề chính trị là việc ngoài tầm tay của họ. Số người khác thì tự phụ háo danh nghĩ rằng họ có thừa khả năng cáng đáng việc đó. Thực tế ngồi vào ghế lãnh đạo quốc gia phải có một chút tài đức và sáng suốt, hiểu biết về chính trị, kinh tế, xã hội, chút lòng yêu nước thương dân, một ý chí hy sinh cao thượng nào đó. Nếu không thì họ là nhà lãnh đạo hại dân hại nước.

Tôi nghĩ Nguyễn Cao Kỳ trong thời điểm 1965–1968 được trời ban cho chút khả năng đó. Và khi đất nước đến thời mạt vận, cơ trời xui khiến thì có người lãnh đạo bất tài. Đời tôi có được hân hạnh quen biết nhiều vị lãnh đạo quốc gia: Nguyễn Cao Kỳ, Nguyễn Văn Thiệu, Dương Văn Minh, Trần Văn Hương, Phan Khắc Sửu. Sự kiện tôi chấp nhận phục vụ dưới trướng

Nguyễn Cao Kỳ và từ chối tham gia hợp tác với Nguyễn Văn Thiệu, qua sứ giả và bào huynh của ông là Nguyễn Văn Kiểu, chứng tỏ trong khoảng thời gian đó, tôi nhận xét ông Kỳ có lòng yêu nước, còn ông Thiệu yêu bản thân mình và chức vụ của ông hơn là nghĩ đến quốc gia dân tộc .

Nói rõ tâm tư của tôi không cần che dấu là thái độ và hành động chính trị của Tướng Kỳ ngày nay buộc tôi phê phán và chỉ trích gắt gao hành vi thái độ của ông ta. Và tôi chống đối Trung Tướng Nguyễn Văn Thiệu vì cung cách lãnh đạo của ông trong hoàn cảnh chính trị ngày xưa. Tôi cũng không hợp tác với Trần Văn Hương, người mà tôi tháo gỡ tình trạng giam lỏng của ông ở Vũng Tàu trong biệt thự của cố Tổng Giám Mục Ngô Đình Thục và đã tổ chức vận động cho ông ra ứng cử tổng thống năm 1967, chỉ vì ông vâng phục một người thiếu tư cách.

Khi tôi nhận lời tham gia Nội các, tháng 2 năm 1966, Tướng Kỳ đã nói với tôi:

– Dư luận bên ngoài đồn rằng Nội các nầy chỉ tồn tại 2 tháng, anh có dám vào không?

Tôi cười : Một hoặc hai ngày, nếu cần làm việc gì mà lương tri chỉ mình phải làm, thì cứ làm, huống chi là hai tháng. Nói mà chơi chớ thời buổi nầy nội các chỉ đổ bằng một cuộc đảo chánh thôi, mà anh là Tư Lệnh Không Quân, khó có ai cưỡng được bom đạn của anh trên trời rơi xuống thì anh còn ngại gì. Vả lại người Tây phương thường nói: "Người nào nắm giữ thủ đô là người đó nắm giữ cả xứ". Vậy anh chỉ cần đặt một người thân tín nhứt của anh làm tư lệnh Vùng III chiến thuật là an toàn.

- Người sĩ quan thân tín nhứt với tôi là Chuẩn Tướng Nguyễn Bảo Trị, tư lệnh Sư đoàn 7 đóng quân ở Mỹ Tho. Chúng tôi biết nhau từ thời còn trẻ.

- Thì móc lon cho ông ấy lên Thiếu Tướng.

- Toa không biết trong quân đội, hơn nhau chẳng những do cấp bực mà còn do thâm niên quân vụ nữa. Làm sao Tướng Trị chỉ huy được các ông Thiếu Tướng hay Trung Tướng khác?

- Vậy tôi xin hỏi cấp bực anh là gì? Tại sao anh đứng đầu cả xứ trong đó có bao nhiêu trung tướng, thiếu tướng thâm niên hơn nhiều? Vấn đề là chỉ huy bằng chức vụ, bằng khả năng, không bằng cấp bực. Tổng Thống De Gaulle chỉ là thiếu tướng, Tổng Thống Nasser chỉ là đại tá thôi.

It lâu sau Tướng Nguyễn Bảo Trị được thăng Thiếu Tướng và được bổ nhiệm vào chức vụ Tư Lệnh Quân Đoàn III. Sau đó ông trở thành Tổng Trưởng Thông Tin trong Nội các chiến tranh. Với tư cách là Tư Lệnh, Tướng Trị có quyền sinh sát trên tòa án quân sự vùng III. Một hôm ông Kỳ gọi tôi lên phủ Thủ Tướng gấp và nói:

- Ông Tư Lệnh Vùng III cho moa biết ông bắt được một tàu buôn thuốc bắc lậu rất lớn, việc nầy có trực tiếp dính đến ông Tướng Nguyễn Hữu Có, Phó Thủ Tướng của mình. Toa nghĩ sao? Xử hay không xử?

- Tôi thấy việc nầy quan trọng quá, nếu xử thì có thể tạo khủng hoảng Nội các, mang tiếng với quốc dân là người của chính phủ phạm pháp. Và cũng có thể gây xáo trộn trong quân đội bởi lẽ Tướng Có còn nhiều tay em nắm giữ nhiều chức vụ quan trọng trong quân đội. Nếu không xử thì mình giẫm chân lên lập trường và lý tưởng của mình. Theo tôi thì tạm thời giả dại qua ải rồi tùy thế, tùy thời chúng ta liệu mà xử lý về sau. Anh hỏi thì tôi phải nói ý tôi, chứ sự thật chỉ có một mình anh lượng định tình hình và lấy quyết định mà thôi, không ai có thể xía vào chuyện nầy được. Dù thế nào tôi vẫn ủng hộ quyết định của anh.

Chuyện buôn lậu được bỏ qua, sau đó còn có một vụ buôn vải lậu ở Biên Hòa lại dính dáng với Tướng Có nữa nhưng cũng bỏ qua. Kết cuộc Tướng Có bị buộc phải lưu vong ở lại Hong Kong sau một chuyến đi ngoại quốc.

CHƯƠNG XVI

BÊN BỜ VỰC THẲM
NỘI CÁC CHIẾN TRANH
VÀ MIỀN TRUNG RỐI LOẠN

Trở lại chính trường Miền Nam thời gian 1966 vô cùng xáo trộn. Phật Giáo và Công Giáo chống đối nhau, cả hai tôn giáo lấy chính phủ làm một thứ con tin buộc phải giải quyết mọi việc thuận theo chyều hướng của họ muốn. Thiếu Tướng Kỳ nhiều lần thương lượng với những vị Thượng Tọa Thích Thiện Hoa, Thích Tâm Giác, Thích Huyền Quang và một vài vị khác nhưng kết quả theo ông tường thuật lại cho tôi nghe thì những vị nầy luôn luôn đe dọa sẽ lật đổ Nội các nếu chính phủ không thỏa mãn yêu sách của họ. Tôi ngây thơ tưởng mình khôn lanh, nói phét rằng tại anh không đủ khéo léo hoặc không chịu giải bày cặn kẻ những khó khăn chính phủ phải đương đầu.

– Thì cậu giỏi, thử nói chuyện với mấy ông ấy xem nào?

– Nếu anh đồng ý thì anh phải thông báo cho mấy ổng rằng anh cho phép tôi đại diện.

– Tôi sẽ báo với họ.

Tôi yêu cầu anh Trần Văn Lộc, một Công Cán Ủy Viên của tôi, tự xưng là đệ tử của Thượng Tọa Thích Thiện Hoa, tổ chức cho tôi gặp quí vị Thượng Toạ tại tư gia của anh. Trong hai lần tiếp xúc với các vị đó, cho dù tôi có nhẹ giọng, giải thích tận tình nhu cầu ổn định chính trị và xã hội để đương đầu với Cộng sản, bọn chúng đang lợi dụng tình hình để trà trộn và xách động quần chúng vân vân, tôi chỉ nghe đi nghe lại một câu: Nếu chính phủ không bằng lòng nhận thêm người của Phật Giáo vào Nội các, nếu chính phủ không trừng trị đích đáng bọn Cần lao thì sớm muộn gì chính phủ cũng phải đổ. Tôi đành ghi nhận sự thất bại của mình có lẽ còn thê thảm hơn Tướng Kỳ đã gặp phải, cho nên khi tôi báo cáo lại với Tướng Kỳ, ông cười chế nhạo và mỉa mai tôi:

– Ủa vậy sao? Toa vẫn khoe mình tài ba, khôn khéo mà?

– Tôi thú nhận mình chủ quan, và tin tưởng những kẻ tu hành là người tốt và hiểu biết.

Tình thế mỗi ngày một xấu đi, tín đồ Phật Giáo biểu tình liên tục. Từ Sài gòn lan ra Đà Nẵng, Huế . Cường độ chống chính phủ ngày càng tăng. Tình hình chính trị ở miền Trung trở nên nguy hiểm. Tướng Nguyễn Chánh Thi, Tư Lệnh vùng I chiến thuật hình như làm ngơ hay ngấm ngầm ủng hộ để lấy lòng Phật Giáo. Thái độ và hành động của Tướng Thi, Tư Lệnh Quân Đoàn I buộc chính phủ phải thay thế ông, nhưng nếu bứt sợi dây Nguyễn Chánh Thi, sợ động khu rừng miền Trung đang sắp cháy lớn. Vì vậy Thiếu Tướng Kỳ phải dùng hạ sách đánh lừa Tướng Thi bằng cách mời ông về Sài gòn họp Ủy Ban Lãnh Đạo Quốc

Gia. Khi về tới sân bay Tân Sơn Nhứt, Đại Tá Loan chờ sẵn và thông báo quyết định của chính phủ đưa ông đi Mỹ tị nạn với lý do ngụy tạo là để chữa bệnh. Giấy thông hành và chiếu khán nhập cảnh có sẵn. Ông phải lựa chọn hoặc đi Mỹ hoặc vào quân lao. Dĩ nhiên ông chọn biệt xứ còn hơn đi tù. Trong khi chờ đợi và thương lượng tại phòng khách danh dự, báo chí hỏi ông đi Mỹ chữa căn bệnh gì? Ông trả lời một cách mỉa mai là "bệnh thúi mũi"! Sau đó hội đồng Tướng Lãnh và Ủy Ban Lãnh Đạo Quốc Gia nhóm họp quyết định với 32 phiếu thuận và 4 phiếu trắng cho Tướng Nguyễn Chánh Thi nghỉ việc. Cử Thiếu Tướng Nguyễn Văn Chuân thay thế. Hơn một tháng sau Tướng Tôn Thất Đính thay thế Tướng Chuân.

Ngày 13 tháng 3, Viện Hóa Đạo yêu sách: "Các Tướng nào có công với cách mạng, dù đang ở trong hay ngoài nước phải được trở lại quân đội. Các Tướng lãnh hiện cầm quyền phải trở về cương vị quân sự. Phải lập chính phủ đoàn kết" (Trích dẫn *"Việc Từng Ngày"*, Đoàn Thêm, năm 1966, trang 43) .

Ngày 2 tháng 4 sau buổi thuyết pháp của Thích Hộ Giác tại viện Hóa Đạo khoản 300 người kéo tới phủ Thủ Tướng, nhiều tiếng hô to "Đả Đảo Thich Tâm Châu", "Hoan hô Hồ Chí Minh" (Đoàn Thêm, trang 56).

Ngày 6 tháng 4, Tại Nha Trang quân đội vãn hồi trật tự sau 3 ngày "lực lượng nhân dân tranh thủ cách mạng" biểu tình liên tiếp. (Đoàn Thêm, trang 60).

Ngày 17 tháng 4 "lực kượng nhân dân tranh thủ cách mạng" ở Huế và Đà Nẵng bắt giữ Tỉnh Trưởng Quản Nam,

Nguyễn Hữu Chi và Quận Trưởng Hòa Vang cùng một số người bị coi là thân chánh phủ" (Đoàn Thêm, trang 69).

Cùng ngày 17 tháng 4 linh mục Hoàng Quỳnh cho biết các nhóm thanh niên Công Giáo được thành lập trên toàn quốc để ngăn chận Cộng sản cướp chính quyền.

Ngày 20 tháng 4, Thượng Tọa Thích Thiện Minh cảnh cáo: "Đề phòng một cuộc đảo chánh trong tuần tới trừ khi chánh quyền chấm dứt mọi hình thức chống đối Phật Giáo" (Đoàn Thêm, trang 71).

Ngày 8 tháng 5 cơ quan an ninh bắt Lê Văn Tốt, Chủ Tịch nghiệp đoàn vô tuyến viễn thông lôi cuốn người biểu tình chống Mỹ, Tốt thú nhận bị Cộng sản giật dây" (Đoàn Thêm, trang 81).

Ngày 18 tháng 5, "lãnh đạo Phật Giáo hứa ngưng xách động nếu chính phủ nhường cho Phật tử Bộ Nội Vụ, Bộ Quốc Phòng và Bộ Thông Tin" (Đoàn Thêm, trang 89).

Mặt Trận Giải Phóng Miền Nam của Cộng sản tuyên bố trên đài phát thanh bí mật: "ủng hộ cuộc tranh đấu chống chánh phủ và đề nghị viện trợ cho cuộc tranh đấu" (Đoàn Thêm, trang 90).

Ngày 20 tháng 5, Thượng Tọa Thích Trí Quang đòi: Thiếu Tướng Nguyễn Cao Kỳ Phải Từ Chức ngay. (Đoàn Thêm, trang 91).

Ngày 25 tháng 5, "Thượng Tọa Thích Trí Quang yêu cầu,

lần thứ ba, Tổng Thống Johson và Quốc Hội Mỹ ngưng ủng hộ chánh phủ Nguyễn Cao Kỳ" (Đoàn Thêm, trang 95).

Ngày 7 tháng 6, Chuẩn Tướng Phan Xuân Nhuận tuyên bố Thượng Tọa Thích Trí Quang là Cộng sản sẽ bị bắt. (Đoàn Thêm, trang 109). Nhưng thực tế chính phủ không hề câu lưu Thượng Tọa Thích Trí Quang.

Ngày 24 tháng 6, Giáo Sư Lê Tuyên, đại học Huế, một lãnh tụ tranh đấu, tuyên bố tại đài phát thanh kêu gọi ngưng các vụ chống đối với quân đội và xác nhận rằng các vụ gây rối đều do Thượng Tọa Thích Trí Quang chủ động" (Đoàn Thêm, trang 122).

Có lẽ cũng nên đi ngược dòng thời gian một chút mới lý giải được tại sao miền Trung đang ngầm cháy qua những cuộc biểu tình, tuyệt thực, đình công, bãi thị, nay gặp thùng dầu, ngẫu nhiên đổ ụp vào lửa, nên phựt cháy ngày càng dữ dội. Thùng dầu đó là lời tuyên bố bất chợt của Thiếu Tướng Nguyễn Cao Kỳ, Chủ Tịch Ủy Ban Hành Pháp Trung Ương, trong một cuộc họp báo tại Tổng Tham Mưu về hiện tình đất nước, có sự hiện diện của toàn thể Ủy Ban Lãnh Đạo Quốc Gia và Ủy Ban Hành Pháp Trung Ương.

Cuộc họp báo vừa kết thúc tốt đẹp, các Tướng Lãnh có trách nhiệm điểm qua tình hình, trình bày biện pháp ổn định và trả lời những câu hỏi của đông đảo ký giả trong và ngoài nước. Thành viên dân sự không có ai phát biểu. Mọi người đứng dậy ra về, đột nhiên có một nhà báo hỏi câu bằng tiếng Việt, không biết người đó là thông dịch viên của báo ngoại quốc hay ký giả Việt Nam:

– Thiếu Tướng nghĩ gì về Bác Sĩ Nguyễn Văn Mẫn, Thị Trưởng Đà Nẵng?

– "Thằng đó là Cộng sản"!

Tức thì đèn flash của máy ảnh chớp lia lịa, đèn pha của ống kính truyền hình phực sáng, ký giả nhôn nhao hỏi tiếp. Chung quy hỏi về thái độ của trung ương và biện pháp đối phó. Xong cuộc họp báo tôi bảo tài xế đưa về trại Phi Long, đến tư gia của Thiếu Tướng Kỳ, vào nhà thấy ông mặt hơi buồn, lộ vẻ lo âu. Thấy vậy tôi không muốn nhồi cho nặng thêm về câu nói sơ ý, lỡ lời của ông. Tôi chỉ hỏi sơ qua ông nghĩ gì và ý định trong tương lai? Ông cũng chẳng thèm giải thích vắn dài chỉ buông trống một câu: Đằng nào thì cũng phải đối phó với tình hình. Bàn sang chuyện khác cho có lệ rồi tôi kiếu ông ra về. Những ngày kế tiếp, nghĩ đến phản ứng dấy lên từ nhiều nơi, tôi rất lo nhưng mọi biện pháp đối phó ở ngoài tầm tay của tôi trong lúc đó.

Nhân cơ hội, thiết tưởng cũng nên nói về Bác Sĩ Nguyễn Văn Mẫn, để mọi người hiểu rõ về một nhân vật không giống như báo chí hay người ngoài tô vẽ về ông. Tôi quen biết Bác Sĩ, Giám Đốc bệnh viện Huế, trong một cuộc hội thảo tại Huế do ông và một số giáo sư, trí thức Huế và Sài gòn tổ chức. Đề tài thảo luận về chiến tranh Việt Nam. Câu hỏi đặt ra là: Cuộc chiến nầy là chiến tranh ý thứ hệ hay chiến tranh huynh đệ tương tàn? Kết luận là chiến tranh ý thức hệ. Mẫn là con người ham vui, người bạn tốt, không thích chính trị, chỉ thích cờ bạc vui chơi với bạn bè thôi. Mẫn và tôi trở thành đôi bạn chí thân. Mầy tao mi tớ như thuở còn đi học ở trường, mặc dù anh và tôi không phải là đồng song. Sau biến cố miền Trung, rất hãi hùng đối với anh. Anh thuật lại đầu đuôi chi tiết rõ ràng anh không phải là chính trị gia, càng không phải là Cộng sản. Trong một buổi tiếp tân, Trung Tướng Nguyễn Chánh Thi tiếp chuyện với anh nói:

– Tôi đang cần một ông Thị Trưởng Đà Nẵng. Tôi cử anh về đó nhé.

– Không được Trung Tướng. Tôi không biết chính trị mà cũng không thích chuyện đó. Đối với tôi giám đốc bệnh viện là an nhàn, sung sướng lắm rồi.

– Tôi cho anh hai con đường phải lựa chọn: Một là thị trưởng Đà Nẵng, hai là Bác Sĩ Quân y.

– Trung Tướng nói chơi hay nói thật?

– Nói thật.

– Tôi là chuyên viên đâu cần phải đi lính.

– Đi lính rồi biệt phái hay không còn tùy bộ Y tế của anh và bộ Quốc phòng của tôi.

– Vậy thì tôi chọn Thị Trưởng Đà Nẵng.

Ông Thị Trưởng tay mơ, điều khiển một thị trấn phức tạp, hỗn độn, biết nghe ai cố vấn bây giờ? Mẫn nói với tôi:

– Thôi thì tao thây kệ mẹ, tới đâu thì tới. Xứ nầy là của mấy ông sư, và mấy ông nhà binh, Các ông Thượng Tọa gây sự tối ngày mà Tướng Tư Lệnh để yên thì sức mấy mà tao xen vào? Tao mặc kệ để cho mấy thằng đàn em làm sao thì làm. Phần tao vui chơi qua ngày, về Huế gặp anh em thường tao thấy cũng vui. Cho đến ngày ông Kỳ tố cáo tao là Cộng sản. Thì rõ ràng tao hết đường chạy rồi. Tao liều mạng chỉ thị cho đài phát thanh Đà Nẵng quay về hướng chính phủ Sài gòn chửi xả láng, mấy thằng tranh đấu lợi dụng ăn có thả giàn. Kết cuộc đêm đó tao biết tin Sài gòn sẽ ra đánh chiếm, tao ra ngoài bờ ruộng trốn tránh, không ngờ súng nổ tứ phía tao đầu hàng bị bắt. Cầm lấy cái chết trong tay tao thấy nó lãng nhách. Nhưng biết làm sao? Thôi thì lỡ rồi thí mạng cùi luôn. Ngày hôm sau họ giải tao về Sài gòn, có hai toán lính khác nhau canh chừng. Một là Cảnh sát và An ninh quân đội, hai là Quân cảnh. Đi trên máy bay quân sự tao tin chắc, nửa đường họ sẽ đạp tao xuống, thủ tiêu không dấu vết. Vì vậy tao van xin mấy anh lính:

– Tôi van xin các anh, trước khi đạp tôi rơi xuống đất xin các anh làm phước bắn vào đầu tôi một viên, nhiều viên càng tốt, để tránh tình trạng lỡ rơi xóc vào ngọn cây bị thương lơ lửng giữa trời đau khổ lắm.

– Chúng tôi không đạp bác sĩ xuống đâu. Chúng tôi có nhiệm vụ giải giao và bảo vệ bác sĩ đến nơi đến chốn.

Về Sài gòn tòa xử Nguyễn Văn Mẫn tử hình. Bạn thân của Mẫn là anh Nguyễn Văn Trường, đương kim Tổng Trưởng Giáo dục thời đó, xin được phép thăm Mẫn lần cuối. Trước khi đi anh Trường còn cho tôi biết và dặn dò nếu có gì bất trắc xẩy ra cho anh thì tôi phải can thiệp với Tướng Kỳ ngay, bởi vì ai cũng biết Đại Tá Nguyễn Ngọc Loan hành động ẩu tả theo hứng, bất cần luật pháp. Mẫn bị nhốt trong xà–lim không biết ngày, biết tháng, biết giờ, nằm chờ chết. Gặp Nguyễn Văn Trường, vô cùng mừng rỡ và cảm động. Mẫn hỏi xin Trường chiếc đồng hồ đang đeo trên tay để biết được ngày giờ. Trường lột cho. Về nhà Nguyễn Văn Trường than với tôi phải chạy tiền mua đồng hồ khác. Mẫn không bị hành quyết cho đến ngày Thủ Tướng Trần Văn Hương ân xá. Về nhà anh tiếp tục vui chơi không cần biết chính trị chính em gì nữa.

Lời tố cáo của Thiếu Tướng Nguyễn Cao Kỳ hại Bác Sĩ Mẫn bị kết án tử hình vì tội Cộng sản. Do đó bọn Cộng sản lợi dụng, tưởng Bác Sĩ Mẫn là "phe ta" thật, nên cứ rình mò đến nhà Mẫn ở đường Tự Đức, rủ rê ra "bưng"gia nhập kháng chiến! Mẫn sợ thất thanh, ỡm ờ viện dẫn đủ mọi lý do để từ chối, lại còn khuyên bọn người nầy không nên trở lại thăm anh vì anh ta bị chính quyền theo dõi. Sự thật chuyện của Mẫn đã qua rồi, hành động vui sống và xa lánh chánh trị của anh rõ ràng, nên không còn ai để ý tới anh nữa. Còn phía Việt Cộng thì không chịu buông tha anh, cứ tới lui khuyến dụ. Về sau tại Paris, Mẫn khai thật với tôi:

– "Hôm nào tao đánh phé ăn thì tao cho họ vài ba chục ngàn nói là để ủng hộ kháng chiến, hôm nào tao không có tiền thì than thở, nài nỉ họ xin đừng tới nữa, nếu Công an khám phá ra thì chắc tao sẽ bị tử hình thật".

Đến tháng 4 năm 1975, Vũ Văn Mẫu cũng tưởng Bác Sĩ Mẫn là Cộng sản hay ít ra cũng có liên hệ với họ nên đã mời anh ta giữ chức Phó Thủ Tướng được một hai ngày. Thật khôi hài!

Sau ngày 30 tháng 4 năm 1975, nhờ sự giao dịch và ủng hộ tiền nên những người liên lạc với Mẫn "báo công" nên Cộng sản Hà Nội cho anh tiếp tục làm việc tại bệnh viện Sùng Chính dưới quyền của một Bác Sĩ "i–tờ–rít", luôn mồm nói: Mọi việc đều nhờ Bác Sĩ Mẫn giải quyết, "Bác Sĩ Mẫn muôn năm". Cùng lúc đó Mẫn được cử làm đại diện công đoàn của công nhân bệnh viện. Do đó Mẫn nhận được mọi sự dễ dãi, nên anh ta mới lợi dụng cơ hội để vượt biên. Mẫn vượt biên trên dưới gần chục lần. Có khi bị bắt chịu tù đày, bệnh hoạn, ghẻ chốc còn để nhiều thẹo bầm đen trên mình, có khi thoát thân được trốn chui trốn nhủi. Năm 1992 Mẫn và tôi gặp lại nhau bên Pháp, nhờ nghe tên tuổi tôi trên đài phát thanh RFI (Radio

France Internationale), Mẫn cười nói với tôi rằng: Hai lần anh ta trốn ở Sài gòn là đến nhà tôi ở, ngủ trong phòng ngủ của tôi bởi vì anh nghĩ:

– Tao ngủ trong phòng ngủ của mẩy là an toàn nhứt, bởi vì tụi nó đã bắt mẩy đi tù rồi thì còn ai dám vào nhà mẩy nữa? Vì nghĩ như vậy tao ăn ở đó thoải mái và tìm đường vượt biên nữa.

– Hèn chi khi tao được trả tự do về nhà thấy hai quyển sách hồi ký của Thủ Tướng Anh quốc Wilston Churchill mất. Tao hỏi mấy đứa con tại sao mất? Tụi nó nói không biết bác Mẫn có lấy không, bởi vì bác Mẫn có ở trong phòng của ba hai lần, chứ tụi con không có cho ai mượn cả.

Sang Pháp, mặc dù Bác sĩ Mẫn tốt nghiệp Đại Học Y Khoa Toulouse, Pháp, nội trú bệnh viện (interne des hôpitaux) thời đó là thuộc hạng bác sĩ giỏi nhưng lần nầy trở lại Pháp ông nổi tiếng nhờ hành nghề châm cứu và ông cấm bệnh nhân của ông dùng thuốc tây. Tiếng tăm lừng lẫy, thân chủ đông nghẹt, có biệt danh là Bác Sĩ làm phép lạ "Docteur Miracle".

Cái chết của Mẫn cũng lạ thường. Anh đau tim trầm trọng, không ăn uống hơn một tháng, chỉ sống dai dẳng bằng nước thuốc chuyển vào máu, cho đến khi các giáo sư thượng thặng bó tay, khuyên gia đình đem ông về nhà lo việc mai táng. Tôi vào nhà thương thăm, anh tỏ vẻ cảm động nói: "Ít ra trước khi chết tao cũng gặp được mặt mẩy". Gia đình đưa Mẫn về nhà, tôi phụ giúp lo việc hậu sự cho anh. Mẫn bảo với vợ rằng anh thèm phở quá, trước khi chết muốn ăn một tô phở thật ngon. Gia đình thỏa mãn yêu cầu. Ăn vào thấy khỏe, dù bác sĩ cấm và anh cũng biết là ăn vào có thể chết ngay. Ngày hôm sau anh lại đòi một tô phở nữa, gia đình cũng chiều ý. Mẫn thấy

người khỏe lại hẳn, nhưng vì là Bác Sĩ, nên anh biết rõ
đó là việc không nên. Anh ngưng ăn phở ngay và tự giới
hạn chuyện ăn uống tối đa cho đến khi bình phục khá
nhiều, anh trở lại bệnh viện tái khám. Bác Sĩ và Giáo Sư
y khoa đã từng chữa bệnh cho anh ngạc nhiên không biết
vì sao? Không thể tìm hiểu lý do nào đã làm cho anh lành
bệnh? Phải chăng nhờ không ăn uống hơn một tháng trời
mà cơ thể con người anh trở thành lành mạnh.

Trong khi đó thì phòng mạch của anh đã "sang bán"
cho người ta vì gia đình tin tưởng anh sẽ qua đời. Bây giờ
phải mướn lại một nơi khác để hành nghề hơn ba năm
nữa. Mẫn và tôi thường gặp nhau những chiều Thứ Bảy,
hôm đó tôi thấy sức khỏe anh suy yếu nhiều, hai đứa tâm
sự đến khuya, tôi bắt tay từ giã, Mẫn kéo tôi ngồi xuống
nói: "Mầy không ở chơi với tao được vài giờ nữa sao? Tao
buồn quá"! Lời nói cuối cùng. Mấy hôm sau tôi đang ở
Bruxelles, Bỉ quốc, Nguyễn Văn Phát con trai của Mẫn,
gọi điện thoại báo tin: Ba vào nhà thương khẩn cấp, sắp
lâm chung. Tôi vội vã về Paris, tới bệnh viện, Mẫn nhìn
tôi nước mắt trào. Chiều hôm đó Mẫn về với Chúa. Tôi
mất đi một người bạn tốt, người bạn đã từng mang tiếng
oan là chính trị gia thân Cộng sản.

CHƯƠNG XVII

ỔN ĐỊNH MIỀN TRUNG BẰNG VŨ LỰC

Trong những cuộc biểu tình hung hăng ở miền Trung, nhiều nơi xuất hiện "Ủy Ban Nhân Dân Cứu Quốc". Một số sĩ quan Việt Nam Cộng Hoà là Việt Cộng nội tuyến lộ mặt bị bắt. Nhiều lần phi cơ của không quân có gắn bom đẩy cánh bay sà trên đầu đám dân biểu tình để dọa dẫm. Tướng Walt, chỉ huy trưởng Thủy quân lục chiến Mỹ tại Đà Nẵng hăm dọa Trung Tá Không đoàn trưởng ở Nha Trang rằng ông sẽ cho phi cơ Mỹ bắn hạ máy bay Việt Nam, đồng thời Tướng Walt yêu cầu được nói chuyện với Thủ Tướng Nguyễn Cao Kỳ. Thiếu Tướng Chủ Tịch gọi tôi lên dinh và cho tôi biết tin nầy trong sự bực tức và bối rối. Tôi nghe qua góp ý liền: Xin Thiếu Tướng ra lệnh cho Trung Tá Không Đoàn Trưởng của mình thách Tướng Walt dám thực hiện lời ham dọa của ông ta không? Đồng thời báo cho ông ấy biết Thủ Tướng của chúng tôi chỉ nói chuyện với Tổng Thống Johson của anh mà thôi. Còn anh không đủ tư cách để hầu chuyện với Thiếu Tướng Nguyễn Cao Kỳ.

Mặt khác tôi đề nghị Thiếu Tướng gọi ông Trần Văn Đỗ, Tổng Trưởng Ngoại Giao của mình ra lệnh cho ông ta phải triệu kiến Đại sứ Cabot Lodge đúng cung cách ngoại giao chứ không mời mọc gì cả. Anh phải "mắng vốn" với ông Lodge về vụ nầy bằng lời lẽ càng nặng càng tốt. Tôi ngồi thảo luận về tình hình với Tướng Kỳ độ 20 phút, Thiếu Tá Liệu thông báo: Đại Sứ Lodge xin được tiếp kiến. Tôi chào ông Đại Sứ và bước ra phòng tùy viên ngồi chờ. Độ nửa giờ sau Đại Sứ Lodge ra về, tôi vào hỏi Tướng Kỳ:

– Thế nào?

– Ông ta xin lỗi trối chết.

Một tuần lễ sau Tướng Walt bị thuyên chuyển về Mỹ và không khi nào trở lại Việt Nam.

Trên đây tôi chỉ trích dẫn một vài điểm chính trong quyển sách của Đoàn Thêm để chứng minh tình hình chính trị của thời điểm đó vô cùng hỗn độn, nếu đọc hết quyển "Việc Từng Ngày" của Đoàn Thêm năm 1966 sẽ thấy những chuỗi ngày xáo trộn đó rất nguy hại chẳng những cho sự tồn tại của nội các mà còn có nguy cơ bị Cộng sản lợi dụng xâm nhập tràn lan hoặc cướp chính quyền ở nhiều nơi. Bằng cớ là thông qua ngôn ngữ họ dùng như "Tranh Thủ Cách Mạng", "Nhân Dân Cứu Quốc" rất xa lạ với lời lẽ thông thường của dân chúng sử dụng trong những cuộc biểu tình chống đối. Mặt khác có khi nào đoàn biểu tình dám bắt Tỉnh Trưởng hay Quận Trưởng đâu? Ngay cả thời Phật Giáo chống Tổng Thống Ngô Đình Diệm dữ dội nhứt, đi đến lật đổ chế độ, cũng không đến nỗi bắt Tỉnh Trưởng Đặng Sĩ ở Huế.

Ngoài ra Cảnh sát công an bắt được một số tu sĩ giả trong đám biểu tình có mang súng lục. Rõ ràng tình trạng vô cùng nguy ngập. Nguy ngập đến độ một đại diện Quốc Dân Đảng từ Quảng Ngãi vào xin gặp tướng Kỳ, tôi không còn nhớ tên ông ta. Trong cuộc tiếp xúc đó Tướng Kỳ có gọi tôi lên tham dự. Vị đảng viên Quốc Dân Đảng yêu cầu chính phủ cung cấp súng đạn cho đảng viên ở miền Trung để chiến đấu với Cộng sản đến cùng nếu bọn chúng cướp chính quyền. Bởi lẽ, theo ông không chiến đấu thì cũng sẽ bị Cộng sản tiêu diệt. Nguy ngập đến độ Tướng Kỳ xiêu lòng nói: Chính phủ không có quyền cung cấp súng cho đảng phái nầy mà không cho đảng phái khác. Nhưng trong kho của quân đội có một số súng carbine mà bây giờ không sử dụng nữa, chúng tôi có thể giả vờ làm ngơ, hẹn với các ông một địa điểm nào đó rồi trực thăng thả súng đạn xuống, các ông tự động lượm về mà xài. Vị đảng viên nầy tỏ vẻ hài lòng sung sướng cám ơn ra về. Suy nghĩ kỹ lại tôi bèn góp ý với Tướng Kỳ:

– Nếu đông đảo đảng viên Quốc Dân Đảng có trang bị vũ khí thì sau cơn hỗn loạn được bình định rồi, mình có thể tước vũ khí của họ được không? Thiếu Tướng suy nghĩ kỹ xem.

– Ừ nhỉ, cũng không phải vô lý. Câu chuyện tới đây tôi biết, còn về sau Tướng Kỳ quyết định như thế nào, có cung cấp vũ khí cho Quốc Dân Đảng hay không, bí mật đó tôi không được biết.

Phải chăng là Việt Cộng âm mưu cướp chính quyền trong sự hỗn độn của thời gian đó bất thành nên họ phải chờ đến Tết Mậu Thân mới tổng tấn công. Trong tình thế khẩn cấp, chính phủ không còn đường lựa chọn. Vả lại Tướng Kỳ cũng đã từng tuyên bố một hai lần sẽ dùng biện pháp mạnh nếu cần. Nhưng thực tế phải thú nhận chính phủ rất sợ áp lực của khối Phật Giáo, chỉ cần một chút nhún nhường thông cảm nào đó của cấp lãnh đạo Phật Giáo thì chính phủ nhượng bộ ngay. Thật lòng tôi nghĩ nếu phía phật giáo kiểm soát được hàng ngũ của họ, nếu Việt Cộng không lợi dụng được tối đa để trà trộn xách động, thì chắc không xẩy ra sự đương đầu bằng vũ lực ở miền Trung. Những gì xảy ra kế tiếp tôi chỉ biết được một phần nào những gì mà Tướng Kỳ muốn cho tôi biết.

Việc đầu tiên là cử tân Tư Lệnh Vùng. Tướng Kỳ nghĩ rằng chọn một ông Tướng theo đạo Công Giáo thì có thể tin cậy được nhiều hơn. Do đó ông gọi Tướng Huỳnh Văn Cao đến phủ Thủ Tướng, có sự hiện diện của tôi, sau khi Tướng Kỳ thông báo ý định giao chức Tư Lệnh Quân Đoàn I cho ông ta, Huỳnh Văn Cao đứng phắt dậy chào nói: "Tôi xin tuân lệnh chính phủ". Việc đó được thực hiện đúng theo quyết định của Tướng Kỳ.

Nhưng không ngờ sự kiện xẩy ra vô cùng khôi hài và bi đát. Thực tế diễn biến ra sao tại bộ tư lệnh Quân khu I, tôi không được chứng kiến nên không biết chi tiết, chỉ biết rằng Tướng Huỳnh Văn Cao không dám nhận lãnh trách nhiệm, không thi hành quyết định của chính phủ. Với chức vụ Tư Lệnh Quân Đoàn mà lẩn trốn trong văn phòng của cố vấn quân sự Mỹ, Hậu quả là sau khi tình hình được ổn định, Huỳnh Văn Cao bị đưa ra tòa Quân sự mặt trận để lãnh án.

Biết được tin Huỳnh Văn Cao đào nhiệm, tôi có gặp Tướng Kỳ, ông chỉ phê bình gọn lỏn một câu, lộ vẻ bực tức ra mặt: "Thằng hèn".

Trung Tướng Nguyễn Hữu Có, Phó Thủ Tướng kiêm

Tổng Trưởng Quốc Phòng, khẳng định ông là đàn anh của Đại Tá Đàm Quang Yêu, ông đề nghị để cho ông ta bay ra Đà Nẵng giải quyết mọi việc. Tướng Kỳ đồng ý, hy vọng Trung Tướng Có sẽ dùng tình cảm và uy tín để thuyết phục nhóm quân nhân gây hỗn loạn ở miền Trung. Không ngờ Tướng Có vừa tới Đà Nẵng bị Đàm Quang Yêu bắt quản thúc tại Văn Phòng. Chính phủ trung ương chịu bó tay. Tướng Huỳnh Văn Cao đầu hàng trốn trong phòng cố vấn Mỹ, Tướng Nguyễn Hữu Có bị giam lỏng!

Mọi biện pháp đối phó, mọi phương cách giải quyết vấn đề trong cơn hỗn loạn nầy không hề được bàn thảo trong Nội các. Điều đó chứng tỏ Nội các không phải là một nhóm người đồng tâm chia xẻ cùng một lập trường, một chí hướng. Sống trong hoàn cảnh đó mới thông cảm được sự cô đơn của Tướng Kỳ và thán phục lòng can đảm ý quyết đoán của ông trong tình thế nguy ngập. Khoảng thời gian nầy, Tướng Kỳ thường gọi tôi lên phủ, hoặc để chia xẻ lo âu, hoặc để hỏi ý, bàn chuyện. Có một ngày ông lộ bí mật, căn dặn phải giữ kín, dù căn dặn thừa nhưng ông vẫn lập đi lập lại. Sau đó mới nói:

– Moa quyết định đưa quân ra tái chiếm Đà Nẵng. Moa có gọi về đây một anh Trung Tá khá gan lì. Moa cho toa gặp anh nầy xem toa có ý kiến gì? Nói xong ông Kỳ ra lệnh cho Thiếu Tá Liệu gọi Trung Tá Mã Sanh Nhơn vào phòng. Tướng Kỳ giới thiệu ông Nhơn với lời lẽ khen tặng về khả năng và hoạt động của đương sự. Tôi nhìn thẳng Trung Tá Nhơn hỏi:

– Chính phủ quyết dẹp cho bằng được sự hỗn loạn ở Đà Nẵng, Trung Tá sẵn lòng nhận trọng trách nầy chúng tôi mừng, dĩ nhiên mình quyết tâm hành động là phải thành công. Nhưng đặt giả thuyết nếu thất bại, cùng lắm chính phủ đổ còn Trung Tá khó có thể tránh được cảnh tù tội, như vậy bây giờ anh còn có cơ hội suy nghĩ lại, anh nghĩ sao?

– Tôi là quân nhân, chỉ biết thi hành lệnh, không cần biết hậu quả.

– Nếu kế hoạch thành công, anh hãnh diện là điều dĩ nhiên, nhưng anh có xin một đặc ân gì trước không?

– Hoàn toàn không. Tôi đặt tin tưởng nơi cấp lãnh đạo.

Mấy câu trả lời của Mã Sanh Nhơn cho tôi một niềm hy vọng khá vững. Tướng Kỳ nhìn Trung Tá Nhơn, chỉ tay ra cửa, hất hàm, không nói năng gì. Ông Nhơn hiểu ý, đứng thẳng chào quay đi. Nhìn tôi ,tướng Kỳ hỏi:

– Toa nghĩ sao?

– Anh ta trả lời đúng với tinh thần của một sĩ quan có kỷ luật. Nhưng vấn đề là không biết anh ta gan lì và khôn khéo như thế nào trong cuộc hành quân sắp tới. Điều đó toa biết nhiều hơn moa.

– Thôi cậu yên chí về nhà nghỉ ngơi chờ kết quả, và suy nghĩ kế hoạch hoạt động sau khi bình định tình hình miền Trung.

Mấy ngày trôi qua khá nặng nề đối với tôi, trong lòng nơm nớp chờ đợi. Đến một đêm khuya gần sáng, tôi không nhớ rõ giờ giấc, đang ngủ say, diện thoại reo, bên kia đầu giây Thiếu Tá Liệu, tùy viên của Tướng Kỳ nói: "Ông lên trại Phi Long gấp". Chỉ vỏn vẹn có một câu thôi. Tôi ngạc nhiên đến nỗi ngờ vực bởi vì không khi nào Thiếu Tá Liệu trực tiếp nói chuyện với tôi mà chỉ gọi tôi để cho Tướng Kỳ nói chuyện thôi. Vậy thì lần nầy tại sao ông Liệu nói gần như ra lệnh cho tôi? Phải có vấn đề. Ai chỉ thị cho anh ta gọi tôi và nói cộc lốc như vậy? Tình thế hiện tại làm tôi nghĩ ngay đến một cuộc đảo chánh. Có lẽ tướng

Kỳ đã bị bắt tại trại Phi Long, bây giờ có người bảo Liệu gọi tôi lên để hốt cho trọn ổ.

Tôi hồi hộp lo âu, nghĩ rằng tới nơi hẹn thì chắc tôi sẽ bị bắt, bị tù. Nếu tôi không đến trại Phi Long là hèn. Vã lại trước sau gì cũng không cần trốn tránh. Tôi đánh thức bà xã dậy, dặn dò mọi điều cần thiết, biết bà ấy thừa khả năng lo cho gia đình tôi cũng yên tâm. Trong khi tôi đánh răng rửa mặt, tôi yêu cầu bà lấy một xách tay, soạn cho tôi hai bộ đồ ngủ, đầy đủ đồ dùng để tắm giặt, một vài quyển sách để đọc và một trăm ngàn đồng.

Tôi ra xe, vệ sĩ mở cửa, tôi bảo anh ta ở lại không cần theo vì tôi thầm nghĩ đi tù thì một mình tài xế đưa đi đủ rồi cần gì phải có vệ sĩ. Lên đến trại Phi Long tới văn phòng Tư Lệnh Không Quân, thấy hai xe Cảnh sát đầy lính. Lòng tôi càng hồi hộp, tại sao Cảnh sát lại vào trại Phi Long nhiều thế. Chắc chắn là cuộc đảo chánh đã thành công. Bước xuống xe, ý nghĩ vừa liều mạng vừa bực bội, tôi xách va–li nhỏ đựng quần áo đi thẳng vào văn phòng tư lệnh, không gõ cửa, không thông báo, đạp cửa vào, thấy Tướng Kỳ và Tổng Trưởng Nội vụ Trần Minh Tiết ngồi nghe Đại Tá Nguyễn Ngọc Loan báo cáo qua máy điện thoại nhà binh "Motorola". Tôi càng bực hơn vì kinh ngạc nhưng lòng nhẹ nhõm trách Tướng Kỳ:

– Tại sao anh không kêu tôi mà để cho thiếu Tá Liệu ra lệnh cộc lốc? Tôi tưởng thiên hạ đảo chánh bắt anh rồi biểu Thiếu Tá Liệu gọi tôi đến để hốt luôn. Tướng Kỳ cười ha hả nói:

– Làm gì mà chết nhát thế?

– Nếu chết nhát thì tôi đã trốn rồi lên đây làm gì? Tôi đã chuẩn bị sẵn đồ đạc để vào tù rồi nầy. Tướng Kỳ lại cười lộ vẻ chế nhạo nói:

– Thôi vào đây nghe, thú vị lắm nầy.

Tôi đến trễ chỉ nghe được lõm bõm:

– "Ông ơi bây giờ "con" khởi sự ra khỏi căn cứ Không quân của mình đây". Thỉnh thoảng lại nghe:

– "Cụ ơi tụi nó bắn rát quá",

– "Ông ơi "con" dẹp được đám nầy rồi",

– "Ông ơi "con" tóm đầu cả đám rồi",

– Ông ơi "con" cho đưa ông thầy Có của mình và thằng Cao về Sài gòn cho ông, bây giờ con tiếp tục ra Huế hay đi về? Tướng Kỳ trả lời:

– Ra Huế.

– "Ông ơi "con" đi đường bộ nhé", Kỳ trả lời:

– Đồng ý".

Chúng tôi ngồi lại bàn tán hồi lâu cho đến khi trời sáng, mọi người từ giã ra về lòng nhẹ phơi phới. Ngày hôm đó đài phát thanh Saigon và báo chí trong ngày loan tin Đại Tá Loan dẹp bàn thờ do Phật tử bày ra giữa đường, với mục đích ngăn cản đoàn quân tiến về Huế. Theo lời Đại Tá Loan thuật lại một cách mĩa mai khôi hài là:

– "Tớ đâu có đạp đổ bàn thờ Phật như mấy ông sư tố cáo, tớ chỉ cho lính khiêng giùm họ đem vào nhà tử tế để cho họ đỡ tốn công thôi".

Sự thực sĩ quan thi hành cuộc hành quân nầy là Trung Tá Lê Chí Cường, dĩ nhiên dưới sự điều khiển của Đái Tá Loan, chở không phải Mã Sanh Nhơn như đã dự trù. Trung Tá Cường là Biệt kích dù, theo lời tường thuật của Tướng Kỳ với tôi là: Thằng nầy "bô"(beau) lắm! Đối với ông Kỳ nghĩa là tốt, giỏi". Ông còn nói thêm trong điều kiện và hoàn cảnh nào ông biết được Lê Chí Cường. Trước kia, dưới thời chính phủ Ngô Đình Diệm, ông được lệnh chở Lê Chí Cường thả ra Bắc Việt để làm công tác bí mật. Máy bay của ông phải bay thật thấp dọc theo các khe núi giải Trường Sơn, để tránh sự phát hiện của đài ra–đa Cộng sản. Ông phải học thuộc lòng những câu chỉ dẫn về tốc độ bay, cao độ bay, thời gian bay, độ rẻ bên trái bên phải vân vân. Trật một chữ là đâm đầu vào núi, nguy hiểm tánh mạng vì bay đêm không đèn đuốc gì cả. Điều nầy Trung Tá Cường cũng xác nhận với tôi khi tôi ra Đà Nẵng chủ tọa lễ phát thưởng cho cuộc đua xe đạp từ Saigon ra Đà Nẵng với mục đích là đánh tan bầu không khí nặng nề bằng những sinh hoạt thể thao bình thường.

Cuộc đua nầy làm tổn hao công sức của nhiều đơn vị lính và sĩ quan phải nằm đường ngăn chặn sự phá hoại của cộng sản. Lê Chí Cường còn nói với tôi khi được thả ra Bắc Việt công tác bí mật, anh có ăn một đám giỗ và còn trốn ra hè gọi máy về bộ chỉ huy báo cáo sự việc.

Tội nghiệp cho Trung Tá Mã Sanh Nhơn, được gọi về phủ Thủ Tướng, cấm không cho ra khỏi phủ, không được phép liên lạc với bên ngoài, cả tuần trước ngày hành quân để giữ bí mật. Sau cuộc hành quân Đà Nẵng, không phải ông điều khiển, mà bây giờ còn nhốt ông tại phủ để làm gì? Bây giờ ông xin được phục hồi chức vụ Tỉnh Trưởng Phước Long nhưng thực tế chính phủ đã cử người khác rồi. Vì vậy cứ mỗi lần thấy tôi lên phủ Thủ Tướng thì ông từ lầu hai chạy xuống nắm tay tôi than thở. Ông yêu cầu tôi trình Thủ Tướng giải quyết tình trạng của ông. Tôi có lưu ý Tướng Kỳ việc nầy. Ông ta trả lời: "Thì nhẩn nha đã". Thời gian ngắn sau đó Mã Sanh Nhơn được bổ nhiệm làm Tư Lệnh Phó Sư đoàn V bộ binh.

Riêng về Đại Tá Loan, người có công lớn dẹp loạn ở Đà Nẵng, được vinh thăng Chuẩn Tướng, nhưng lễ gắn sao cho ông chỉ diễn ra trong vòng thân hữu, tại sân phủ

Thủ Tướng, chỉ có Tướng Nguyễn Đức Thắng, Tướng Nguyễn Bảo Trị và số rất ít sĩ quan thân tín và tôi. Có lẽ vì Tướng Kỳ biết tánh ông Loan hay "ba–gai" (pagaille) nên không muốn làm lễ trọng thể trước các hàng quân, sợ ông Loan cao hứng bất tử nói năng hành động lố lăng gây phiền phức. Thật vậy, sau khi đọc sắc lệnh vinh thăng Chuẩn Tướng, ông Kỳ gắn một sao sáng chói trên bâu áo đen của Loan, rồi lên phòng tùy viên Thủ Tướng ăn mừng. Ông Loan bật nút sâm–banh xối hai chai từ đầu xuống chân ướt cả quần áo cười vui vẻ, miệng chửi thể liên hồi. Buổi tiếp tân đơn sơ ngắn gọn nhưng vui và cảm động. Phải công nhận ông Loan là người trung tín với bạn bè, có lý tưởng, có bản lãnh, gan lì, chỉ thiếu sự hiểu biết về xã giao, chính trị nhưng lại thừa về ngang ngược bất kể luật lệ hay phải quấy.

CHƯƠNG XVIII

CHÍNH TRƯỜNG LẮNG DỊU

Trong thời gian biến động tại miền Trung, trên đầu môi chót lưỡi của mọi người đều bàn tán về Phật Giáo, về sự tồn tại của Nội các chiến tranh. Tôi đâm ra suy nghĩ: Đất nước đâu phải chỉ có miền Trung? Tôi bàn thảo với tướng Kỳ và đề nghị ông phải làm một cuộc viếng thăm về miền Tây. Đồng bằng sông Cửu Long, dân số đông hơn miền Trung, không bị sách động, kinh tế trù phú, người dân cần cù chất phát. "Toa nên ra lệnh cho Trung Tướng Đặng Văn Quang, Tư Lệnh quân khu IV tổ chức một cuộc tập hợp đông đảo quần chúng tại Cần Thơ, còn gọi là Tây đô, toa xuống đó độc một bài diễn văn nảy lửa, thông báo và giải thích những gì đã xảy ra tại miền Trung. Chính phủ có thể mất uy thế ở miền Trung, nhưng mình phải tạo cho được sự ủng hộ của đông đảo quần chúng ở miền Nam." Tướng Kỳ thấy hợp lý và chúng tôi đi Cần Thơ được dân chúng hoan nghênh nhiệt liệt. Ông rất hài lòng.

Nhìn lại sự đột nhập và sách động của Cộng sản ở miền Trung, tôi rất e ngại, nghĩ rằng biết đâu sẽ có ngày miền Trung nổi dậy lật đổ Nội các, cướp lấy chính quyền. Tôi ngỏ ý với tướng Kỳ: Người Tây phương thường nói: "La meilleure défense c'est l'attaque" (sự phòng thủ tốt nhứt là tấn công). Tôi nói:

– Moa suy nghĩ như thế nầy, toa thấy có đúng không nhé? Hiện tại đồng minh Hoa Kỳ đồn trú 500.000 quân tại miền Nam, thừa sức để giữ nhà. Quân lính của mình hiện có 700.000 người. Bây giờ mình tập trung một lực lượng lớn đánh qua bên kia sông Bến Hải chiếm một phần đất vừa phải để có thể giữ được lâu dài và tuyên bố: Nếu Cộng sản Bắc Việt rút hết quân của họ đã xâm nhập vào miền Nam, ước lượng khoảng trên 200.000 người thì Chính phủ Việt Nam Cộng Hòa sẽ triệt thoái quân ta về bên nầy vĩ tuyến. Điều nầy chắc chắn là Mỹ sẽ phản ứng mạnh bởi vì mình không tham khảo ý kiến họ và được sự tán thành. Tuy nhiên điều mình có thể chắc chắn là họ không thể chấm dứt sự can thiệp, rút quân của họ về ngay, bởi vì chính sách của Mỹ đã được Quốc Hôi chấp thuận, không thể một sớm một chiều ngưng ngang và thay đổi. Có điều là Mỹ có thể xúi giục, tổ chức một cuộc đảo chánh để thủ tiêu toa như đả từng thủ tiêu Tổng Thống Diệm. Sự kiện mình vượt qua sông Bến Hải là Liên-Xô và thế giới Cộng sản sẽ nhao nhao hăm dọa, Mỹ e ngại thế chiến có thể bùng nổ. Đứng ở vị trí của mình không còn gì phải sợ cả, bởi vì trận chiến nóng hổi đang diễn ra tại khu vực nầy, trên đất nước của mình. Ăn thua chết sống còn chưa biết. Tương lai như thế nào Mỹ có bảo đảm được không? Vả lại Mỹ cũng đả từng tuyên bố thà đưa quân đi đánh ở nước ngoài còn hơn chiến đấu tại chỗ trong xứ của họ. Vấn đề đặt ra là toa có sợ bị lật đổ và thủ tiêu như ông Diệm không? Tướng Kỳ nói liền "Sức mấy mà thằng nào lật đổ được tớ".

Vậy thì điều tối ky là đừng khi nào toa thố lộ việc đánh ra Bắc cho Đại Sứ Cabot Lodge biết. Ông ta sẽ hoảng hốt báo về Washington, bên đó sẽ chận đầu cản trở mình liền. Mình phải thấy rõ chính sách của Mỹ là tránh đụng đầu trực tiếp với Liên-Xô. Toa thấy đường giây đỏ trực tiếp giữa Tổng Thống Hoa Kỳ và Chủ Tịch Liên-Xô thì đủ biết hai cường quốc nầy sợ chiến tranh bùng nổ vì tai nạn kỷ thuật xẩy ra ngoài ý muốn nên hai bên mới thiết lập đường giây trực tiếp nầy.

Một thời gian ngắn sau đó, theo tác giả Đoàn Thêm ghi lại ngày 24 tháng 6 năm 1966, trong quyển "Việc Từng ngày" như sau: "Thiếu Tướng Nguyễn Cao Kỳ tuyên bố với báo *US New and World Report*: Không thể thắng nếu không đánh hẳn ra Bắc. Phải nghĩ đối phó ngay từ bây giờ với Trung Cộng. Không thể đợi nhiều năm nữa. Không chịu điều đình với Việt Cộng miền Nam".

NGUYỄN VĂN BÔNG

Chính trường lắng dịu nhiều, Tướng Kỳ chủ trương cải tổ Nội các một lần nữa, ông muốn tìm một đội ngũ trẻ, có khả năng, có lý tưởng và đồng chí hướng. Ông bàn với tôi và hối thúc tôi tìm người. Có lẽ thâm ý của ông là muốn tăng cường Nội các bằng một vài khuôn mặt miền Nam. Tôi đề nghị ông mở một cuộc tiếp xúc thân mật ở tư dinh của ông, chiêu đãi nhiều bạn bè do tôi giới thiệu để rồi ông tự ý chọn lựa người cộng tác chớ tôi không muốn tự mình đề nghị. Tướng Kỳ đồng ý. Tôi ngỏ ý nầy với Giáo Sư Nguyễn Văn Bông, Viện Trưởng Viện Quốc Gia Hành Chánh, rằng Tướng Kỳ muốn tạo một "équipe cohérente" (một đội ngũ gắn bó nhau chặt chẽ). Bông phấn khởi bàn với tôi nếu thật sự ông ta muốn như vậy và theo moa nghĩ thì chỉ trong điều kiện đó mới có thể làm được việc thôi. Tụi mình sẽ tìm một ê–kíp lo các vấn đề ngoại giao, kinh tế, tài chánh, giáo dục và xã hội. Còn mấy ông Tướng để cho họ lo quân sự. Hôm đó tôi có mời Giáo Sư Nguyễn Văn Bông, Giáo Sư Nguyễn Ngọc Huy, Giáo Sư Nguyễn Văn Trường, Tiến Sĩ Nguyễn Văn Hảo, Tổng Giám Đốc Ngân Hàng Phát Triển Nông Nghiệp, Kỹ Sư Nguyễn Văn Đạt, Giám Đốc Nha Thủy vận, Kỷ Sư Lâm Ngọc Diệp, Phó Tổng Giám Đốc Hàng Không Dân Sự, Bác Sĩ Đỗ Cao Huệ, Chánh Sở Mục Súc, dĩ nhiên có Âu Trường Thanh, Trương Văn Thuấn và tôi.

Sau bữa cơm tại tư dinh Thiếu Tướng Kỳ, Nguyễn Văn Bông và tôi được mời lên phủ Thủ Tướng gặp riêng ông Kỳ. Bông nhận lời giữ chức Tổng Trưởng Phủ Thủ Tướng. Nội các với một vài sự thay đổi sẽ trình diện trong tuần nầy hay trễ lắm là tuần sau. Bông có cho biết là anh đã có giấy tờ phải đi tham quan bên Mỹ nhưng anh xác định là trước khi Nội các trình diện, Thủ Tướng chỉ cần gởi công điện triệu anh về nhận chức thì anh sẽ về ngay. Mọi chuyện được quyết định giáp mặt một lời với Thiếu Tướng Nguyễn Cao Kỳ. Nhưng than ôi! Khi ngày trình diện Nội các sắp đến, ba bức công điện của phủ Thủ Tướng gởi đi, Bông vẫn không về! Tôi đành phải nghe những lời sỉ vả thậm tệ của Tướng Kỳ mà câm miệng.

Ngày 13 tháng 7 Nội các chiến tranh được tăng cường, tôi giới thiệu Bác Sĩ Nguyễn Lưu Viên làm Phó Chủ Tịch do lời nhắn của cụ Trần Văn Hương, và Nguyễn Hữu Hùng, Tổng Trưởng Lao Động do anh Viên đề nghị. Riêng Nguyễn Văn Trường tôi phải hết lời nài nỉ mà anh còn đặt cho tôi một điều kiện khó khăn là phải có Lý Chánh Trung làm Đổng Lý cho anh thì anh mới nhận, tôi hứa, nhưng biết rằng Trung đã được một học bổng đi Bruxelles, Bỉ Quốc hai tháng qua rồi. Trường và tôi có liên lạc với Trung, anh ta đòi hỏi: Nếu về mà vì một lý do gì đó anh không nhận làm Đổng lý thì phải cho anh trở qua Bỉ để tiếp tục học, tôi cũng hứa. Như vậy tôi chỉ còn cách giải thích với Tướng Kỳ và nài nỉ ông ra lệnh cho toà Đại Sứ tại Bỉ cấp giấy máy bay khứ hồi cho Lý Chánh Trung. Điều nầy anh Trường cũng có đưa điều kiện với Tướng Kỳ và ông hỏi:

– Lý Chánh Trung nào? Có phải Lý Chánh Trung của Thích Trí Quang không?

– Dạ có thể người ngoài nghĩ như vậy.

Tướng Kỳ chấp nhận và hứa sẽ ra lệnh cho tòa Đại Sứ Việt Nam ở Bỉ cấp giấy máy bay khứ hồi. Tôi mừng rỡ trong lòng và bây giờ nghĩ lại tôi còn nhớ ơn và cảm kích lòng tin cậy của ông Kỳ đối với chúng tôi trong thời gian đó.

Nội các trình diện xong, hơn một tuần sau khi Nguyễn Văn Bông từ Mỹ về có đến văn phòng tôi. Bước vào là anh đã cười hề hề trong lúc sắc mặt tôi hầm hầm, Bông vừa cười vừa nói:

– Xin lỗi nghe ta.

– Chỉ có hai tiếng xin lỗi là huề sao? Bông lại cười.

Tôi không nhớ hết những lời lẽ tôi sử dụng đối với Bông, mà cho dù có nhớ tôi cũng không nên viết ra những câu tục tằn diễn tả sự bực tức giữa hai người bạn thân, một thằng luôn miệng cười, không biện hộ, không giải thích, càng cười càng làm cho thằng kia khùng tiết, lớn tiếng nặng lời. Nhưng cuối cùng rồi hai đứa cũng bỏ qua bởi vì liên hệ tình cảm khá chặt và quan niệm chính trị và sự ưu tư về đất nước giống nhau. Bông chịu phạt, phải đãi tôi một bữa cơm ngon để giảng hòa. Nhưng giữa Bông và tôi chưa hết chuyện! Tôi viết lại đây những gì đã xẩy ra để tưởng nhớ và thương tiếc một người bạn thân, đã có một thời hai đứa từng ngồi chung, bàn chuyện đất nước và chia sẻ vui buồn kể cả những chuyện thầm kín với nhau.

Lần thứ hai Bông hại tôi là khi anh Nguyễn Văn Trường cùng với tôi đến Tổng Tham Mưu gặp Trung Tướng Nguyễn Văn Thiệu để khuyến khích ông ta ra ứng cử với mục đích chia phiếu quân đội của liên danh Nguyễn Cao Kỳ–Nguyễn Văn Lộc. Thời gian nầy tôi chủ trương đưa liên danh dân sự Trần Văn Hương–Mai Thọ Truyền ra ứng cử Tổng Thống. Nguyễn Văn Thiệu đồng ý với điều kiện Nguyễn Văn Trường đứng Phó Tổng Thống với ông ta. Trường từ chối ngay, viện lẽ Nguyễn Văn Lộc là anh một cha khác mẹ với Trường, đã đứng trong liên danh của Tướng Kỳ mà bây giờ Trường đứng phó cho Tướng Thiệu thì xét về phương diện gia đình rất khó xử, còn đối với báo chí bên ngoài có thể là một đề tài để cho họ giễu cợt, điều đó sẽ rất bất lợi. Tướng Thiệu nói:

- Vậy thì hai anh tìm cho tôi một vị nào đứng phó cho xứng đáng đi.

Tôi hỏi liền: Nguyễn Văn Bông đứng phó Trung Tướng có chịu không?

- Đồng ý ngay, được đấy. Hai anh thuyết phục anh Bông giùm tôi đi.

Trường và tôi gặp Bông để nghị việc nầy, Bông đồng ý. Tôi trả lời với Trung Tướng Thiệu chắc như đinh đóng cột. Rồi một buổi sáng nọ Bông mời Nguyễn Văn Trường, Âu Trường Thanh và tôi đến ăn trưa tại văn phòng của anh ở Viện Quốc Gia Hành Chánh. Bông thông báo ngược là anh xin từ chối đứng cùng liên danh với Tướng Thiệu. Lại một lần tôi bất bình, lớn tiếng nặng lời với Bông, anh Trường cũng không vừa lòng nhưng chỉ trách móc nhẹ nhàng và giải thích đủ mọi lý do yêu cầu Bông giữ lời hứa. Bông vẫn như thường lệ, cười hề hề nhiều hơn là giải thích. Còn Âu Trường Thanh thì bàn ra thẳng thừng, như vậy là Nguyễn Văn Bông đã bị Âu Trường Thanh "thuốc nước", bàn ra trước rồi, nên Bông mới tổ chức bữa cơm hôm nay. Chúng tôi chia tay trong sự bực mình, nhưng tình bạn vẫn còn nguyên vẹn bởi lẽ sinh hoạt chung thì có khi đồng ý, có khi dị biệt đó là chuyện thường tình.

Ông bạn Nguyễn Văn Bông của chúng tôi, vì tính tình không cả quyết, nên anh vắng bóng trên chính trường miền Nam, trong khi mọi người đều chiếu cố và ngưỡng mộ tài của anh. Tôi biết nhiều lần anh được mời tham gia Nội các nhưng anh đều từ chối. Có một lần tôi chứng kiến tận mắt là Cụ Trần Văn Hương mời anh, có sự hiện diện của Huỳnh Văn Đạo ngồi đó. Trước khi tôi vào, hai người nói gì với nhau tôi không rõ nhưng tôi còn nghe được Ông Hương nói: "Em tin qua đi" còn Bông thì trả lời: "Không được, bác tin tôi đi". Hai người lặp đi lặp lại mấy lần như vậy, té ra ông Hương mời Bông hoặc làm Tổng Trưởng Giáo dục, hoặc là Tổng Trưởng Phủ Thủ Tướng.

Có lần Giáo Sư Nguyễn Ngọc Huy đề nghị Bông nhận chức Chủ Tịch đảng Cấp Tiến còn tôi và Huy đứng phó Chủ Tịch. Nhiều bữa cơm được tổ chức tại nhà Bông để thuyết phục tôi nhưng không thành. Sau đó tôi có nói riêng với Bông: Moa biết cái mộng của toa là muốn nắm quyền Thủ Tướng, nhưng ở xứ nầy đảng phái và tôn giáo ganh tị, đối chọi nhau, toa đứng ngoài và đứng trên thì có ngày quyền Thủ Tướng sẽ vào tay toa, còn chấp nhận lãnh đạo một đảng thì sự đấu giá và phối hợp chính trị sẽ gian nan bằng mười lần. Bông trả lời: "Vậy hả Triều" tiếp theo một giọng cười dòn hể hể như thường lệ. Lần cuối cùng Bông và tôi được Phó Đại Sứ Hoa Kỳ, Colby mời dùng cơm tối. Trong bữa tiệc Bông khẳng định nguyên văn: "Lần nầy ứng cử Tổng Thống nầy chúng tôi nhường cho Trung Tướng Nguyện Văn Thiệu, nhiệm kỳ sau sẽ đến lượt chúng tôi". Câu nói của Bông làm tôi giật mình. Khi ra về hai đứa đứng chờ tùy viên Mỹ gọi xe, tôi nói với Bông:

– Toa dại gì mà nói một cách khẳng định như vậy với tụi Mỹ. Có thể nguy hiểm lắm, Bông ơi. Toa biết tụi Mỹ nắm chặt Nguyễn Văn Thiệu là vì anh ta là người dễ sai bảo. Không khi nào tụi nó buông ra đâu. Nói trước nước cờ của toa làm gì?

– "Vậy hả Triều, rồi lại cười hể hể". Ai muốn giết Nguyễn Văn Bông? Tôi không tin là chỉ có Cộng sản.

LÝ CHÁNH TRUNG

Trên đây tôi có nói đến Lý Chánh Trung, điều kiện mà anh Trường đặt với tôi khi nhận làm Tổng Trưởng Giáo Dục, thiết nghĩ tôi cũng nên nói rõ một vài sự thật, dù không tốt và có thể làm mất lòng, nhưng tôi đã hứa viết sự thật, chỉ sự thật mà thôi, không thêm bớt che dấu, vì đa số các chứng nhân còn sống kể cả Trung.

Lý Chánh Trung và tôi quen biết nhau từ khi còn du học bên Pháp, Anh Trung học ở Louvain, Bỉ quốc gần Paris, chỉ cách xa có hơn hai trăm cây số. Trung và tôi nhiều lần ăn cơm chung tại quán ăn rẻ tiền của Liên Đoàn Công Giáo Việt Nam. Về Sài gòn cùng nhau hoạt động trong hội trí thức Công Giáo, thân nhau như ruột thịt, tôi là bõ đỡ đầu (god father) của Thúy Lan, con gái Trung.

Nhà Trung ở làng đại học Thủ Đức anh thường xuyên lên xuống Sài gòn đi dạy ở đại học, anh thường đến nhà tôi, tiền xăng nhớt làm thâm thụt ngân sách gia đình của Trung nên tôi thường cho con gái đỡ đầu của tôi, bốn tuổi, mỗi lần vài chục ngàn đồng, tiếng là cho con gái nhưng sự thật là tôi muốn giúp cho gia đình Trung dễ thở hơn. Thời gian sau khi tôi giao tiền cho Ngô Công Đức làm báo *Tin Sáng* tôi bảo Lý Chánh Trung viết bài, mỗi bài tôi sẽ trả cho anh hai chục ngàn đồng, sự thật một bài báo thời đó cao lắm là một hoặc hai ngàn đồng là tối đa. Trung nói:

– Tao không từng viết bài để đăng báo. Từ hồi nào đến giờ có khi nào tao viết cho báo nào đâu?

– Thì mầy cứ suy nghĩ về những vấn đề quan trọng của

đất nước và lý giải một cách thuận lý thôi. Ai cũng khen mầy viết lách hay mà.

– Để tao thử xem.

Thực tế bài viết của Lý Chánh Trung thời đó được sự đồng tình và ưa thích của độc giả. Chính tôi phải xuất tiền túi trả cho Trung gần cả chục bài đầu tiên. Sau đó tôi bảo Ngô Công Đức trả tiền cho Lý Chánh Trung, Đức phản đối nói bài báo gì mà hai chục ngàn? Không trả. Tôi ngưng không đưa bài của Trung viết cho Đức nữa mà sự thật là tôi đã trả tiền rồi nhưng còn giữ bài lại trên bàn giấy. Mấy hôm sau Đức tới nhà hối thúc tôi xin bài của Lý Chánh Trung vì những bài đó "ăn khách". Đức hứa với tôi sẽ trực tiếp trả đúng số tiền cho Lý Chánh Trung.

Báo *Tin Sáng* đóng cửa vì Ngô Công Đức thất cử Dân Biểu và vượt biên, *Tin Sáng* biến thành *Điện Tín*, Lý Chánh Trung vẫn tiếp tục viết cho đến khi tôi xuất bản báo *Đại Dân Tộc*, tôi tâm sự với Trung : Mới ra báo tao không thể trả cho mầy hai chục ngàn đồng một bài mà chỉ trả phân nửa tiền là mười ngàn thôi. Số tiền đó cũng đã nhiều quá rồi. Vã lại ngày xưa tao buộc thằng Đức phải trả tiền như vậy là để giúp mầy chứ bài báo gì mà trị giá hai chục ngàn?

Rồi có một ngày Lý Chánh Trung viết bài cho báo *Điện Tín* mà anh không viết cho *Đại Dân Tộc*. Tôi bảo anh Nguyễn Văn Tịnh quản lý của báo *Đại Dân Tộc* đi Thủ Đức hỏi Lý Chánh Trung cho biết lý do tại sao? Anh quản lý trả lời với tôi: Ông Trung bận việc quá không viết được và nói dù sao hai chục ngàn đồng một bài cũng dễ viết hơn là mười ngàn đồng một bài.

Tôi ngỡ ngàng, chán chê tình bạn, tình đời. Đáng lý ra dù *Đại Dân Tộc* không trả tiền đi nữa thì Lý Chánh

Trung cũng phải ưu tiên viết cho tôi vì tình bạn, vì ơn nghĩa sâu nặng gia đình anh phải trả. Tôi quyết định cắt đứt liên hệ với Trung, không một lời oán trách, không cần giải thích lý do, bởi vì một người bạn xem trọng quyền lợi hơn tình nghĩa thâm giao giữa bạn bè thì còn gì phải nói? Trung ghé qua nhà và tòa soạn đưa bài nhưng tôi không tiếp, và cũng không hề đăng bài nào của anh ta kể từ ngày đó. Lý Chánh Trung có nhờ Nguyễn Văn Trường, là bạn thân của hai đứa, điện thoại xin lỗi tôi và xin gặp tôi để giải thích, tôi không chấp nhận.

Nói về chuyện tiền bạc rõ ràng nó không đáng nói, nhưng điều đó chứng tỏ con người của Lý Chánh Trung thiên về quyền lợi hơn là lý tưởng lập trường và đạo đức. Vì vậy mà sau ngày 30 tháng 4 năm 1975, Lý Chánh Trung chạy theo Cộng sản cũng vì quyền lợi. Đó là bản chất chớ không phải lỗi lầm. Bởi vì trước ngày 30 tháng 4, Lý Chánh Trung có viết một bản văn viết tay, xác định ý kiến của nhiều anh em bàn thảo nói về "chủ trương một xã hội công bằng, tả khuynh không Cộng sản" mà chúng tôi chưa phổ biến. Tài liệu nầy khi xét nhà tôi Công an thu được, tra hỏi tôi rằng chữ viết nầy không phải của tôi vậy là của ai? Tôi suy nghĩ dù có chỉ mặt chỉ tên, lôi người khác vào tù Cộng sản thì cũng chẳng ích lợi gì. Cũng như một bản văn của lời thề, công an "chấp pháp" tra hỏi tôi những tên tuổi của nhóm ăn thề uống máu với tôi là những ai tôi cũng không khai tên họ làm gì, có gặp nhau trong tù hay không cũng vô ích thôi. Nhiều lần Trung gặp tôi trong những cuộc tiếp tân tại tư dinh của Đại Tướng Dương Văn Minh, Trung bắt tay tôi, xin lỗi và hỏi:

– Bộ mầy giận tao sao?

– Tao có gì mà phải giận mầy?

– Thôi mọi chuyện đều do tao lầm lỗi hết, bây giờ tao xin lỗi mầy.

– Chả có ai lỗi lầm gì với ai cả. Thôi bỏ chuyện đó, ta đi kiếm rượu uống đi.

Ngày bàn giao chức vụ Tổng Thống giữa Trần Văn Hương và Dương Văn Minh tại dinh Độc lập, sau buổi lễ tôi rủ Nguyễn Văn Binh đi ăn cơm, Trung chạy theo xin cho đi cùng, tôi từ chối khéo, bảo có chuyện riêng phải nói với Binh, kỳ thật chẳng có việc riêng gì cả.

Sau ngày 30 tháng 4 năm 1975, Lý Chánh Trung được cử làm Đại Biểu Nhân Dân Sài gòn. Tháng 3 năm 1976, sau khi đi tù hơn 5 tháng, cộng sản thả tôi ra ra để dụ dỗ tôi hợp tác với "cách mạng". Tôi được gọi theo học khóa huấn luyện Mác–Lênin tại trụ sở Nhà Văn Hóa Đức trước 1975. Có một buổi học sáng do Giáo Sư Cương, trưởng ban triết học Mác–Lênin Hà Nội giảng, ông Đại Biểu Nhân Dân Lý Chánh Trung đến tham dự và ông được Giáo Sư Cương đề cao khen ngợi. Vào giờ giải lao tôi biến mất ở nhà sau, qua câu lạc bộ giải lao, Trung nhờ nhiều bạn cũ đi tìm tôi không được. Cuối cùng Lâm Ngọc Diệp nắm tay tôi lôi ra sân trước nói:

– Thằng Trung nó nhờ anh em đi kiếm mầy quá trời mà mầy đi đâu vậy?

– Tôi biết thằng khỉ đột đó sẽ kiếm tôi, nên tôi mới chuồn mất không muốn gặp mặt loài khỉ. Diệp cười xòa.

Gặp Lý Chánh Trung, tôi còn nhớ có mặt anh Giáo Sư Vũ Quốc Thúc, cựu Quốc Vụ Khanh, anh Nguyễn Kiến Thiện An, cựu Tổng Trưởng Kinh Tế, cựu Phó Thủ Tướng Dương Kích Nhưỡng, Luật Sư Bùi Chánh Thời, Tiến Sĩ Lâm Văn Sĩ, Trung nói:

– Tao kiếm mầy quá mà mầy đi đâu mất tiêu?

– Mầy kiếm tao làm gì?

– Tao có chuyện muốn nói với mầy.

– Tao với mầy bây giờ còn gì để nói với nhau? Một thằng là Ông Đại Biểu Nhân Dân, một thằng là tù cải tạo mới được trả tự do tạm thời, có điều gì để nói với nhau?

– Mầy sao lúc nào cũng vậy hè?

– Tao chưa đổi tên đổi họ nên lúc nào cũng là tao thôi.

Trung hơi sượng sùng nhưng vẫn làm ra vẻ bình tỉnh trước mặt anh em. Phần tôi không thay đổi cử chỉ và thái độ.

Sau mười một năm tù, năm 1988 về nhà con trai tôi nói bác Đại Biểu Lý Chánh Trung có ghé nhà nói bác có can thiệp và xin cho ba. Tôi cười trả lời với con rằng "Chẳng có thằng nào can thiệp được cho ba cả", đó là trò hề giả tạo. Nhưng dù sao người ta có lòng mình phải đi cám ơn. Tôi bèn nhờ anh Nguyễn Văn Trường chở tôi đến văn phòng ông Đại Biểu ở đường Thống nhứt cạnh Tòa Đại Sứ Mỹ ngày xưa. Trước khi đi tôi căn dặn anh Nguyễn Văn Trường rằng:

– Toa phải can moa liền và chở moa về tức khắc, nếu moa có nặng lời hay lớn tiếng với thằng Trung, bởi vì điều đó vô ích và có thể bất lợi cho moa nữa. Trường hứa chắc. Nhưng thực tế vì Trung phát biểu những điều trái tai nên tôi nặng lời lớn tiếng, buổi nói chuyện gần hai tiếng đồng hồ vô bổ mà còn bực mình. Ra về tôi trách Nguyễn Văn Trường tại sao không giữ lời hứa. Trường trả lời:

– Moa không can bởi vì đối với thằng Trung toa có thể nói như vậy được. Về nhà tôi thấy buồn vì đã làm một việc vô bổ ngay từ khi mới ra tù. Trong thời gian còn ở lại Việt Nam có một ngày bà Giáo Sư Tô Thị Ánh, chị vợ tôi, mời tham dự đám giỗ ba vợ tôi. Có sự tham gia của

Lý Chánh Trung, Nguyễn Văn Trường, Giáo Sư Trần Văn Tấn, cựu Viện Trưởng Viện Đại Học Saigon, Kỹ Sư Hồ Xích Tú, Giáo Sư Nguyễn Khắc Dương. Chị Ánh lưu ý tôi rằng:

– Bữa nay đám giỗ ba, xin anh đừng có chửi anh Trung trước mặt bạn bè anh nhé.

– Tôi mắc mớ gì mà phải chửi nó.

Nhưng cây muốn lặng mà gió không ngừng, giữa bữa ăn, trong câu chuyện nói về điều gì đó mà Lý Chánh Trung nói một cách hãnh diện rằng:

– Tôi là đồng hành với Cộng sản chớ tôi không phải đồng chí của họ.

Làm sao tôi im lặng được trước câu nói ngớ ngẩn có thể nói được là ngu xuẩn như vậy được? Mục đích của Trung là biện hộ cho thái độ bợ đỡ, đầu hàng của anh ta? Tôi bèn xổ ra từng tràng:

– Mầy đồng hành hả? Có giống như các đảng phái quốc gia đồng hành với bọn Cộng sản trong tổ chức "Việt Minh Cách Mạng Đồng Minh Hội không"? Họ bị thủ tiêu hết, tại sao mầy không bị thủ tiêu? Mầy đồng hành sao mầy muối mặt viết bài "Xin cho được gọi bằng Bác" sau khi cộng sản chiếm Sài gòn? Mầy đồng hành sao mầy cho con Thúy Lan vô đảng? Sao mầy hãnh diện cho Thằng Dũng đi bộ đội và tạo cơ hội cho nó lấy con gái một anh đại tá Việt Cộng. Đối với Cộng sản không có chuyện đồng hành, chỉ có qui hàng trở thành nô bộc, hay đồng đội luôn luôn phục tùng.

Cả bàn ăn can gián, làm bữa tiệc mất vui, tôi cũng đau buồn hối hận vì không giữ được sự hòa nhã trong ngày giỗ của nhạc gia mình.

Bây giờ viết lại mấy hàng chữ nầy tôi thấy lòng buồn nhiều hơn oán trách. Tiếc nuối cho tuổi thanh xuân của mình, của bạn bè, không biết kết hợp lại với nhau, đem khả năng tài trí để phục vụ đất nước thay vì phân tán, kẻ đầu hàng bọn Cộng sản vô luân, phản bội lại chính mình, người thất bại bị tù đày chết chóc.

Nếu đó là số trời, là định mệnh thì rõ ràng tạo hóa cho con người sinh ra ở trần gian để đền tội, mong chờ ngày sau hưởng phước, chớ không phải để sống một cuộc sống bình thường yên ổn. Vậy thì những oán hờn, tủi nhục, khổ đau, vui buồn là những yếu tố cần thiết để cho con người tìm về mục tiêu cuối cùng, chẳng có gì đáng phê phán, buồn trách hay oán hận cả, trái lại phải bình thản chấp nhận.

TRẦN VĂN HƯƠNG

Từ Pháp tôi về Việt Nam trước đây, trễ hơn một số bạn bè, nhiều anh em ca ngợi với tôi Trần Văn Hương là một người trong sạch, là một "chính nhân quân tử". Ông là người miền Nam có khí khái, có bản lãnh. Ông bị Tướng Nguyễn Khánh giam lỏng trong một biệt thự, tịch thu của Giám Mục Ngô Đình Thục tại Vũng Tàu. Tôi cũng tò mò tìm hiểu về nhiều chính trị gia khác như Trần Văn Tuyên, Phan Khắc Sửu, Trần Văn Văn, nhóm Caravelle, Phan Khoang, Cổ Văn Hai, vân vân, những người chống đối sự lạm quyền sai trái của chế độ gia đình trị. Tóm lại tôi nhận thấy chính trị ở thời điểm đó dựa vào uy tín cá nhân nhiều hơn lập trường và lý tưởng. Đảng phái thì có quá nhiều, con số gần tới bốn mươi. Cương lĩnh đảng nào cũng có câu "chống Cộng sản" hay "không Cộng sản". Rất nhiều đảng chỉ còn danh xưng mà không có thành viên, thậm chí có đảng không còn ban chấp hành hợp lệ. Dĩ nhiên mạnh nhứt là Đại Việt và Quốc Dân Đảng. Tôi mau chóng xác tín chính trị miền Nam chỉ dựa vào uy tín cá nhân, cộng thêm yếu tố tôn giáo. Còn về lập trường thì ngoài ý chí chống Cộng sản, không ai tuyên bố được rõ ràng đường lối và chủ trương xây dựng, phát triển quốc gia như thế nào? Trong bối cảnh đó tôi thú thật bị ảnh hưởng nhiều của những bạn người miền Nam biết ít nhiều về cụ Trần Văn Hương.

Tôi có gặp Quốc Trưởng Phan Khắc Sửu. Uy tín chống thực dân Pháp và sự hy sinh ngày xưa của ông Sửu còn đó, nhưng câu giải thích luôn mồm của ông nói với tôi là "Tà không thể thắng chính được", in sâu vào đầu tôi, cho tôi cảm giác ông quan niệm chính trị là một cái gì thiêng liêng, dị đoan, tín ngưỡng chớ không phải lý trí, khoa học. Một số giáo sư trẻ thúc giục tôi nên gặp Trần Văn Hương. Tôi quí trọng cựu Phó Tổng Thống Nguyễn Ngọc Thơ nên tôi thường tham khảo ý ông về Trần Văn Hương. Ông Thơ hiểu biết nhiều về tình hình chính trị Việt Nam Cộng Hòa, kể cả dưới thời Pháp thuộc. Ông cũng có cảm tình với Trần Văn Hương. Tôi hỏi thẳng có phải tại vì cụ là người miền Nam nên có cảm tình với ông Hương không? Cụ Thơ trả lời có thể là như vậy. Tóm lại sở dĩ tôi nhọc công muốn tìm một nhân vật khả kính, khả tín, bởi vì tôi nghĩ một ngày nào đó sau khi Hiến Pháp được ban hành thì đất nước cần một chính phủ dân sự hơn là quân sự, bởi lẽ quân nhân cầm quyền dễ đưa đến độc tài quân phiệt. Điều mà ngay từ những ngày đầu tôi cùng với phái đoàn Công Giáo gặp Tướng Kỳ với mục đích phản đối quân phiệt. Biết bao nhiêu trường hợp trên thế giới chứng minh chính phủ quân nhân đưa đến độc tài quân phiệt.

Vì vậy tôi quyết tìm cơ hội trực tiếp gặp Trần Văn Hương. Nhưng bằng cách nào đây? Tôi là một Tổng Trưởng đương thời, nếu ngang nhiên tiếp xúc với một cựu Thủ Tướng bị lật đổ và bị giam lỏng dưới sự canh chừng của một đại đội quân nhân thì dư luận báo chí sẽ thêu dệt những gì? Thủ Tướng và Nội các sẽ nghĩ sao về hành động của tôi? Sự ngấm ngầm suy nghĩ và tìm hiểu của tôi đôi khi cũng bị tiết lộ qua lời ăn tiếng nói hằng ngày. Lý Quí Chung là giám đốc của tôi nghe được, anh thổ thẻ với tôi là anh có quen với cháu của ông Hương hiện ở trong nhà đó lo cho ông ấy. Nếu đến đó mình cũng tự xưng là cháu của ông Hương thì lính sẽ cho vào. Sau khi đắn đo và với tính mạo hiểm của tuổi trẻ thôi thúc tôi quyết định đi thăm cụ Trần Văn Hương một chuyến ở Vũng Tàu.

Sáng sớm hôm đó tôi điện thoại cho Trung tá Trần Kim Hoa, phó Võ Phòng Phủ Thủ Tướng yêu cầu tìm một trực thăng đưa tôi đi nghỉ ở Vũng Tàu chiều lúc 6 giờ khi tan sở. Tôi thấy quá mệt mỏi trong người vì công việc nhiều nên phải đi nghỉ, mục đích của tôi yêu cầu lấy trực thăng là để đánh lạc hướng. Trong khi đó thì tôi bảo Lý Quí Chung báo với người nhà anh rằng tôi mời anh tới nhà tôi chơi. Khoảng 5 giờ chiều, tôi ra lệnh phòng công xa đem cho tôi một xe tải nhỏ hiệu Citroen 2 ngựa, xăng nhớt đầy đủ mang số ẩn tế không cần tài xế. Tự tôi lái xe đi Vũng Tàu, căn dặn anh vệ sĩ không mang theo vũ khí gì cả và Lý Quí Chung rằng: Nếu không may chúng ta bị Việt Cộng bắt thì phải khai rằng mình đi Vũng Tàu mua cá về Sài gòn bán. Trên đường đi Vũng Tàu giờ đó không còn một bóng xe nào vì an ninh không bảo đảm. Thú thật sự liều mạng của tôi không đáng chút nào, nhưng may mắn tôi thoát được dễ dàng. Đáng lẽ tôi có thể đi bằng trực thăng buổi sáng và ra lệnh cho Lý Quí Chung gặp tôi giờ nào ở Vũng Tàu, tại đâu là xong. Tội gì phải mạo hiểm một cách ngây ngô, khờ dại, vô ý thức như vậy?

Lần đầu tiên gặp cụ Trần Văn Hương, ông đang nằm trên võng đưa tòn ten, mình trần, vận sà–rông, người Nam gọi là vận chăn. Bên hông lận một cây súng lục lòng ngắn. Sau khi tôi chào hỏi, tự giới thiệu và xác định mục đích cuộc viếng thăm của tôi ông Hương cảm thấy nhẹ nhàng thoải mái, chừng đó ông mới móc cây súng lục của ông ra khoe và nói:

– Qua nói thật với em à, nếu tụi nó vô thì qua cho nó một viên rồi qua một viên. Miệng ông nói răng cắn khít rịt.

– Cụ nói tụi nó là ai? Ông Hương không trả lời, lảng sang chuyện khác.

Bữa cơm đạm bạc do người cháu của ông nấu, sau nầy mới biết là con trai của ông Nhứt, một Cảnh sát viên trung thành và hình như có họ hàng với ông Hương. Tôi hỏi ông Hương rất nhiều việc và nói chuyện với ông cũng nhiều. Cụ Hương cũng tâm sự nhiều với tôi và còn giới thiệu hai người thân tín của ông ở Sài gòn là Luật Sư Nguyễn Văn Huyền và Luật Sư Lê Văn Thu. Về Sài gòn tôi có mời hai vị nầy đến nhà dùng cơm thảo luận về vấn đề đưa cụ Trần Văn Hương ra ứng cử Tổng Thống. Đêm đó ông Hương và tôi nằm cùng một giường nói chuyện quanh vấn đề chính trị miền Nam và việc có thể chuẩn bị ra ứng cử Tổng Thống, mãi đến 4 giờ sáng. Tôi ngủ được một tiếng, khoảng 5 giờ, cụ Hương đánh thức tôi dậy, ba người lên xe, tôi lái ra tới quán hủ tiếu dựa bên đường ở Bà Rịa. Chủ quán mới thắp đèn nấu sôi thùng nước lèo! Chúng tôi vội vã ăn một tô hủ tiếu cho đỡ lòng rồi tôi lái một mạch về tới nhà 7 giờ 35, tôi thú thật với bà xã rằng mình đã đi gặp ông Hương đêm hôm qua và căn dặn bà ta phải kín miệng nhưng không biết bà có tin không. Tôi thay đổ ngay, tài xế chở vào sở, 8 giờ 5 phút đường giây trắng Thủ Tướng gọi hỏi với giọng bực tức:

– Hôm qua toa đi đâu mà trực thăng chờ ở phòng VIP không thấy, moa tưởng toa bị Việt Cộng bắt cóc nên bảo thằng Loan đi tầm, ai cũng lo lắng. Toa đi đâu vậy?

Tôi đành phải nói dối là đi chơi qua đêm với bồ, mà quên mất việc mình đã dặn máy bay chờ đi Vũng Tàu. Dĩ nhiên một trận xỉ vả nên thân. Nào là trực thăng không có đủ để đi đánh giặc, chỉ có toa mới được đặc ân sử dụng đi chơi, thế mà còn bê bối đến độ nầy. Ối thôi, mọi thứ trách móc tôi đều nhận tội và xin lỗi trối chết. Một lần đủ để cho tôi biết cách vào biệt thự tiếp xúc với Trần Văn Hương. Từ đó về sau tôi gặp ông thường để toan tính việc đưa ông ra ứng cử.

CHƯƠNG *XIX*

VIỆN ĐẠI HỌC CẦN THƠ

Mỗi khi tôi mệt mỏi hay đắc ý về một việc gì, hoặc bực tức buồn chán thì tôi thường đến văn phòng ông bạn thân là Tổng Trưởng Giáo Dục Nguyễn Văn Trường, để than thở, tâm sự với hai tách cà phê, hai đứa bàn thảo những chuyện vớ vẩn cho thư giãn não trạng. Nếu không nói chuyện giáo dục thì cũng thanh niên hay tương lai chính trị của đất nước. Anh Trường nhắc lại việc thành lập viện Đại học Cần Thơ và xác nhận rằng đó là một trong những lý do khiến anh chấp nhận tham gia Nội các, khi tôi và anh ngồi trong xe Dauphine của anh trước bến Bạch Đằng giữa đêm khuya, tôi nêu vấn đề Đại học Cần Thơ để thuyết phục anh nhận giữ bộ Giáo Dục. Bây giờ anh muốn đặt thành kế hoạch để thực hiện nhưng rất ngại về ngân sách bởi vì chính phủ đang dành mọi ưu tiên cho các vấn đề an ninh, kinh tế, hơn là giáo dục. Phần tôi nghĩ ngay rằng đây là một vấn đề chính trị đáng chú ý.

Chính phủ phải chứng tỏ cho toàn quốc thấy có sự công bằng đối với người dân ở mọi vùng. Ngoài ra giáo dục là nền tảng của sự văn minh phát triển, điều mà khi tôi còn ngồi trên ghế nhà trường giáo sư kinh tế Chambard de Lowe nhồi nhét vào đầu tôi bằng mọi cách. Tôi chưa dám có ý kiến gì với anh Trường, chỉ nghe qua và lưu ý vậy thôi.

Mấy ngày sau tôi có dịp gặp Thủ Tướng tôi đặt vấn đề một cách nghiêm chỉnh và cố ý tìm cách thuyết phục ông trước khi tôi thông báo cho anh Trường là anh có thể đệ trình dự án thành lập viện Đại học Cần Thơ. Tôi khởi sự bàn với Thủ Tướng về tình hình chính trị miền Trung và miền Nam, tôi lái sang chuyến viếng thăm của Thiếu Tướng Kỳ tại Cần Thơ. Tướng Kỳ nói:

– Hôm đó dân chúng tập trung cũng đông nhỉ.

– Anh thấy tận mắt người miền Nam đang nhiệt liệt ủng hộ chính phủ đó. Đất nước nầy đâu phải chỉ có Đà Nẵng và Huế thôi.

Rồi tôi nói qua thanh niên và sinh viên hiếu học của miền Tây.

– Rất nhiều sinh viên ở đây phải ra tận Huế, lên tận Đà Lạt mới có thể xin vào đại học bởi vì Đại học Sài gòn hết chỗ.

– Thế à !

Tôi đặt câu hỏi: Huế và mấy tỉnh lân cận có bao nhiêu dân? Đà Lạt và các tỉnh lân cận có bao nhiêu dân? Hai thành phố đó có viện đại học. Phải chăng là một sự bất công? Bởi vì Tổng Thống Ngô Đình Diệm là người Huế và Đức Giám Mục Ngô Đình Thục muốn có một đại học Đà Lạt do một linh mục Công giáo ảnh hưởng? Trong khi đó Thiếu Tướng nghĩ xem Cần Thơ và các tỉnh miền Tây có bao nhiêu dân mà con em họ phải chịu vất vả tốn kém đi xa nhà để học. Rõ ràng là một sự bất công xã hội. Vả lại, miền Tây trù phú là cái vú sữa nuôi cả xứ Việt Nam. Giáo dục là điều kiện tiên quyết để phát triển kinh tế. Tôi đề nghị Thiếu Tướng nên xét và cho phép thành lập một viện đại học ở Cần Thơ, dân miền Tây sẽ ghi ơn và ủng hộ Thiếu Tướng. Điều đó còn có thể cân bằng cái thế chính trị và làm cho những thành phần bất mãn ở miền Trung suy nghĩ.

– Những gì toa nói không phải vô lý, nhưng thử bàn lại với ông Tổng Trưởng Giáo Dục xem.

Câu nói của Tướng Kỳ như mở cờ trong lòng tôi. Sau đó chúng tôi đề cập đến nhiều vấn đề khác trong đó có việc Dân Biểu Lập Hiến Lê Phước Sang vận động xin chính phủ ủng hộ cho ông ta làm Chủ Tịch Quốc Hội. Ông Sang hứa với Tướng Kỳ sẽ đem hết khối Giáo dân Hòa Hảo ủng hộ chính phủ, Tướng Kỳ đề nghị tôi thông báo cho các dân biểu đàn em bỏ phiếu cho Lê Phước Sang. Tôi phản đối:

– Moa biết anh Lê Phước Sang nầy quá nhiều, khi anh ta còn là Chánh Văn Phòng của Tổng Trưởng Canh Nông, Nguyễn Công Hầu đại diện phái Hòa Hảo trong Nội các Phan Huy Quát. Ông Sang không có tư cách, khả năng và uy tín để đóng vai trò một nhân vật số 3 của Việt Nam Cộng Hòa.

– Tướng Kỳ hỏi: Như vậy toa đề nghị ai?

– Tại sao không bầu cho ông Phan Khắc Sửu, ít ra là người đã từng có uy tín và có tầm vóc quốc gia.

– Nhưng ông Sửu có ý chống Chính phủ quân nhân mình.

– Quốc hội lập hiến chỉ có một nhiệm vụ là thảo Hiến

Pháp. Chống hay ủng hộ chính phủ có hại gì đâu. Hiến Pháp là cho tương lai, chính phủ sau nầy là do quốc dân bầu mà.

– Moa có ý định để cho Lê Phước Sang, tụi mình sẽ dễ làm việc hơn.

– Tôi nói thật với anh nếu Lê Phước Sang làm Chủ Tịch Quốc Hội Việt Nam Cộng Hòa thì thà tôi từ chức xin nhập tịch trở thành công dân "Lèo" còn đỡ mất mặt hơn.

Câu chuyện bỏ lửng tại đây, về sau cụ Phan Khắc Sửu đắc cử Chủ Tịch Quốc Hội Lập Hiến năm 1966.

Tôi gặp lại Nguyễn Văn Trường, Tổng Trưởng Giáo Dục và Đổng Lý của anh, thuật lại câu chuyện tôi đề nghị với Tướng Kỳ và ông tỏ ý bằng lòng cho thành lập Viện Đại Học Cần Thơ, nhưng ông bảo tôi thử bàn lại với bộ Giáo Dục. Bây giờ cờ tới tay các anh rồi thì liệu mà phất cho sớm đi. Trường và Lý Chánh Trung, Đổng lý văn phòng của anh nói sẽ soạn thảo dự án càng sớm càng hay. Sau khi dự án thành hình nghiêm chỉnh, một mặt bộ Giáo Dục gởi trình Thủ Tướng theo đúng thủ tục hành chánh, mặt khác tôi cầm một bản sao gặp riêng Thiếu Tướng Kỳ để giải thích và xin ông lưu ý việc cấp ngân khoản. Tưởng rằng việc đến đó là coi như xong. Tổng Trưởng Nguyễn Văn Trường và cộng sự viên của ông nôn nóng đợi chờ. Chờ mấy tuần không thấy sắc lệnh gởi về bộ, anh Trường gọi tôi nêu thắc mắc. Tôi bèn xin gặp ngay Tướng Kỳ hỏi rõ đầu đuôi:

– Anh hứa cho phép thành lập Viện Đại Học Cần Thơ mà bộ Giáo Dục đệ trình dự thảo sắc lệnh sao không thấy anh ký?

– Ông Tổng Trưởng Bộ Phủ Thủ Tướng nói không có giáo sư đâu mà dạy, thành lập làm gì?

- Tổng Trưởng Giáo Dục xác định có Giáo Sư thì ông ấy mới dám trình dự án lên cho anh. Thử hỏi làm sao ông Tổng Trưởng phủ Thủ Tướng biết vấn đề giáo dục rõ hơn ông đương kim Tổng Trưởng phụ trách? Xin anh ký như đã hứa đi, tôi cam đoan với anh là thực hiện được và sẽ thực hiện sớm.

Tướng Kỳ moi hồ sơ ra ký trước mặt tôi và quăng vào rổ "công văn đi" một cách miễn cưỡng. Tôi yên chí báo tin mừng cho Trường. Nhưng thực tế còn một việc rắc rối khác đang cản đường ông Trường. Vài ngày sau Nguyễn Văn Trường điện thoại cho tôi vừa than thở vừa giải thích rằng anh ta bổ nhiệm Thạc Sĩ Phạm Hoàng Hộ làm Viện Trưởng nhưng ông Hộ không dám nhận vì sợ "người ta phá". Trường yêu cầu tôi đi gặp anh Hộ. Tôi trả lời chưa hề quen biết Phạm Hoàng Hộ là ai, gặp để làm gì và nói năng cái gì với nhau? Trường đề nghị tôi cùng đi với anh lên nhà Phạm Hoàng Hộ ở làng đại học Thủ Đức. Nể tình anh Trường tôi cùng đi với anh ấy. Đến nhà Hộ, sau khi giới thiệu tôi với Hộ anh Trường nói:

- Anh Võ Long Triều là người có công vận động cho việc thành lập Viện Đại Học. Bây giờ tôi để nghị với anh có thắc mắc, nghi ngờ điều gì thì cứ nói xem anh Triều có thể giúp đỡ được không. Chẳng lẽ sắc lệnh ký rồi mà mình ngâm dấm đó sau.

Hộ nói: Tôi nghĩ mình không thể thực hiện được đâu. Nội vấn đề ngân sách bị "bloqué" (chận đứng) là đương nhiên chết rồi. Mới thành lập thì phải có đủ ngân sách chi tiêu mới được.

- Ngoài vấn đề ngân sách còn vấn đề nào khác nan giải không?

– Những vấn đề khác mình có thể du di để giải quyết được.

– Người ta nói không có đủ Giáo Sư dạy, anh nghĩ rằng điều đó có phải là một vấn đề không?

– Giáo Sư thì khó khăn gì, vấn đề là mình thu xếp giờ giấc một cách thuận lý cho họ thôi.

– Nếu tôi bảo đảm là anh sẽ có đủ ngân sách trong thời gian anh cần chi dùng thì anh có nhận làm Viện Trưởng không?

– Đối với tôi ngân sách là điều chính yếu. Nhưng anh làm sao bảo đảm điều đó cho tôi được. Anh ở bên Thanh Niên mà, anh có phải là Tài Chánh hay Ngân Sách Ngoại Viện đâu?

– Tôi chạy cho ra được sắc lệnh thành lập Viện Đại Học mà chẳng lẽ tôi không lo nổi vấn đề ngân sách cho anh sao?

– Nếu anh lấy danh dự bảo đảm như vậy thì tôi nhận.

– Tôi hứa với anh khi nào tôi còn ngồi trong Nội các thì tôi sẽ có thể bảo đảm cho anh điều đó. Ông Phạm Hoàng Hộ hứa nhận chức Viện Trưởng và bắt đầu ngày đó tôi quen biết thêm một ông khoa bảng nổi danh. Tôi vui mừng vì đã góp phần nhỏ mọn của mình trong vấn đề mà đa số dân miền Tây ai cũng mong ước.

Ngày lễ khai trương Viện Đại Học Cần Thơ rất long trọng, có sự hiện diện của nhiều nhân vật Ủy Ban Lãnh Đạo Quốc Gia và Ủy Ban Hành Pháp Trung Ương. Ngồi trong phòng họp tôi không màng nghe những bài diễn văn hoa mỹ mà tôi suy nghĩ mung lung về những con em của người dân miền Tây ngày mai sẽ có cơ hội tiến thân dễ dàng hơn, và biết đâu mình cũng sẽ là giáo sư dạy về Canh nông tại đại học nầy.

NÓI THÊM VỀ VIỆC THÀNH LẬP
VIỆN ĐẠI HỌC CẦN THƠ

Về việc thành lập viện Đại Học Cần Thơ có người cho rằng việc nầy đã được thành lập dưới thời cựu Tổng Trưởng Trần Ngọc Ninh. Nói vậy là sai lầm, có lẽ những vị đó đọc trong sách "Việc Từng Ngày" của tác giả Đoàn Thêm ghi rằng ngày 1-4-1966 "Thiếu Tướng Nguyễn Cao Kỳ chủ tọa lễ ban hành sắc lệnh thiết lập trường Đại Học Miền Tây". Tác giả Đoàn Thêm viết Đại Học Miền Tây là đã sai rồi, đúng chữ là "Viện Đại Học Cần Thơ" chứ không phải "trường" và "miền Tây".

Sự thật Thiếu Tướng Nguyễn Cao Kỳ có viếng tỉnh Cần Thơ, trong chuyến đi đó có Thiếu Tướng Nguyễn Bảo Trị, Thiếu Tướng Nguyễn Đức Thắng và tôi. Trưa hôm đó Trung Tướng Đặng Văn Quang tổ chức đãi cơm tại nhà ông Phó Tỉnh Trưởng Vĩnh Long. Chuyến viếng thăm miền Tây trong thời điểm nầy là do việc thảo luận và nhận định của Thiếu Tướng Kỳ với tôi: Trong khi miền Trung xáo trộn ngày càng gay gắt thì chính phủ cũng cần quan tâm nhắc nhở đến miền Nam ổn định và trù phú, mục đích là để trấn an dư luận một phần nào rằng: "Mía sâu có đốt, nhà dột có nơi".

Trong chuyến viếng thăm đó không hề có lời tuyên bố nào về việc thành lập Viện Đại học Cần Thơ. Tác giả Đoàn Thêm có thể ghi chú tài liệu rồi để lâu mới biên chép một lần nên lầm lẫn ngày tháng. Trong quyển sách "Lớn Lên Với Đất Nước" Tác giả Vy Thanh, trang 676 đăng nguyên văn "Nghị định thành lập ủy ban nghiên cứu thành lập viện Đại Học Cần Thơ" do Tổng Ủy Viên Văn Hóa Xã Hội kiêm Ủy Viên Giáo Dục, Trần Ngọc Ninh ký ngày 26 tháng 4 năm 1966. Vì vậy việc tuyên bố thành lập viện Đại Học ngày 1 tháng 4 năm 1966 là không đúng sự thật. Bởi vì Tướng Kỳ không thể tuyên bố thành lập Viện Đại Học ngày 1 trước khi thành lập ủy ban nghiên cứu để thành lập Viện Đại Học nầy ngày 26 tháng 4 năm 1966.

Kế tiếp sau nghị định lập ủy ban nghiên cứu lại đăng nguyên văn sắc lệnh của Thủ Tướng: "Nay thiết lập tại Tỉnh Phong Dinh một viện Đại Học Quốc Gia lấy tên là "VIỆN ĐẠI HỌC CẦN THƠ" do Thiếu Tướng Nguyễn Cao Kỳ ký ngày 31 tháng 3 năm 1966 cũng là một sự sai lầm bởi vì không thể ký sắc lệnh thành lập vào tháng 3 trước khi có nghị định thành lập ủy ban nghiên cứu vào tháng 4 năm 1966. Sự thật về việc thành lập viện Đại Học Cần Thơ như tôi đã trình bày trên đây. Hai vị Cựu Tổng Trưởng Phủ Thủ Tướng Bùi Diễm và Quốc Gia Giáo Dục Nguyễn Văn Trường, hiện định cư Tại Virginia và Texas chắc còn nhớ rõ.

MỘT VÀI SỰ VIỆC GÂY THẮC MẮC

Thời gian tôi tham gia Nội các tuy ngắn ngủi nhưng có nhiều việc tôi tham gia góp ý với Thủ Tướng Nguyễn Cao Kỳ như vụ xáo trộn miền Trung, hay trao đổi ý kiến về nhiều chuyện lặt vặt khác, và cuối cùng chúng tôi gặp sự bất đồng, quan trọng đến nỗi tôi phải từ chức để phản đối quân phiệt vì Tướng Loan áp đặt chế độ Cảnh sát trị, lạm quyền, bất chấp luật pháp.

Khi còn tại chức, tôi chứng kiến một vài chuyện đáng kể như vụ Tạ Vinh và pháp trường cát. Đồng ý rằng thời loạn ly phải áp dụng biện pháp "chém đầu làm lệnh".

Nhưng mặt khác ở vào thời đại văn minh, chính quyền nào, trừ các xứ độc tài Cộng sản, cũng phải tôn trọng những nguyên tắc căn bản thuộc về quyền sống của con người ở trong thế giới văn minh. Nhứt là Việt Nam thời đó cần tranh thủ cảm tình của các nước tự do. Cho nên tội của Tạ Vinh chưa đáng phải lãnh án tử hình. Vả lại mức ấn định năm triệu đồng hoặc cao hơn tiền Việt Nam không đáng là bao nhiêu so với tiền tệ quốc tế. Thế giới bên ngoài người ta sẽ coi việc đó là khôi hài. Là độc tài, gian ác.

Tôi trình bày với Tướng Kỳ: Nếu bắn Tạ Vinh thì báo chí ngoại quốc sẽ chỉ trích dữ dội, bởi vì trên thế giới không có tội đầu cơ kinh tế nào đáng lãnh án tử hình, những sự phê phán đó sẽ làm mất uy tín Việt Nam rất nhiều trong khi mình cần tranh thủ sự ủng hộ của thế giới tự do. Nhưng trong lúc hăng say nóng lòng phải làm một cái gì để thu hút được sự chú ý và đặc biệt là chiếm được cảm tình của dư luận, Tướng Kỳ không nghe lời can gián của tôi. Đã vậy Tướng Loan càng cực đoan quá khích hơn nữa nên ông đã cho hành quyết Tạ Vinh vào lúc 5 giờ sáng sớm tại chợ Bến Thành, sát vách tường sở Hỏa Xa.

Trong khi đó có một Trưởng Ty Ngân khố, Đặng Cao Sách, biển thủ bảy triệu đồng cũng bị xử án tử hình nhưng lại không thi hành bản án. Trường hợp nầy được Tướng Kỳ đem ra trình bày với Hội đồng Nội các là tại vì gia đình Đặng Cao Sách đe dọa sẽ khai tên những Tướng Lãnh đã từng đánh bài với đương sự và đương sự cố tình để cho thua với mục đích lấy lòng để nhờ cậy các ông Tướng đó. Nếu thi hành bản án thì không tránh được tai tiếng cho nhiều Tướng Lãnh và cho cả quân đội. Thái độ tiền hậu bất nhứt nầy một lần nữa gây thắc mắc khá nhiều nơi tôi.

Một sự kiện khác, nhân dịp Tổng Thống Pháp Charles

de Gaulle viếng thăm Nam Vang, tin tức thế giới tiên đoán rằng ông sẽ tuyên bố nhiều điều bất lợi về chiến tranh Việt Nam. Chiều hôm trước tôi đề nghị với Tướng Kỳ ông nên dùng đài phát thanh Việt Nam chỉ trích De Gaulle trước khi ông tới Nam Vang rằng : De Gaule hận Mỹ vì đã hất chân Pháp ra khỏi Đông Dương, Pháp nịnh bợ kẻ thù cũ là Việt Cộng vì oán hận Mỹ đã từ chối không cho Pháp vay mượn phương tiện đánh thắng Cộng sản Bắc Việt trong trận Điện Biên Phủ. Tướng Kỳ nói với tôi:

– Thằng Loan nó bắt thằng tây Grand Jean, Giám Đốc hãng rượu BGI rồi. Tôi ngỡ ngàng phản bác:

– Hành động gì mà kỳ vậy? Ông Loan dùng luật rừng, chắc chắn Đại Sứ Mỹ sẽ phản đối kịch liệt và buộc mình phải thả tên Grand Jean ngay bởi vì hiện tại Pháp không có tòa đại sứ ở đây nhưng Mỹ đại diện cho quyền lợi của Pháp tại Việt Nam.

Thực tế xảy ra y như tôi đã nói. Trong vòng tuần lễ hoặc hơn, với sự can thiệp mạnh mẽ của tòa Đại Sứ Mỹ, Việt Nam phải trả tự do cho Giám Đốc BGI ngay. Hành động ngang tàng của Tướng Loan bình thường Tướng Kỳ không biết, hoặc biết mà ông làm ngơ.

TỔNG CUỘC TRƯỞNG TIẾP TẾ NHẬN HỐI LỘ

Một vấn đề khác quan trọng hơn, đó là việc Tổng Trưởng Kinh Tế, Âu Trường Thanh tố cáo Trần Đỗ Cung, Tổng Cuộc Trưởng Tiếp Tế nhận hối lộ của hãng Honda. Tôi đang ngồi làm việc bình thản trong văn phòng bỗng nhiên Thủ Tướng gọi điện thoại nói vọng bực tức, hằn học:

– Thằng Thanh đâm sau lưng anh em, thái độ nầy không thể chấp nhận được, thằng Loan đòi bắt nó đấy.

– Tôi hoảng hồn hỏi tại sao? Có chuyện gì?

– Nó họp báo tố cáo Trần Đỗ Cung nhận hối lộ của hãng xe Honda. Nội các của mình mệnh danh là "chính phủ của người nghèo", thành lập "ủy ban trừ gian" mà bây giờ thành viên của chính phủ lại công khai tố cáo một thành viên khác là gian lận vì đã nhận hối lộ có phải là đâm sau lưng bạn bè không? Hành động nầy không thể chấp nhận được. Moa nghĩ bắt giam thằng Thanh để điều tra là đúng.

– Chuyện đâu còn có đó, tôi lên gặp anh ngay có được không?

– Lên đây.

Thú thật tôi hơi mất bình tĩnh và lo sợ vô cùng, không phải sợ cho Âu Trường Thanh bị bắt mà sợ vì sự kiện quá quan trọng, có thể dẫn đến khủng hoảng chính trị làm cho dân chúng mất tin tưởng nơi chính quyền. Ngoài ra chính tôi giới thiệu Âu Trường Thanh, một người không đàng hoàng như vậy tôi là người đầu tiên chịu trách nhiệm và phải từ chức. Tôi vừa khoác áo định ra đi thì Âu Trường Thanh bước vào văn phòng của tôi. Thừa dịp tôi hỏi đầu đuôi thì Thanh cả quyết là chuyện đó có thật, Thanh nắm bằng cớ rõ ràng. Tôi hơi nhẹ lòng, bảo Thanh ngồi đó chờ tôi lên Phủ Thủ Tướng rồi sẽ về ngay. Trên đường đi tôi bối rối chưa biết phải có thái độ như thế nào?

Vừa thấy tôi, Tướng Kỳ nặng lời chê trách, phê bình Âu Trường Thanh là người không có tư cách, không có tinh thần đồng đội, là thứ xỏ lá, phản bội anh em. Ông xổ một tràng nhưng chưa hả giận. Tôi khởi sự lên tiếng:

– Chuyện đâu còn có đó, chưa chi mà anh có thái độ "Huyện bênh Huyện, Phủ bênh Phủ rồi". Tôi đề nghị mình bình tĩnh cứu xét cho rõ sự thật rồi mới phân xử. Biết đâu Âu Trường Thanh nghĩ làm như vậy là để chứng minh Chính phủ nầy trong sạch thật. Tôi công nhận anh Thanh có phạm sai lầm nặng là công khai hóa việc nầy mà không thông báo cho anh hay và cho Nội các biết để phân xử, cho dù Trần Đỗ Cung có nhận hối lộ đi nữa thì Thanh cũng không nên họp báo công khai tố cáo một đồng liêu cấp Thứ Trưởng như vậy. Nhưng xét cho cùng cái tội nhận hối lộ của Trần Đỗ Cung và tội đánh trống la làng của Âu Trường Thanh, làm nhục anh em, tội nào nặng hơn? Tôi đề nghị chúng ta họp Nội các để phân xử việc nầy. Tôi sẽ không biện hộ và bênh vực cho Âu Trường Thanh một tiếng nếu anh ấy có lỗi. Chừng đó anh xử trị anh ta như thế nào tùy ý anh. Tướng Kỳ bực tức nói:

– Tôi sẽ cho triệu tập cuộc họp Nội các ngay.

Trở về bộ Thanh Niên tôi thấy Âu Trường Thanh "sò câm" mặt mày tái mét lo sợ thấy rõ. Anh sợ vì bị Tướng Loan hăm dọa câu lưu. Thanh hỏi tôi:

– Ông Thủ Tướng quyết định như thế nào?

– Quyết định cái nổi gì? Tại sao toa làm kỳ vậy? Tại sao toa họp báo công khai tố cáo Trần Đỗ Cung mà không cho moa biết? Tại sao toa không trình Thủ Tướng để xem ông ấy xử lý như thế nào trước khi công bố việc nầy với báo chí? Bây giờ toa phải viết ngay một tờ trình đầu đuôi sự việc gởi "hỏa tốc" lên phủ Thủ Tướng.

– Tờ trình đã viết rồi, moa gọi bí thư cầm tay qua đây lấy số công văn của bộ Thanh Niên gởi đi.

– Toa "mê sảng" rồi hả? Công văn của Bộ Kinh Tế mà lấy số của Bộ Thanh Niên, người ta sẽ cười trên đầu hai thằng Tổng Trưởng ngớ ngẩn nầy. Toa ra lệnh cho bí thư của toa gởi hỏa tốc lên phủ.

– Công văn của Bộ Kinh Tế gởi lên, ông Đổng Lý sẽ không trình, ông Thiếu Tướng sẽ không đọc.

– Bảo người bên Kinh tế đem bản sao qua cho moa ngay bây giờ, moa sẽ đem lên tận tay trình cho Thủ Tướng.

Mười lăm phút sau có người của Bộ Kinh Tế trao bản sao tờ trình đó cho tôi trước mặt Âu Trường Thanh. Tôi bảo anh Thanh yên chí trở về bộ lo việc lập hồ sơ đầy đủ để chứng minh trước Nội các việc anh ta tố cáo Trần Đỗ Cung là có thật. Trước khi bắt tay từ giã, tôi còn gặng hỏi Âu Trường Thanh:

– Toa có chắc nắm đầy đủ hồ sơ chứng minh những gì toa đã công bố không?

– Chắc chắn.

Tôi hơi nhẹ lòng nhưng chưa hẳn yên tâm, bởi vì lời của Thanh nói có vẻ thật, còn hồ sơ thì tôi chưa biết có đủ chứng cớ không? Mặt khác, cho dù có đủ bằng chứng, nhưng Tướng Kỳ có thể bắt tội Âu Trường Thanh là gây tiếng xấu cho Nội các, làm mất uy tín chính phủ một cách trầm trọng. Chưa biết ông sẽ xử lý như thế nào? Dù sao thì tôi cũng chuẩn bị từ chức vì tôi giới thiệu người bất xứng. Buổi sáng họp Nội các, mở đầu ngắn gọn Tướng Kỳ tuyên bố:

– Tôi tuyên bố khai mạc phiên họp Nội các. Hôm nay chúng ta bàn việc Tổng Trưởng Kinh Tế tố cáo Tổng Cục Trưởng Tiếp tế nhận hối lộ của hãng Honda. Liền sau lời nói của Thủ Tướng ông Tổng Trưởng Công Chánh, Ngô Trọng Anh lên tiếng:

– Tôi nhận thấy anh Âu Trường Thanh làm như vậy là không đúng, cũng bằng đâm sau lưng anh em, bởi vì anh

Thanh không hề thông báo cho Thủ Tướng hay một đồng liêu nào khác hay biết việc đó. Vì vậy tôi tự hỏi: Anh Thanh muốn làm cho Nội các sụp đổ hay muốn tạo cho uy tín cá nhân mình?

Tôi liền can thiệp vào nói:

– Xin Thủ Tướng cho phép anh Âu Trường Thanh trình bày sự việc, sau đó xin anh Trần Đỗ Cung phản bác rồi chúng ta mới bàn thảo, phân xử, và quyết định sau. Tướng Kỳ đồng ý nói:

– Yêu cầu anh Thanh trình bày sự việc, nhưng tôi yêu cầu anh phải trung thực và chính xác.

Tôi hồi hộp, phập phồng dù được Âu Trường Thanh khẳng định nhiều lần và trấn an tôi rằng: Lời tố cáo công khai của anh ta trước báo chí là sự thật có bằng chứng. Âu Trường Thanh cố lấy giọng bình tĩnh, lấy từng bản văn của một chồng hồ sơ cao nghệu để trước mặt anh. Mỗi lần phát biểu và chứng minh anh đưa ra một bản văn trước mặt mọi người để làm bằng. Cuộc biện hộ cho thái độ hàm hồ của anh và lời phát biểu buộc tôi Trần Đỗ Cung kéo dài gần hai mươi phút. Sau đó Tướng Kỳ vừa bực vừa buồn nói nhẹ nhàng, buông lỏng:

– Yêu cầu anh Trần Đỗ Cung tự xử.

– Thưa Thiếu Tướng, xin cho phép tôi từ chức.

– Từ chức chấp nhận. Tôi tuyên bố phiên họp chấm dứt.

Mọi người đứng dậy, ngỡ ngàng rời phòng họp, có người phân vân, khó chịu, có người tự hỏi việc gì quan trọng như vậy mà mình không được hay biết trước? Tại sao Thiếu Tướng Chủ Tịch bỏ qua dễ dàng như vậy? Riêng tôi thấy nhẹ nhõm trong lòng vì Âu Trường Thanh đã trưng bày đầy đủ bằng chứng, tôi càng nhẹ nhõm hơn là Thiếu

Tướng Kỳ bỏ qua không bắt tội Âu Trường Thanh, tại sao dám qua mặt ông, không trình báo một việc quan trọng ảnh hưởng đến sự tồn tại hay sụp đổ của Nội các. Dù sao mọi người phải công nhận: Âu Trường Thanh đã có công ổn định được tình hình kinh tế trong thời gian xáo trộn nhứt của miền Nam.

Sau vụ việc nầy một thời gian ngắn Âu Trường Thanh mời tôi qua Bộ Kinh Tế, tâm sự một hồi lâu anh đột nhiên thốt lời:

– Toa làm chính trị, chắc chắn cần tiền, moa sẽ làm ra tiền cho toa hoạt động. Câu nói của Thanh làm tôi ngạc nhiên, chới với!

– Thanh à, moa cám ơn toa, nhưng từ hồi nào đến giờ moa hoạt động chính trị không cần tiền. Toa nên biết rằng moa giữ đạo Công Giáo. Tội trộm cấp, lấy tiền phi nghĩa thì phải hoàn trả đủ cho chủ nhân hay nơi nào mình đã lấy, đó là luật của Giáo hội. Moa đề nghị toa nên quên chuyện đó đi.

Sau khi nghe tôi nói như vậy Âu Trường Thanh sượng sùng, lộ vẻ e ngại, gần như lo sợ một điều gì. Còn tôi thì suy nghĩ lung tung. Anh nầy đã làm bậy cái gì nữa đây? Muốn đem tôi làm tấm bình phong đỡ đạn cho anh một lần nữa hay sao? Mấy tháng trước anh tố Trần Đỗ Cung nhận hối lộ, bây giờ anh đề nghị làm ra tiền để cung cấp cho tôi hoạt động chính trị? Phải chăng anh muốn lôi tôi vào để bao che anh khi cần? Tôi ngồi im, lặng thinh một hồi lâu rồi thấy ngột ngạt cho cả đôi bên nên tôi giả đò cười vui vẻ nói:

– Nếu thật sự toa có lòng tốt với moa thì toa biết moa thích ăn bánh "Baba au rhum" (một khoanh bánh bột sốp, ướp nước đường có pha rượu rum) và "Moka" (bánh bông lan có nhiều lớp kem), khi nào moa qua đây chơi thì toa sai bí thư đi ra tiệm bánh Givral mua về tụi mình uống cà phê đấu láo. Thanh thở phào nhẹ nhõm cười nói:

– Chuyện đó quá dễ mà. Bất cứ lúc nào toa muốn uống cà phê ngon thì qua đây.

Sau khi tôi về, Âu Trường Thanh ra lệnh cho văn phòng của ông mua một tủ lạnh nhỏ, hai mươi lít, để trong phòng Tổng Trưởng và mỗi ngày cô bí thư phải đổi hai thứ bánh mua sẵn chờ tôi, nhưng tôi không đến, mãi có một ngày cô bí thư điện thoại cho tôi nói:

– Thưa ông Tổng Tưởng, Tổng Trưởng của em ra lệnh phải đổi bánh mỗi ngày chờ ông qua chơi mà không thấy. Tụi em ăn mãi thứ bánh nầy chắc phải bệnh chết quá. Tôi cười bảo:

– Tôi sẽ qua ngay để cứu tử các cô. Cú điện thoại của cô bí thư bộ Kinh Tế nhắc tôi nhớ lại chuyện Âu Trường Thanh đề nghị với tôi hồi trước nên tôi muốn giữ lời hứa để không làm mất mặt anh ta. Tôi sang bộ Kinh Tế ăn một cái bánh "baba au rhum" và uống tách cà phê ngon lành.

Âu Trường Thanh cùng với chúng tôi hoạt động chung với nhau khá lâu. Đặc biệt trong vụ ủng hộ Trần Văn Hương ra ứng cử Tổng Thống, Âu Trường Thanh vẫn sát cánh với anh em trong mọi sinh hoạt và bàn thảo kế hoạch. Thanh không hề thố lộ dự mưu của anh sẽ ra ứng cử. Nhưng trước 12 giờ đêm ngày cuối cùng, hạn chót phải nộp đơn ứng cử, bỗng nhiên Dân Biểu Bành Ngọc Quí gọi điện thoại cho tôi thông báo: Âu Trường Thanh đến nộp đơn ứng cử Tổng Thống tại Quốc Hội. Quí và nhiều đồng viện cùng nhóm với anh tỏ ý kinh ngạc. Tôi còn ngỡ ngàng kinh ngạc hơn các anh ấy nữa. Rất nhiều câu hỏi các anh ấy đặt ra yêu cầu tôi giải thích, trong khi chính tôi đặt cho mình khá nhiều thắc mắc mà không tìm được lời giải. Sáng ngày hôm sau Lý Chánh Trung và tôi đến nhà Âu Trường Thanh để tìm hiểu lý do. Vào phòng khách thấy Âu Trường Thanh mặc bộ đồ bà ba lụa lèo ngồi trên ghế xích đu, vừa thấy chúng tôi Thanh lên tiếng trước:

– Tụi toa tưởng rằng moa là thằng đểu giả phải không? Lý Chánh Trung trả lời ngay với giọng bực tức:

– Tưởng cái gì? Toa là!

Câu chuyện trở thành bất hòa, lời qua tiếng lại bất nhã, đó là lần cuối cùng tôi gặp Âu Trường Thanh.

CHƯƠNG XX

TỪ CHỨC
ỦY VIÊN THANH NIÊN

Chiều hôm trước ngày rằm Trung Thu năm 1976, Bộ Thanh Niên tổ chức một buổi lễ phát quà cho thiếu nhi thuộc các hội đoàn thanh niên. Trong những quan khách được mời có sự hiện diện của Giáo sư Nguyễn Văn Trường, Tổng Trưởng Bộ Quốc Gia Giáo Dục và nhiều vị lãnh đạo các hội đoàn thanh niên. Bầu không khí rất vui tươi, nhộn nhịp, các em thiếu nhi gương mặt sáng ngời, tay cầm lồng đèn, tay ôm quà, miệng hát vang. Đa số những món quà là: son chảo để đi cắm trại, bút, tập, sách vở để đi học và dụng cụ thể thao, v.v...

Buổi lễ còn đang tiếp diễn bỗng nhiên anh Nguyễn Văn Trường hỏi tôi:

– Toa có hay tin lạ động trời không?

– Tin gì lạ mà tại sao moa không biết?

– Tướng Nguyễn Ngọc Loan bắt Bác Sĩ Nguyễn Tấn Lộc, đổng lý văn phòng Bộ Y Tế về tội "chia rẽ Nam Bắc". Đổng

Lý Văn Phòng là nhân vật số 2 trong bộ mà ông Loan bắt giữ với tội danh kỳ lạ như vậy mà không hề thông báo cho chính phủ biết.

– Có thật vậy không đó bạn? Ông phao tin đồn thất thiệt Thiếu Tướng Kỳ nghe được ổng xỉ vả tối mặt không biết đường mà trả lời đấy. Làm gì có tội danh chia rẽ Nam Bắc trong bộ hình luật mà ông Loan dám tham chiếu để bắt người. Khó tin quá!

– Khó tin nhưng có thật, nếu toa không tin moa thì thôi nhưng moa bảo đảm với toa đó là chuyện thật. Chính miệng của anh Phó Thủ Tướng Nguyễn Lưu Viên nói với moa. Anh ấy đang tạm thời xử lý Bộ Y Tế trong khi Tổng Trưởng Nguyễn Bá Khả đi công tác nước ngoài. Trường nói tiếp: Moa còn nhớ khi toa thuyết phục moa tham gia Nội các, toa khẳng định với moa là các Tướng Lãnh không áp đặt chế độ quân phiệt. Bây giờ hình như họ lộ hình dần dần sau khi tình hình kinh tế và chính trị tạm thời ổn định. Moa hơi lo, biết đâu mình đã lấy một quyết định sai lầm.

Lời nói của anh Trường làm tôi xúc động, bất bình và phẫn nộ, khi nghĩ đến Tướng Loan đã nhiều lần bất chấp luật lệ, tự cho mình quyền sinh sát tất cả, bởi vì ông kiêm nhiệm hai chức vụ quan trọng, vừa là Tổng Giám Đốc Cảnh Sát Công An vừa là Tổng Cục Trưởng An Ninh Quân Đội. Phải nói thẳng rằng Tướng Loan chỉ nể mặt Tướng Kỳ mà thôi vì ông Kỳ là thượng cấp của Loan cả hai mặt quân đội, và chính trị. Tướng Kỳ luôn luôn bao che cho Nguyễn Ngọc Loan vì ông cho rằng Tướng Loan có công ổn định được tình hình miền Trung. Nhưng thực tế chỉ vì hai ông là bạn đồng đội rất mực thân thiết với nhau thôi. Do đó Tướng Loan mới dám hành động lỗ mãng với cung cách của một quân phiệt theo chủ nghĩa vô chính phủ (militariste anarchiste).

– Moa thấy chuyện nầy là quá đáng, moa phải liên lạc với Thiếu Tướng Kỳ để hỏi cho ra lẽ mới được. Toa làm ơn tiếp tục chủ toạ cuộc lễ nầy cho đến cuối giùm moa.

– Toa muốn về thì cứ đi, để moa tiếp tục cũng được.

Tôi ra hiệu cho nhân viên điều khiển chương trình đưa máy phóng âm. Tôi nói một vài lời chia sẻ niềm vui với các em thiếu nhi và tất cả quan khách hiện diện, đồng thời cáo lỗi vì tình trạng sức khỏe đột nhiên có vấn đề nên tôi xin phép cáo từ sớm, và tôi đã nhờ vị Tổng Trưởng Giáo Dục hiện diện tiếp tục chủ tọa buổi lễ hôm nay.

Về đến nhà tôi cầm máy gọi ngay Thiếu Tướng Kỳ, Đại Úy Đãnh, Tùy viên của Tướng Kỳ trả lời:

– Thưa ông Ủy Viên, Thiếu Tướng của em được hội Lions' Club mời diễn thuyết tại nhà hàng Caravelle.

– Cám ơn anh, nhờ anh thưa lại với Thiếu Tướng tôi có điện thoại và yêu cầu Thiếu Tướng gọi lại tôi khi nào ông về nhà, tôi có chuyện cần bàn với Thiếu Tướng.

Khoảng 12 giờ 15 diện thoại reo. Tôi cầm ống nghe, bên kia đầu giây giọng ồ ề quen thuộc:

– Có việc gì đấy?

– Tôi nghe nói Tướng Loan bắt giam ông Bác Sĩ Lộc, Đổng Lý Văn Phòng Bộ Y Tế về tội chia rẽ Nam Bắc, có phải do lệnh của anh không? Tôi biết chắc không phải do lệnh của Tướng Kỳ nhưng vì ông luôn luôn bao che những hành động lạm quyền, bất chấp luật lệ của Tướng Loan nên tôi muốn cột buộc ông vào việc nầy.

– Làm gì có chuyện đó. Toa lúc nào cũng vấn đề...vấn đề... Moa bảo đảm không có việc đó đâu. Để moa gọi thằng Loan xem, năm phút sau moa sẽ gọi lại toa.

425

Chưa đầy năm phút ông Kỳ gọi lại.

– Có bắt, nhưng moa đã bảo nó thả ngay ông Bác Sĩ Lộc rồi.

– Dù đã thả ngay nhưng Tướng Loan lộng quyền quá đáng, muốn bắt ai thì bắt, muốn gán tội danh gì cho họ thì cứ tự ý bịa ra để mà bắt, rõ ràng Tướng Loan đang áp đặt một chế độ Cảnh sát trị. Hôm nay anh ta bắt giam nhân vật số 2 của một bộ mà Thủ Tướng không biết, với tội danh không hề có trong bộ hình luật. Ngày mai ông ấy cũng có thể bắt nhân vật số 1 là Tổng Trưởng cũng không cần tham khảo ý kiến Thủ Tướng. Như vậy là tình trạng vô chính phủ, hay là chúng ta đang sử dụng luật rừng?

Anh thử nghĩ lại xem, Tướng Loan đã làm mất uy tín của chính phủ đối với dư luận trong và ngoài nước bao nhiêu lần rồi. Những chuyện nhỏ nhặt chúng ta bỏ qua được. Việc nầy quá trắng trợn, có thể gây chia rẽ và nghi kỵ trầm trọng giữa những công dân cùng xứ khác miền. Vấn đề Nam Bắc chưa bao giờ được đặt ra một cách công khai như vậy. Có thể một vài cá nhân vì bất mãn phát biểu bừa bãi, nhưng không ai nghĩ rằng nó là một vấn đề quan trọng đến nỗi phải kết thành một tội danh. Ông Loan là người đầu tiên và có thể là người duy nhứt phạm sai lầm nầy. Anh phải xử lý mới được.

– Được rồi, để moa sẽ gõ đầu nó. Hai chữ "gõ đầu" mà Tướng Kỳ thường dùng có nghĩa là chỉnh ý, hay rầy la nhẹ nhàng.

Tôi giật mình nghĩ lại: Phải chăng mình đang tiếp tay cho một vài cá nhân lộng hành, dựa hơi, ỷ thế, làm mất lòng dân, mất sự tin tưởng của các đồng minh đang tiếp tay chống sự bành trướng của Cộng sản. Tôi nghĩ đến lời cam kết của tôi khi thuyết phục anh Nguyễn Văn Trường là sẽ không có chế độ quân phiệt, sẽ có bầu cử dân chủ. Những lời tôi vừa nói với Tướng Kỳ hình như ông không cho là quan trọng. Ông trả lời cho xuôi việc rồi thôi. Ông đã quên khi ông mới ngồi vào ghế Thủ Tướng ông để cho Luật sư Đinh Trịnh Chính, Tổng Trưởng Thông Tin, đóng cửa nhiều tờ nhật báo do người miền Nam đứng tên làm chủ nhiệm. Người nào đó có đầu óc kỳ thị đã làm hoặc xúi làm việc sai trái nầy. Mặc dù lúc đó tôi chưa tham gia Nội các nhưng Thiếu Tướng Kỳ nhiều lần gặp tôi để tham khảo ý kiến, tôi có khuyên và giải thích việc đó sẽ bất lợi cho ông nhiều trong lúc ông mới ngồi vào ghế lãnh đạo quốc gia, cần sự ủng hộ của báo giới. Tướng Kỳ đổi ý cho tái bản tất cả những tờ báo đó.

Hôm nay Tổng Giám Đốc Công an của ông lại công khai đặt vấn đề Nam Bắc một cách vụng về. Tôi tin rằng Tướng Kỳ không có đầu óc kỳ thị một cách dại dột như vậy bởi vì đứng ở vị thế lãnh đạo quốc gia ông cần hơn ai hết sự đoàn kết của toàn dân để chống cộng, không phân biệt Nam, Trung, Bắc. Trong sự bối rối đó tôi điện thoại cho Trung Tướng Nguyễn Hữu Có, Phó Thủ Tướng kiêm Tổng Trưởng Quốc Phòng, yêu cầu ông can thiệp và nếu được, ông nên đề nghị cất chức Nguyễn Ngọc Loan. Tướng Nguyễn Hữu Có ầu ơ...ví dầu, đẩy đưa cho có lệ nói rằng:

– Anh đừng lo, để đó tôi tính cho.

– Tính cách nào? Nếu Thiếu Tướng Kỳ buông trôi không giải quyết việc nầy tôi sẽ từ chức. Bởi lẽ tôi không thể tiếp tay cho một chế độ độc tài Cảnh sát trị, bất kể luật pháp.

– Anh đừng nóng giận, chuyện đâu còn có đó, để tôi lo cho.

Tôi lại điện thoại cho Trương Văn Thuấn, Tổng Trưởng

Giao Thông Vận tải, nói rõ sự tình và báo cho anh ta biết có thể tôi từ chức nếu Thiếu Tướng Kỳ không giải quyết việc nầy thỏa đáng. Tôi hỏi ý kiến của Trương Văn Thuấn nghĩ sao? Thuấn trả lời:

– Chức Tổng Trưởng nầy của toa, moa sẽ trả lại cho toa. Có nghĩa là nếu toa từ chức thì moa sẽ từ chức theo.

– Toa đừng nói vậy, vấn đề là mỗi người hành động theo lương tri của mình. Dù moa có giới thiệu toa vào Nội các đi nữa nhưng chức vụ là của ông Thủ Tướng cử và trách nhiệm là của toa đối với đất nước. Sở dĩ moa cho toa biết ý định của moa như vậy là vì moa đã xem toa là người đồng hành, nên moa có bổn phận thông báo cho toa biết vậy thôi.

Tôi lại điện thoại cho anh Âu Trường Thanh, anh Thanh sẵn sàng từ chức nếu Tướng Kỳ vẫn dung túng cho Nguyễn Ngọc Loan áp đặt chế độ Cảnh sát trị.

Những ngày kế tiếp chủ ý của Tướng Kỳ là muốn xoa dịu sự bất mãn của tôi nên ông thường gọi tôi lên dinh ăn trưa, bàn chuyện nhà, chuyện nước. Hoặc mời một vài anh em trong nhóm đến tư dinh dùng cơm trong tình bè bạn. Phần tôi cũng không muốn xé to quá trớn, một phần vì tình bạn khá thân thiết với Tướng Kỳ tôi không muốn gây nhiều phiền phức thêm cho ông, vốn đã có thừa trong công việc trị nước. Mặt khác vì tôi ý thức được vấn đề nầy có thể là mầm mống của sự chia rẽ, dù ngấm ngầm nhưng chắc chắn nó sẽ ảnh hưởng đến sự đoàn kết và tiềm năng chống Cộng sản. Trong khi đó hai anh Nguyễn Văn Trường và Nguyễn Lưu Viên đốc thúc tôi phải đặt vấn đề. Tôi yêu cầu các anh ấy chờ đợi xem Tướng Kỳ giải quyết ra sao đã, chừng đó nếu không phân minh thì tôi sẽ từ chức. Nghe hai chữ từ chức các anh lại càng đốc thúc tôi vội vã hơn. Dù tôi đã đặt vấn đề nầy với Thiếu Tướng Kỳ một cách nghiêm chỉnh nhưng thâm tâm tôi biết rõ là ông sẽ bỏ qua. Thực tế, Tướng Kỳ vẫn buông xuôi như thường lệ, không một lời công khai khiển trách Tướng Loan, không một câu trả lời đối với những điều thắc mắc của tôi.

Mãi đến ngày 15 tháng 10 năm 1966, đa số thành viên Ủy Ban Lãnh Đạo Quốc Gia và Ủy Ban Hành Pháp Trung ương đi dự lễ khai mạc Viện Đại Học Cần Thơ. Trên chuyến bay từ Sài gòn đi Cần Thơ, Phó Thủ Tướng Nguyễn Lưu Viên tìm cách ngồi gần tôi để than thở rằng ông bị làm mất mặt tại bộ Y Tế và thuật những lời đe dọa của Tướng Loan khi ông nầy giả vờ nói trổng một mình, hoặc thông qua sự rỉ tai của nhân viên văn phòng của bộ Y Tế. Những lời đe dọa đó tôi có cơ hội trực tiếp nghe qua khi đối diện với Tướng Loan tại Cục An ninh quân đội.

Lễ khai mạc Viện Đại Học Cần Thơ tương đối long trọng, nhưng đầu óc tôi không thưởng thức trọn vẹn sự vui mừng vì biết những con em miền 'lục tỉnh' có cơ hội tiến thân dễ dàng hơn. Đáng lý ra tôi phải vui mừng và hãnh diện vì đã góp một phần nhỏ trong việc thành lập viện Đại Học nầy, nhưng tôi bị chia trí bởi những lời than phiền của Phó Thủ Tướng Nguyễn Lưu Viên về việc đã xẩy ra tại bộ Y tế. Tâm trí tôi có phần bối rối. Nếu xé to vấn đề có thể phương hại đến tinh thần đoàn kết quốc gia, có thể làm sứt mẻ tình bạn giữa Tướng Kỳ và tôi. Tự nhiên tôi nghĩ đến những bạn bè của tôi ở Paris, và ngay cả bay giờ, đa số là người Bắc, chúng tôi thân thiện nhau không có một ý nghĩ gì phân biệt kỳ thị cả. Tôi càng nghĩ về Thiếu Tướng Kỳ, thái độ cử chỉ hành động của ông không có chút nào là kỳ thị. Tại sao bây giờ ông làm lơ đối với hành động phi pháp của Tướng Loan? Tôi cũng đã nhiều lần tâm sự với Tướng Kỳ, phân tích, trích dẫn chuyện Tàu ngày xưa rằng: Các vị công thần khai quốc ỷ thế cậy quyền, tác động loạn trong triều, chế độ phong kiến đó không tồn tại được lâu dài.

Trên đường bay về Saigon tôi lợi dụng thời gian nói thẳng với Tướng Kỳ tất cả sự bất bình chẳng những của riêng tôi mà của một vài anh em khác và đề nghị với ông nên cắt cử Tướng Loan vào một chức vụ khác hoặc cho ông ta trở về đơn vị Không quân. Tướng Kỳ bảo việc đó đã yên xuôi rồi ông có quở trách Tướng Loan rồi, ông quyết định xếp việc nầy không để thành lớn chuyện.

Tôi cũng đồng ý với ông là không nên gây chuyện, nhưng cũng không thể để cho Tướng Loan chà đạp luật pháp và cũng không thể để cho anh em quân nhân công chức miền Nam hồi hộp lo sợ vì cái tội danh đó có thể chụp lên đầu bất cứ ai và bất cứ lúc nào. Tôi nghĩ đã đến lúc phải công khai tỏ thái độ bởi vì "im lặng là chấp thuận", là tạo điều kiện cho sự lạm quyền đi đến độc tài quân phiệt.

Tôi mời các anh Nguyễn Văn Trường, Trương Văn Thuấn Nguyễn Hữu Hùng về nhà anh Nguyễn Lưu Viên bàn việc. Ngày hôm đó anh Âu Trường Thanh bận đi công tác nước ngoài nên vắng mặt, anh Trần Ngọc Liễng bận đi cứu trợ nạn lụt miền Tây. Chúng tôi phân tích sự việc. Bàn qua cãi lại chung quanh hai ý nghĩ: Từ chức là có thể gây khủng hoảng Nội các, điều không hay trong hiện tình đất nước, còn im lặng là mặc nhiên chấp nhận độc tài quân phiệt. Cuối cùng tất cả anh em hiện diện đồng ý ký tên vào đơn xin từ chức tập thể. Nhưng vấn để là ai thảo đơn cho nghiêm chỉnh. Anh Trường đề nghị gọi Đổng Lý Văn Phòng của anh ta là giáo sư Lý Chánh Trung đến đây để thảo đơn. Tôi cho xe đi mời Lý Chánh Trung ngay. Đơn thảo xong những người hiện diện đồng ký tên liền tại chỗ, riêng anh Trần Ngọc Liễng ký sau khi về đến Saigon. Tôi có nhiệm vụ đưa đơn nầy cho Thiếu Tướng Kỳ khi thuận tiện. Cầm đơn từ chức của sáu thành viên nội các trong tay nhưng tôi chưa quyết định nộp đơn liền.

Tôi khơi chuyện nầy với Thiếu Tướng Kỳ một vài lần nữa, cũng có khi tôi thố lộ rằng một số anh em sẽ từ chức trong đó có tôi để phản đối chế độ cảnh sát trị mà chính anh dung túng. Nhưng Tướng Kỳ vẫn khăng khăng không thay đổi ý định quyết giữ Tướng Loan tại chức. Chẳng những vậy mà ông còn đổ tội nếu tôi từ chức thì chính tôi gây ra sự khủng hoảng Nội các. Ông công nhận rằng Tướng Loan có phạm sai lầm nhưng người ngoài chưa ai biết. Tôi phản biện hỏi lại ông: Chúng ta phải chờ đến bao giờ sự lạm quyền và chà đạp công lý trở thành công khai phổ biến, làm cho dân chúng phẫn nộ, để cho Cộng sản lợi dụng tuyên truyền ầm ĩ thì mới khởi sự xử lý hay sao?

Cuối cùng Tướng Kỳ dịu giọng, yêu cầu tôi gặp Tướng Loan để đã thông tư tưởng về một chuyện hiểu lầm nhỏ nhặt. Ông còn nói thêm rằng giữa bạn bè nên tránh làm mất lòng nhau. Mặc dù tôi không tin có thể tìm được sự thông cảm với một anh chàng ngang ngược, "giả mù sa mưa", khi tỉnh khi say, tùy lúc, tùy cơ hội hành xử theo ý anh ta muốn nhưng tôi cũng chiều ý ông Thủ Tướng, điện thoại cho Tướng Loan. Để hẹn gặp. Thiếu Tướng Nguyễn Ngọc Loan và tôi luôn xưng hô với nhau là "mầy tao" hoặc "cụ và con", cách xưng hô nữa thân mật nữa đùa cợt. Tôi gọi đường giây trực tiếp của Cục An ninh quân đội:

– Loan đấy hả, Triều đây. Anh Kỳ bảo tao đến gặp mầy để giải trừ những thắc mắc, coi như đó là một lỗi lầm nên bỏ qua. Mầy có rảnh không? Anh Kỳ muốn tụi mình gặp nhau để đã thông tư tưởng và tránh mọi tai hại về sau.

– Rảnh, "mais chez moi" (nghĩa rảnh mà là tại văn phòng tôi). Câu trả lời xấc xược làm tôi bất bình, nhưng cũng nén giận trả lời:

– Mầy đừng có dở cái giọng khó nghe đó. Nếu là bạn bè gặp nhau thì chỗ nào cũng được. Còn nếu thẳng thừng mà nói thì tao có quyền yêu cầu Nội các triệu kiến mầy đến trình bày trước Nội các, về hành động phi pháp lạm quyền của mầy để Chính phủ xét đoán.

– Dạ bẩm cụ con biết mà cụ, cụ là quan lớn con làm sao dám bì với cụ.

– Mầy đừng dở hơi nữa. Ngày mai lúc 11 giờ trưa tao sẽ đến gặp mầy ở đâu?

– Bẩm cụ tại Cục An ninh quân đội của con ạ..

– Hẹn mai gặp.

Buông ống nghe xuống tôi cảm thấy bực mình và cũng hồi hộp lo âu. Tôi không tin là cuộc gặp gỡ ngày mai sẽ có kết quả tốt. Lòng không muốn đi nhưng đã hứa với Tướng Kỳ thì phải giữ lời. Mặt khác tôi cũng lo sợ Tướng Loan bốc đồng làm bậy. Cho nên trước khi đi tôi đến văn phòng của Tổng Trưởng Giáo Dục Nguyễn Văn Trường trước 11 giờ. Nói cho anh ấy biết việc tôi sắp đi gặp Tướng Loan và căn dặn thật kỹ: Nếu 12 giờ mà toa không thấy moa trở về đây gặp toa thì thông báo ngay cho ông Thủ Tướng biết: Rằng thằng Loan đã bắt moa nhốt tại Cục an ninh quân đội rồi. Sau đó tôi vào Cục an ninh quân đội gặp Tướng Loan.

– Dạ bẩm cụ, mời cụ ngồi.

Ngồi vào ghế đối diện với Tướng Loan tôi thấy trên bàn có một chay la–ve lớn hiệu "33 Larue" đang uống dở. Ông cố tình dở giọng lè nhè hỏi tôi.

– Mẩy tới đây để chửi tớ đấy à? Thì mẩy cứ chửi đi. Thằng nẩy là thằng mọi, bán thân chết sống để cho các ông ngồi mát ăn bát vàng, bây giờ lại chửi bới ông là thằng lộng quyền hả?

– Loan à, tao đến gặp mẩy là do anh Kỳ khuyên chúng mình nên trực tiếp bàn thảo để giải tỏa mọi sự bất đồng và tránh gây mọi sự đổ vở giữa anh em.

– Bố Kỳ biết con mẹ gì mà khuyên tao hay khuyên mẩy? Ổng ngồi cao quá mà. Chỉ có tao là thằng trâu phải cày tối ngày để phục vụ cho các ông thôi.

Cuộc tiếp xúc kéo dài gần đúng một tiếng đồng hồ như tôi đã giao hẹn với anh Nguyễn Văn Trường. Chúng tôi lời qua tiếng lại gay gắt, tôi không còn nhớ toàn bộ chi tiết chỉ nhớ những câu và những ý đập sâu vào đầu tôi lúc đó thôi. Chung qui và lập đi lập lại là Tướng Loan kể công lao nhờ anh ta mà Nội các mới đứng vững. Và anh khẳng định không cho phép bất cứ ai phá hoại sự ổn định tình hình nẩy. Thỉnh thoảng anh ta cầm chay la-ve tu một ngụm. Phần tôi thì phản bác rằng anh là quân nhân can trường nhưng ỷ thế, hành động ngang tàng làm hư đại cuộc. Hai người chúng tôi có lúc to tiếng với nhau. Cuối cùng Tướng Loan vì bực tức xổ hết tâm sự qua lời nói trắng trợn không cần che giấu:

– Mẩy cho là tao kỳ thị Nam Bắc phải không? Đ.M. tao

bắn chết mẹ một vài thằng xem còn thằng nào dám đặt vấn đề Nam Bắc nữa không. Nghe câu nói đó tôi nổi khùng liền, trả lời:

– Đ.M. mấy đã bắn bao nhiêu thằng Việt Cộng rồi? Quân đội mình đã giết bao nhiêu thằng của chúng nó rồi, tại sao vẫn còn Việt Cộng ngày càng nhiều hơn để cho mấy lùng kiếm chúng nó hằng ngày? Vấn đề là tâm phục, ý phục. Không phải mọi chuyện đều có thể giải quyết bằng súng đạn đâu.

– Dạ bẩm cụ con nghe lời của cụ phán dạy. Nhưng cụ cũng nên nghĩ lại những gì con bẩm với cụ ngày nay.

– Tao thấy mấy nổi khùng rồi, có nói gì thêm cũng vô ích. Tao về đây. Nhưng tao cần cho mấy biết nếu tao có bị kiết lỵ mà chết thì người ta cũng đổ tội cho mấy giết tao chứ không ai trồng khoai đất nầy đâu.

Tôi tự động đứng dậy bước ra, mở cửa phòng, lòng ngờ vực, hồi hộp, lo sợ không biết tên lỗ mãng nầy có buông tha cho mình trở về an toàn không, nhưng tôi cố trấn an, làm ra vẻ ngang tàng bướng bỉnh nói với:

– Mấy khùng rồi thôi nhậu cho say rồi đi ngủ đi.

Vừa mở cửa tôi thấy Trung Tá Thăng, Cục Phó An ninh quân đội và một anh lính bưng mâm đồ ăn có chả lụa, bánh mì, cơm canh và hai chai la ve lớn. Tôi giả vờ bốc một miếng chả lụa bỏ vào miệng, bước đi và nói:

– Đem rượu vô cho nó nhậu đi, nó hết rượu rồi. Thì ra hai anh nầy đang lén nghe cuộc cãi vã ồn ào tự bao giờ bị tôi bắt gặp, hơi sượng sùng chào hỏi lấy lệ.

Ngồi trên xe vừa ra khỏi cổng An ninh quân đội tôi thở phào nhẹ nhõm. Nhìn đồng hồ gần 12 giờ 10, tôi đến văn phòng anh Nguyễn Văn Trường thấy anh đang sốt ruột chờ tôi. Anh nói:

– Moa chuẩn bị gọi Thiếu Tướng Kỳ như toa căn dặn nhưng may là moa cố chờ thêm vài phút.

Thuật lại đầu đuôi cho anh Trường nghe chúng tôi nghĩ rằng không còn cách nào hàn gắn được nên chắc phải đưa đơn từ chức.

Một ngày qua tôi vẫn chưa quyết. Những đồng nghiệp cùng ký tên trong đơn điện thoại hỏi tôi câu chuyện đã đến đâu rồi? Tôi trả lời sẽ trình đơn từ chức ngày mai. Trước đó mấy ngày tôi có đề cập đến vấn đề từ chức với anh Trần Minh Tiết, Tổng Trưởng Tư Pháp, chính anh ấy cũng phản ứng liền: Không có điều khoản nào trong luật pháp quốc gia hiện tại nói về tội chia rẽ Nam Bắc. Và anh cũng tán đồng, từ chức là phải. Tôi có hỏi nếu Tướng Kỳ không giải quyết ổn thỏa thì anh sẽ từ chức cùng với chúng tôi không? Trần Minh Tiết khẳng định với nhiệt tình, tôi sẽ cùng ký tên với các anh. Nhưng khi tôi quyết định sẽ nộp đơn, tôi điện thoại cho anh Tiết thì anh lại thoái thác rằng anh chơi quần vợt bị trật gân chân nên không đến nhà tôi xem đơn ký tên được. Tôi cảm thấy khôi hài, nên cố tình dồn anh phải trả lời dứt khoát minh bạch nói rằng tôi sẽ nhờ ông Chánh Văn Phòng của tôi đem đơn nầy tận nhà để anh ký. Trần Minh Tiết lại ú ở bảo để cho anh xem lại, chờ một ít thời gian xem sao đã. Tôi hiểu ngay thái độ của những người coi trọng chức quyền, tính toán hơn thiệt. Cũng như khi cải tổ Nội các lần thứ hai, Tướng Kỳ định bãi chức Tổng Trưởng Nội Vụ của anh, tôi đến chơi nhà anh và thông báo cho anh biết trước, anh nhờ tôi can thiệp xin cho anh một chức đại sứ ở đâu đó cũng được. Tôi trình bày với Tướng Kỳ rằng Trần Minh Tiết là thẩm phán Công Giáo, thiết nghĩ cũng nên giữ anh lại để lấy lòng Công Giáo cân bằng ảnh hưởng chính trị hiện tại, vì vậy Tướng Kỳ mới hoán chuyển anh sang Bộ Tư Pháp. Ấy vậy mà trong phiên họp Nội các bàn về việc từ chức của nhiều vị tổng trưởng, Trần Minh Tiết phát biểu một câu tôi còn nhớ đời: "Thưa Thiếu Tướng tôi không hay biết về những chi tiết của vụ nầy cho đến khi anh Triều đề nghị tôi ký tên xin từ chức để phản đối hành vi cảnh sát trị của Tướng Nguyễn Ngọc Loan thì tôi có nói với ảnh để tôi suy nghĩ lại". Thật buồn cười cho nhân tình thế thái!

Trước khi đến dinh Thủ Tướng trình đơn từ chức của sáu thành viên Nội các tôi chuẩn bị tư tưởng và những câu trả lời mà Tướng Kỳ có thể dồn dập hỏi tôi. Tôi có thể tiên đoán ông xoáy vào trách nhiệm của tôi đối với thời cuộc, tình cảm bạn bè cùng phục vụ một chí hướng, bổn phận của tất cả là phải tránh những vấn đề có thể gây chia rẽ trong hàng ngũ quốc gia.

Ngồi đối diện với Tướng Kỳ trong văn phòng Thủ Tướng, tôi vừa nói vừa đặt trên bàn giấy của ông đơn từ chức với sáu chữ ký của Phó Thủ Tướng Nguyễn Lưu Viên, Tổng Trưởng Quốc Gia Giáo Dục Nguyễn Văn Trường, Tổng Trưởng Giao Thông Vận Tải Trương Văn Thuấn, Tổng Trưởng Xã Hội Trần Ngọc Liễng, Tổng Trưởng Lao Động Nguyễn Hữu Hùng và Tổng Trưởng Thanh Niên Thể Thao Võ Long Triều. Tướng Kỳ cười mĩa mai, vẻ khó chịu hỏi:

– Việc gì mà đến nỗi phải xé to chuyện như vậy?

– Tôi đã trình bày với anh rất nhiều lần về vấn đề nầy thấy anh không thèm lưu ý đến nên phải dùng đến hạ sách nầy, là điều mà không ai muốn làm.

– Cậu lại mâu thuẫn với chính mình rồi. Đã nói không muốn làm mà sao lại ký tên xin từ chức. Cậu có lường được việc nầy là quan trọng không?

– Chúng tôi đã nghĩ đến mọi khía cạnh của vấn đề một cách có trách nhiệm. Sự việc đến đây rồi thì xin để anh tùy nghi giải quyết.

Bầu không khí trở nên nặng nề, Tướng Kỳ bực tức ra mặt nhưng ông tự kiềm chế và nhẹ nhàng bảo:

– Thôi được rồi, để tớ xem rồi sẽ nói chuyện với anh em sau.

Tôi không muốn kéo dài tình trạng khó xử của đôi bên nên tôi xin cáo từ chờ quyết định của Thủ Tướng. Tướng Kỳ lộ vẻ bối rối khi ông nhận đơn từ chức tập thể của năm vị Tổng Trưởng người miền Nam, trừ Nguyễn Hữu Hùng, để phản đối hành động của Tướng Loan, một trong những người thân cận và tin cẩn nhứt của ông. Điều nầy chắc chắn sẽ tạo một cơn khủng hoảng chính trị mà ông ta không hề muốn và ông ta cũng chưa biết phải giải quyết ra sao.

Mấy ngày sau khi gặp lại tôi, ông Kỳ không che dấu sự buồn phiền, thậm chí bực tức đối với tôi, người mà ông đã từng có ít nhiều cảm tình và tin cậy, nay chính tôi lại gây cho ông điều vô cùng khó xử. Dù vậy Tướng Kỳ cũng đè nén sự bực tức, trách móc tôi nhẹ nhàng với tư cách người bạn lấy tình cảm thuyết phục tôi, lấy việc thực hiện lý tưởng về một xã hội công bằng thịnh vượng mà ông và tôi đã cùng nhau chia sẻ, lấy cái tham vọng "đội đá vá trời' khuyến dụ tôi bỏ qua và yêu cầu tôi giải thích với 5 vị Tổng Trưởng khác. Ông tin rằng tôi có thể làm cho họ đổi ý. Tóm lại ông đưa trái banh khó xử đó về chân tôi.

Chúng tôi gặp lại nhau rất nhiều lần để bàn thảo và thuyết phục rút đơn từ chức nầy. Trong khi đó thì Tướng Kỳ mở những cuộc tiếp xúc riêng biệt với từng vị Tổng

Trưởng có tên trong đơn từ chức. Riêng anh Nguyễn Văn Trưởng thì mỗi lần được Thiếu Tướng Kỳ mời gặp riêng, anh đều có rủ tôi cùng đi. Tôi nhớ có lần đối diện với Tướng Kỳ trong văn phòng Thủ Tướng, ông Kỳ đem hết lý lẽ để thuyết phục anh rút lại đơn từ chức, anh Trưởng đấu lý không lại Tướng Kỳ, anh bèn phát biểu nguyên văn tôi còn nhớ rõ: "Tôi không biết phải giải thích như thế nào để cho Thiếu Tướng hiểu, nhưng tôi chỉ biết có một điều là tôi phải từ chức, điều đó là đúng". Tướng Kỳ phản biện : "Xin lỗi, anh là nhà mô phạm danh tiếng mà sao anh phát biểu không mô phạm tí nào cả vậy"? Ba người cùng cười vui vẻ. Tướng Kỳ tỏ thái độ hết sức mềm dẻo để thuyết phục chúng tôi. Thậm chí mời tất cả chúng tôi đến tư gia của ông ở trại Phi Long để dùng cơm thân mật. Tướng Kỳ có biệt tài là khi ông muốn nhỏ nhẹ dễ thương thì ông đạt mục đích đó rất dễ dàng. Vì vậy mà sau bữa cơm đó, Luật Sư Trần Ngọc Liểng nói với anh Nguyễn Văn Trưởng rằng: "Moa thấy ông Kỳ dễ thương quá, thôi tụi mình bỏ qua đi, gây khó khăn cho giã moa thấy tội nghiệp quá". Sau khi Âu Trường Thanh từ Mỹ trở về, liền nộp đơn xin từ chức cũng với lý do phản đối Tướng Loan thực hiện chế độ cảnh sát trị và công khai đặc vấn đề Nam Bắc một cách vụng về. Sự thật là anh Thanh đã biết tin về sự khủng hoảng nẩy ngay khi anh còn đang công tác ở ngoài. Vì vậy khi về đến Sài Gòn anh tìm gặp tôi ngay và chúng tôi có trao đổi ý kiến trước khi anh thảo đơn từ chức.

Nhận đơn từ chức của Âu Trường Thanh, Tướng Kỳ gọi tôi nói với giọng vô cùng bực tức: "Thằng Thanh không biết ất giáp gì cả, mới về đến đã hùa theo từ chức làm khó dễ moa, nó muốn cái gì đây? Tờ đã tha cho nó một lần đâm sau lưng anh em rồi, bây giờ nó muốn giở trò gì nữa đây? Tôi trả lời đẩy đưa cho qua việc và cố tình xoa dịu sự bực tức của ông Thủ Tướng bằng cách lái sang trung tâm của vấn đề là sự lộng quyền của Tướng Loan, và anh em mình phải suy nghĩ tìm cách dàn xếp, để tránh cuộc khủng hoảng chính trị sau khi mình đã ổn định được tình hình xáo trộn của miền Trung.

Nghĩ rằng vấn đề nầy rất là quan trọng nên trước khi đệ đơn từ chức tôi có tiếp xúc với Trung Tướng Nguyễn Văn Thiệu, Chủ Tịch Ủy Ban Lãnh Đạo Quốc Gia, trình bày rõ ràng sự việc. Trung Tướng Thiệu tỏ vẻ đắc ý và cho đó là lẽ phải, là việc cần làm. Theo ý ông nên đặt vấn đề rộng rãi hơn, như là...cá nhân nầy, cá nhân khác, vấn đề phải như thế nầy ...phải như thế khác...phải nói cho rõ ràng hơn, buộc Tướng Kỳ phải giải quyết. Ông còn nói : "Đằng sau lưng toa có moa, Triều, moa ủng hộ toa hoàn toàn".

Vấn đề từ chức còn đang bỏ lửng, Tướng Kỳ đang tìm mọi cách hàn gắn, tôi cũng mua thời gian, khất hẹn với anh em chờ xem, bởi vì tôi được ủy thác đại diện cho nhóm từ chức để thương thảo với Thủ Tướng Kỳ. Đột nhiên bảy người trong chúng tôi nhận được thiệp của Chủ Tịch Ủy Ban Lãnh Đạo Quốc Gia, chính thức trịnh trọng mời dùng "Tiệc Thông Cảm" tại dinh Thủ Tướng ở Bến Bạch Đằng, dinh thự nầy thường để trống vì Thủ Tướng không ở, trong thiệp mời có ghi rõ «y phục đại lễ». Đến dự tiệc tôi thấy toàn bộ các Tướng Lãnh vận y phục đại lễ các vị trong Ban Lãnh Đạo Quốc Gia và Tổng Bộ Trưởng khăn áo chỉnh tề. Thực đơn bữa tiệc chỉ có một món, tương đối sang trọng và mắc tiền thời đó, trừu nướng ăn với hột tấm có mùi đặc biệt theo kiểu Á Rập (Metchoui

couscous) do tiệm ăn Tây "Pabrica" duy nhứt ở Sài gòn
cung cấp món trừu quay. Bốn con trừu được xỏ dọc theo
xương sống từ cổ xuống đuôi quay tròn trên bếp lửa đỏ.
Văn võ bá quan đủ mặt đúng giờ. Khởi sự là tim gan trừu
xỏ lụi ướp nướng mỗi người cầm một xâu, đang lai rai uống
rượu khai vị, kẻ ngồi trên ghế dựa người đứng chung
quanh các bàn đầy rượu, trái cây và món ăn.

Đột nhiên Tướng Loan từ ngoài cổng đi vào, dù không
được mời, ông mặc áo chim cò tay ngắn bỏ lòng thòng
ngoài quần Jean, chân mang dép trần lẹp xẹp, chào hỏi
mọi người bằng câu nói bang quơ trống rổng: "Bẩm các
cụ ạ", rồi ông tự động rót rượu, tay bốc lia lịa những món
ăn trên bàn đi quanh quẩn ôm cổ người nầy nói đùa vài
câu, người khác than thân phận thấp hèn của ông đang
giang cổ ra mà cày vì đại cuộc v. v...Đến gần anh Nguyễn
Văn Trường và anh Trần Ngọc Liểng ông ta buông những
lời hăm dọa bóng gió cũng chung quanh vấn đề chia rẽ
Nam Bắc. Tôi đang ngồi trên ghế gần đó tiếp chuyện với
Trung Tướng Thiệu cùng với vài vị tướng lãnh khác. Tôi
nghe những câu nói trái tai của Tướng Loan làm tôi
phừng phừng sôi giận, nhưng cố hết sức nén lòng chờ
xong tiệc để vào phòng họp xem họ bàn việc thông cảm
như thế nào?

Điều khiến tôi ngạc nhiên và bất mãn là thấy Trung
Tướng Thiệu, người đóng vai chủ mời khách mà tại sao
ông lại để cho một thuộc cấp tự động xông vào lăng mạ
những khách quí của ông trong bữa tiệc long trọng như
vậy? Tại sao ông không có một lời can thiệp? Nếu ông
sợ Tướng Loan hay nể Tướng Kỳ thì cũng phải vuốt ve
ông Loan, giả lả vài câu, yêu cầu ông ta không nên sinh
sự, để cho vị Chủ Tịch Ủy Ban Lãnh Đạo Quốc Gia tiếp

khách một cách nghiêm túc và lịch sự. Mặt khác nếu ông Thiệu có chút tôn trọng khách của mình và tôn trọng phép lịch sự xã giao thì tối thiểu cũng phải xin lỗi những ông khách về sự vô lễ của Tướng Loan. Trái lại, Tướng Thiệu giả vờ không nghe không thấy. Phải chăng ông chỉ suy nghĩ và hành động như thế nào miễn sao có lợi cho bản thân ông trước, còn việc nước, việc công phải giải quyết cơn khủng hoảng chính trị trước mắt như thế nào không phải việc của ông.

Ông Thiệu mời bữa cơm thông cảm chẳng qua là hành động bề ngoài chứ không phải thực tâm. Nếu Tướng Thiệu thực lòng muốn tạo sự thông cảm, thì phải ngăn cản ngay hành động gây bất mãn thêm của Tướng Loan đang diễn ra trước mắt ông và mọi người. Tướng Loan nói xong vài câu bất hảo, biểu diễn xong cái màn "mục hạ vô nhân" bỏ ra về không chào hỏi ai. Vô ra như chỗ không người. Đó là thói quen song tàn vì ỷ lại mình có công và nhứt là có quyền sinh sát qua sự bao che của Thủ Tướng, bạn ông.

Thái độ của Trung Tướng Thiệu lần nầy và còn vài lần khác sau nầy, khi ông nói với tôi: "Triều, moa biết moa ra ứng cử chống lại liên danh của Nguyễn Cao Kỳ thì moa chỉ được có 2 phiếu, một của vợ moa và một của moa thôi, nhưng moa không lấy được thì moa sẽ khuấy cho hôi!" và cũng trong lần tiếp xúc đó, ông hỏi đi hỏi lại: "Triều toa biết Mỹ nó muốn cái gì không"? Thì ra ông chỉ nghĩ uốn chiều theo lệnh của Mỹ trước khi ông hy vọng được làm Tổng Thống và nếu ông không lấy được thì khuấy cho hôi. Phải chăng đối với ông, quốc gia Việt Nam là đồ vật để tranh giành nhắm đoạt sở hữu. Lần tiếp xúc đó tôi cùng đi với cựu Tổng Trưởng Nguyễn Văn Trường để khuyên ông ra ứng cử Tổng Thống với mục đích chia phiếu của liên danh Nguyễn Cao Kỳ. Cuộc nói chuyện trước khi bắt tay từ giã có mặt cựu Trung Tá Quách Huỳnh Hà, Chánh Văn Phòng của Tướng Thiệu, đứng sau lưng chúng tôi trên nấc thang chót của cầu thang nhà Trung Tướng Thiệu ở Tổng Tham Mưu.

Những lời nói và cử chỉ của Tướng Thiệu khiến tôi xem thường ông và từ chối hợp tác với ông khi bào huynh của ông là Đại Sứ Nguyễn Văn Kiểu, đại diện ông đến nhà mời tôi hợp tác, và sau nầy khi Tổng Trưởng Phủ Thủ Tướng, Huỳnh Văn Đạo, thay mặt Trần Văn Hương mời tôi, có mặt Nguyễn Văn Trường, giữ chức Tổng Trưởng Giáo Dục thay thế ông Nguyễn Văn Thơ, tôi vẫn từ chối vì không thể hợp tác với một người lãnh đạo mà lời nói không có giá trị, chỉ tùy thuộc vào quyền lợi của cá nhân.

Đối với tôi và một vài anh em khác bữa cơm chẳng những không ngon mà còn muốn phiên họp "thông cảm" sắp tới kết thúc càng sớm càng tốt. Giữa bữa tiệc, Trung Tướng Nguyễn Hữu Có ra sức đùa cợt tưởng rằng giúp vui và đánh tan được bầu không khí bất bình khó chịu của mọi người, nhưng ông bỏ công vô ích trái lại còn làm cho khó chịu thêm.

Tiệc xong vào họp, tôi chỉ ngồi nghe Trung Tướng Thiệu, Thiếu Tướng Thắng và một vài Tướng lãnh khác khuyên giải, nại lý do là cuộc khủng hoảng chính trị trong giai đoạn hiện tại sẽ có hại cho quốc gia. Trung Tướng Thiệu không đá động một lời về hành động của Tướng Loan, không bày tỏ một câu về những ý kiến mà ông đã trực tiếp khuyên bảo tôi tuần trước tại văn phòng ông ở dinh Gia Long. Âu Trường Thanh, Nguyễn Lưu Viên và anh em khác phản biện rằng chế độ cảnh sát trị hay quân phiệt càng tác hại đối với quốc gia hơn. Tướng Kỳ thì giải thích và ra sức thuyết phục mọi người nên bỏ qua chuyện nhỏ nhặt nầy, không nên cố chấp và ông bảo đảm sẽ không khi nào cho phép tái diễn những điều tương tự. Nhưng tôi thừa biết đó là những lời hứa suông để cho xong việc.

Quay sang tôi ông Kỳ hỏi:

– Tại sao anh Triều không có ý kiến?

Với sự ấm ức còn đè nặng trong lòng, tôi trả lời gọn lỏn, lộ vẻ cộc cằn:

– "Tôi giữ nguyên quyết định từ chức, không thể thay đổi ý định bởi vì tôi không thể ngồi chung bàn với những người hèn". Ý tôi muốn ám chỉ ông Thiệu, nhưng đã lỡ lời quá đáng thốt ra trong cơn bất bình nóng giận! Tướng Kỳ nắm được cơ hội phản ứng ngay:

– "Xin lỗi, anh không có quyền vơ đũa cả nắm như vậy được, ai là người hèn nhờ anh chỉ tên giùm cho một tí". Vô cùng lúng túng tôi chỉ đại một tên, đó là Tổng Trưởng Canh Nông Lâm Văn Trí, vì tôi nhớ sực lại có lần tôi vào văn phòng anh, thấy anh ta đang đọc sách chưởng của Kim Dung thay vì bới đầu bới óc để ra chỉ thị phát triển sản xuất mọi mặt. Sự thật Lâm Văn Trí và tôi cũng là bạn đồng nghiệp quen biết nhau khá thân. Tuy tôi không ngưỡng mộ cách điều khiển Bộ chuyên môn của anh, nhưng anh không phải là hèn. Thành thật phải nói là tôi đang giận con cá khác mà chém cái thớt Lâm Văn Trí một cách dại dột!

Buổi họp không có kết quả, bữa cơm không vui, không ngon. Vừa ra khỏi phòng họp anh Nguyễn Văn Trường trách tôi nhẹ nhàng như thằng anh chỉ dạy sai lầm của đứa em nóng tính phát ngôn bừa bãi. Còn Âu Trường

Thanh không tiếc lời mắng mỏ với từ ngữ nặng nhẹ có đủ, nhưng anh biết chắc tôi không buồn vì sự thâm tình giữa anh và tôi. Về nhà tôi buồn tức, nghiền ngẫm về lời nói thiếu cân nhắc của mình.

Trong bối cảnh đó tôi nhận được thư của Cụ Trần Văn Hương viết ngắn gọn bằng bút chì trên giấy tập học trò. Đại ý nói, "Nếu em nghe lời qua thì không nên từ chức, phải cố gắng giữ sự hiện diện của mình trong chính quyền". Lại thêm một điều gây phiền não cho tôi không ít! Trần Văn Hương là người mà tôi muốn đề nghị ra ứng cử Tổng Thống sau khi Hiến Pháp được ban hành. Một người có tham vọng lãnh đạo quốc gia mà khuyên tôi phải chấp nhận sự lộng quyền, sự áp đặt một chế độ cảnh sát trị, sự manh nha thực hành chế độ quân phiệt thì ai là người chia sẻ lý tưởng công bằng xã hội, dân chủ tự do với tôi đây? Trong cùng một lúc tôi gặp ba nan đề buộc phải suy nghĩ:

– Tình thân hữu với Tướng Kỳ, sự tin cậy của ông đối với tôi, khuyến cáo tôi không nên gây khó cho ông ấy.

– Tại sao ông Hương khuyên tôi chấp nhận tình trạng sai trái lộ liễu nầy ? Phải chăng vì ông muốn có người trong chính quyền để tiếp tay cho cá nhân ông mà bất chấp sự bất công, độc đoán, độc tài, đang áp đặt trên đầu trên cổ dân chúng?

– Sự bất mãn của tôi đối với Trung Tướng Nguyễn Văn Thiệu sau bữa "tiệc thông cảm" tại Bến Bạch Đằng.

Tôi để cho thời gian kéo dài, ngạn ngữ Pháp có câu: "La nuit porte conseil" nghĩa là đêm sẽ đem lại lời khuyên giải. Thôi thì cứ để cho nhiều đêm khuyên giải, biết đâu đầu óc sẽ gạn lọc bớt đi những phần chủ quan, kiêu căng, háo thắng của một thanh niên mới tròn 32 tuổi đầu như tôi. Phần Tướng Kỳ thì không ngớt mời rủ dùng cơm, trà nước, rượu chè khai thác triệt để mối thâm giao và cảm tình bè bạn. Mặt khác ông cứ ngâm đơn từ chức không màng giải quyết.

Rồi lại đến ngày hội nghị thượng đỉnh Việt Mỹ ở Manila 24 tháng 10 năm 1966. Những vấn đề then chốt của hội nghị là quân sự và kinh tế tài chánh. Đương nhiên phải có mặt Tổng Trưởng Âu Trường Thanh là một trong những vị tổng trưởng đã từ chức. Thoạt tiên, Tướng Kỳ đề nghị tôi tham gia phái đoàn Việt Nam. Tôi một mực từ chối. Cuối cùng ông đành phải khai thật là sự có mặt của Âu Trường Thanh rất quan trọng nên ông yêu cầu tôi vì quyền lợi quốc gia, thuyết phục Âu Trường Thanh chấp nhận tham dự phái đoàn. Dĩ nhiên Tướng Kỳ cũng đoán trước được tôi sẽ không từ chối lời yêu cầu của ông và ông tin rằng Âu Trường Thanh sẽ nghe tôi. Tôi sẵn lòng thỏa mãn đề nghị của Thủ Tướng vì quyền lợi quốc gia thật sự có liên quan trong cuộc. Tôi yêu cầu Âu Trường Thanh nên tham gia phái đoàn Việt Nam Cộng Hòa đi phó hội và anh bằng lòng.

BÀN TAY NÀO GÂY ĐỔ VỠ?

Sau cuộc hội nghị thượng đỉnh ở Manila trở về, Tướng Kỳ tiếp tục gặp riêng từng vị bộ trưởng từ chức. Tôi không được biết nội dung và chi tiết về những cuộc gặp gỡ đó. Riêng phần tôi rất nhiều lần được Tướng Kỳ thuyết phục, khuyên giải, trách móc. Điều làm tôi khó nghĩ nhứt là ông nhân danh tình cảm sâu đậm mà ông và tôi dành cho nhau trong những ngày tháng qua, bây giờ tại sao tôi không thể vì mối cảm tình đó và sự nể nang nhau, bỏ qua những sai lầm nhỏ nhặt của người khác mà chính ông đã công nhận là sai. Nhưng ông lại nói: "Xét cho cùng, không ai có thể thay thế được Tướng Loan trong giai đoạn hiện tại". Còn tôi thì phản biện rằng Tướng Loan có công dẹp được sự hỗn loạn ở miền Trung nhưng ông Loan tự phong là một công thần nên hống hách, lộng quyền hành động sai trái, gây bất ổn cho quốc gia. Vậy thì chúng ta cố gắng xây dựng một xã hội công bằng, một nhà nước pháp trị sẽ bị Tướng Loan dần dần phá tan.

Bất cứ một chính quyền nào trên thế giới, có chế độ tự do dân chủ cũng phải cai trị bằng luật pháp phân minh. Không thể tự tiện áp dụng luật pháp theo ý riêng của mình, đó là "luật rừng xanh". Tôi đã đặt câu hỏi : Thủ Tướng đang bao che cho bạn bè hay Thủ Tướng đang "cầm cân nẩy mực", trị vì một quốc gia?

Mỗi lần gặp nhau, chúng tôi khởi sự chuyện trò với những lời trao đổi rất tâm tình và luôn kết thúc bằng sự tranh cãi dựa trên lý trí, tạo sự bất đồng.

Trong thời gian đó, hai lần ông cố vấn chính trị Tòa Đại Sứ Mỹ, Philippe Habib, mời tôi dùng cơm để thuyết phục tôi rút đơn từ chức và ngồi lại Nội các, bởi vì ông nói:

– "Ông phải tiếp tục tham gia Nội các, vì ông là lương tri của chính phủ nầy, chúng tôi lấy danh dự hứa nếu ông chấp nhận ngồi lại trong Nội các thì sáu tháng nữa những vấn đề ông đặt ra sẽ được giải quyết thuận theo tâm nguyện của ông". Habib còn nói thêm rằng: "Chúng tôi chỉ ủng hộ có bốn người trong Nội các chiến tranh trong đó có ông". Tôi hỏi ngay:

– Bốn người đó là ai?

– Tôi không thể nêu tên được.

– Lịch sự của Tây Phương là không khi nào nói úp nói mở, có vẻ giấu diếm, nếu mình thấy không nói được thì không nên nói. Còn nói lưng chừng làm cho đối tác của mình thắc mắc nghĩ ngợi là bất lịch sự.

– Habib đành buông lời than thở: "Ông buộc tôi như vậy thì tôi đành phải nói, bốn vị độ là Nguyễn Cao Kỳ, Nguyễn Đức Thắng, Âu Trường Thanh và Võ Long Triều."

– Cám ơn ông đã có lời nói tốt cho tôi nhưng dù sao tôi nghĩ: "Vấn đề của Việt Nam phải được giải quyết theo cung cách của người Việt Nam, chứ không theo ý muốn của người Mỹ".

Tướng Kỳ cố tình kéo dài thời gian, "ngâm đơn" không giải quyết vì ông biết cách dùng tình cảm để làm tôi xiêu lòng. Nhiều lần tôi có than với ông: Giả sử như tôi chấp nhận ngồi lại Nội các thì chưa chắc những vị bộ trưởng khác sẽ bằng lòng nghe theo lời tôi khuyên. Tướng Kỳ biết rằng những vị Tổng Bộ Trưởng đó kể cả Phó Thủ Tướng Nguyễn Lưu Viên là do tôi giới thiệu vào Nội các, ngoại trừ Luật Sư Trần Ngọc Liểng, Bộ Trưởng Xã Hội, nên ông cứ đổ hết trách nhiệm vào đầu tôi. Ông dùng hết tình cảm để thuyết phục, ông đặt quyền lợi quốc gia lên đầu tôi để ép buộc. Cuối cùng tôi xiêu lòng, vì nghĩ đến tình hình đất nước mới được ổn định, cần phải duy trì và vì nghĩ đến thái độ và tình cảm của Tướng Kỳ đối với tôi ngay từ những ngày đầu mới tiếp xúc với nhau cho đến bây giờ. Cả hai lý do đó thúc đẩy tôi nên ở lại. Nhưng chắc chắn tôi sẽ gặp khó khăn khi giải thích với những người đồng liêu, khi phải yêu cầu họ chấp nhận tạm thời ở lại chức vụ của mình.

Đối với Nguyễn Lưu Viên thì dễ nói vì tôi biết cụ Hương đã có viết thư yêu cầu ông Viên không nên từ chức, cũng như cụ đã từng viết thư yêu cầu tôi như vậy, Trương Văn Thuấn sợ phải thi hành quân dịch nên đã "đi cửa hậu" xin Tướng Kỳ cho ở lại bằng cách xin Thủ Tướng phê trên đơn từ chức khác, riêng rẻ của anh ta, là "không chấp nhận" thì anh ta sẽ ở lại. Việc nẩy do người trong văn phòng Thủ Tướng báo cho tôi biết. Vì vậy mà tôi không cần phải giải thích nhiều, Thuấn mừng rỡ ở lại ngay. Đối với Luật Sư Trần Ngọc Liểng và Tổng Trưởng Âu Trường Thanh cũng dễ thuyết phục, duy chỉ có Nguyễn Văn Trường là khăng khăng muốn ra đi cho khỏi mang tiếng là tham quyền cố vị, và tiếp tục hợp tác với một chính phủ xem thường luật pháp. Có lẽ anh nhạy cảm, bị chạm tự ái vì là người miền Nam và đã nghe những lời đe dọa phi lý của Tướng Loan nên anh bảo tôi cứ tự tiện ở lại xem tình hình ra sao còn anh thì dứt khoát ra đi. Bây giờ lại đến phiên tôi dùng tình bạn và lý lẽ chính trị để yêu cầu anh cùng với tôi ở lại. Khó khăn lắm tôi mới tạm thời dàn xếp ổn thỏa, nghĩa là đơn từ chức của chúng tôi Tướng Kỳ cứ "ngâm dấm" để đó, các vị Tổng Bộ Trưởng tiếp tục tham gia nội các như thường.

Điều trớ trêu mà tôi được biết sau nẩy là khi mãn nhiệm Thủ Tướng, Nguyễn Cao Kỳ đắc cử Phó Tổng Thống, Trương Văn Thuấn sợ bị đi quân dịch nên nhiều lần xin được làm "Công Cán Ủy Viên" cho Phó Tổng Thống để mượn chức vụ nẩy trốn lính. Tướng Kỳ chẳng những không tiếp kiến anh ta và cũng không trả lời. Phó Tổng Thống còn thố lộ với người thân cận của ông là "hạng người hèn, phản phúc tiêu lòn như vậy ai dám xài, anh ta xin cởi giày cho tôi cũng không cho nói chi đến Công Cán Ủy Viên". Có lẽ Tướng Kỳ không giấu diếm ý nghĩ của ông nên nhiều người khác cũng biết được điều đó.

Chúng tôi chấp nhận ở lại tiếp tục tham gia Nội các nhưng tinh thần chưa được ổn định, tâm trí còn hoang mang tự hỏi việc gì còn có thể xẩy ra? Và tương lai Tướng Loan sẽ còn gây điều gì bất lợi cho chúng tôi hay không? Mặc dù Tướng Kỳ nhiều lần bảo đảm với tôi không cho phép Nguyễn Ngọc Loan hành động bừa bãi nữa.

Vài ngày sau vào một buổi chiều, tôi cảm thấy lòng buồn bực nên sang văn phòng Tổng Trưởng Giáo Dục, anh bạn thân Nguyễn Văn Trường, mục đích là để xoa dịu cảm giác khó chịu của anh ta vì phải tạm thời ở lại nội các do sự yêu cầu của tôi, và cũng để tìm sự lắng dịu tâm lý của bản thân. Dĩ nhiên câu chuyện từ chức và tiếp tục ở lại Nội các là đề tài bàn thảo vu vơ, chúng tôi chuyện trò chưa được bao lâu thì ông Chánh Văn Phòng của Trường xin vào, tay cầm tập hồ sơ, ông trình cho Nguyễn Văn Trường, miệng xì xào to nhỏ, thỉnh thoảng lại liếc sang tôi. Thái độ dấu diếm ra vẻ bí mật không đúng lúc. Nếu là bí mật thì nên đợi tôi ra về, nếu là việc bình thường thì cứ đưa hồ sơ trình rồi lui ra. Tại sao có thái độ kỳ lạ như vậy? Tôi lộ vẻ bực tức ra mặt, lớn tiếng hỏi:

– Việc gì mà bí mật dữ vậy? Các anh có muốn tôi ra về ngay để tiện việc trình báo không?

– Anh Trường nhanh miệng nói: Có gì đâu, bài điểm báo ấy mà.

– Đưa moa xem.

– Anh Trường đưa ngay bài báo cho tôi và khoát tay ra hiệu cho nhân viên mình lui ra. Nội dung phê bình các vị Tổng Trưởng đã từ chức với lời lẽ nặng nề không thể chấp nhận được. Tôi còn nhớ rõ câu nói đó của ký giả lấy bút hiệu là Thanh Nghị viết: "Bọn trí thức miền Nam là một bọn hèn hạ, tham quyền cố vị, đã giả vờ từ chức để áp lực Thiếu Tướng Chủ Tịch Ủy Ban Hành Pháp Trung Ương rồi lại nài nỉ xin ở lại. Bọn đó chỉ đáng làm tôi tớ đi đổ ống nhổ cho nhà ông mà thôi chứ có xứng đáng gì mà ngồi ở ghế Tổng, Bộ Trưởng"! Bài viết đăng trên một tờ báo do Tổng Nha Cảnh Sát Công An tài trợ. Tôi nóng bừng mặt, cơn giận sôi lên, tôi chụp ống điện thoại đường giây trắng trên bàn của Nguyễn Văn Trường, bên kia vọng nói ồ ề của Tướng Kỳ:

– Anh Trường đấy à?

– Không phải, tôi Triều đây?

– Việc gì mà phải hội họp nhau bên đấy?

– Không việc gì cả, nhưng tôi mới vừa đọc một bài báo tại Văn Phòng của anh Trường đây, Thiếu Tướng có xem bài báo đó chưa?

– Tôi đâu có thời giờ rổi rảnh đâu mà xem những bài báo lăng nhăng trên những trang lá cải đó.

– Tờ lá cải nẩy là của Cảnh Sát Công An tài trợ, anh biết rõ hơn ai hết. Người ta chửi chúng tôi là bọn trí thức miền Nam hèn hạ, tôi đọc cho anh nghe đây. Tôi đọc hết bài báo cho Tướng Kỳ nghe. Ông giận dữ phản ứng liền:

– Đ. M. thằng khốn kiếp, nó thọc gậy vào bánh xe của ông rồi . Toa yên chí, moa sẽ ra lệnh đóng cửa ngay tờ báo và "nhúp", thằng ký giả nẩy liền, (nhúp là bắt giam theo tiếng lóng của Không quân). Tụi toa không nên bực tức, hãy bỏ qua những chuyện lặt vặt đó do các thằng "ngất ngơ" phá hoại. Tụi mình làm việc với nhau chở đâu có liên hệ gì với mấy thằng "ngất ngơ" đó? Moa còn ngồi đây là không thằng nào làm gì được các anh đâu.

– Tôi ghi nhận thiện chí và sự hiểu biết của anh. Nhưng đồng thời tôi cũng ghi nhận sự cố tình gây chia rẽ của bọn đàn em của anh. Những người vô ý thức đó có quyền hành hay ít nhứt cũng là dựa quyền ỷ thế vào anh. Vì vậy tốt hơn hết là anh coi như đơn từ chức của chúng tôi vẫn giữ nguyên giá trị, không có một sự nhún nhường thỏa thuận nào nữa cả. Chúng tôi cũng đoán trước được sẽ có chuyện bất ổn xảy ra trong tương lai nhưng tôi lại không ngờ nó đến mau như vậy.

– Toa lên phủ gặp moa liền đi.

– Vô ích thôi, tôi nghĩ chắc anh cũng hiểu rằng chúng ta không còn gì để bàn thảo với nhau nữa và cũng không còn gì để giàn xếp bởi vì cái nền tảng anh tạo dựng để nâng đỡ Nội các chiến tranh của anh nó đã hư hỏng từ trong ruột, trong cốt rồi. Vậy chúng tôi chờ quyết định của anh để bàn giao chức vụ càng sớm càng tốt cho người kế nhiệm.

Liền sau đó, anh Nguyễn Văn Trường cười nhẹ nhõm còn tôi thì thông báo cho năm anh em khác biết quyết định phải từ chức. Nguyễn Lưu Viên và Trương Văn Thuấn không phản đối tôi, và cũng không có ý kiến vì họ đã có thỏa thuận trước với Tướng Kỳ là sẽ ở lại rồi. Tổng Trưởng Lao Động Nguyễn Hữu Hùng thuận theo Nguyễn Lưu Viên ở lại vì hai người đã từng tham gia Nội các của Trần Văn Hương. Việc từ chức nầy tôi thuật lại sự thật với lý do và chi tiết đầy đủ. Đa số những vị đồng ký tên trong đơn từ chức hiện còn sống và định cư tại Mỹ ngoại trừ ông Âu Trường Thanh đang sống ở Pháp.

Ngày hôm sau tôi vào Bộ Thanh Niên thông báo cho nhân viên văn phòng chuẩn bị bàn giao. Những anh chị em nào trong văn phòng muốn xin tái bổ nhiệm vào cơ quan nào của chính phủ, tôi sẵn lòng can thiệp cho được thỏa mãn. Trưa hôm đó Thủ Tướng gọi tôi lên văn phòng của ông. Lại một cuộc đối thoại dài vô bổ và không có kết quả. Cuối cùng Tướng Kỳ đề nghị:

– Nếu toa cứ khăng khăng quyết định như vậy, thôi thì moa đề nghị toa nhận chức Đại Sứ ở Luân Đôn kiêm luôn Bruxelles, xứ Belgique nhỏ bé lân cận.

– Tôi không ngờ anh lại xem thường tôi đến thế. Tôi không phải là hạng người "được làm vua thua làm đại sứ" như tiếng đời mỉa mai và người ta thường thấy đã xẩy ra ở đất nước nầy. Anh sợ tôi còn ở lại Việt Nam là còn tạo sự bất mãn, khuyến khích sự chống đối anh chớ gì?

Tướng Kỳ lộ vẻ tức giận ra mặt nhưng ông cố giữ bình tĩnh cười mỉa mai, chắp tay ngồi dựa vào ghế bành, lắc lư đưa tới đưa lui, chậm rãi nói : "Được rồi, chính phủ sẽ giao cho toa một chức vụ vô cùng quan trọng, cách Sài gòn 15 cây số". Rồi ông phá lên cười.

Câu nói đó của Tướng Kỳ công khai ám chỉ ông sẽ cho tôi vào trường Bộ binh Thủ Đức. Đến lượt tôi nổi khùng, lớn tiếng thách thức ông đủ điều, khẳng định tôi biết trước sẽ phải thi hành quân dịch, điều mà tôi không sợ, không tránh, nên mới cãi lời cha anh, hồi hương từ Pháp trở về Việt Nam trong tuổi quân dịch. Đáng lẽ ra tôi đã đi lính từ lâu rồi. Tôi không chủ trương trốn lính nên tôi mới từ chức. Tự ái bị chạm, cộng với tính nóng nảy của tuổi thanh niên, tôi văng tục vô lễ với Thủ Tướng, nhưng tình thân thiện và sự nể nang giữa hai chúng tôi không biến những lời lẽ hồ đồ của tôi thành sự mích lòng để vĩnh viễn đố kỵ nhau. Cuối cùng tôi chia tay Tướng Kỳ bằng câu nói:

– "Tình bạn giữa chúng ta tôi biết phân biệt và giữ trọn. Việc quốc gia, anh và tôi có bất đồng trầm trọng do những vụ việc đã xẩy ra. Dù sao tôi cũng cám ơn và kính phục anh đã dám mời tôi hợp tác dù tôi đã ra mặt chống đối anh từ khi gặp gỡ lần đầu". Thiếu Tướng Kỳ không nói không rằng, cúi mặt dòm xuống đưa tay ra bắt tay tôi một cách buồn phiền.

Tôi tiếp tục giải quyết công việc thường xuyên của bộ nhưng không lấy một sáng kiến hay quyết định nào mới. Các vị đồng nghiệp khác chắc cũng làm như tôi. Trong khi đó thì Tướng Kỳ cứ kéo dài để tìm người thay thế, hoặc ông đã có sẵn giải pháp rồi mà còn hy vọng làm tiêu hao ý chí, cố tình chờ, biết đâu sẽ có một vài người suy nghĩ lại. Tình trạng lưng chừng không thể làm việc một cách nghiêm chỉnh được gần cả tháng, nên tôi quyết định viết một văn thư thông báo với Thủ Tướng là kể từ ngày mai tôi không vào bộ, không giải quyết công việc thường xuyên và cũng không chịu trách nhiệm về những việc của Bộ Thanh Niên nữa. Các vị Tổng Trưởng khác cũng làm như vậy. Vài ngày sau Thủ Tướng bổ nhiệm Đại Tá Hồ Văn Di Hinh vào chức vụ Tổng Trưởng Thanh Niên, Nguyễn Kiện Thiện An, Tổng Trưởng Thương Mại, Bác Sĩ Nguyễn Văn Thơ, Tổng Trưởng Giáo Dục, Phó Bá Long, Tổng Trưởng Xã Hội.

Vừa từ chức, tôi lại được ông Philippe Habib, Cố Vấn Chính Trị tòa Đại Sứ Hoa Kỳ mời cơm. Trong bữa cơm vui vẻ ông thông báo cho tôi biết là chính phủ Mỹ mời tôi đi tham quan Mỹ Quốc và đi một vòng quanh các nước thế giới do tôi chọn, thời gian ba tháng liền. Tôi ngạc nhiên tự hỏi tại sao người Mỹ lại vồn vã ưu đãi tôi như vậy? Tôi lộ vẻ nghi ngờ trả lời với sắc mặt nghiêm chỉnh:

– Tôi thành thật cám ơn quí ông đã tỏ lòng ưu ái đối với tôi. Cuộc công du đó chắc sẽ giúp tôi mở rộng tầm mắt nhiều. Nhưng nếu tôi chấp nhận e rằng dư luận sẽ hiểu lầm rằng các ông muốn biến tôi thành "người của Mỹ". Như vậy sẽ không có lợi ích gì cho ai. Tôi cũng xin nói rõ: Tôi không là người của ai cả, tôi là người của đất nước và dân tộc tôi mà thôi.

Ông Habib hơi biến sắc, tỏ vẻ ngại ngùng và luôn miệng đính chánh là ông không hề có ý nghĩ như vậy. Ông chỉ muốn giúp cho tôi có cái nhìn bao quát về tình hình thế giới để sau nầy tôi có thể trở thành người hữu dụng cho đất nước Việt Nam. Bữa cơm chấm dứt trong sự ngại ngùng của đôi bên.

Một tuần lễ sau Philippe Habib lại mời cơm nữa. Lần nầy thái độ của ông thật vui vẻ, mời vào bàn ông tự tay rót rượu nói "Monsieur Triều, je vous demande pardon de ce qui se passait la dernière fois, parce que je n'ai pas la subtilité des Francais" (tạm dịch: Ông Triều, tôi xin lỗi ông về việc đã xảy ra lần trước bởi vì tôi không có được sự tinh tế của người Pháp). Tôi cảm thấy áy náy trả lời: Xin ông quên đi việc đó, tôi cũng xin lỗi ông về sự đối đáp thiếu tế nhị của tôi tuần trước. Chắc ông cũng hiểu bối cảnh chính trị của miền Nam hiện tại rất tế nhị.

Trong bữa cơm, ông Habib khẳng định lời mời của ông có giá trị mãi về sau, dù ông không còn phục vụ tại Tòa Đại Sứ Việt Nam nữa. Khi nào tôi muốn đi tham quan Hoa Kỳ và các nước thế giới thì tôi chỉ cần điện thoại cho vị Đại Sứ Mỹ ở đây là họ sẽ tổ chức cho tôi đi. Hôm đó ông Habib cứ xin lỗi và tái xác nhận lời mời, phần tôi thì lập đi lập lại sự cám ơn. Tiệc tàn trong sự hài lòng của đôi bên.

Cuối năm 1970, Đại Sứ Bunker gởi một Đệ Nhứt Tham Vụ đến nhà, nhắc tôi về lời mời của chính phủ Mỹ trước đây và đề nghị tôi nhận lời vì ngân khoản dành cho chuyến đi đó vẫn còn chờ đợi. Tôi hứa sẽ trả lời một tuần lễ sau. Thời gian đó tôi đang là Thiếu Úy phục vụ tại Tổng Cục Tiếp Vận, Bộ Tổng Tham Mưu. Tôi liền điện thoại cho Trung Tướng Nguyễn Văn Vĩ, Tổng Trưởng Quốc Phòng, hỏi ý kiến: Anh có để cho tôi đi xuất ngoại tham quan Mỹ và các nước thế giới theo lời mời của chính phủ Hoa Kỳ do Đại Sứ Bunker chuyển đạt không? Trung Tướng Vĩ vui vẻ trả lời: Anh đi càng lâu càng tốt. Tôi lại điện thoại cho Đại Tướng Trần Thiện Khiêm, Thủ Tướng Chính Phủ và hỏi ông: Thủ Tướng có cho phép tôi đi tham quan Mỹ và các nước khác trong 3 tháng dài không? Đại Tướng Khiêm trả lời: "Anh bảo đứa nào đem Passeport của anh lên đây tôi ký cho anh đi liền".

Tôi thông báo cho Đại Sứ Bunker và ông chính thức viết thư mời tôi. Mọi việc chuẩn bị xong xuôi để khởi hành ngày 21 tháng 12 năm 1970. Chương trình cuộc du hành tôi sắp xếp xong với tòa Đại Sứ Mỹ, tên hai người Mỹ theo tôi, một là thông dịch viên và một là vệ sĩ, tòa đại sứ đã cho tôi biết tên tuổi để nhận nhau khi đến Mỹ. Trạm dừng chân đầu tiên là Honolulu.

Nhưng trước đó một tuần, Dân Biểu Dương Văn Ba đang tham quan nước Mỹ tuyên bố với báo chí những lời chỉ trích Tổng Thống Nguyễn Văn Thiệu nặng nề, báo chí hỏi dồn, anh yêu cầu ký giả chờ trưởng nhóm Võ Long Triều, sẽ qua Mỹ ngày rất gần đây để trả lời những câu hỏi đó. Liền hôm sau Trung Tướng Nguyễn Văn Vĩ điện thoại cho tôi lộ vẻ ái ngại nói rằng Tổng Thống yêu cầu tôi cho ông biết "phương trình của Thiếu Úy Võ Long Triều". Dù mang quân phục đã gần bốn năm nhưng tôi không hiểu nghĩa chữ "phương trình" là gì nên tôi hỏi lại làm Trung Tướng Vĩ phì cười và chê tôi là lính kiểng. Vài hôm sau Tướng Vĩ lại điện thoại đọc cho tôi nghe bút phê của Tổng Thống Thiệu: "Đã từ lâu tôi yêu cầu đưa Thiếu Úy Võ Long Triều ra mặt trận, tại sao còn để đương sự ở Sài gòn"? Tướng Vĩ đề nghị tôi yêu cầu Đại Sứ Bunker lên gặp Tổng Thống Thiệu thì ông ấy sẽ để tôi đi ngay. Tôi trả lời:

– Anh bảo tôi cậy tay người Mỹ đấy à? Tôi không có thói quen "mét má". Tôi chả cần đi Mỹ, càng không cần nhờ Bunker can thiệp. Sau đó tôi thông báo cho Đại Sứ Bunker biết là tôi không thể thực hiện chuyến công du nầy được vì Tổng Thống Nguyễn Văn Thiệu ngăn cản. Người của tòa đại sứ xin gặp tôi yêu cầu tôi cho phép Tòa Đại Sứ can thiệp với Tổng Thống. Tôi không đồng ý. Chuyến công du bất thành.

Một sự trù dập, đày ải đối với tôi sắp diễn ra do Tướng Thiệu chỉ thị cho Bộ Quốc Phòng. Tôi cực lực phản đối không thi hành lệnh. Tôi ghi ơn Trung Tướng Vĩ, ông nhiệt tình dàn xếp và lo lắng cho tôi, ông nhờ Đại Tá Nguyễn Văn Hạo, Chánh văn phòng của ông, hiện định cư tại Orange County, tiếp xúc nhiều lần để thuyết phục tôi nên thi hành, chờ vài tháng nữa ra ứng cử Quốc Hội. Kết quả như thế nào sẽ tính sau. Tình tiết về việc trù dập và ứng cử sẽ được trình bày sau.

CHƯƠNG XXI

NGHĨA VỤ QUÂN SỰ.
TƯỚNG CÓ ÂM MƯU ĐẢO CHÁNH

Vài tháng sau khi tôi từ chức, Nha Động Viên Bộ Quốc Phòng tống đạt cho tôi lệnh gọi nhập ngũ khóa 26 trường Bộ Binh Thủ Đức. Một giai đoạn khác của cuộc đời tôi khởi sự với bộ quân phục Chuẩn Úy. Sĩ quan mới ra trường, tôi được biệt phái về bộ Canh Nông với tư cách chuyên viên tối cần thiết.

Một buổi chiều vừa về tới nhà, người thân cho biết Trung Tướng Nguyễn Hữu Có điện thoại nhiều lần và yêu cầu tôi gọi lại ông. Và trong khi đó Dân Biểu Bành Ngọc Quí đến tìm tôi.

Cầm ống nghe tôi quay số nhà Trung Tướng Có, bên kia đầu giây ông Trung Tướng nói liền:

– Mời anh lên nhà tôi ở Tổng Tham mưu dự tiệc.

– Cám ơn Trung Tướng nhưng tiệc tùng gì mà bất ngờ đột ngột vậy?

– Tôi sai anh Dân biểu Bành Ngọc Quí về mời anh

nghe. Đừng đi đâu ở nhà chờ cùng đi với anh Bành Ngọc Quí nhé.

Tôi bán tín bán nghi về bữa tiệc bất ngờ nầy nhưng cũng tưởng là tiệc tùng thật nên ăn vận chỉnh tề sẵn chờ sứ giả. Anh Quí bấm chuông, vào nhà thấy mặt tôi liền kề tai nói nhỏ.

– Ông Trung Tướng chuẩn bị đảo chánh, bảo tôi mời đại ca lên tổng tham mưu lập chính phủ (anh Quí thường dùng hai chữ "đại ca" nầy đối với nhiều người, kể cả người nhỏ tuổi hơn anh). Quân đang di chuyển về Saigon, đúng 9 giờ 30 thì hành động.

– Tại sao cậu dính vào việc nầy mà không báo cho tôi biết? Dân biểu Quí thuộc nhóm đàn em do tôi tài trợ cho ra ứng cử tại tỉnh Gò Công.

– Tôi không biết gì cả, bất ngờ ông Trung Tướng gọi tôi lên dùng tiệc ở Tổng tham mưu, đến nơi mới biết sự việc và nghe ông nói có điện thoại cho đại ca nhiều lần mà không gặp. Ông có nhờ tôi đến nhà mà ai cũng không biết đại ca đi đâu?

– Không được, đành rằng Trung Tướng Có vừa là Phó Thủ Tướng kiêm Tổng Trưởng Quốc Phòng và Tổng Tham Mưu Trưởng và ông có rất nhiều sĩ quan thân tín nắm quân trong tay nhưng ông không phải là người có tư cách lãnh đạo. Cậu không biết ông ta bằng tôi. Cậu trở lên đó nói tôi không muốn tham gia vào việc nầy.

Anh Quí cố thuyết phục tôi, nói thêm là hiện trên đó có nhiều nhân vật danh tiếng và đầy uy tín như Luật sư Trần Văn Tuyên, cựu Trung Tá Hòa Hảo Lâm Thành Nguyên, vân vân. Tôi vẫn từ chối. Quí ra đi làm nhiệm vụ sứ giả mật lần thứ hai, anh về Tổng tham mưu báo cáo với Tướng Có.

Nửa giờ sau ông Trung Tướng đích thân điện thoại thuyết phục tôi:

– Anh Triều, bữa tiệc hôm nay đầu bếp nấu nhiều món ăn ngon lắm, toàn những món anh ưa thích. Lên đây, ăn ít ăn nhiều, thậm chí không ăn cũng được. Lên chơi với anh em cho vui. Anh sẽ không tiếc công đi và đã bỏ mất thì giờ bởi vì bạn bè đông đủ chờ anh.

– Tôi thành thật cám ơn Trung Tướng đã có lòng nghĩ đến tôi nhưng tôi đang bị đau ruột, ăn những món cao lương mỹ vị đó sẽ bị "Tào Tháo rượt" chạy không kịp đâu.

– Thì lên đây chơi.

– Tôi cảm thấy hơi mệt, xin lỗi Trung Tướng, hẹn lại khi khác vậy.

Đêm tối đường vắng xe, khoảng hơn 8 giờ, tôi ngồi xem báo nhưng đầu óc không tập trung, ý nghĩ cứ chạy quanh vấn đề sẽ có đảo chánh hay không ? Bỗng có tiếng chuông kêu cửa. Tôi bước ra bao lơn nhìn xuống thấy anh Đại Tá Nguyễn Đình Vinh, Đổng Lý Văn Phòng Bộ Quốc Phòng, người bạn khá thân kể từ ngày đối đáp với nhau trong dịp Tướng Có sai Quân cảnh bắt Lý Quí Chung trốn lính tại Bộ Thanh Niên của tôi. Thân đến độ Vinh và tôi gọi nhau mầy tao mi tớ. Tôi bảo người nhà ra nói không có tôi ở nhà và không mở cửa.

Có lẽ anh Vinh thoáng nhìn thấy tôi bước ra trên bao lơn nên anh la lớn:

– Triều mầy có ở nhà, mở cửa tao vào nói chuyện nầy cho mầy nghe. Tao thấy rõ mầy ở trên đó mà. Tôi im lặng. Anh Vinh lại nhấn chuông nhiều lần. Rồi lại la lớn tiếng, đêm khởi sự vắng, tiếng Vinh la nghe lồng lộng: Mầy không xuống tao đứng đây kêu hoài cho tới khi nào mầy xuống tao mới thôi. Tôi cảm thấy xấu hổ vì khu nhà công chức bộ Canh nông khá đông bao quanh nhà tôi, đêm vắng mà có người kêu réo um sùm như vậy thì còn ra thể thống gì nữa? Nên túng thế tôi đành phải xuống mở cửa bước ra cự nự:

– Bộ mẩy khùng sao mà la bài hoải giữa đêm không sợ người ta cười thúi đầu à?

Đại Tá Vinh cười khì nói:

– Mẩy thấy tao hay không? Nếu không la inh ỏi như vậy mẩy đâu có xấu hổ bước ra đây thì làm sao tao gặp được mẩy. Lên xe ngồi tao nói chuyện nẩy cho mẩy nghe. Vừa bước lên xe anh Vinh rồ máy chạy liền. Tôi còn nhớ chiếc xe Peugeot 403 màu xanh đậm.

– Mẩy đi đâu mà chạy như bay vậy? Muốn nói gì thì ngồi đây mà nói.

– Tao chở mẩy lên Tổng tham mưu gặp "ông già tao" rồi mẩy muốn nói sao thì nói. Ngôn ngữ nhà binh vừa bừa bãi vừa thân mật Vinh gọi ông già là ám chỉ Trung Tướng Có.

– Mẩy ngừng xe nếu không tao mở cửa nhảy bể đầu tao mẩy chịu trách nhiệm nhé. Vừa nói tôi vừa mở cửa, gió ào cánh cửa đập vào hông xe Vinh bèn đạp thắng, xe mới rẽ qua đường Hai Bà Trưng sắp tới gần chợ Tân Định, Vinh cho xe chạy rễ rễ sợ tôi nhảy bất tử. Anh đánh vòng xung quanh chợ Tân Định không biết bao nhiêu vòng, miệng không ngừng thuyết phục tôi. Còn tôi thì cứ khẳng định Tướng Có không đủ khả năng lãnh đạo và còn nói thêm: Nếu mẩy đảo chánh tao sẵn sàng hợp tác với mẩy vì tao biết mẩy là thằng tốt đủ gan dạ, biết lẽ phải và có tinh thần phục vụ đất nước dân tộc. Ông già mẩy hư rồi. Không đáng cho tao hợp tác. Nói mãi quanh đi quẩn lại củng bao nhiêu đó. Vinh không thuyết phục được tôi nên anh đành trả tôi về nhà.

Tôi ngồi chờ đến 9 giờ 30 không nghe tiếng súng, không nghe Trung Tướng Nguyễn Hữu Có tuyên bố điều gì trên đài phát thanh, tôi biết rằng không có đảo chánh đi ngủ yên. Sáng hôm sau mọi việc trở nên bình thường. Nhưng đất bằng tự nhiên sóng dậy, quân lính đã kéo về thủ đô làm sao không làm kinh động tai mắt của chính quyền? Tôi nhứt quyết không tham gia, Nguyễn Hữu Có bỏ ý định cướp quyền đêm đó.

Tướng Có chủ trương đảo chánh cũng có lý do. Lúc đó Thiếu Tướng Kỳ và ông lúc nào cũng tay bắt mặt mừng nhưng bên trong Nguyễn Cao Kỳ mưu toan loại Tướng Có ra khỏi Nội các mà còn dành cho ông số phận lưu vong như Tướng Nguyễn Chánh Thi vì Tướng Có bị tì vết là bao che vụ tàu chở thuốc bắc lậu và vụ buôn lậu vải ở Biên Hòa. Ý đồ của Tướng Kỳ ông Nguyễn Hữu Có biết rõ. Mặc dù Tướng Có phạm pháp rõ ràng có nhân chứng, nhưng Tướng Kỳ không dám đụng bởi vì Trung Tướng Có được nhiều sĩ quan hiện nắm binh quyền và một lòng trung thành với ông ấy. Ngoài ra điều chắc chắn là có sự đồng ý và khuyến khích của Trung Tướng Nguyễn Văn Thiệu, Chủ Tịch Hội Đồng Lãnh Đạo Quốc Gia. Bộ ba Thiệu–Quang–Có không mấy thuận thảo với nhóm 'Lương Sơn Bạc" của Tướng Kỳ. Ngoài lý do có mùi Nam–Bắc, Trung Tướng Thiệu rất hận ông Kỳ khi nhóm quân nhân cướp quyền trong tay Thủ Tướng Phan Huy Quát thì người viết ra Ước Pháp dành hết quyền hành cho Tướng Kỳ, Chủ Tịch Ủy Ban Hành Pháp Trung Ương còn ông Thiệu, Chủ Tịch Ủy Ban Lãnh Đạo Quốc Gia chỉ ngồi chơi xơi nước. Do đó ông Thiệu cảm thấy bị mất mặt. Thiệu là người chuyên xúi giục cò ngao cắn mổ để làm ngư ông hưởng lợi.

Âm mưu đảo chánh không thành, nhưng không tránh khỏi sớm bị bại lộ. Kết quả : Nhân chuyến đi công tác nước ngoài Tướng Có bị cấm trở về đành phải lưu vong sống ở Hồng Kông chờ đến ngày Tổng Thống Thiệu cho phép trở về xứ.

NGHĨ GÌ VỀ
THIẾU TƯỚNG NGUYỄN CAO KỲ

Tôi từ chức để phản đối chế độ Cảnh sát trị do Chuẩn Tướng Nguyễn Ngọc Loan áp đặt khi ông bắt giam Bác Sĩ Nguyễn Tấn Lộc với tội danh "chia rẽ Nam Bắc". Ông Lộc là người xa lạ đối với tôi và cho đến bây giờ tôi cũng chưa hề gặp mặt ông một lần.

Cuộc khủng hoảng nội các kéo dài gần hai tháng vì Thiếu Tướng Kỳ không chấp nhận cất chức Nguyễn Ngọc Loan, Tổng Giám Đốc Cảnh Sát Quốc Gia kiêm Cục Trưởng An Ninh Quân Đội, bởi vì Tướng Loan là người tin cẩn và là một trong những vị đã từng thề sống chết với ông. Tiếc rằng Tướng Kỳ không phân biệt được lợi ích quốc gia là sự ổn định chính trị, tạo sự đoàn kết của toàn dân để chống Cộng sản. Ông chỉ lo củng cố địa vị của mình và tình cảm cá nhân đối với những người tâm phúc.

Dù sao Thiếu Tướng Nguyễn Cao Kỳ và Chuẩn Tướng Nguyễn Ngọc Loan cũng đã có công trong thời điểm khá nguy hiểm của quốc gia năm 1966. Người Tây phương thường nói: "Hãy trả lại cho César cái gì thuộc về César..." Tôi muốn giữ sự ngay thẳng của người trí thức, sự công bằng khách quan của người ký giả. Tôi trả lại tiếng tốt cho hai ông về một số điểm mà tôi biết được trong thời gian tôi cộng tác với Tướng Kỳ.

Thiếu Tướng Nguyễn Cao Kỳ luôn biện hộ với tôi là: "Thằng Loan thật sự đã có công dẹp loạn ở miền Trung". Thật vậy nếu một vị Tổng Giám Đốc Cảnh sát quốc gia nào khác chưa chắc có đủ can đảm, ngang tàng, liều mạng bất chấp hậu quả để dẹp bàn thờ Phật Giáo mà những người biểu tình bày trên khoảng đường dài nhằm ngăn cản sự tiến quân vào thành phố Huế. Chính Đại Tá Loan đã giúp Bộ chỉ huy Quân Đoàn I tái lập trật tự và quyền uy.

Chính phủ đã cử Thiếu Tướng Huỳnh Văn Cao, tân Tư Lệnh Vùng I người Công giáo mà tướng Kỳ hy vọng ông dám đương đầu với tín đồ Phật Giáo. Tướng Cao cam kết trước mặt Tướng Kỳ có sự hiện diện của tôi ngồi tại văn phòng Thủ Tướng, nhưng ông Cao ra Huế, không dám nhận chức nắm quyền, không dám làm việc tại bộ Tư lệnh quân đoàn mà phải trốn trong văn phòng của một tướng cố vấn Mỹ.

Một người nào khác hơn Nguyễn Ngọc Loan không dám mạnh tay dẹp loạn thử hỏi trật tự quốc gia ở miền Trung có được tái lập không? Sự lè phè nhậu nhẹt của Tướng Loan, cộng với tính ngang tàng chịu chơi và can đảm của ông làm cho quân lính thấy họ gần gũi với vị chỉ huy và nể thương mà liều sống chết với ông. Nhưng công lao đó của Tướng Loan chỉ có thể được tưởng thưởng bằng sự thăng cấp hay thăng chức trong quân ngũ. Một Tướng lãnh có khả năng, có thừa can đảm như

Nguyễn Ngọc Loan, đất nước sẽ còn cần đến ông vào những cơ hội khác.

Tiếc thay Tướng Kỳ chỉ nghĩ rằng ông cần có một sức mạnh của Cảnh sát và Quân đội để bảo vệ sự tồn tại của Nội các ông chớ ông không biết rằng thế chính trị của một vị Thủ Tướng buộc ông phải giữ sự ổn định chính trị và sự đoàn kết rộng rãi của toàn dân để trị nước, giữ nước và dựng nước chớ không phải bảo vệ nhau để năm giữ quyền hành cho một phe nhóm.

Tinh thần "phe nhóm" đó được các vị quân nhân có trách nhiệm lãnh đạo quốc gia thời đó chủ trương và áp dụng. Họ xem đó là một điều không thể thiếu để nắm lấy và cầm giữ chính quyền.

Về phần Tướng Kỳ, trong thời gian những tháng đầu năm 1966 tình hình chính trị vô cùng rối loạn tại miền Trung. Chính phủ có thể đổ một sớm một chiều. Trung Tướng Nguyễn Chánh Thi, Tư Lệnh Vùng I Chiến thuật, bao che và ưu đãi nhóm Phật Giáo chống chính phủ, trong đó có bàn tay xúi giục, thậm chí công khai tổ chức của Cộng sản và Thượng Tọa Thích Trí Quang. Xin đọc quyển sách "Việc Hằng Ngày" của tác giả Đoàn Thêm năm 1966, mặc dù có một vài sự kiện thiếu sót hoặc không đúng ngày tháng, thì đủ hiểu nguy cơ mất nước trong khoảng thời gian đó. Có lẽ Việt Nam chưa đến hồi mạt vận vào thời điểm 1966 cho nên mới có một ông Tướng "Cao Bồi", giàu lòng yêu nước, sẵn sàng chấp nhận mọi hiểm nguy và hậu quả như Thiếu Tướng Nguyễn Cao Kỳ, lãnh đạo Nội các Chiến tranh. Nếu thay vào đó là một vị Tướng khác thường được báo chí miền Nam mô tả bằng những cụm từ, "dè dặt tính toán", "chẻ sợi tóc làm đôi", " lo nghĩ cho cá nhân mình nhiều hơn là đại cuộc", "nghi ngờ hơn Tào Tháo", không dám quyết đoán chỉ biết theo chân Mỹ như Nguyễn Văn Thiệu chắc ông ấy sẽ không cất chức Tướng Thi, không cho phép dẹp bàn thờ Phật chận đường tiến quân ra Huế, thậm chí không dám tấn công tái chiếm Đà Nẵng, bắt Thị Trưởng Nguyễn Văn Mẫn, thì biết đâu tại miền Trung sẽ xảy ra nhiều vụ "cướp chính quyền" tương tự như ngày 17 tháng 4 năm 1966. "Lực lượng tranh thủ cách mạng" ở Huế và Đà Nẵng bắt giữ Tỉnh Trưởng Quảng Nam Nguyễn Hữu Chi và Quận Trưởng Hòa Vang cùng một số người bị coi là thân chính phủ. Nếu khắp nơi tại miền Trung xảy ra như vậy thì cuộc diện có thể thay đổi.

Nếu miền Trung tiếp tục rối loạn tối đa, Việt Cộng nắm lấy thời cơ tạo một giây chuyền tan rã chính quyền. Cũng giống như thời đệ nhị thế chiến, một khi chiến lũy Maginot sụp đổ thì nước Pháp bị quân Đức tràn ngập. Như tại Việt Nam sau nầy, một khi lệnh di tản Vùng II Chiến thuật được ban hành thì sự sụp đổ của miền Nam chỉ là ngày tháng.

Tôi thấy có bổn phận trả lại cho Tướng Kỳ sự hãnh diện vì ông có công lèo lái con thuyền quốc gia trong cơn bão táp chính trị vô cùng nguy hiểm của năm 1966.

Tôi thấy cần thú nhận là suốt cuộc đời, nay đã ngoài thất thập, có ít nhiều liên quan đến chính trường và đã từng phục vụ trong các cơ quan hành chánh quốc gia, tôi chưa từng gặp được một nhân vật lãnh đạo hay chỉ huy cao cấp nào, chấp nhận lời phê bình chỉ trích ý kiến sai trái của họ như Tướng Kỳ. Tuyệt đại đa số sợ người tài giỏi hơn mình, họ ghét người chỉ trích, thích người nịnh bợ tôn sùng và chấp nhận làm tay sai để hưởng sự ban thưởng.

Ông Kỳ dám chấp nhận làm thân, tin cậy sự hợp tác với một người thường phản bác ý kiến và hành động của ông như tôi đã thường làm. Trung ngôn thường là nghịch nhĩ, nhưng Tướng Kỳ là người khác hẳn, ông biết nghe, biết nhận xét phân biệt, biết chấp nhận sự góp ý miễn đó là ngay tình và hữu lý. Tôi thật lòng kính phục và biết ơn ông. Dù hiện tại hoàn cảnh và lập trường chính trị buộc hai người chúng tôi phải chia tay, đường ai nấy đi không còn liên hệ với nhau nữa, nhưng lòng tôi vẫn giữ mối cảm tình nồng hậu, lòng biết ơn sâu sắc đối với người bạn tri kỷ một thời.

Tôi đã từng phê bình nặng nề Tướng Kỳ khi ông về Việt Nam muốn lấy lòng Cộng sản, phê phán đồng đội đồng hành. Ông đã bước trật đường, ông tự phế bỏ danh dự của mình. Nhưng xét cho cùng: "Sông có khúc, người có lúc". Tôi cảm nhận "khúc" đời của Nguyễn Cao Kỳ, thời gian ông lãnh đạo Nội các chiến tranh là sáng chói, ông đã có công ổn định tình hình, giữ vững miền Nam, dù tôi không cùng đi với ông đến suốt nhiệm kỳ. Còn khi ông quyết định về Việt Nam vào cuối năm 2005, không buộc phải có lời mời chính thức của Cộng sản, ông đã tự ý làm tiêu hao cả sự nghiệp và danh dự của chính mình. Tôi tiếc cho ông, cho một người bạn đã từng chủ trương "Đội Đá Vá Trời".

CHƯƠNG KẾT

MỘNG KHÔNG THÀNH

Nghĩ lại quãng đời đã qua, lúc thiếu thời tôi đã từng ấp ủ mộng mơ, khi còn ngồi chà lết trên ghế học trò của lớp 10 trường Fénelon số 23 đường Général Foy quận 8 Paris rằng: Lớn lên tôi sẽ phải là người hữu dụng cho quê hương đất nước. Rằng tôi sẽ góp phần đem lại sự công bằng cho xã hội cho dân tộc tôi. Rằng tôi sẽ đem sự hiểu biết của mình về tham gia phát triển đất nước. Bao nhiêu là tham vọng của tuổi trẻ. Bao nhiêu là chủ quan, tưởng khả năng mình có sức đội đá vá trời.

Nhưng không, nhìn kỹ lại thấy mộng không thành! Đời có mấy ai thực hiện được trọn vẹn lý tưởng và ước mơ của mình? Xét về những hoạt động "kiếm cơm" thì khá, phần giúp ích cho xã hội chẳng được nhiều. Thiển nghĩ với đồng tiền trời ban cho tôi, với lòng hăng say năng nổ sẵn có tôi thừa điều kiện để làm việc thiện, giúp cho thanh thiếu niên nghèo có phương tiện học hành tiến thân, hay là tiếp tục làm ông giáo sư giảng dạy cho đàn em nên người chắc tốt hơn là dấn thân vào đường chính trị.

Tôi tham gia Nội các với hoài bão hô hào thanh thiếu niên dấn thân hoạt động tạo một xã hội có tình người, ai cũng có chỗ đứng trong xã hội đó. Tôi muốn giảm bớt sự bất công hà hiếp đối với dân lành. Tôi muốn góp phần ngăn chặn bọn Cộng sản vô thần bất lương bành trướng vào miền Nam. Nhưng nửa đường tôi lại từ chức bỏ lỡ cơ hội. Bây giờ nghĩ lại tôi thật lòng hối hận. Lẽ ra tôi phải tiếp tục ngồi trong Nội các để triển khai Chương trình phát triển cộng đồng quận 8, đang tiến hành mạnh mẽ. Tôi đã lôi cuốn được một nhóm trẻ, kẻ làm chính trị với chức vị dân cử, người làm giáo dục như hiệu trưởng, giáo sư, người khác dấn thân hoạt động xã hội. Lẽ ra tôi phải ở lại để tiếp tục giúp sức, bao che và hướng dẫn. Tôi nên ngồi đó để can thiệp, ngăn ngừa những sự lạm quyền của đám kiêu binh đầu óc quân phiệt. Nhưng sự háo thắng kiêu căng của tuổi trẻ thúc giục tôi từ quan. Bây giờ hồi nghĩ lại, ước gì lúc đó tôi được già thêm chừng 20 tuổi, có kinh nghiệm đời, có nhẫn nại để suy nghĩ thì biết đâu tôi có thể phục vụ đất nước tôi hữu hiệu hơn. Dù sao tôi cũng phải thành tâm nhìn nhận: Trong sự đổ vỡ của miền Nam, tôi vẫn có phần trách nhiệm vì đã có lần trực tiếp tham gia guồng máy chính quyền.

Tôi Ước Mơ

Đã sinh ra là người Việt Nam, tôi ước mơ đất nước tôi phải có một chế độ tự do dân chủ, đồng bào tôi phải được hưởng trọn vẹn những quyền căn bản của con người thay vì bị cai trị bằng độc tài sắt máu.

Tôi ước mơ đất nước tôi sẽ được phồn vinh không bị kiềm hãm trong khuôn khổ vô lý của sự vay mượn "Kinh tế thị trường theo định hướng xã hội chủ nghĩa".

Tôi ước mơ của cải vật chất do kinh tế thị trường tạo thành được nhà nước áp dụng phương cách phân chia công bằng và hài hòa cho dân chúng.

Tôi muốn con cháu tôi biết và hiểu lời nói của Tổng Thống Hoa Kỳ J.F. Kennedy rằng: "Đối với một vài thế hệ, quốc gia đòi hỏi nơi họ nhiều hy sinh. Và đối với một vài thế hệ khác quốc gia cung cấp cho họ nhiều lợi ích". Lời nói của Tổng Thống Kennedy nhắc cho những thế hệ đàn em đàn cháu của chúng tôi rằng họ phải biết hy sinh tranh đấu giành lấy cho bằng được tự do và dân chủ.

Tôi ước mơ đất nước tôi có được một nền giáo dục phóng khoáng, nhân bản, bởi vì giáo dục là nền tảng dẫn đến văn minh tiến bộ, phát triển và phồn vinh. Suốt nữa thế kỷ qua, chính sách "ngu dân", "tẩy nảo" của Cộng sản là nguồn gốc căn bản phá tan xã hội Việt Nam. Chủ đích của chính quyền Hà Nội là truyền bá lý thuyết Cộng sản lỗi thời sai trái do chính các quan thầy Liên-Sô và Trung Cộng của họ đã rao bán mà nay cũng phải nhận sai lầm chối bỏ.

Tôi ước mơ dân tộc tôi được sống hài hòa trong một xã hội công bằng. Không bị áp bức. Không còn người quá nghèo khó đói rách khốn cùng so với bọn tham quan ô lại cướp công cướp của dân lành. Tôi hy vọng câu nói " Con vua thì được làm vua, con sải nhà chùa phải quét lá đa" sẽ vĩnh viễn không còn ai nhắc đến nữa.

Fresno ngày 15 tháng 5 năm 2007

HỒI KÝ TẬP II

Đọc xong quyển Hồi Ký tập I, quí độc giả thấy sự ngẫu nhiên, hay tình thế và hoàn cảnh đưa tôi vào con đường chính trị, mặc dù tôi từ chối đôi ba lần. Số phận của tôi là phải chịu búa rìu, lao tâm, khổ cực, tù đày vì đã sa vào chính trường. Tôi chọn ngành nông học là hy vọng sẽ được sống yên lành với ruộng vườn của ông bà cha mẹ để lại. Từ thuở nhỏ tôi thích câu cá, nuôi gà, bắn chim, bẫy cò.

Du học xong về nước, tôi làm công chức bộ Canh nông, rất hài lòng với nghề giáo tại trường Cao Đẳng Nông Lâm Súc. Con đường chính trị dẫn tôi đi chưa tới đoạn cuối trời đã dành cho tôi.

Vậy kính xin độc giả tiếp tục đọc Hồi Ký tập II để biết chi tiết, khúc mắc về cuộc bầu cử Tổng Thống của chế độ Đệ Nhị Cộng Hòa. Tại sao Thiếu Tướng Nguyễn Cao Kỳ nhường chỗ đứng cho Trung Tướng Nguyễn Văn Thiệu để rồi hai lần ông Kỳ muốn lật đổ người mình đưa lên? Tại sao tôi không chấp nhận hợp tác với tân Tổng Thống? Tôi bị ông Thiệu đày ải như thế nào? Tại sao tôi phải ra ứng cử Dân Biểu Quốc Hội ? Và không biết làm báo mà tôi bị bắt buộc phải cầm bút và may mắn tờ *Đại Dân Tộc* do tôi đứng tên Chủ Nhiệm có số phát hành lớn nhứt nước?

Ai giết Trung Tướng Đỗ Cao Trí ? Ai bắt Dân Biểu Nguyễn Tấn Đời trong khi ông không quả tang phạm pháp?

Và cuối cùng những ngày tù tội của tôi và sự trả thù gian ác của bọn Cộng sản đối với quân cán chính miền Nam.

Xin quí độc giả xem tiếp những gì tôi viết trong Hồi Ký tập II đều là sự thật trực tiếp liên quan đến đời sống của Võ Long Triều.

..."Tôi ước mơ dân tộc tôi được sống tự do, hài hòa
trong một xã hội công bằng. Không bị áp bức"...

Hình chụp năm 1995 tại nhà Dương Văn Đức lúc Đại Tướng Dương Văn Minh còn tá túc với con trai ông. Từ trái sang phải: Võ Long Triều, Đại Tướng Dương Văn Minh, Kỹ Sư Lâm Ngọc Diệp.

Hình chụp tại Dinh Gia Long. Lễ gắn huy chương ân thưởng cho đội tuyển túc cầu Việt Nam Cộng Hòa thắng giải Merdeka. Trung Tướng Nguyễn Văn Thiệu, Chủ Tịch Ủy Ban Lãnh Đạo Quốc Gia đứng giữa. Thiếu Tướng Nguyễn Cao Kỳ bên trái cách một cầu thủ, Trung Tướng Nguyễn Hữu Có bên phải cách một cầu thủ. Bộ Trưởng Thanh Niên Võ Long Triều hàng cuối cùng đứng gần sát đèn treo sau lưng.
Hàng đầu từ trái qua phải:
Nguyễn Văn Mộng, Quách Hội, Lê Văn Đức, Thiếu Tướng Nguyễn Cao Kỳ, Thiếu Tá Phước, Trung Tướng Nguyễn Văn Thiệu, Phạm Huỳnh Tam-Lang, Trung Tướng Nguyễn Hữu Có, Đỗ Thới Vinh, Nguyễn Văn Ngôn (ngôn I), Trần Chánh, Nguyễn Văn Có.
Hàng thứ nhì:
Lai Văn Ngôn (Ngôn II), Nguyễn Văn Thông, Phụ Tá huấn luyện viên, Huấn luyện viên Weigang, Đại Tá Xỏi, Nguyễn Văn Lắm, Trọng tài Ticaro, Phạm Văn Hiển, Nguyễn Văn Chiêu (người làm bàn đoạt giải Merdeka 1966)
Hàng cuối:
Võ Long Triều đứng gần đèn treo. Hai cầu thủ đứng cuối hàng, bên phải là Hồ Thành Chinh và Nguyễn Ngọc Thanh.

475

Võ Long Triều và cựu Tổng Trưởng Xây Dựng Nông Thôn, Ông Trần Lê Quang người đứng bên trái. Hình chụp tại nhà cụ Trần Lê Quang tại Mountain View California. Tháng 3 năm 2009.

Hình chụp ba vị đồng liêu,từ trái sang phải:
Ông Bùi Diễm, cựu Bộ Trưởng Phủ Thủ Tướng, cựu Đại sứ Việt Nam
Cộng Hòa tại Hoa Kỳ, Võ Long Triều cựu Bộ Trưởng Thanh Niên, Trung
Tướng Nguyễn Bảo Trị cựu Bộ Trưởng Thông Tin Chiêu Hồi, cựu Tư Lệnh
Vùng III chiến chuật.

Thẻ báo chí
của Võ Long Triều
khi hành nghề tại Pháp :
Đài Phát thanh
quốc tế Pháp RFI ,
Tiếng Gọi Dân Tộc.

Cựu Thiếu Tướng Nguyễn Cao Kỳ và Nguyên Bộ Trưởng Thanh Niên Võ Long Triều trong một cuộc gặp gỡ tại tiệm phở Nguyễn Huệ trên đường Bolsa, Little Saigon năm 2004. Buổi trò chuyện giữa hai nhân vật nầy diễn ra trong tình thân mật.

Photo by: LÝ KIẾN TRÚC.

(Trong cuộc phỏng vấn cựu Thiếu Tướng Nguyễn Cao Kỳ, nhà báo Lý Kiến Trúc đã đưa ra câu hỏi: "Nếu Thiếu Tướng có điều kiện về thăm Việt Nam, việc đầu tiên Thiếu Tướng có đến thăm Nghĩa Trang Quân Đội Biên Hòa và thắp nén hương tưởng niệm các người lính đã nằm xuống vì Chính Nghĩa Quốc Gia và Tổ Quốc hay không?)

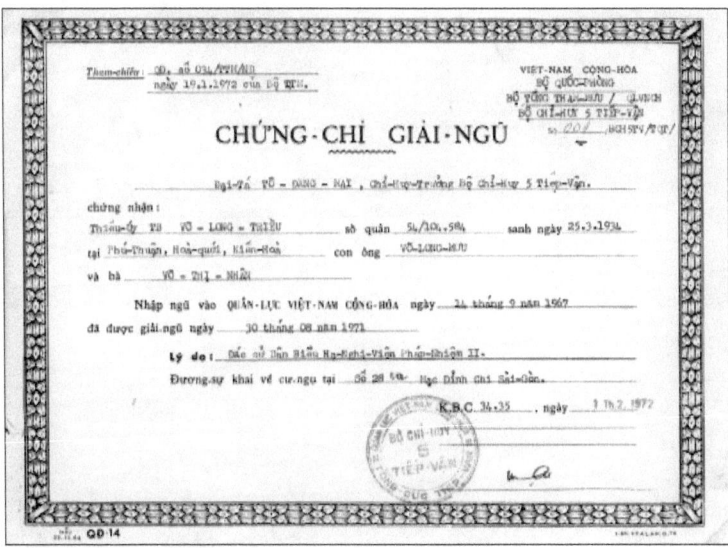

Chứng Thư Quân Vụ.

Chứng Chỉ Giải Ngủ.

Hình cựu Tổng Trưởng Công Chánh, cựu Tổng Trưởng Xây Dựng Nông Thôn thời đệ nhứt Việt Nam Cộng Hòa, ông Trần Lê Quang và Võ Long Triều đang dùng trà tại tư thất cụ Trần Lê Quang.

480

Hình Thiếu Tướng Nguyễn Cao Kỳ tại tư thất
ở Hacienda Hight, California. Năm 2003.

VÕ LONG TRIỀU

– Sinh ngày 25 tháng 3 năm 1934 tại xã Phú Thuận, Bến-Tre.
– Du học tại Pháp từ tháng 1 năm 1951 đến tháng 12 năm 1961.
– Tốt nghiệp kỹ sư, trường Quốc Gia Canh Nông Paris-Grignon.
– Chánh sở Thống Kê và Kinh tế Nông Nghiệp, Bộ Cải Tiến Nông Thôn.
– Giáo sư Kinh Tế Nông Nghiệp và Quản Lý Nông Trại
   tại trường Cao Đẳng Nông Lâm Súc Sài gòn.
– Bộ Trưởng Thanh Niên và Thể Thao Nội các Chiến tranh 1966-1967.
   Từ chức để phản đối chế độ cảnh sát trị của Tướng Nguyễn Ngọc Loan.
– Thi hành nghĩa vụ quân sự. Tốt nghiệp sĩ quan trường Bộ binh Thủ Đức.
– Phụ Tá Tổng Trưởng Canh Nông 1968-1969.
– Dân Biểu Quốc Hội khóa 1971-1975.
– Chủ Nhiệm Chủ Bút nhật báo "Đại Dân Tộc" 1971-1975.
– Tù Cộng sản Việt Nam 11 năm.
– Sau khi được trả tự do, định cư tại Pháp từ năm 1991 đến năm 1997.
– Ký giả đài phát thanh quốc tế Pháp
   (Radio France Internationale, RFI) 1991-1992.
– Chủ Nhiệm Chủ Bút tuần báo "Tiếng Gọi Dân Tộc"
   xuất bản tại Paris, 1992-1996.
– Định cư tại Mỹ từ 1998 đến nay.
   Hiện đảm trách mục "Nhìn về Việt Nam" trên đài Truyền hình SBTN.

www.ingramcontent.com/pod-product-compliance
Lightning Source LLC
Chambersburg PA
CBHW021838010726
47493CB00005B/1455